।। दैनंदिन दासबोध।।

निवड आणि निरुपण

माधव कानिटकर

डायमंड पब्लिकेशन्स, पुणे

|| दैनंदिन दासबोध ||

निवड आणि निरुपण

माधव कानिटकर

१६९१, सदाशिव पेठ,
पुणे – ४११०३०.

प्रथम आवृत्ती – १७ फेब्रुवारी २००९
पुनर्मुद्रण – नोव्हेंबर २०१४

ISBN 978-81-8483-097-2

© डायमंड पब्लिकेशन्स, पुणे

मुखपृष्ठ :
शाम भालेकर

अक्षरजुळणी :
अक्षरवेल
सी–१८, प्लॉट नं. ५७२, दत्तवाडी
पुणे ४११ ०३०

मुद्रक :
रेप्रो नॉलेज कास्ट लिमिटेड, ठाणे

प्रकाशक :
दत्तात्रेय गं. पाष्टे
डायमंड पब्लिकेशन्स,
२६४/३ शनिवार पेठ, ३०२ अनुग्रह अपार्टमेंट
ओंकारेश्वर मंदिराजवळ, पुणे–४११ ०३०
☎ ०२०–२४४५२३८७, २४४६६६४२

info@diamondbookspune.com
www.diamondbookspune.com

प्रमुख वितरक :
डायमंड बुक डेपो
६६१, नारायण पेठ, अप्पा बळवंत चौक, पुणे – ३०.
☎ ०२० – २४४८०६७७

श्रीरामचंद्र चरणी...

श्री. समर्थ रामदास स्वामी

(अल्पचरित्र)

महाराष्ट्राचे जे श्रेष्ठ संतपंचक आहे, त्यात समर्थ रामदास कालानुक्रमानुसार अखेरचे असले तरी ज्ञानेश्वर, तुकाराम, नामदेव आणि एकनाथ या त्यांच्या पूर्वसूरींपेक्षा कमी नाहीत. या संतपंचकानं आपलं चरित्र, चारित्र्य आणि लेखन याद्वारे महाराष्ट्राच्या आध्यात्मिक जीवनावर स्वत:चा ठसा उमटवला आहे. ज्ञानेश्वर आणि समर्थ रामदास हे प्रापंचिक नव्हते, तर तुकाराम, नामदेव आणि एकनाथ यांनी प्रपंच करूनही परमार्थविद्येचं शिखर गाठलं. या पंचकातले समर्थ रामदास हे शेवटचे संतश्रेष्ठ. त्यांच्यानंतर महाराष्ट्र देशी या संतपंचकाच्या तोडीचा संतपुरुष झाला नाही. तसे अनेक भगवद्भक्त झाले आहेत आणि होतीलही, परंतु या संतपंचकाची सर कुणालाही येणार नाही.

समर्थ रामदास किंवा रामदासस्वामी किंवा श्रीस्वामीसमर्थ या विविध गौरवपूर्ण नावांनी ओळखल्या जाणाऱ्या या संतश्रेष्ठाचं पूर्वनाम होतं नारायण ठोसर. त्यांच्या मागील पिढ्यात वंशपरंपरेनं जांब गावचं कुलकर्णीपद होतं. रामदासांचे वडील सूर्याजीपंत हे त्यांचे मूळ पुरुष कृष्णाजीपंत, यांच्यापासून बाविसावे कुटुंबप्रमुख होते. सूर्याजीपंत हे अतिशय धर्मप्रवण, सात्त्विक वृत्तीचे कुलकर्णी होते. ते दररोज सहस्र सूर्यनमस्कार व गायत्री मंत्राचा बाराशे वेळा जप करत. त्यामुळे त्यांचं तन आणि मन सुदृढ झालं होतं. शिवाय श्रीरामाचे ते निष्ठावंत उपासक होते. प्रतिवर्षी आपल्या घरी ते श्रीरामनवमीचा उत्सव करत. त्यात घरातील, नात्यातील मंडळी तर सहभागी होतच, पण गावकरीही भाग घेत. त्यांचा सबंध दिवस जपजाप्य, भजनपूजन यांत जाई. सायंसंध्या उरकल्यावर ते आपलं कुलकर्णीपणाचं काम पाहायला जात, मग मात्र रात्री उशिरापर्यंत ते कार्यमग्न असत.

पण या जांब गावच्या कुलकर्ण्यांना म्हणजे सूर्याजीपंतांना विवाहानंतर बराच काळ अपत्यलाभ झाला नाही, परंतु निपुत्रिक जीवन त्यांच्या नशिबी नव्हतं. उशिरा का होईना, त्यांना मुलगा झाला. त्यांच्या पत्नीचं नाव राणूबाई होतं. इ. स. १६०५ मध्ये या दांपत्याला प्रथम पुत्रलाभ झाला. मुलाचं नाव गंगाधर असं ठेवण्यात आलं. गंगाधराची मुंज पाचव्या वर्षी व तत्कालीन प्रथेप्रमाणे लग्न त्याच्या सातव्या वर्षीच उरकण्यात आलं!

गंगाधर जेमतेम दीड वर्षाचा असताना सूर्याजीपंतांना दृष्टान्त झाला, की एका सत्पुरुषाचं पितृत्व तुम्हाला यथावकाश लाभणार आहे. त्यांना श्रीरामचंद्राचं दर्शनही स्वप्नात झालं आणि गंगाधराच्या जन्मानंतर दीड वर्षाने राणूबाईंना पुन्हा दिवस गेले.

ईश्वराची आपल्यावर आता थोर कृपा होणार, या जाणिवेनं सूर्याजीपंत मनोमनी हरखून गेले. पण त्याची वाच्यता त्यांनी केली नाही.

विशेष म्हणजे शके १५३० च्या चैत्र शुद्ध नवमीला (इ. स. १६०८) श्रीरामनवमीच्या दिवशीच दुपारी बारा वाजता सूर्याजीपंतांना दुसरा मुलगा झाला. माध्यान्ही सूर्यनारायण मस्तकी आला असताना जन्मलेल्या या मुलाचं नाव सूर्याजीपंतांनी नारायण असं ठेवलं. नेमका रामनवमीच्या दिवशी आणि रामजन्माच्या वेळी मुलाचा जन्म झाल्याचं उभयतांना कौतुक वाटलं, परंतु तरीही मुलाचं नाव

रघुनाथ, रघुवीर किंवा श्रीराम अथवा रामचंद्र वा राजाराम असं न ठेवता नारायण ठेवलं.

सूर्याजीपंत आणि राणूबाई यांचा संसार अशा रीतीने सुफलित झाला. गंगाधर आणि नारायण या दोन मुलांच्या बाललीलांत त्या दोघांचं मन अगदी रमून गेलं. दिसामाशी मुलं मोठी होऊ लागली. थोरला गंगाधर हा शांत स्वभावाचा, पापभीरू, वडील माणसांच्या आज्ञेत राहणारा असा होता, तर नारायण दंगेखोर, हूड, मनस्वी असा होता. त्याला भीती दाखविण्यासाठी आईनं कधी बागुलबुवाची भीती दाखवली, तर ''येऊ दे, मी त्याला कसा मारतो ते पहा'' असं सांगून तो मातोश्रीला निरुत्तर करी. वयाची पाच-सहा वर्षे पूर्ण झाल्यावर तर नारायणाच्या स्वैर मनोवृत्तीला उधाण आलं. रानावनात भटकणं, नदीत तासन्‌तास डुंबणं झाडावर चढणं, उंचावरून नदीत उड्या मारणं हेच त्याचं आनंदमयी जग होतं. मात्र एकदा हे साहस त्याच्या इतकं अंगाशी आलं की त्यानं नारायणाला जणू एक जन्मखूण दिली !

त्याच असं झालं, की मित्रांबरोबर पोहण्याचा आनंद लुटणाऱ्या आठ वर्षीय नारायणाचं एकदम एका झाडाकडे लक्ष गेलं आणि त्या झाडाच्या वरच्या फांदीवरून नदीत उडी मारली, तर केवढं पाणी उसळेल असा विचार त्याच्या मनात आला. विचाराप्रमाणे कृती करायची अशी नारायणाची वृत्ती असल्यानं तात्काळ तो ओलेत्यानं नदीतून बाहेर आला आणि सरसर झाडावर चढून वरच्या फांदीवर पोहोचला.

आणि कुणाच्या काही लक्षात येण्यापूर्वीच त्यानं तेथून नदीत उडी मारली. पाणी उंच उसळलं, पण या धाडसात नारायणाच्या कपाळाला नदीकाठच्या खडकाचा जोरात मार बसला. परिणामी त्याच्या कपाळावर मोठं टेंगूळ आलं. हे टेंगूळ कधीही बसलं नाही. नारायणाला अखेरपर्यंत या टेंगळानं सोबत केली.

मात्र नारायणाच्या या साहसी व धाडसी वागण्यामुळे त्याची मित्रमंडळी त्याला कौतुकानं ''मारुतीचा अवतार'' म्हणू लागली आणि नारायणालाही ते आवडू लागलं.

रानावनात हिंडायचं, फळं खायची, पोहायचं, झऱ्याचं पाणी प्यायचं, सोबत्यांबरोबर खेळायचं असा कुमारवयातील नारायणाचा उपक्रम होता. घरातलं काही कामधाम करावं लागतं, हे त्याच्या गावीही नव्हतं. एकदा घरी काही माणसं पारायणानिमित्त जेवायला बोलावली होती. घरातलं ताक संपलं होतं. म्हणून राणूबाई नारायणाला सहज म्हणाल्या, ''उद्याच्या जेवणासाठी ताक लागेल असं वाटतं, पण हे तुला सांगून काय उपयोग ?''

यावर नारायण काही बोलला नाही. सरळ तिथून उठला, गावच्या कुंभाराकडे गेला, त्याच्याकडून दहा-बारा मातीची भांडी घेतली आणि आपल्या ओळखीतल्या दहा-बाराजणांकडे नेऊन ठेवून सांगितलं, ''उद्या सकाळी ताक हवं आहे.''

सूर्याजीपंत गावचे कुलकर्णी, त्यांच्या धाकट्या मुलाची ही सूचना, म्हणजे पंतांचीच सूचना असं समजून सर्वांनी सकाळी त्या त्या मडक्यात ताक भरून ठेवलं. नारायण सकाळी लवकर उठला. थेट घरोघरी जाऊन त्यानं ताकाची मडकी गोळा करून आईपुढे आणून ठेवली.

नारायणाच्या या कर्तृत्वानं राणूबाई अगदी थक्क होऊन गेल्या.

पुढे एक दिवस राणूबाई नारायणाला म्हणाल्या, ''अरे नारोबा, तू शहाणा कधी होणार ?''

''शहाणा कुणाला म्हणतात ?'' नारायणानं मातोश्रींना प्रतिप्रश्न केला. क्षणभर काय उत्तर द्यावं हे राणूबाईला सुचलं नाही. मग एकदम ती म्हणाली, ''जो पुरुष धनधान्य मिळवून आणतो, त्याला शहाणा म्हणतात.''

''अस्सं होय !'' नारायणानं आईच्या त्या बोलण्याची नोंद घेतली आणि एका शेतकऱ्याच्या शेतावरचं धान्याचं पोतं उचललं आणि आईपुढे आणून टाकीत म्हटलं, ''आता तरी मला शहाणा म्हणशील की नाही ?''

यावर राणूबाई काही उत्तर देणार, तोच

ज्याच्याकडून नारायणानं पोतं आणलं होतं, तो शेतकरी धावत आला. त्याचं एक पोतं कमी झालेलं होतं. त्याला पाहताच राणूबाई काय समजायचं ते समजली, पण त्या दोघांचं बोलणं ऐकायला नारायण तिथं होताच कुठं ?

त्यानं कधीच तिथून धूम ठोकली होती !

दिवस चालले होते. नारायण मोठा होतोय, पण त्याला कसलीच काळजी नाही, या जाणिवेनं राणूबाईचं मन अधूनमधून कातर होत असे. एक दिवस गंमत झाली. नारायण कुठं दिसेना. सगळीकडे शोधाशोध झाली. सूर्याजीपंत त्याच्या मित्रांकडे जाऊन आले. नदीकिनारी पाहिलं, पण नारायणाचा पत्ता नाही ! दोघं पती-पत्नी काळजीत पडले. पण दैनंदिन कामं चालूच होती. स्वयंपाक करताना काहीतरी वस्तू लागली म्हणून राणूबाई अडगळीच्या अंधाऱ्या खोलीत गेल्या आणि उजेडासाठी त्या खिडकी उघडणार, तोच त्यांना तिथं नारायण दिसला. तशी राणूबाईंनी एकदम त्याला विचारलं, "नारायणा, तू इथं काय करतो आहेस ?"

"मी विश्वाची चिंता करतो आहे." नारायणानं उत्तर दिलं आणि त्या उत्तरानं दिङ्मूढ झालेल्या राणूबाई थबकून तिथं कितीतरी वेळ तशाच उभ्या राहिल्या !

थोरल्या गंगाधराप्रमाणे नारायणाची मुंजही सूर्याजीपंतांनी पाचव्या वर्षीच केली. तत्कालीन पद्धतीप्रमाणे मुंज झाल्यावर नारायणाचं शिक्षण सुरू झालं. अक्षरओळख, आकडेशास्त्र, जमाखर्च असं करत संस्कृतचं अध्ययन, संध्या, रुद्र, देवपूजा, पुरुषसूक्त, वैश्वदेव, ब्रह्मयज्ञ इत्यादी पाठांतरातही नारायणानं गती मिळवली. जात्याच बुद्धिमान असल्यामुळे पंतोजी शिकवतील ते ग्रहण करायला नारायणाला मुळीच वेळ लागत नसे. अशा प्रकारे शिक्षण आणि खेळ यात जीवनाची पानं उलगडत जात असताना एक दिवस अचानक एक आक्रित घडलं.

सूर्याजीपंत आणि बंधू गंगाधर काही कामानिमित्त बाहेर गेले होते. अकरा वर्षांचा नारायण

दारावरच्या पायरीवर बसून इकडे तिकडे पाहात होता.

तोच कुणीतरी आडदांड माणूस एकदम तिथं आला नि त्यानं नारायणाचा हात ओढून त्याला रस्त्यावर खेचलं आणि नंतर ओढत, फरफटत गावाबाहेर झाडीत नेलं. तिथं आणखी काही उत्तम पोषाख केलेली मंडळी होती आणि एका पालखीत एक तेजस्वी दांपत्य बसलं होतं. नारायणाला पाहताच त्यांपैकी पुरुषानं विचारलं, "तेरा बाप किधर है ?"

"ते बाहेर गेले आहेत !" नारायणानं मातृभाषेत उत्तर दिलं.

"ठीक है, ये खत ले लो और उनको दो" असं म्हणून त्या पुरुषानं नारायणाजवळ एक पत्र दिलं. त्यानं ते वाचलं आणि त्याला घाम फुटला. अंग थरथर कापू लागलं. तो एकाएकी बेशुद्ध झाला. ती माणसं निघून गेली आणि हातात ते पत्र असतानाच नारायणाला त्या अवस्थेत रामपंचायतनाचं दर्शन झालं.

त्या दाट झाडीत एका वेगळ्याच उन्मनी अवस्थेत हातात ते पत्र घेऊन नारायण पडला होता. त्याचा शोध घ्यायला सूर्याजीपंत नि गंगाधर आले तोपर्यंत नारायण शुद्धीवर आला. वडिलांना पाहताच त्याला हायसं वाटलं. त्यानं हातातलं पत्र वडिलांच्या हातात दिलं.

ते पत्र नारायणानं सूर्याजीपंतांच्या हाती दिलं. परंतु तिथं बरीच गर्दी गोळा झाली असल्यानं पंतांनी ते पत्र तिथं वाचलं नाही – ते पत्र सूर्याजीपंत घरी घेऊन गेले. त्याचबरोबर नारायण आणि गंगाधर हे त्यांचे मुलगेही घरात आले. मग पंतांनी दार ढकललं आणि नारायणानं दिलेलं पत्र वाचलं आणि वाचताक्षणी –

ते खाली कोसळले आणि गतप्राण झाले. हे भयंकर दृश्य पाहताच गंगाधरानं वडिलांच्या हातातून ते पत्र काढून घेतलं आणि ते पत्र वाचताक्षणी गंगाधरही बेशुद्ध झाला !

नारायण हे सर्व पाहून भेदरून गेला. जरा वेळानं

गंगाधर शुद्धीवर आला आणि त्या क्षणी त्यानं ठरवलं, की वंशपरंपरागत आलेलं कुलकर्णीपण सोडून द्यायचं आणि त्यानं तो निर्णय अंमलातही आणला. गंगाधरपंत त्यानंतर जांब गावचे कुलकर्णी राहिले नाहीत! या दोघांवर जसा त्या पत्राचा परिणाम झाला, तसा नारायणावरही झाला. त्या क्षणी त्यानं जे मौन पत्करलं ते वर्षभर सोडलं नाही.

त्या पत्रात काय होतं? बहुधा सरकारनं सूर्याजीपंतांवर कोणतातरी गंभीर आरोप केला असावा. कदाचित त्या आरोपाबद्दल एखादी मोठी शिक्षाही जाहीर केलेली असावी. त्या धक्क्यानं सूर्याजीपंत तत्काळ मृत्यू पावले, तर गंगाधर बेशुद्ध झाला. नारायणानं मौन पत्करलं. अर्थात् त्या पत्रात काय होतं ते अद्याप गुप्तच आहे, पण तसं काही असावं हे अनुमान आहे.

ठोसर घराण्यात वडिलांनी आपल्या ज्येष्ठ चिरंजीवाला अनुग्रह देण्याची पद्धत होती. त्याप्रमाणे सूर्याजीपंतांनी गंगाधराला अनुग्रह दिला होता. त्यांच्या निधनानंतर आता आपल्याला आपल्या ज्येष्ठ बंधूनं अनुग्रह द्यावा असं नारायणाला वाटलं. त्यावेळी नारायणाचं वय होतं जेमतेम दहा वर्षं. ते वय लक्षात घेऊन गंगाधरानं नारायणाला अनुग्रह देण्यास नकार दिला. नारायणाच्या मनाला ही गोष्ट लागली आणि तो गावाबाहेर असलेल्या मारुतीच्या देवळात जाऊन बसला.

मारुतीसमोर त्यानं जणू धरणंच धरलं. तिथं तो तसाच मूर्तीकडे एकटक पाहात बसून राहिला. अखेर रात्र झाली. नारायण तिथंच लवंडला आणि मध्यरात्री साक्षात प्रभू रामचंद्रांनी स्वप्नात येऊन त्याला मंत्रोपदेश दिला आणि नारायणाचा जणू प्रतिपाळ करण्याचं काम देवानं मारुतीरायावर सोपवलं.

देवाचाच आता आपल्यास आधार घेतला पाहिजे, हे नारायणाच्या मनानं घेतलं आणि स्वप्नात नव्हे आपल्यास प्रत्यक्ष ईश्वराचं दर्शन झालं पाहिजे, असा त्याच्या मनानं ध्यास घेतला. पण ईश्वरदर्शन असं सोपं नसतं, त्यासाठी सर्वस्वाचा त्याग करावा लागतो हे त्याला हळूहळू उमजू लागलं.

तोच राणूबाईंनी, नारायणाच्या आईनं नारायणाच्या लग्नाचा घाट घातला. स्वत:च्या भावाची मुलगी वधू म्हणून नेमस्त केली. पण नारायणाला हे लग्न मुळीच मान्य नव्हतं. तो टाळाटाळ करू लागला. गंगाधराच्या ते लक्षात आलं व त्यानंही आईला समजावण्याचा प्रयत्न केला. पण घरात दुसरी सून आणायला उत्सुक असलेल्या राणूबाईंना ते थोडंच पटणार? गंगाधरानं सुचवून पाहिलं तरी ती ऐकायला तयार होईना. तिनं नारायणाला जवळ बोलावलं आणि विचारलं, ''नारोबा, मी तुझी आई आहे, तेव्हा तू माझं एक ऐकशील का?''

''सांग तर खरं-'' नारायण उत्तरला.

''हे बघ, माझ्या भाचीबरोबर मी तुझं लग्न ठरवलं आहे. मुलगी चांगली आहे. ती तुझा संसार चांगला करील. अंतरपाट धरेपर्यंत तरी नाही म्हणू नको.''

नारायणानं ते तात्काळ मान्य केलं. राणूबाईंना समाधान वाटलं. एकदा बोहरल्यावर चढून नारायण अंतरपाटापर्यंत पोहोचला, की लग्नाला काय उशीर? असं तिच्या मनात आलं. मनोमनी तिला आनंद झाला. तिनं लगेच भावाला बोलावलं, लग्नाचा गोरज मुहूर्त काढला. आसनगावी, राणूबाईच्या माहेरी नियोजित वधूच्या घरी लग्नसोहळा साजरा करायचं असं ठरवलं.

वऱ्हाड आसनगावला पोहोचलं. रुखवत मांडलं गेलं. लग्नाआधीची अल्पोपाहाराची पंगत बसली, नारायणानं जेमतेम चार घास खाल्ले आणि तो बोहरल्यावर जाऊन उभा राहिला. भटजींनी अंतरपाट धरला. पिवळी अष्टपुत्री नेसलेली बालिकावधू अंतरपाटामागे उभी राहिली आणि भटजींनी उच्च स्वर लावला, ''शुभमंगल सावधान!''

तशी नारायणानं तिथं उभ्या असलेल्या वधूच्या मोठ्या भावाला विचारलं, ''याचा अर्थ काय?''

तसा तो हसून उत्तरला, ''याचा अर्थ लवकरच

तुझ्या पायात लग्नाची बेडी पडणार, यातून मग मरेपर्यंत सुटका नाही !''

हे ऐकताच नारायणानं एकदम काहीतरी निश्चय केला आणि भटजींनी पुन्हा ''शुभमंगल सावधान'' ही गर्जना करताच आईला दिलेल्या शब्दाप्रमाणे आपण अंतरपाट धरेपर्यंत थांबलो. आता आपण कुणाचं देणं - घेणं लागत नाही असं मनात आणून जो बोहरल्यावरून उतरून तीरासारखा धावत सुटला, तो काही पुन्हा कुणाला दिसला नाही !

''सावधान'' हा लग्नमंडपातला शब्द ऐकून सावध झालेल्या नारायणानं बोहोल्यावरून जो पळ काढला तो थेट गोदाकिनारी आला. त्या वेळी एक प्रेत नदीकिनारी असलेल्या स्मशानात जळत होतं. ते पाहिल्यावर नारायणाच्या मनात शिरलेली वैराग्याची ज्योत अधिकच प्रज्वलित झाली. आपलं जीवन किती क्षणभंगुर आहे हे त्याला पुन्हा एकदा जाणवलं. असं आयुष्य प्रपंचात, मुलाबाळांत, लेकीसुनात आणि बायकोच्या गुलामगिरीत काढण्यापेक्षा परमार्थमार्गी लावणं अधिक श्रेयस्कर याचा त्यांना पुन्हा एकदा जणू साक्षात्कार झाला. मग नारायणानं तिथंच गोदावरीत उडी घेतली आणि पोहत पैलतीरावर पोहोचला. गोदावरीच्या काठाकाठानं चालत नारायणानं नाशिक गाठलं आणि तेथील पंचवटीत तो प्रविष्ट झाला. नारायण रामभक्त होता. त्यामुळे वनवासी रामाचं ज्या पंचवटीत वास्तव्य होतं, तिथं जाणं त्याच्या मनानं घेतलं असावं. शिवाय नाशिकचं श्रीराममंदिरही प्रसिद्ध. तेव्हा नाशिक हेच त्याचं पहिलं वास्तव्याचं स्थळ झालं.

एका वस्त्रानिशी घराबाहेर पडलेल्या नारायणाला पंचवटीपर्यंत पोहोचेपर्यंत अपार कष्ट पडले असणार, पण आगामी कष्टांच्या पर्वताचा हा नुसता पायथा होता. श्रीरामचंद्राचं दर्शन होईपर्यंत कठोर तप करायचं हा नारायणाचा निश्चय होता. पण तप:साधनेसाठी नाशिकसारखं गजबजलेलं ठिकाण त्याला योग्य वाटलं नाही. मग नारायणानं नाशिकजवळ दोन-तीन मैलावर असलेल्या टाकळीला जाण्याचा संकल्प केला. टाकळी हे तेव्हा अगदीच खेडं होतं आणि तिथं नंदिनी नदी गोदावरीच्या मिठीत जात होती. असं दोन नद्यांचा संगम असलेलं स्थळ तपश्चर्येकरता योग्य व पवित्र मानलं जातं. नारायणाला ते ज्ञात होतं, म्हणून त्यानं टाकळीला निवास करण्याचं निश्चित केलं. गावापासून दूर पण संगमाजवळ असलेल्या एका गुंफेत त्यानं राहायचं ठरवलं व लगेच दुसऱ्या दिवशीपासून, जेमतेम बारा-तेरा वर्षांचा असलेल्या नारायणानं तपश्चर्येला प्रारंभ करण्याचं ठरवलं. तो दिवस शके १५४२ च्या माघ शुद्ध सप्तमीचा (इ. स. १६२० चा) होता. नव्या दिनक्रमाला नारायणानं याच दिवशी प्रारंभ केला. सकाळी नव्हे, उष:काली उठायचं. शौचमुखमार्जन करून प्रथम संगमावर स्नान करायचं आणि नंतर हातात माळ घेऊन दुपारी दोनपर्यंत संगमावर पाण्यात उभं राहून रामनामाचा जप करायचा. नारायणानं त्या दिवशी तेरा कोटी रामनामाचा संकल्प केला आणि हे व्रत बारा वर्षं अखंड, श्रीरामचंद्रप्रभूचं दर्शन होईपर्यंत चालवलं.

माध्यान्ह झाली की नारायण नदीतून बाहेर येई. अंग कोरडं करून गुंफेत येई. मग नाशिकला पंचवटीत जाऊन घरोघरी माधुकरी मागे. श्रीरामाला माधुकरीचा नैवेद्य दाखवी आणि परत टाकळीला येऊन भोजन. नंतर थोडी विश्रांती, की मग नाशकात येऊन कीर्तन-प्रवचनाचं श्रवण, ग्रंथवाचन असा नारायणाचा दिनक्रम होता आणि ध्येय साध्य होईपर्यंत त्यांनी या दिनक्रमात बदल केला नाही.

कुमारवयातून तारुण्याकडे झेपावणाऱ्या त्या वयात नारायणाला हे सर्व सोडून देऊन घरी जावं, कष्टाचा हा दिनक्रम सोडून स्वगृही माताबंधूंच्या सहवासात कालक्रमणा करावी असं अनेकदा वाटलं, म्हणूनच त्यानं ''अचपळ मन माझे नावरे आवरीता'' असं अनुभवांती पण उद्वेगानं म्हटलं असावं. पण हळूहळू त्यांनी मनाचा चौखूर उधळणारा वारू संयमपूर्वक आवरला. ओळखीचं कुणी नाही, या वयात तप करणारा कुणीतरी वेडा म्हणून अनेकांनी संभावना केलेली, एकटेपणाचं

भयंकर दु:ख वाट्याला आलेलं. अशा वेळी रघुनायकाला म्हणजे श्रीरामचंद्राला 'बुद्धि दे' अशी विनवणी नारायण करू लागला.

मन हे आवरेना की । वासना वावडे सदा ।
कल्पना धावते सैरा । बुद्धि हे रघुनायका ।।

मला माझं मन आवरत नाही. वासना छळत आहेत. कल्पना सैरावैरा धावत आहेत. यातून मुक्त होण्याची बुद्धि रामचंद्रा तू मला दे.

या काळातलं स्वत:चं वर्णन नारायणानं असं केलं आहे. अन्न वस्त्र नाही. लोकांमध्ये राहून सुख नाही, कुठं राहायला जागा नाही, मी काय करू ? रामचंद्रा तूच मला बुद्धि दिलीस तर काहीतरी होईल.

भक्त उदंड तुम्हाला । आम्हाला कोण पुसतो ।।
ब्रीद हे राखणे ।। बुद्धि दे रघुनायका ।।

मग उद्वेगानं नारायण रामचंद्रांना म्हणतो, तुम्हाला पुष्कळ भक्त आहेत. मग आम्हाला कोण विचारतो. पण मी तप सुरू केलं आहे ते तडीस नेणार. त्यासाठी सुबुद्धी मात्र रामचंद्रा तू दे.

उदंड ऐकिली कीर्ती । पतितपावन प्रभो ।।
मी येक रंक निर्बुद्धि । बुद्धि दे रघुनायका ।।

देवा तुझी उदंड कीर्ती मी अखंड ऐकतो आहे, तू पापीजनांचा उद्धार करतोस, मी एक गरीब, निर्बुद्ध आहे. तरीदेखील मी तुला विनंती करतो की रघुनायका मला बुद्धी दे. रामचंद्रांची नारायणानं केलेली ही आळवणी, तपश्चर्या बारा वर्षांनंतर फळास आली.

टाकळीच्या मुक्कामात नारायणाला विविध अनुभव आले आणि ते बहुतांशी मन उदास करणारेच होते. त्यानं अल्पवयात घर सोडून तपश्चर्येसाठी नाशिक परिसरातील टाकळीची निवड केली खरी. पण स्थानिक लोकांना ते वेडसर वाटत. ''मी एक पिसाट, करीतो वटवट'' असे उद्विग्नपूर्ण उद्गार त्यांनी या वेळच्या त्यांच्या काळाला अनुसरूनच काढले आहेत. प्रत्येक वेळी अशी उदास मनोवस्था झाली की ते रामचंद्राला साकडे घालत. म्हणत, ''बुद्धि दे रघुनायका.'' दर दिवशी नारायण आपल्या संकल्पसिद्धीच्या दिशेनं वाटचाल करत होता. तेरा कोटी रामनामाचा जप आणि गायत्री मंत्राचा जप गोदा-नंदा नद्यांच्या संगमस्थळी कमरेइतक्या पाण्यात माध्यान्हीपर्यंत उभं राहून करत होता.

अखेर बारा वर्ष पूर्ण झाली. पुरश्चरण संपलं आणि एकाएकी त्यांच्या डोळ्यापुढे लखलखाट झाला. कोटी सूर्याचा प्रकाश पसरला आणि प्रत्यक्ष प्रभूरामचंद्रांनी नारायणाला दर्शन दिलं ! नारायणाच्या जीवनाची सफलता झाली. तप:साधनेची सांगता झाली. मागील पिढ्यांना मुक्तता लाभली. टाकळीला आलेला कोवळ्या चेहऱ्याचा नारायण ठोसर दाढीमिशांनी भरलेला रामदास झाला. रामचंद्रांचं दर्शन आणि अनुग्रह झाल्यामुळे नारायणानं रामदास हे नाव घेतलं आणि ते तीर्थयात्रेला निघाले. निघताना असा प्रसंग घडला की ते नुसते रामदास न राहता समर्थ रामदास झाले.

तो प्रसंग असा – रामदासांनी टाकळी सोडून नाशिकला जायचं ठरवलं आणि त्याप्रमाणे ते निघाले. टाकळीपासून दोन मैलांवर दशकपंचक नावाचं गाव आहे. टाकळीला चालत रामदास या गावात नदीकाठी आले. गावातील गिरिधर कुलकर्णी नावाचा तरुण क्षयानं नुकताच निधन पावला होता. दहनासाठी त्याचं प्रेत नदीतीरी आणून ठेवलं होतं. त्याच्या पत्नीनं सहगमनाचा निर्णय घेतला होता. रामदास नदीसन्मुख होऊन डोळे मिटून ध्यान करत होते. गिरीधरची पत्नी अन्नपूर्णा हिनं हा तेजस्वी साधू पाहिला आणि सती जाण्यापूर्वी या साधूला नमस्कार करावा, म्हणून मळवट भरलेली ती स्त्री रामदासांपुढे आली. ''मी नमस्कार करते, आशीर्वाद द्यावा.'' असं म्हणून तिनं रामदासांना नमस्कार केला. तशी रामदासांनी पटकन तिच्याकडे ओझरतं पाहून आशीर्वाद दिला, ''अष्टपुत्रा सौभाग्यवती भव !'' तो ऐकताच अन्नपूर्णनं विचारलं, ''हा आशीर्वाद या जन्मासाठी की पुढच्या ?''

हा प्रश्न ऐकताच रामदासांनी तिच्याकडे पाहिलं आणि मागं वळून पाहिल्यावर गिरिधरसाठी चिता

रचली जात असलेली त्यांना दिसली. ते पाहताच रामदास चमकले. तोंडून शब्द तर गेला होता. ते तसेच पुढे गेले. प्रभू रामचंद्राचं त्यांनी स्मरण केलं आणि कमंडलूतील गोदातीर्थ गिरिधरच्या कलेवरावर शिंपडलं. क्षणार्धात गिरिधर उठून बसला. तिथं जमलेली मंडळी आश्चर्यानं अवाक् झाली. मग रामदास अन्नपूर्णेला म्हणाले, ''बाई, मी तुला अष्टपुत्रा सौभाग्यवती असा आशीर्वाद दिला होता, आता तुला दहा पुत्र होतील असा मी आशीर्वाद देतो !''

जमलेली सर्व मंडळी रामदासांच्या चरणी लीन झाली. गिरिधरानंही त्यांना साष्टांग नमस्कार घातला आणि तो म्हणाला, ''आपण समर्थ आहात'' तेव्हापासून रामदास समर्थ रामदास झाले आणि कुलकर्णी दशपुत्रे झाले ! या दांपत्याला जो पहिला मुलगा झाला. त्याचं नाव रामदासांच्या सांगण्याप्रमाणे उद्धव ठेवलं. हा उद्धव रामदासांच्याच अंगाखांद्यावर खेळला. इतकच नव्हे तर त्याची मुंजही रामदासांनी केली. पुढे समर्थ रामदास तीर्थयात्रेला निघाले. तेव्हा उद्धवानं त्यांच्या बरोबर येण्याचा हट्ट केला, तशी रामदासांनी त्याची समजूत घेतली आणि सांगितलं, ''मी परत आलो की तुला समवेत नेईन.'' इतकं सांगून रामदासांनी त्याला मारुतीची एक मातीची मूर्ती करून दिली. हा रामदासांनी स्थापन केलेला पहिला टाकळीचा मारुती. उद्धवानं पुढे रामदासाचं शिष्यत्व पत्करलं. पण त्यांची पुनर्भेट होईतो त्यानं या मारुतीची उपासना केली. इ. स. १६३२ मध्ये रामदास बारा वर्षे तीर्थयात्रेसाठी निघाले. नाशिकला थांबून प्रथम पंचवटीतील श्रीरामचंद्राचं दर्शन घेतलं, तेव्हा शहाजीराजे रामदासांच्या दर्शनाला आले. शिवजन्माची वार्ता त्यांनी रामदासांनी सांगितली. ती रामदासांनी ऐकून संतोष व्यक्त केला व यात्रारंभ केला.

नाशिकहून ते सरळ काशीकडे झेपावले. गया, प्रयाग, आणि पुन्हा काशी अशी त्रिस्थळी यात्रा पूर्ण करून त्यांनी अयोध्येचं प्रस्थान ठेवलं. अयोध्या हे रामदासांचं दैवत श्रीरामचंद्र याचं स्थान. साहजिकच अयोध्येला रामदासांनी मोठा मुक्काम केला. त्यानंतर मथुरा, वृदांवन, गोकुळ ही कृष्णक्षेत्रं पाहून ते प्रभासपट्टण, द्वारका, श्रीनगर मग बद्रीनारायण, बद्रीकेदार करून जगन्नाथपुरीला आले. तिथून पूर्वसमुद्राच्या किनाऱ्याने प्रवास करत किष्किंधा, पंपासरोवर, श्रीलंका असा प्रवास करून गोकर्ण, श्रीशैल्य अशी यात्रा त्यांनी पूर्ण केली व कोल्हापूरला आले. कोल्हापूरहून ते कोकणात परशुरामक्षेत्री गेले. तिशीनंतर वयाच्या बेचाळिसाव्या वर्षापर्यंत रामदासांनी अशी प्रदीर्घ तीर्थयात्रा केली. या प्रवासात त्यांचा अधिकाधिक मुक्काम उत्तर भारतात झाला. तिथं त्यांनी काही हिंदी रचनाही केल्या. परशुरामक्षेत्री त्यांनी परशुरामाचं स्तोत्र रचलं. चिपळूणहून महाबळेश्वर, पंढरपूर, त्र्यंबकेश्वर अशी यात्रा करून ते परत नाशिकला आले. या संपूर्ण प्रवासात रामदासांनी समाजाचं जे अवलोकन केलं, निरीक्षण केलं, त्याचा उपयोग ते जेव्हा यथाकाल दासबोधाच्या रचनेसाठी सिद्ध झाले तेव्हा झाला. पंचवटी–नाशिकला काही दिवस विश्रांती घेऊन रामदास पैठणला आले. त्यांच्या पायाला भोवराच बांधलेला होता, त्यामुळे ते एका ठिकाणी फार दिवस रमत आणि राहत नसत. प्रत्येक गावी ते कीर्तन करत. धर्मप्रचार करत.

श्री रामचंद्राचे दर्शन होऊन तप:पूर्तीचे समाधान लाभलेले समर्थ रामदास तीर्थाटन करून पुनश्च महाराष्ट्रदेशी आले. गावोगावी कीर्तन करत भगवंतमाहात्म्य गात गात ते पैठणला आले. पैठणला आल्यावर ते एका मंदिरात कीर्तन करत असताना जांबेच्या एका वृद्ध गृहस्थाने त्यांच्या कपाळावरील टेंगूळ पाहिले. त्याला लगेच शंका आली. सूर्याजीपंत ठोसरांचा नरायण, जो अनेक वर्षांपूर्वी लग्नाचे बोहोले सोडून निघून गेला तोच हा असावा. कारण तो कुमारवयात असताना झाडावरून पडल्यामुळे त्याच्या कपाळावर जे टेंगूळ आले होते ते कितीही उपाय केले तरी मिटले नव्हते. त्यामुळे नारायण सर्वपरिचित होता. कीर्तनकार

रामदासाच्या भाळी तसेच टेंगूळ होते. आपली शंका फेडून घेण्यासाठी कीर्तन संपल्यावर तो रामदासांपाशी आला.

"काय आजोबा कशी आहे प्रकृती ?" रामदासांनी सहज विचारले, "कीर्तन, ऐकू आले ना ?"

"कीर्तन उत्तम झाले." तो वृद्ध उत्तरला "पण मला शंका आहे."

"मी काही मोठी ज्ञानी नाही." रामदास उत्तरले, "पण जमेल तसे उत्तर देईन."

"ज्ञानाचा प्रश्न नाही." दंतहीन हास्य करत वृद्ध उत्तरला, "आपण केवळ सत्य सांगा."

"आम्हा बैराग्यांना सत्याशिवाय दुसरं काही माहीत नसतं." रामदास उत्तरले, "बोला."

"महाराज, आपण सूर्याजीपंतांचे चिरंजीव नारायण का ?" अधिक आढेवेढे न घेता वृद्धाने विचारले, "आपल्या कपाळावरच्या टेंगुळाने ओळख दिली."

"होय मीच तो." रामदास उत्तरले, "आपण कोण ?"

"मी जांबेचा दत्तोबा कुलकर्णी. सध्या मुलाकडे पैठणास आलो आहे. पण जांबेला घर आहे, तिकडे तुमची घरची मंडळी–"

"आमच्या घरच्या मंडळींशी आमचा काही एक संबंध नाही. आम्ही संन्यास घेतला आहे." रामदासांनी त्यांचे वाक्य तोडत सांगून टाकले.

"पण आईला भेटाल की नाही ? महाराज, तुमच्या मातोश्रींनी तुमच्यासाठी अपार शोक केला. शेवटी रडून रडून त्यांचे डोळे गेले. निदान त्यांना तरी एकदा भेटाल की नाही ?"

आईचं नाव ऐकताच रामदासांच्या पोटात खड्डा पडला. आपले सगळे यमनियम बाजूला सारून आपण जांबेला जाऊन आईला भेटावे असे त्यांच्या मनाने घेतले आणि दत्तोबांना तसे आश्वासन देऊन त्यांनी दुसऱ्या दिवशी सकाळीच जांबेची वाट धरली. जाताना आणि तिथे पोहोचल्यावर अनेक आठवणींचे मोहोळ त्यांच्या मनात उठले. अवघे

बालपण एखाद्या चित्रपटासारखे त्यांच्या डोळ्यांसमोरून सरकू लागले. गावशिवेवर मारुति– मंदिर होते. या मंदिरात ते कितीतरी वेळा येऊन तासन्तास बसले होते. श्रीरामचंद्राचा साक्षात्कार व्हावा म्हणून तपश्चर्या करायची प्रेरणा याच मारुतीने दिली होती. त्या मारुतीला त्यांनी प्रथम साष्टांग नमस्कार घातला. काही क्षण मंदिरातच डोळे मिटून स्वस्थ बसले आणि मगच आपल्या घरापाशी गेले. घरातील अंगणात आता बरीच फुलझाडे वाढली होती. पारिजातकानं हातपाय पसरले होते. चाफा उंच गेला होता. आंब्याला मोहर आला होता. ते सर्व पाहून रामदासांना प्रसन्न वाटले आणि त्यांनी अंगणातूनच गर्जना केली, "जय जय रघुवीर समर्थ"

त्याचा आवाज ऐकून आंधळी राणूबाई सुनेला म्हणाली, "जा, त्या बैराग्याला तांदूळ घाल."

थोरल्या भावजयीने तांदळाची ओंजळ भरली आणि बाहेर आली तशी रामदासांनी विचारले, "वहिनीबाय, बरी आहेस ना ? मी नारायण" ते ऐकताच गंगाधरपंतांची पत्नी पुढे आली. हातातले तांदूळ तिने बाजूला ठेवले आणि पुढं जाऊन संन्यासी झालेल्या आपल्या दिराला नमस्कार केला आणि म्हणाली, "आपण आत चला, सासूबाई आजारी आहेत. शिवाय त्यांना दिसत नाही."

रामदासांनी खडावा बाहेर काढून ठेवल्या आणि आतल्या खोलीत गेले. तिथं वृद्ध, जराजर्जर, अंध आईला पाहून त्यांना भडभडून आले. त्यांनी "मातोश्री, मी नारायण. आता रामदास" असं म्हटलं आणि आईच्या डोळ्यांवरून हात फिरवला.

क्षणार्धात होत्याचं नव्हतं झालं. अंधार ओसरला आणि प्रकाश पसरला. मातोश्रींना दृष्टिलाभ झाला. त्या समोर पाहतात तो गोरा, तेज:पुंज, भगव्या वस्त्रातला, मस्तकावरचे केस खांद्यापर्यंत वाढलेला, छातीवर दाढी रुळणारा एक अपरिचित पुरुष.

"तू–तू नारायण ?" आईनं अडखळत विचारलं.

''तुम्ही पाहिलात तो बारा वर्षांचा पोर – आता तोच नारायण, तुमचे समोर चाळिशी ओलांडलेला संन्यासी म्हणून उभा आहे.'' रामदासांनी सांगितलं. ते ऐकताच राणूबाईच्या डोळ्यातून अश्रूधारा वाहू लागल्या. इतक्या कालावधीनंतर एका वेगळ्याच स्वरूपात आलेला आपला सुपुत्र पाहून राणूबाईच्या तोंडून शब्द फुटेना. त्याच्या स्पर्शाने आपल्याला दृष्टी आली या चमत्काराने तर तिला चक्रावूनच टाकले. थोड्या वेळाने, उभयपक्षी मने शांत झाल्यावर राणूबाईने नारायणाची सगळी कहाणी ऐकली आणि विचारलं, ''तू मला दृष्टी दिलीस खरी, पण कोणतं भूत तू वश करून घेतलं आहेस ?''

''सांगतो'' असं म्हणून रामदासांनी खड्या सुरात आईला ऐकवलं.

''जनकाचे अंगणी गेले
शिवाचे धनु भंगिले
वैदेहीअंगी संचरले
तेचि भूत गे माय !
सर्व भूतांचे हृदय
नाम त्याचे रामराय
रामदास नित्य गाय
तेचि भूत गे माय !''

कोणत्या भुताच्या कृपाप्रसादानं आपण आईला दृष्टी दिली हे तिला सविस्तर ऐकवल्यावर मातोश्री स्तब्ध झाल्या. आपल्या मुलानं परमार्थात केवढी उंची गाठली आहे, हे लक्षात येऊन तिला गहिवरून आलं. शेंडी, घेरा असलेला, बारा तेरा वर्षांचा, बोहोल्यावरून पळालेला नारायण आणि दाढीमिशा, उंच सशक्त प्रकृती, गौर वर्ण असलेला हा रामदास एकच आहेत यावर तिचा विश्वास बसेना. पण विश्वास ठेवायला हवा होता. जांबेच्या मुक्कामात रामदासांबरोबर बोलताना अनेक जुन्या गोष्टींची उजळणी झाली होती. तेव्हा नारायण रामदास आहे, याबद्दल साशंक असण्याचं काहीच कारण नव्हतं. पण तरीही राणूबाईच्या मनात आलं खरं !

अर्थात अधिक काळ घरी राहणं रामदासांच्या स्वभावात आणि वृत्तीत बसण्यासारखं नव्हतं. घरच्या मंडळींचा निरोप घेऊन ते नाशिकला पंचवटीत आले, पण आता नाशिकमध्ये राहायचा त्यांचा विचार नव्हता म्हणून तिथं प्रथमशिष्य उद्धवाला पुनर्भेटीचं आश्वासन देऊन ते महाबळेश्वरला गेले. ऐन पावसाळ्यात रामदासांनी महाबळेश्वर इथं राहून आपली तपश्चर्या वर्धित केली. मग ते वाईला आले. वाईला त्यांनी मारुतीची स्थापना केली. हा मारुती रोकडोबा म्हणून आजही प्रसिद्ध आहे. रामदासांना नद्यांच्या संगमावर राहणं फार प्रिय होतं. वाईहून ते माहुलीला कृष्णा व वेण्णा यांच्या संगमस्थानी राहिले. तिथून कराडला कृष्णाकोयनांच्या संगमावर गेले. मसूरला जाऊन तिथं त्यांनी रामनवमीचा उत्सव सुरू केला. रहिमतपूरजवळ असलेल्या अंगापूर गावातील जवळच्या डोहात रामदासांना एक रामप्रभूची मूर्ती मिळाली. ती घेऊन ते चाफळला आले. तिथं त्यांनी राममंदिराची उभारणी केली. रामजन्मोत्सव सुरू केला. इ. स. १६४८ चा रामजन्मोत्सव चाफळच्या राममंदिरात उत्साहानं साजरा झाला. मधल्या काळात रामदासांचा शिष्यपरिवार वाढला होता. वेणाबाईसारख्या स्त्रियाही यात होत्या. ठिकठिकाणी मारुतीची देवालयं व मठ स्थापन करत धर्मप्रचार करण्याचा रामदासांचा संकल्प हळूहळू सिद्धीस जाऊ लागला होता. चाफळच्या पहिल्या उत्सवात त्यांच्या शिष्यपरिवाराबरोबर स्थानिक व आजूबाजूच्या गावातील जनताही मोठ्या प्रमाणात सहभागी झालेली पाहून रामदास मनोमनी सुखावले. रामदासांचा लोकसंग्रह वाढू लागला तो या काळातच.

रामदासांचा लेखनप्रपंच फार मोठा आहे. दासबोध, आत्माराम या ग्रंथांखेरीज मनाचे श्लोक, करुणाष्टक, लघुकाव्य, अभंग, आरत्या, स्फुट रचना इत्यादी रचनांची संख्या मोठी आहे. मंदिराच्या

स्थापनेनंतर चाफळजवळच्या शिवथरघळीत रामदास मुक्कामाला गेले व तिथं त्यांनी शके १५८१ (इ. स. १६४८) मध्ये दासबोध हा अद्वितीय ग्रंथ लिहवून घेतला. मात्र हा ग्रंथ पूर्णपणे स्वतंत्र, स्वानुभवावर आधारलेला, परमार्थाची शिकवण देणारा आहे. अर्थात काही जणांच्या मते दासबोध हा ग्रंथ काही सलग लिहिला गेला नाही. त्याच्या रचनेतील विसकळितपणामुळे हे अनुमान काढलं गेलं आहे; परंतु हा थोर ग्रंथराज आहे याबाबतीत मतभेद नाहीत.

१६४८ मध्ये चाफळच्या राममंदिराची स्थापना झाली आणि त्याच सुमारास शिवाजीमहाराजांनी तोरणा किल्ला घेऊन स्वराज्याचं तोरण बांधलं होतं. चाफळच्या रामनवमी उत्सवाला शिवाजीमहाराज आले होते. त्यामुळे त्या दोघांची गाठ झाली होती. रामदासांचं शिष्यत्त्व पत्करावं, त्यांना साहाय्य करावं अशी प्रेरणा शिवाजीमहाराजांना झाली. त्यांच्या इच्छेप्रमाणे रामदासांनी त्यांना अनुग्रह दिला, पण सदैव त्यांच्या सान्निध्यात राहणं नाकारलं.

तेव्हा एका संध्याकाळी रामदासांच्या भेटीला शिवाजीमहाराज गेले आणि त्यांना नमस्कार करून त्यांच्या झोळीत त्यांनी एक चिठ्ठी टाकली. त्या चिठ्ठीत लिहिलं होतं, ''हे राज्य आपल्याला अर्पण केलं आहे.''

रामदासांनी ती चिठ्ठी वाचली आणि हसून शिवाजीमहाराजांना ती परत करत म्हणाले, ''आमचं म्हणून हे राज्य तुम्ही चालवावं.''

कालांतरानं शिवाजी महाराज कर्नाटकात जाऊन आले. तिथली भव्य मंदिरं व गोपुरं पाहिली. चाफळचं विद्यमान मंदिर उतरवून नवं भव्य कर्नाटकी पद्धतीचं मोठी गोपुरं असलेलं मंदिर बांधण्याची इच्छा रामदासांची भेट घेऊन त्यांनी व्यक्त केली. रामदासांनी त्याला नकार दिला. शिवाजीमहाराज त्यांचे शिष्य होते हे खरंच, पण त्यांना राजाचं मिंधेपण नको होतं. शिवाजीमहाराजांनी पाठवलेला वस्त्रालंकारांचा नजराणा तुकाराममहाराजांनी याच हेतूनं परत केला होता.

रामदासांचं दासबोधलेखन संपल्यावरही भ्रमण थांबलं नव्हतं. वयाची साठी उलटली. आता प्रकृती पूर्वीसारखी साथ देईना. डोंगरदऱ्यातून हिंडणं त्रासदायक होऊ लागलं, तेव्हा साताऱ्यानजिकच्या सज्जनगडावर रामदासांनी राहावं अशी इच्छा शिवाजी महाराजांनी व्यक्त केली. त्यांना झोपण्यासाठी एक पलंगही शिवाजीमहाराजांनी दिला. इतकंच नव्हे तर मृत्यूपूर्वीचे तीन महिने जानेवारी, फेब्रुवारी, मार्च १६८० मध्ये शिवाजी-महाराज स्वत: सज्जनगडावर रामदासांच्या सहवासात राहिले व त्यांच्याकडून परोपरीचे गुरूपदेश घेतले; त्यांची सेवा केली व मन:शांती मिळवली.

शिवाजीमहाराजांच्या मृत्यूनंतर छत्रपती झालेल्या संभाजीराजांनाही रामदासांनी उपदेशपर पत्र पाठवलं. त्या पत्रात त्यांनी मुद्दाम लिहिलं होतं, की ''शिवरायाचा आठवावा प्रताप, शिवरायाचा आठवावा साक्षेप.''

सज्जनगडावर श्रीरामाच्या नव्या मूर्तीची प्राणप्रतिष्ठा झाल्यावर रामदासांना परतीचे वेध लागले. ''दासबोध हे माझंच रूप आहे, तेव्हा मी जाण्याची खंत करू नका'' असं आपल्या शिष्यगणांना सांगून या थोर संतमहात्म्यानं वयाच्या चौऱ्याहत्तराव्या वर्षी, बारा फेब्रुवारी १६८२ रोजी सज्जनगडावरच वैकुंठगमन केलं. हा दिवस दर वर्षी दासनवमी म्हणून पाळला जातो.

– माधव कानिटकर

।। श्रीराम ।।

ॐ नमो जी गणनायेका । सर्वसिद्धी फळ दायेका ।।
अज्ञान भ्रांति छेदका । बोधरुपा ।।
तुझिया कृपेचिया बळे । वितुळती भ्रांतीची पडळे ।।
आणी विश्वभक्षक काळे । दास्यत्व कीजे ।।
आता वंदीन वेदमाता । श्री शारदा ब्रह्मसुता ।।
शब्दमूळ वाग्देवता । माहं माया ।।

ग्रंथारंभी श्रीसमर्थ रामदास श्रीगणेशाचे स्तवन करीत आहेत. सर्वसिद्धींची फळे देणारा, अज्ञानाचे आवरण दूर करणारा, भ्रम किंवा भ्रांती दूर सारणारा आणि जो स्वत: मूर्तिमंत ज्ञान आहे त्या गणनायक गणपतीला मी नमस्कार करतो. तुझ्या कृपेमुळे अज्ञान नाहीसे होते आणि साऱ्या विश्वाचे भक्षण करणारा काळ आपला दास बनतो. हा गणपती विघ्नहर्ता आहे म्हणून त्याला विघ्नहर म्हणतात, त्याला नमन करून कोणत्याही कार्याचा आरंभ केला तर ते शेवटास जाते. या गणेशाचे स्मरण नित्य आनंददायक आहे. त्याच्या दर्शनासाठी मन सदैव आतुर झालेले असते. विष्णु शंकर आदी देवदेवताही या गणेशाला नमस्कार करतात.

असा आरंभ करून श्रीसमर्थ पुढे श्रीगणेशाचे पूर्ण वर्णन करतात. त्याचे रूप, त्याचे मस्तक, कान, डोळे, दोंद, अलंकार, पीतांबर त्याच्या चार हातांत असलेल्या गोष्टी – एका हातात परशू, दुसऱ्या हातात कमळ, तिसऱ्या हातात अंकुश आणि चौथ्या हातात मोदक आहे. अशा सुंदर अवयवांनी युक्त असलेल्या, सर्व विद्याधिपती असलेल्या श्री गणेशाला मी नमस्कार करतो.

श्री गणेशाप्रमाणे ग्रंथपूर्तीसाठी शारदादेवीचा आशीर्वादही आवश्यक आहे. शारदा, जी वेदांची माता, ब्रह्मदेवाची कन्या, शब्दांचे मूळ असलेली वाग्देवता तिला मी वंदन करतो. जे ईश्वरभक्ती करतात त्यांची भक्ती म्हणजेच शारदा. शारदादेवीचे पूर्ण स्वरूप कधीच कुणाला उमगलेले नाही, ती ईश्वराची मायाच आहे. जे दिसते, जे ऐकता येते, जे समजते आणि ज्याची कल्पना करता येते ते सर्व शारदादेवीचेच रूप आहे. म्हणून सर्वश्रेष्ठ अशा शारदामातेला मी ग्रंथारंभी वंदन करतो.

।। जय जय रघुवीर समर्थ ।।

।। श्रीराम ।।

जया जया जि सद्‌गुरुराया । विश्वंभरा विश्वबीजा ।।
परमपुरुषा मोक्षध्वजा । दीनबंधु ।।
म्हणौनि सद्‌गुरु वर्णवेना । हे गे हेचि माझी वर्णना ।।
अंतरास्थितीचिया खुणा । अंतर्निष्ठ जाणती ।।

श्री स्वामीसमर्थांचे सद्‌गुरु, प्रभु रामचंद्र होते पण मानवी देहधारी सद्‌गुरूचेही ते महत्त्व जाणतात. ते म्हणतात, सद्‌गुरूचा विजय असो. विश्व व्यापून राहिलेला, विश्वाचे जणू बीजच असलेला, मोक्षाचा ध्वजच असा परमपुरुष सद्‌गुरु दीनबंधू आहे, त्याचा विजय असो.

सद्‌गुरूला कोणती उपमा द्यावी ? सद्‌गुरुला परीस म्हणावे तर परीस लोखंडाचे सोने करतो पण सोने खराब होऊन त्याचे लोखंड कधी होत नाही. सद्‌गुरूला सागर म्हणावे तर समुद्राचे पाणी खारट असते, मेरु पर्वताची उपमा द्यावी तर मेरु पर्वताला चेतना नाही, तो दगडधोंड्याचा आहे. सद्‌गुरु असा कठीण, कठोर असतच नाही, बरं, सद्‌गुरूला आकाश म्हणावे तर त्याला शून्य म्हटल्यासारखे होते. सद्‌गुरू शून्याच्याही पलीकडचा असतो, मग सद्‌गुरूला सूर्य म्हणावे काय ? पण तोही मावळतो. मग सद्‌गुरूला पाण्याची, जलौघाची उपमा द्यावी तर तेही यथाकाल आटून जाते. सद्‌गुरू शेषासारखाही नाही. कारण शेषाच्या मस्तकावर पृथ्वीचा भार असतो. कल्पतरू म्हणावे तर कल्पतरू मागेल तेवढेच देतो. सद्‌गुरू न मागताही अनेक गोष्टी देतो. चिंतामणिस्वरूप सद्‌गुरू म्हणू काय ? तेही बरोबर नाही कारण सद्‌गुरू शिष्याला चिंतामुक्त करतो. सद्‌गुरूला धनवान, श्रीमंत म्हणावे कसे ? तर तेही चूकच. धन हे नाशवंत असते. म्हणून ज्याचे वर्णन करता येत नाही हेच वर्णन सद्‌गुरूचा अनुभव हा अन्तर्यामीच जाणता येतो.

।। जय जय रघुवीर समर्थ ।।

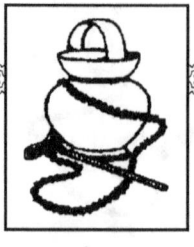

|| श्रीराम ||

आता वंदीन सज्जन । जे परमार्थाचें अधिष्ठान ।।
जयांचेनि गुह्यज्ञान । प्रगटे जनीं ।।
जें त्रैलोकीं नाहीं दान । तें करिती संतसज्जन ।।
तयां संतांचें महिमान । काय म्हणौनि वर्णावें ।।

श्रीगणेश, श्रीशारदा आणि श्रीसद्गुरु यांचे स्तवन केल्यानंतर श्रीस्वामीसमर्थ संतांची स्तुति करतात. संतांचा महिमा सांगतात. ते म्हणतात, आता मी संतसज्जनांना वंदन करतो. ते परमार्थाचे अधिष्ठान किंवा आधार आहेत. त्यांच्याजवळ जे अप्रकट आध्यात्मिक ज्ञान असते, ते ज्ञान संत लोकांना देतात. ईश्वरप्राप्ती व्हावी असे प्रत्येक भक्ताला वाटते पण त्या प्राप्तीचा मार्ग संतसज्जन दाखवतात. ईश्वर आणि भक्त यांच्यातील मध्यस्थ म्हणजे संत. परमात्मवस्तूचा साक्षात्कार संतांमुळे होतो. ही वस्तू दिव्याच्या प्रकाशात तर दिसत नाहीच पण सूर्याच्या प्रकाशातही दृष्टीस पडत नाही. विवेकानेही या आत्मवस्तूचा शोध घेता येत नाही. या आत्मवस्तूची प्राप्ती कशी करून घ्यावी हे केवळ संतच सांगू शकतात. संत म्हणजे परमानंद, संत म्हणजे परमसंतोष, संत म्हणजे संपूर्ण सुख, संत म्हणजे केवळ तृप्ती.

संत धर्म जागा ठेवतात. संतांचे हृदय म्हणजे आत्मस्वरूप ठेवण्याचे पात्रच. संत हे सत्यनिष्ठ असतात. ते कधीही सत्यापासून दूर जात नाहीत. संतांजवळ मोक्ष संपत्तीचे वैपुल्य असते. ज्यांना ईश्वरभक्तीची आस आहे त्यांना हे संत या मोक्षसंपत्तीचे दान करतात, आणि त्यांना आत्मज्ञानसंपन्न करतात. राजे, महाराजे, सम्राट माणसाला अनेक गोष्टी देऊ शकतील पण मुक्ती देऊ शकणार नाहीत. अध्यात्मप्रेमी माणसाला मुक्तीची ओढ असते ही मुक्ती केवळ संतच देऊ शकतात. संतांजवळ अलौकिक ज्ञान असते. जे परब्रह्म वेदांना वा श्रुतींना जाणता आले नाही ते परब्रह्म संत जाणतात. असा हा संतांचा महिमा वर्णन करावा तेवढा थोडा आहे.

|| जय जय रघुवीर समर्थ ||

४

।। श्रीराम ।।

आतां वंदूं श्रोतेजन । भक्त ज्ञानी संत सज्जन ।।
विरक्त योगी गुणसंपन्न । सत्यवादी ।।
परंतु हे गुणग्राहिक । म्हणौनि बोलतों नि:शंक ।।
भाग्यपुरुष काये येक । सेवीत नाहीं ।।

ज्यांना ग्रंथ ऐकावयाचा त्या श्रोत्यांना वंदन करून श्रीस्वामीसमर्थ त्यांचे वर्णन करतात. ते श्रोत्यांना भक्त, ज्ञानी, संत सज्जन तर म्हणतातच पण विरक्त, योगी, गुणसंपन्न आणि सत्यवादी असेही त्यांचे वर्णन करतात. श्रोते कसे आहेत ? तर ते सत्त्वाचे जणू समुद्रच आहेत. एक श्रोता असा तर दुसरा बुद्धिमान तर तिसरा शब्दप्रभू. त्याच्याजवळ शब्दांचे भांडारच आहे. काही श्रोते जे ऐकले त्याचा अर्थ नीट समजून घेणारे, तर कोणी वक्तृत्ववीर, तर काही असे की, त्यांना कोणतीही शंका विचारा ते त्या शंकेचे निरसन करणारच असे विद्वान. काही श्रोते मला ईश्वराचे अवतार वाटतात. हे श्रोते म्हणजे सभेत उपस्थित असलेले देव किंवा मूर्तिमंत शांतिब्रह्म असलेले, सत्त्वगुणयुक्त ऋषीच. या श्रोत्यांच्या उपस्थितीने सभा कशी शोभून दिसते आहे. यांपैकी काही वेदशास्त्रसंपन्न आहेत, त्यांच्या जिव्हेवर साक्षात शारदा आहे, साहित्याच्या निरनिराळ्या अंगांवर ते बोलू लागले तर जणू बृहस्पतीच वाटतात, या श्रोत्यांचे सदैव सगळीकडे लक्ष असते, ते आत्मज्ञानी तर आहेतच पण कोणताही, कसलाही गर्व किंवा अभिमान बाळगणारेही नाहीत. ते सर्वज्ञ आहेत. आपण या श्रोत्यांपुढे एखादा नवा म्हणून विचार मांडावा तर तो श्रोत्यांना आधीच माहीत असतो. पण हे श्रोते गुणग्राहक आहेत. हे भाग्यवान पुरुष मी जे बोलतो ते ऐकतात, त्याचा अव्हेर करीत नाहीत. म्हणून माझा दासबोध ग्रंथ मी त्यांना मोकळेपणाने सांगू इच्छितो. माझे श्रोते हे ईश्वरस्वरूपच आहेत, या ईश्वराची पूजा मी ओबडधोबड शब्दांनी करतो आहे. माझ्याजवळ विद्वत्ता, चातुर्य, भक्ती, ज्ञान, वैराग्य नाही, तरीही मी हे साहस करतो आहे. तुम्ही संतसज्जन सगळ्या जगाचे आईबाप आहात. मला संभाळून घ्या.

।। जय जय रघुवीर समर्थ ।।

॥ श्रीराम ॥

आततां वंदूं कवेश्वर । शब्दसृष्टीचे ईश्वर ॥
नातरी हे परमेश्वर । वेदावतारी ॥
नाना चातुर्याच्या मूर्ती । कीं हे साक्षात् बृहस्पती ॥
वेदश्रुती बोलों म्हणती । ज्यांच्या मुखें ॥

आता कवींना मी वंदन करतो. कवींची शब्दावर सत्ता असते, ते शब्दप्रभू असतात, शब्दसृष्टीचे ईश्वर असतात. कवी म्हणजे वेदरूपी परमेश्वरच. ईश्वराचे मोठेपण सांगण्यासाठी, संतांची कीर्ती गाणी गाण्यासाठी कवी जन्म घेतात. शब्दांना आपण रत्न म्हटले तर कवी शब्दरत्नाकरच असतात. कवी हे अध्यात्माची खाण, चिंतामणी आणि त्यांचे कवित्व म्हणजे श्रोत्यांना कोणतेही कष्ट न करावे लागता मिळणारे कामधेनूचे अमृतासमान दुग्धच. परमार्थातील अनेक गूढ गोष्टी कवी सहज सुलभ शब्दांत सांगतात. परमात्मस्वरूप हे माणसाच्या कल्पनेपलीकडचे असते. त्याची ओळख हे कवी करून देतात. कवीची भेट म्हणजे जणू ईश्वराचीच भेट. त्याच्या सहवासामुळे आत्मज्ञानाची खिडकी खुली होते. कवी हे धर्मरक्षकही आहेत. ते आचारधर्म सांगतात. विद्वानांची योग्यता, हुशारांची चातुर्यकला, सत्ताधाऱ्यांची सत्ता हे सर्व कवी आपल्याला सांगतात. ते जर सभेत असतील तर सभेला शोभा येते. जे देव आपल्या दृष्टीस पडत नाहीत त्या देवांना शब्दरूप देऊन ते त्यांना आपल्यापुढे उभे करतात. हे कवी म्हणजे चातुर्याच्या मूर्ती, जणू बृहस्पतीच असतात. विशेष म्हणजे श्रुती आणि वेदांनाही त्यांच्या मुखाने आपण प्रकट व्हावे असे वाटते. कवी म्हणजे अक्षय आनंदाच्या नौकाच. या नौका जीवनसागरात तरंगत असतात. ज्या वेळी कवी काव्यरचना करतो त्यावेळी तो ध्यानमग्न होतो म्हणजे एक प्रकारे ईश्वरस्वरूप होतो. आकाशाहून विस्तृत, ब्रह्मांडाहूनही विशाल अशी काव्यरचना करणाऱ्या कवींना मी साष्टांग नमस्कार घालतो, त्यांना मनःपूर्वक वंदन करतो.

॥ जय जय रघुवीर समर्थ ॥

।। श्रीराम ।।

आतां वंदूं सकळ सभा । जये सभेसी मुक्ति सुल्लभा ।।
जेथें स्वयें जगदीश उभा । तिष्ठतु भरे ।।
उत्तम गुणाची मंडळी । सत्वधीर सत्वागळी ।।
नित्य सुखाची नव्हाळी । जेथें वसे ।।

आता मी सभेला वंदन करतो. या सभा आध्यात्मिक आहेत आणि या सभेपुढे मुक्तिमार्ग सुलभ होतो कारण अशा सभेच्या ठिकाणी ईश्वर तिष्ठत उभा असतो. नारदाला साक्षात ईश्वरानेच सांगितले आहे की, मी जेव्हा वैकुंठात नसतो, योग्यांच्या अंत:करणात नसतो, तर जिथे माझे भक्त माझे भजन करतात तिथे मी ओठंगून, तिष्ठत उभा असतो. म्हणून सभा श्रेष्ठ समजावी, जिथे ईश्वराचा जयजयकार आणि नामघोष असतो तेच वैकुंठ होय. मला जी सभा अभिप्रेत आहे त्या सभेची वैशिष्ट्ये काय ? तर त्या सभेत भक्त आपल्या मधुर आवाजात देवाची गाणी गात असतात, ईश्वराच्या कथा, हरिकीर्तन, भजन, पुराण यांचा तिथं सुकाळ असतो. कीर्तनात पूर्वरंग आणि उत्तररंग असतात. पूर्वरंगात संतांच्या वचनांचा आधार घेऊन कीर्तनकार निरूपण करतो तर उत्तररंगात देवाची किंवा संताची कथा सांगतो. विद्वान वेदविषयक शंकांचे निरसन करतात. अध्यात्मविषयक प्रश्नांचे समाधान केले जाते. या सभेत भक्त, भाविक, विद्वान, वेदांती आणि गायक असतात.

या सभेत आणखी कोण कोण असतात ? तर गीतेत सांगितल्याप्रमाणे कर्मफलाची आशा न ठेवता कर्म करणारे कर्मनिष्ठ, दानात पुढं असणारे, धर्मावर अपरंपार श्रद्धा असणारे, योगी, विरक्त, दंडधारी, जटाधारी, तपस्वी, ज्ञानी ब्रह्मचारी, तीर्थाटन करणारे किंवा तीर्थस्थानी रहाणारे, अलिप्त, संत, सज्जन, दिगंबर, ऋषी, मुनी, ब्रह्मज्ञानी, आत्मज्ञानी, अत्यंत धीर असलेले, सत्त्वगुणमंडित, सत्यशील, सत्वनिष्ठ आणि ज्यांच्या सहवासात नेहमी नव्या नव्या सुखाचा आनंदाचा लाभ होता त्या सभेला मी वंदन करतो. कलियुगात कीर्तनच महापुण्यदायी आहे आणि म्हणून जिथे कीर्तन चालते ती सभा मी श्रेष्ठ समजतो.

।। जय जय रघुवीर समर्थ ।।

।। श्रीराम ।।

आतां स्तऊं हा परमार्थ । जो साधकांचा निजस्वार्थ ।।
नांतरी समर्थांमध्ये समर्थ । योग हा ।।
परमार्थ जन्माचें सार्थक । परमार्थ संसारीं तारक ।।
परमार्थ दाखवी परलोक । धार्मिकासी ।।

आता मी परमार्थाचे स्तवन करतो. साधकाचे किंवा भक्ताचे ध्येय कोणते तर परमार्थ. या मानवी जीवनात समर्थांमध्ये समर्थ, शक्तिमानांमध्ये सर्वशक्तिमान काय असेल तर परमार्थ आहे. परमार्थ म्हणजे परमेश्वराचा शोध. तसे पाहिले तर परमार्थ सहजसुलभ आहे. सत्संगाने, संतसहवासामुळे तो प्राप्त होण्यास अडचण पडत नाही. परमार्थ हा ईश्वराप्रमाणे सर्वत्र आहे. त्याचे अस्तित्व नाही असे स्थल किंवा काल नाही. तो ब्रह्मस्वरूप आहे, अखंड, अक्षय, अपार व गूढ आहे. पण परमार्थ जाणण्याची, त्याला पहाण्याची दृष्टी आपल्याजवळ नाही. परमार्थ शोधल्याशिवाय सापडत नाही. तो कधी संपत नाही, झिजत नाही, जळत नाही, बुडत नाही. तो अमर असतो. परमार्थाला जन्म आणि मृत्यू याच्याशी काही देणेघेणे नाही तो कालातीत आहे. प्रपंच मिथ्या आहे हे समजले की परमार्थाची जाणीव होते. जो परमार्थाच्या मार्गे जाईल त्याच्या जीवनाचे सार्थक होईल. कारण तो अत्यंत श्रेष्ठ, अत्यंत शक्तिशाली आहे तेव्हा त्याला तो समर्थ आहे असं पुन:पुन्हा म्हणण्याची आवश्यकता नाही. परमार्थसिद्धान्त साधकांना, साधूंना, योग्यांना, ईश्वरभक्तांना परम समाधान देतो. असे समाधान सामान्यांना संतसंगतीमुळे प्राप्त होऊ शकते. परमार्थ हा जन्माचे सार्थक करतो, परमार्थ जीवनाची वाट नीटपणे दाखवतो. परमार्थच प्रपंचात तारक असतो आणि हाच परमार्थ धार्मिक प्रवृत्तीच्या व्यक्तींना सुखाने काठोकाठ भरलेल्या परलोकाचा मार्ग दाखवतो. या संसाराच्या भवसागरातून कसे पार व्हावयाचे हे केवळ परमार्थच सांगू शकतो. अनेक जन्मांचे पुण्य पदरी असेल तर परमार्थ मार्ग सापडतो. ज्याला परमार्थ साध्य झाला तोच खरा राजा.

।। जय जय रघुवीर समर्थ ।।

।। श्रीराम ।।

धन्य धन्य हा नर देहो । येथील अपूर्वता पाहो ।।
जो जो कीजे परमार्थ लाहो । तो तो पावे सिद्धीतें ।।
या नरदेहाचेनि संमंधे । बहुत पावले उत्तम पदें ।।
अहंता सांडून स्वानंदें । सुखी जाले ।।

    हा नरदेह एकदाच प्राप्त होतो असे म्हणतात. नरदेहाचे वर्णन करावे तेवढे थोडेच आहे. सर्व प्राणिमात्रात मानवजन्म श्रेष्ठ. ह्यात नरजन्म अधिकच श्रेष्ठ. नरदेह हा धन्य आहे. या नरदेहाची अपूर्वता अशी की, या नरदेहाने परमार्थ लाभावा म्हणून जेवढा, जितका आणि जो जो प्रयत्न करावा तो तो साध्य होतो. या नरदेहाच्या प्राप्तीनंतर कोणी भक्तिमार्गाकडे वळतात तर कोणी सर्वसंगपरित्याग करून विरक्त होतात, तर कोणी अखंड निष्ठेने नामस्मरणाचा आश्रय घेतात. कोणी तपोमार्गाने जातात तर कोणी योगाभ्यास वा वेदाभ्यास करून कीर्तिवंत होतात. हठयोग हा शरीराला क्लेश देणारा पण काहीजण हठयोगी होतात. काहीजण ईश्वरोपासना करून विविध सिद्धी मिळवतात व आकाशसंचार करतात किंवा तेज:स्वरूप होतात, वायू किंवा जल होऊन वायूत किंवा जलात विरघळून जातात. काहीजण तर अशी शक्ती प्राप्त करून घेतात की ते एका ठिकाणी बसलेले दिसत असताना अनेक ठिकाणीं अगदी सागरातसुद्धा फिरून येतात. काहीजण वाघसिंहासारख्या हिंस्र पशूवर बैठक मारतात, प्रेताला संजीवनी देण्याचे सामर्थ्य प्राप्त करून घेतात. काहीजण मनकवडे होतात. ते दुसऱ्याच्या मनातले तर ओळखतातच पण स्वतःच्या मनात येईल तसे करतात. काहीजणांना वाचासिद्धी लाभते. त्यांचे बोल खरे होतात. अशा प्रकारे नरदेहप्राप्तीनंतर अनेकांनी अनेक सिद्धी मिळवल्या. त्यातील काही ब्रह्मलोकी, काही वैकुंठी, तर काहीजण कैलासात गेले. कोणी कोणी इंद्रलोकात गेले, कोणी पितृलोकवासी झाले तर काहीजण क्षीरसागरनिवासी झाले. नरदेह हा स्वतंत्र आहे व हा नरदेह प्राप्त झाल्यानेच ऋषी, योगी, तपस्वी, विद्वान, भक्त, संन्यासी वगैरे झाले. या नरदेहामुळेच पुष्कळांनी अहंकाराचा त्याग केला व त्यांना आत्मानंदाची प्राप्ती झाली आणि ते उत्तम पदास पोहोचले.

।। जय जय रघुवीर समर्थ ।।

१

।। श्रीराम ।।

सांग नरदेह जोडिलें । परमार्थबुद्धि विसरलें ।।
तें मूर्ख कैसें भ्रमलें । मायाजाळीं ।।
देह परमार्थी लाविलें । तरीच याचें सार्थक जालें ।।
नाहीं तरी हे वेर्थचि गेलें । नाना आघातें मृत्युपंथें ।।

माणसाचा जन्म मिळाला आणि तो आंधळा असला तर पूर्णच वाया जातो, बहिरा असेल तर कीर्तनप्रवचन यांच्या श्रवणाला मुकतो, मुका असला तर तो आपल्या शंका कशा विचारणार ? अशक्त, मूर्ख, फेफरे, येणारा, पिशाच्चबाधा झालेला असेल, तर मी निश्चयपूर्वक सांगतो की तो निरुपयोगी आहे ! नरदेहाची प्राप्ती तर झाली पण परमार्थाकडे मन वळवले नाही तर ते मायाजाळात अडकून भ्रमितचित्त होतात. असा माणूस घर बांधण्याचे ठरवतो. त्याप्रमाणे पाया खणून भिंती रचून बांधतो. त्याला वाटते, घर आपलेच पण प्रत्यक्षात काय परिस्थिती असते ? कितीतरी कीटक आणि प्राणी माणसानं बांधलेल्या या घरावर हक्क सांगत असतात. माश्या, ढेकूण, मुंग्या, मुंगळे, पोरकिडे, झुरळे, विंचू, भुंगे, कातण्या, वाळवी, डास, गांधीलमाशा, आळी हे सर्व कीटक म्हणतात हे घर माझे आहे आणि त्या घरात ते सुखेनैव निवास करतात. त्यांच्याबरोबर उंदीर, पाली, मांजरे, साप, कुत्री हे प्राणीही माणसाने बांधलेले घर आपले म्हणतात. शिवाय दासदासी, घरातील माणसे, पाहुणे, नातेवाईक हेही ते घर आपले आहे असे म्हणतात इतकेच नव्हे तर अग्नीदेखील हे घर माझे आहे, मी ते कधीही जाळून भस्म करीन असं म्हणतो. शेवटी या सर्वांपुढे हात टेकून घर बांधणारा माणूस ते घर सोडून जातो. जसे घर आपले नाही तसा देहही आपला नाही. घराप्रमाणे देहही माणसाचा एकट्याचा नाही. त्याच्या डोक्यात उवा होतात, पोटात जंत होतात, दात किडतात, डोळे येऊन घुंगुरटी येतात, गांधीलमाशा, साप, विंचू हे सर्व चावतात, हत्ती पायाखाली घेतो, बैल शिंगं खुपसतो, वाघ, लांडगे त्याला भक्ष्य बनवतात म्हणून अनेकांचा असलेला हा देह परमार्थाकडे वळवावा, नाहीतर अनेक आघातांनी त्रस्त होऊन तो मरण पावतो.

।। जय जय रघुवीर समर्थ ।।

।। श्रीराम ।।

वंदून सद्गुरुचरण । करून रघुनाथस्मरण ।।
त्यागार्थ मूर्खलक्षण । बोलिजेल ।।
आपली आपण करी स्तुती । स्वदेशीं भोगी विपत्ती ।।
सांगे वडिलांची किर्ती । तो येक मूर्ख ।।

श्री गजानन, सरस्वती आई वेदमाता यांना वंदन करून विनंती करतो की, आपण माझ्याकडे कृपादृष्टीने पहावे. मी गुरुचरणांवर मस्तक ठेवून, श्रीरामचंद्राचे स्मरण करून मूर्खलक्षणे सांगतो व हेही सांगतो या लक्षणांचा त्याग करावा. जगात मूर्खाचे दोन प्रकार आहेत, एक सर्वसामान्य मूर्ख आणि दुसरे पढतमूर्ख. मूर्खाची लक्षणे आधी सांगतो मग पढतमूर्खांची. आता मूर्खांची मी जी लक्षणे सांगतो ते ते मूर्ख समजावेत. आत्मज्ञान नसलेले, अज्ञानी, प्रपंचात पूर्णपणे गुंतलेले, बाईलवेडे, आईबापांशी कृतघ्न होणारे, बायकोला सर्वस्व मानून तिच्यासाठी सर्व आप्तेष्टांना दूर लोटणारे, सासुरवाडीला जाऊन रहाणारे, परस्त्रीवर प्रेम करणारे आणि कुलशील न पहाता लग्न करणारे मूर्ख. आपल्यापेक्षा ज्येष्ठ श्रेष्ठ व्यक्तीपुढे अहंकार दाखवतो, त्याच्या बरोबरीचा स्वत:ला समजतो, स्वत:ची स्तुती करतो आणि स्वत: विपन्नावस्थेत असताना आपल्या पूर्वजांची, वाडवडिलांची कीर्ती सांगत सुटतो. उगीच हसतो, दुसऱ्याचा सल्ला ऐकत नाही, अनेकांशी ज्याचे भांडण असते, स्वकीयांना सोडून परकीयांना जवळ करतो, आळशी, लाजाळू, कामी, घरात तोंडपाटीलकी करतो पण सभेत गप्प रहातो, मोठ्या माणसांशी मैत्री करण्याचा प्रयत्न करतो, मोठ्या माणसांपुढे शहाणपणा दाखवतो, सज्जनांना कुठल्या तरी भानगडीत गुंतवतो, रोग असून औषध घेत नाही वा पथ्यपाणी करीत नाही. एकटा परदेशी जातो, विचार न करता महापुरात उडी घेतो. मान मिळतो म्हणून एखाद्या ठिकाणी सारखा जातो, नेहमी अस्वस्थचित्त असतो, श्रीमंत नोकराचा गुलाम होतो, कंजूष, निरपराध्यांना शिक्षा देणारा, घरातल्या माणसांवर चिडतो पण बाहेरच्यांशी नम्र असतो, हलक्या माणसांच्या संगतीत राहणारा, दुसऱ्याच्या पत्नीबरोबर एकान्त करणारा, उपकाराची फेड अपकाराने करणारा, अस्वच्छ, नग्न, झोपाळू, निर्लज्ज उंच जागी वस्त्र नेसणारा मूर्खच.

।। जय जय रघुवीर समर्थ ।।

११

।। श्रीराम ।।

जिवलगांस परम खेदी । सुखाचा शब्द तोहि नेदी ।।
नीच जनास वंदी । तो येक मूर्ख ।।
लक्षणें अपार असती । परीं काही येक यथामती ।।
त्यागार्थ बोलिलें श्रोती । क्षमा केलें पाहिजे ।।

आपल्या प्रिय माणसांना दु:ख देणारा, त्यांच्याशी कधीही सुखाचा शब्द न बोलणारा आणि नीच माणसांपुढे मात्र जो नम्र असतो त्याला मूर्ख म्हणावे. आणखी मूर्ख कुणाकुणाला म्हणावे ? जो स्वार्थी आहे, दुसऱ्यांशी वाईट वागतो, लक्ष्मीची चंचलता ओळखत नाही, आपली बायका मुलं यांनाच सर्वस्वी समजून ईश्वराकडे पाठ फिरवतो. अतिकामी स्त्रीशी विवाह करतो आणि दुर्जनांच्या नादाने मर्यादा सोडतो. ईश्वर, गुरु, माता, पिता, ब्राह्मण इत्यादींचा विश्वासघात करतो. निंद्य वस्तूंचा स्वीकार करतो, कुणाशीही अनादराने बोलतो, ज्याच्याजवळ पत नसते, सदैव चेष्टा मस्करी करतो पण त्याची कुणी टिंगलटवाळी केली तर चिडतो, वाटेल तशा पैजा लावतो, बोलायचे तेव्हा गप्प बसतो आणि गप्प बसायचे तेव्हा बडबड करतो, योग्यता नसताना उच्चासनावर जाऊन बसतो, चोराशी स्वत:बद्दल बोलतो, दिसेल ते मागतो, रागाच्या भरात स्वत:चे नुकसान करतो, आपल्या घरातच चोरी करतो. ईश्वरापेक्षा माणसांवर विश्वास ठेवतो, पुस्तकाची काळजी न घेणारा, भ्रष्ट, जी दुःखे संसारात वाट्याला आली आहेत त्याबद्दल देवास दोष देतो, मित्रांची रहस्ये उघड करतो, बारीकसारीक चुकांबद्दल क्षमा न करता चूक करणाऱ्यावर संतापतो. मनाने जो चंचल आहे. आपले विश्वासू सेवक काढून टाकतो आणि नवे अनोळखी कामावर ठेवतो. जो बाहेरख्याली, उष्टे खाणारा, सदैव चिंताग्रस्त, इतरांच्या खाजगी गोष्टीत लक्ष घालतो. बायकामुलांशी जादा सलगी करतो, भांडण चालू असेल तर सोडवण्याऐवजी पहात बसतो, श्रीमंत झाल्यावर सर्वांना विसरतो, इत्यादी असंख्य मूर्खलक्षणे आहेत, मला सुचली ती सांगितली. लोकांनी ती त्यागावी.

।। जय जय रघुवीर समर्थ ।।

॥ श्रीराम ॥

विचारेंविण बोलों नये । विवंचनेविण चालों नये ॥
मर्यादेविण हालों नये । काही येक ॥
अपकीर्ति ते सांडावी । सद्‌किर्ति वाढवावी ॥
विवेकें दृढ धरावी । वाट सत्याची ॥

मूर्खाची लक्षणे सांगून झाल्यावर श्रीसमर्थ रामदास व्यवहारात कसे वागावे हे सांगत आहेत. उत्तम लक्षणे असे याचे शीर्षक तरी ''काय करू नये'' हेच सांगण्यावर समर्थांचा भर आहे. श्रोत्यांना सावधान करून ते सांगतात –

विचारपूर्वक बोलावे. दोन्ही बाजू लक्षात घेऊन मगच काम सुरू करावे. नीतितत्त्वे पाळावी. रस्ता विचारल्याशिवाय जाऊ नये, माहिती घेतल्याशिवाय फळ खाऊ नये, वस्तू पडली म्हणून उचलू नये. वितंडवाद घालीत बसू नये, मनात कपट ठेवू नये. आणि लग्न करण्यापूर्वी मुलीच्या कुलशीलाची नीट चौकशी केल्यावाचून लग्न करू नये. लोकांशी सरळ व प्रामाणिकपणे वागावे, गैरमार्गाने पैसे मिळवू नयेत, अनीतीने वागू नये, द्वेष, निंदा, मत्सर, वाईट संगत करू नये. परक्याची पत्नी व संपत्ती बळाचा वापर करून मालकीची करू नये, दिलेला शब्द पाळावा. वेळ येईल तेव्हाच शक्तिप्रदर्शन करावे. आळसात आनंद मानू नये, इतरांच्या चुगल्या चहाड्या करणे टाळावे. कुणी उपकार केला तर उपकाराची फेड उपकारानेच करावी. कुणाचाही विश्वासघात करू नये. स्वच्छता पाळावी. धूत किंवा स्वच्छ वस्त्रेच परिधान करावीत. आपला दृष्टिकोन नेहमी औदार्याचा ठेवावा. फार खाऊ नये, अति झोप घेऊ नये, धूम्रपान, मादक पदार्थ यापासून दूर रहावे. बोलताना चांगले बोलावे, तोंडात शिव्या असू नयेत. एखादी वस्तू आवडली म्हणून चोरू नये. चिक्कूपणा न करता मायेच्या माणसांशी तंटाबखेडा न करता रहावे. प्रसंगोपात्त इतरांना मदत करावी, थोड्या पैशाने माजू नये, ईश्वरोपासनेला लाजू नये, देवाचा नवस फेडणे हे कर्तव्य समजावे. अयोग्य वेळी प्रवासाला जाऊ नये. खरेपणा, सत्यनिष्ठा सोडू नये. दुष्कीर्ती किंवा अपकीर्ती होऊ देऊ नये. सत्कीर्ती वाढेल असे वर्तन असावे. सत्याची वाट विवेकाने दृढ करावी.

॥ जय जय रघुवीर समर्थ ॥

।। श्रीराम ।।

ऐका कुविद्येचीं लक्षणे । अतिहीनें कुलक्षणें ।।
त्यागार्थ बोलिलीं ते श्रवणे । त्याग घडे ।।
ऐसीं कुविद्येंचीं लक्षणें । ऐकोनि त्यागचि करणें ।।
अभिमानें तऱ्हें भरणें । हें विहित नव्हे ।।

यानंतर श्रीसमर्थ रामदास कुविद्येची लक्षण सांगत आहेत, ती ऐका. ती अगदी वाईट व हीन दर्जाची लक्षणे आहेत. ती माहीत करून घ्या आणि कुविद्येचा त्याग करा. कुविद्यावान अवगुणी असतो, त्याला उपदेशाचा तिटकारा असतो. काम, क्रोध, मद, मत्सर, लोभ, दंभ, तिरस्कार, द्वेष, विषाद, आशा, ममता, तृष्णा, चिंता, अहंता, कामना, असूया, ईर्षा, वासना, अतृप्ती, इच्छा, अपेक्षा, चिकित्सा, निंदा, अनीती, मस्तवालपणा, अवज्ञा, विपत्ती, आपदा-दुवृत्ती, दुर्वासन, वटवट, तक्रारखोरपणा, तऱ्हेवाईकपणा, कसेतरी घाईने काम उरकण्याची सवय आदींनी युक्त अशी कुविद्या त्यजावी. कुविद्येची व्यक्ती दुर्जन दरिद्री आणि कंजूष असते. ती मूर्ख, रागीट, बडबड्या, अज्ञानी, नास्तिक आणि देवभक्तांना त्रास देणारी असते. तो माणूस पापाचरण करणारा, निंदक, निर्दय आणि विश्वासघातकी असतो, तो भित्रा, उद्धट, दुर्दैवी असूनही इतरांना शिकविण्याचा आव आणतो, तो उगाचच गर्विष्ठ, विषयासक्त, भ्रष्ट आणि ढोंगी असतो. तो टोचून बोलतो, संशयी आणि घातकी असतो. तो कधीच मोकळेपणाने बोलत नाही. तो आतल्या गाठीचा, अंगचोर, कामचोर आणि टवाळखोर असतो, तो घातकी केवळ नरकवासी होण्याच्या लायकीचा असतो. तो संशयी, भांडखोर, अधर्मी, भांडणे लावणारा, अपयशी, मठ्ठ-बेपर्वा, चावट, लंपट, कुबुद्धी असतो. तो लुटारू असून स्वत:चे घर खणून गुप्तधन शोधणारा असतो. तो निरक्षर, निर्लज्ज आणि निरुद्योगी असतो. त्याला अनेक आजार असतात. त्याला मैत्री कशी करावी किंवा राखावी हे कळत नाही, नम्रता समजत नाही. ही कुविद्येचे लक्षणे ऐकून तिचा त्याग करावा. वाईट लक्षणे न सोडण्याचा हेका करू नये.

।। जय जय रघुवीर समर्थ ।।

।। श्रीराम ।।

नाना सुकृताचें फळ । तो हा नरदेह केवळ ।।
त्याहीमधें भाग्य सफळ । तरीच सन्मार्ग लागे ।।
पुण्यसामग्री पुरती । तयासीच घडे भगवद्भक्ती ।।
जे जे जैसें करिती । ते पावती तैसेंचि ।।

अनेक जन्मांचे चक्र फिरत असते. असे अनेक जन्मांतील पुण्याईचे फलित म्हणजे नरजन्म. या नरजन्मात भाग्यरेषा अनुकूल झाली तरच माणसाला सन्मार्गाने जाणे सुचते. नरजन्म लाभणे, भजनपूजन हे सर्व पूर्व सुकृताचे फळ होय. भक्तिमार्गाने जाताना संतसहवास मिळाला तर जीवन सार्थकी लागते हाच मोठा लाभ. या जन्मी दानधर्म करावा. शास्त्राभ्यास करावा, तीर्थांना भेटी द्याव्या किंवा पापमुक्तीसाठी पुरश्चरणे करावीत. परोपकार करावा, कीर्तनप्रवचने ऐकावीत, त्याचा सारांश ध्यानी धरावा. अशा प्रकारे जर स्वहित साध्य झाले नाही तर ते जगणे कसले ? मानवजन्माचे सार्थक करण्याचा हाच मार्ग आहे. नरजन्म लाभूनही जर कुणी या मार्गाचा अवलंब करीत नसतील तर त्यांनी मातेला गर्भवासाचे विनाकारण कष्ट दिले असे म्हणावे लागेल. अशी माणसे कशी असतात ? ती माणसे स्नान, संध्या, जप, तप, देवपूजा, ध्यान किंवा मानसपूजा यांतील काहीच करीत नाहीत. त्यांच्याजवळ भक्ती किंवा प्रेम अथवा निष्ठा यांपैकी काहीच नसते. सद्बुद्धी, अध्यात्मसंगत, सत्संग यांपैकी काहीच नसते. ते गर्विष्ठ असतात. त्यामुळे मोक्षापासून ते दूर लोटले जातात. क्षमा, दया, शांति विद्वत्ता, मैत्री, विवेक, पावित्र्य, स्वधर्माचरण, यांपैकी काहीच नसते. ती फक्त स्वच्छंदीपणाने वागण्यातच मोठेपणा समजतात. दुसऱ्याचे कौतुक ते कधी करीत नाहीत. त्यांच्या अंतर्मनात हरिभक्तीचा अंशही नसतो. ज्यांच्याजवळ पुरेसे पुण्य असते त्यांनाच ईश्वरभक्ती शक्य होते आणि ते जसे वागतात त्याचे त्यांना सुफल प्राप्त होते.

।। जय जय रघुवीर समर्थ ।।

।। श्रीराम ।।

माझें घर, माझा संसार । देव कैंचा आणिला थोर ।।
ऐसा करी जो निर्धार । तो रजोगुण ।।
कैंचा धर्म कैंचें दान । कैंचा जप कैंचें ध्यान ।।
विचारीना पापपुण्य । तो रजोगुण ।।

सत्त्व, रज, तम या त्रिगुणांनी विश्वाप्रमाणे मानवी जीवनही वेढलेले आहे. संत हे त्रिगुणांच्या पलीकडचे असले तरी माणूस मात्र त्यातून मुक्त होऊ शकत नाही. श्री स्वामी समर्थ रजोगुणाची लक्षणे सांगतात ती विस्ताराने. या त्रिगुणात सत्त्वगुण सर्वश्रेष्ठ होय. या गुणामुळे माणूस भक्तिमार्गी होतो तर रजोगुणामुळे पुन: पुन्हा जन्ममरणाच्या फेऱ्यांत अडकतो.

हे माझे घर, हा माझा संसार, देव वगैरे काही मी मानत नाही असे ज्याला वाटते तो रजोगुणी होय. रजोगुणी माणूस आपले आईवडील, पत्नी, पुत्र, कन्या यांचीच फक्त काळजी घेतो. चांगलंचुंगलं खावं, छानछान ल्यावं, दुसऱ्याच्या मालकीच्या वस्तूंची अभिलाषा बाळगावी, हेच त्याचे जीवनसूत्र असते. दानधर्मावर जपातपावर ध्यानावर त्याचा मुळीच विश्वास नसतो. पाप आणि पुण्य याचा तो चुकूनही कधी विचार करीत नाही. तीर्थयात्रा करणे, उपासतापास करणे, अतिथिसत्कार करणे या गोष्टी त्याच्या गावीही नसतात. भलतंसलतं वागण्याकडेच त्याचा कल असतो. तो तसा श्रीमंत असतो. धनधान्याची त्याच्याकडे विपुलता असते, पण त्याचे पैशावर फार प्रेम असते आणि मोठ्या कंजूषपणाने तो आपले जीवन जगत असतो, तो अहंकारी आणि बढाईखोर असतो, तो स्वत:ला तरुण, देखणा, बलाढ्य आणि थोर समजत असतो. आपलं गाव, आपलं घर याचाच त्याला अभिमान. दुसऱ्याचं सर्व काही जावं आणि आपलं मात्र रहावं असं त्याला सदा वाटत असतं. पूर्वी भोगलं पण आता भोगता येत नाही ही त्याला वृद्धपणी खंत असते. थट्टा, मस्करी, शृंगार, गायन, नृत्य यांतच तो रमलेला असतो. तो व्यसनी तर असतोच पण आळशीही असतो. नाटकवेडा असतो. पोटासाठी धडपडतो पण देवाकडे दुर्लक्ष करतो. गोड पदार्थ त्याला जात्याच आवडतात आणि उपवासाचे त्याला वावडे असते. रजोगुणापासून माणसाला मुक्त व्हावेसे वाटत असेल तर त्याने भगवंताची भक्ती करावी, दानधर्म करावा, सर्वांचे हित चिंतावे, व जीवनाचे सार्थक करून घ्यावे.

।। जय जय रघुवीर समर्थ ।।

।। श्रीराम ।।

संसारीं दु:खसंमंध । प्राप्त होतां उठे खेद ।।
मा अद्भुत आला क्रोध । तो तमोगुण ।।
देवाची जो निंदा करी । तो आशाबद्धि अघोरी ।।
जो संतसंत न धरी । तो तमोगुण ।।

रजोगुणी माणसाच्या तपशीलवार विचारानंतर श्री समर्थ रामदास तमोगुणी कुणाला म्हणावे हे विस्तारपूर्वक सांगतात. तमोगुणी माणसाला प्रपंचात रागवण्याचा प्रसंग आला तर तो भयंकर संतापतो आणि असा राग आला की तो आपल्या आईवडिलांनाही ओळखत नाही. भाऊ, बहीण, बायको यांना खुशाल मारहाण करतो. दुसऱ्याचा जीव घ्यावा किंवा आपण जीव द्यावा असेच त्याला वाटू लागते. रागाने तो बेफाम झाला की, भूत संचारल्यासारखा वागतो. त्याला आवरणे कठीण होते. त्याला युद्धाची, संघर्षाची, मारामारी पहाण्याची फार आवड असते. त्याचे मन अस्थिर असते. त्याला निश्चय माहीत नसतो. झोपेची अत्यंत आवड असते. भूक तर त्याची एवढी प्रखर असते की खायला बसला की कडू का गोड, आंबट का तिखट कशाचाच विचार न करता तो ओरपू लागतो. त्याची जिच्यावर प्रीती किंवा प्रेम त्या व्यक्तीने जर हे जग सोडले तर तोही आत्महत्या करण्यास प्रवृत्त होतो. मुक्या प्राण्यांचा, कीटकांचा जीव घेण्याची त्याला आवड असते व त्यातच तो आनंद मानतो. बायकामुलांना ठार मारणं, पैशासाठी ब्रह्महत्या करणे, गोवध करणे यात त्याला काही वाटत नाही. विषप्राशनाचेच त्याला व्यसन असते. तो उर्मट, उद्धट आणि भांडखोर असतो. तो युद्धखोर असतो. कुणाशी तरी युद्ध करावे किंवा आपण धारातीर्थी पडावे असे त्याला वाटत असते. गुणांपेक्षा दोषांवर तो प्रेम करतो. देवळे, झाडे पाडावी असे त्यास वाटते. दुसऱ्याच्या दु:खात तो आनंद मानतो, मोठ्या माणसांची बोलणी त्याला बिलकुल सहन होत नाहीत व लगेच रागाने चिडून घरातून निघून जातो. आगीतून चालणे, गळ टोचून घेणे त्याला आवडते. केस आणि नखे तो वाढवतो. शरीराचा छळ करणे, देवमूर्ती भंग करणे, देवाची तो सतत निंदा करतो. वासनांनी तो वेढलेला असतो आणि तो कधीही संतसंग करीत नाही.

।। जय जय रघुवीर समर्थ ।।

।। श्रीराम ।।

जो भक्तांचा कोंवसा । जो भवार्णवींचा भर्वसा ।।
मोक्षलक्ष्मीची दशा । तो सत्त्वगुण ।।
परमार्थाची आवडी । उठे भावार्थाची गोडी ।।
परोपकाराची तांतडी । तो सत्त्वगुण ।।

रजोगुणी आणि तमोगुणी कोणाला समजावे याबद्दल सविस्तर सांगितल्यानंतर श्रीस्वामी समर्थ रामदास सत्त्वगुणाकडे वळतात. रज, तम, आणि सत्त्व या त्रिगुणांनी मानव बनलेला असल्याने रज आणि तम या गुणानंतर सत्त्वगुणाची थोरवी गायिली जात आहे. सत्त्वगुण हा दुर्लभ असतो. सत्त्वगुण हा भजनाचा आधार आहे, सत्त्वगुणांचा आश्रय केल्यामुळेच योगी सिद्धी प्राप्त करू शकतात आणि दु:खाचे कारण असलेला संसारलोभ नाहीसा होतो. सत्त्वगुणी माणसांना मरणोत्तर उत्तम लोक मिळतो, ईश्वराच्या दर्शनाची वाट सापडते आणि सायुज्य मुक्तीचे ते धन होतात. सत्त्वगुण हा भक्तांचाही आधार आहे. सत्त्वगुणी भवसागर सहज तरून जातात. मोक्ष हीच लक्ष्मी मानली तर सत्त्वगुण या मोक्षरूपी लक्ष्मीचे ऐश्वर्य आहे. सत्त्वगुण परमार्थाची शोभा आहे, महंतांचे भूषण आहे. या सत्त्वगुणामुळे रज आणि तम गुणांचा निरास होतो. सत्त्वगुण हा अत्यंत सुखकारक आहे. तो परमानंद तर देतोच पण जन्ममृत्यूच्या चक्रातून माणसाची मुक्तता करतो. सत्त्वगुणामुळे पुण्याकडे कल निर्माण होतो, परमार्थाचा मार्ग दृष्टोत्पत्तीस येऊ लागतो. त्याने एकदा आपल्या तनीमनी प्रस्थान मांडले की त्याप्रमाणे भावना होऊ लागतात. आस्तिकता, विवेक, हरिकथेविषयी प्रीती ही सत्त्वगुणाची वैशिष्ट्ये आहेत. सत्त्वगुणी हा संसारी असतो पण संसारात गुंतत नाही. भक्तिमार्ग सोडत नाही. हरिकथा विसरत नाही. सत्त्वगुणामुळे माणसाला प्रापंचिक दु:खांचा विसर पडतो. सत्त्वगुण परमार्थाबद्दल मनात आस्था आणि प्रेम निर्माण करतो. आत्मतत्त्वाविषयी आत्मीयता निर्माण करतो आणि परोपकारबुद्धी देतो. स्नानसंध्या करणारा, मनाने निर्मळ, स्वच्छता पाळणारा, यज्ञ करणारा, यज्ञात सहभागी होणारा सत्त्वगुणी समजावा.

।। जय जय रघुवीर समर्थ ।।

।। श्रीराम ।।

तीर्थीं अर्पी जो अग्रारें । बांधे वापी सरोवरें ।।
बांधे देवालयें सिखरें । तो सत्त्वगुण ।।
हरिकथेसी तत्पर । गंधें माळा आणि धुशर ।।
घेऊन उभी निरंतर । तो सत्त्वगुणी ।।

सत्त्वगुणींना यशाविषयी प्रेम असते. ते यज्ञकर्ते असतात. ते यज्ञाच्या स्थळी उपस्थित असतात. अध्ययन आणि अध्यापन करतात. परमार्थाची व वेदविद्येची आवड असते. भगवत्प्रेम असते आणि कुणी काही चांगलं सांगितलं तर ते कृतीत उतरवतात. ते दानशूर असतात. घोडे, गाई, हत्ती, जमीन, निरनिराळी रत्ने, दान करणे त्यांना आवडते. निरपेक्ष बुद्धीने ते तीर्थयात्रा करतात, उपवास करतात, सहस्रभोजने घालतात. ते तीर्थस्थानी जाऊन गोरगरिबांना भूदान करतात. विहिरी, तळी, देवळे आणि शिखरे बांधतात. देवाला येणाऱ्या लोकांसाठी ते देवालयासमीप धर्मशाळा बांधतात. पायऱ्या, दीपमाळा, वृंदावने आणि पिंपळाचे पार बांधतात. देवाला फुले मिळावीत म्हणून ते बागबगिचे लावतात, लोकांसाठी पाण्याची सोय करतात. ते संध्या करणाऱ्यांसाठी मठ, नदीला घाट बांधतात. देवापुढे नंदादीप पाजळतात, देवाला वस्त्रे आणि अलंकार अर्पण करतात शिवाय मृदंग, टाळ, नगारे, ढोल, डफ आदी वाद्ये देवाला समर्पण करतात. देवाची पूजा करण्यासाठी ते उत्सुक असतात. देवापुढील अंगण, देवालय, गाभारा स्वच्छ करण्यात ते आनंद मानतात. देवाला ते नाना प्रकारच्या पदार्थांचे, फळांचे, नैवेद्य दाखवतात. या सत्त्वगुणी माणसांना उत्सवाची आवड असते. उत्सवाच्या निमित्ताने कीर्तन, प्रवचने ऐकायला मिळतात, संतसमागम होतो, लोकसेवा घडते म्हणून ते उत्सवाची जणू वाट पहातात आणि उत्सवात ते तनमनधन वेचून रहातात. देवाच्या गोष्टी ऐकायला, हरिकथा श्रवण करायला ते अतिशय उत्सुक असतात. सुवासिक गंध, फुलांचे हार, बुक्का आदी घेऊन ते देवापुढे उभे असतात. आपली किती महत्त्वाची कामे असली तरी ते ती बाजूला सारून देवकार्यासाठी धाव घेतात. उपवास, ध्यान, जपजाप्य, मधुरवाणी ही सत्त्वगुणाची अन्य लक्षणे आहेत.

।। जय जय रघुवीर समर्थ ।।

।। श्रीराम ।।

अंतरीं देवाचें ध्यान । तेणें निडारले नयन ।।
पडे देहाचें विस्मरण । तो सत्त्वगुण ।।
जेणें जिंकिली रसना । तृप्त जयाची वासना ।।
जयासीं नाहीं कामना । तो सत्त्वगुण ।।

हा सत्त्वगुणी माणूस गर्विष्ठ नसतो, त्याला कसलाही अभिमान नसतो, निरपेक्ष बुद्धीने तो कीर्तन करतो आणि कीर्तन करता करता भावविभोर होतो. त्याच्या अंत:करणात सदैव ईश्वर असतो, देवाचे नाव घेताच त्याच्या नेत्रांची तळी तुडुंब भरतात, देहाचेही भान रहात नाही. देवाविषयीचे त्याचे प्रेम कधीही कमी होत नाही किंवा त्यात कधी व्यत्यय येत नाही. दरवेळी त्याची ईश्वरभक्ती वाढतच जाते. त्याचा देहाभिमान हळूहळू क्षीण होऊ लागतो, हे जग म्हणजे माया आहे, मिथ्या आहे याची त्याला जाणीव होऊ लागते आणि संसारात गुंतण्यापेक्षा त्यातून बाहेर कसे पडता येईल याचाच तो विचार करीत असतो. तो अविवाहित असो वा विवाहित त्या त्या आश्रमांचे नियम तो काळजीपूर्वक पाळतो, पण तरीही त्याचे मन भगवंताकडे लागलेले असते. तो अनासक्त असतो. देहसुखाविषयी त्याच्या मनात अनास्था असते. जे दिसेल ते हवे या भावनेतून तो मुक्त असतो. मनोमनी तो ईश्वराचे सतत स्मरण करीत असतो – त्याचे हे चमत्कारिक वागणे पाहून त्याला वेडा म्हणण्याइतकी लोकांची मजल जाते पण तो तिकडे लक्ष देत नाही. देवाने नरदेह दिला आहे तेव्हा त्याचा अधिकाधिक आणि उत्तमोत्तम उपयोग करावा अशी त्याची इच्छा असते म्हणून तो भगवंताकडे आपले मन लावतो. दया, क्षमा आणि शांती यांनी त्याचे अंत:करण भरलेले असते. कुणी अतिथी आला किंवा उपाशी, भुकेला आला तर त्यास तो विन्मुख पाठवीत नाही. दुर्दैवी, दु:खी जीव कुणी आश्रयाला आला तर त्याला गृहस्थाश्रमातील एक कर्तव्य म्हणून आसरा देतो. त्याने आपली जीभ जिंकलेली असते, त्याच्या वासना तृप्त झालेल्या असतात आणि त्यास कसलीही इच्छा उरलेली नसते. प्रपंचात किती आपदा आल्या तरी तो स्थिरचित्त असतो. दारिद्र्य, रोग, उपासमार अशा अवस्थेतही तो ईश्वराला विसरत नाही.

।। जय जय रघुवीर समर्थ ।।

॥ श्रीराम ॥

सत्क्रिया आचरावी । असत्क्रिया त्यागावी ॥
वाट भक्तीची धरावी । तो सत्त्वगुण ॥
सत्त्वगुणें भगवद्भक्ती । सत्त्वगुणें ज्ञानप्राप्ती ॥
सत्त्वगुणें सायोज्यमुक्ती । पाविजेते ॥

श्रवण मनन, निदिध्यास या मार्गाने जाऊन ज्याला समाधान प्राप्त होते तो सत्त्वगुणी होय. तो सर्वांशी नम्रपणे वागतो, त्याला अहंकार स्पर्श करीत नाही, तो सर्वांना आनंद देतो, मर्यादशीलतेने वागतो. आपल्या कामापेक्षा इतरांचं काम तो आधी करतो. सर्वांशी तो सरळपणाने व मोकळेपणाने वागतो, त्याच्याशी शत्रुत्व करायला तो वाव देत नाही. दुसऱ्यावर उपकार करण्यात, परोपकारातच तो आपले आयुष्य घालवतो. इतरांचे गुणदोष त्याला दिसतात. पण समुद्र जसा सर्व काही आपल्या अंतःकरणात साठवतो, सत्त्वगुणी तसेच करतो. कोणी त्याचा अवमान केला तर तो सहन करतो. अरे ला का रे म्हणत नाही, रागावर नियंत्रण ठेवतो. आपण कुणाला दुःख दिले नाही तरी इतरेजन आपणास दुःख देतात हे समजूनही तो शांतपणे सर्वकाही सहन करतो. तो इतरांसाठी शरीर झिजवतो. निंदकांवर उपकार करतो आणि दुर्जनांशी आपुलकीने वागतो. स्वतःवर त्याचे पूर्ण नियंत्रण असते. इकडे तिकडे धावणाऱ्या मनाला तो आवर घालतो. नेहमी सत्कर्मे करतो. दुष्कर्मांचा त्याग करतो आणि भक्तिमार्गाने जातो तो सत्त्वगुणी. तो भल्या पहाटे काम करतो. मंत्रपूर्वक पूजा करतो. पुराणे ऐकतो. रामनवमी, कृष्णाष्टमी, हनुमानजयंती असे देवाचे जन्मोत्सव त्याला प्रिय असतात. त्याला पर्वकाळ आवडतात आणि वसंतपूजेसाठी तो उत्सुक असतो. अनोळखी, परदेशी जर मरण पावला तर तो त्यांच्यावर अंत्यसंस्कार करतो किंवा त्यावेळी उपस्थित रहातो. दोघांचे भांडण सोडवतो, नामस्मरण, पुष्पांजली, अभिषेक हाच त्याचा आनंद असतो. संतदर्शनाने तो हेलावून जातो. ज्याच्यावर संतकृपा होते त्याचा वंश उद्धरला जातो. सत्वगुणामुळे ईश्वराचा अंश त्याच्याजवळ अधिक असतो. देवधर्माची आत्यंतिक आवड असलेला, निरपेक्ष ईश्वरभक्ती करणारा, धार्मिक असा हा सत्त्वगुण संसारसागरात तारणारा, ज्ञान देणारा, सायुज्यमुक्ती देणारा आहे.

॥ जय जय रघुवीर समर्थ ॥

।। श्रीराम ।।

ऐका सद्विद्येचीं लक्षणें । परम शुद्ध सुलक्षणें ।।
विचार घेतां बळेचिं बाणे । सद्विद्या आंगीं ।।
आदर सन्मान तार्तम्य जाणे । प्रयोग समयो प्रसंग जाणे ।।
कार्याकारण चिन्हें जाणे । विचक्षण बोलिका ।।

ज्याला उत्तम विद्या, सद्विद्या प्राप्त झाली आहे अशा सद्विद्येच्या पुरुषाची लक्षणे यानंतर श्री स्वामी समर्थ रामदासांनी सांगितली आहेत. ते म्हणतात, अशा सद्विद्येची लक्षणे ऐका. ती अतिशय शुद्ध आणि उत्तम आहेत. त्या लक्षणांचा विचार केला तर बळाने सद्विद्या अंगी लागते. सद्विद्येचा पुरुष कसा असतो ? त्याच्या अंगी उत्तम लक्षणे असतात. त्याचे गुणवर्णन ऐकताना मन प्रसन्न होते. भाविक, सात्त्विक, प्रेमळ, दयाळू, शांत, क्षमाशील, कार्यरत आणि मधुर वाणीचा असतो. तो रूपवान, बलवान, धनवान आणि उदार असतो. त्याच्या जवळ अगाध ज्ञान असते तरीही तो विरक्त आणि शांत असतो. त्याचे वक्तृत्त्व वाखाणण्याजोगे असते. त्याला कशाचा लोभ नसतो, ज्येष्ठ व्यक्तींशी तो नम्रपणे वागतो. जर तो राजा असेल तर तो धार्मिक, शूर विवेकी आणि बंधने पाळणारा असतो. तो कुलाचार पाळणारा, परोपकारी, मिताहार करणारा, नेहमी यशस्वी व तळहातावर कमलपुष्पाचे चिन्ह असलेला असतो. तो निरभिमानी, कार्यकुशल, उत्तम गायन असून त्याची ईश्वरावर परमश्रद्धा असते. वैभवशाली असूनही भगवंताचे भजन करणे त्याला आवडते. जर तो राजाचा मंत्री किंवा अमात्य असेल तर तो अनासक्त, विद्वान आणि सज्जन असतो. त्याचे मन पवित्र असते, त्याचे चारित्र्य निष्कलंक असते. तो शुद्ध अंत:करणाचा व दयाळू असतो. तो सन्मार्गाने जाणारा, परमार्थाची आवड असलेला, बुद्धिमान, सदैव सावध, कुशल, कुणाचा आदर मानसन्मान किती करावा याचे त्याला तारतम्य असते, कामाची त्याला पूर्ण माहिती असते व तो हुषारीने बोलतो, तीर्थक्षेत्री निवास करतो, कठीण व्रते करतो. नेहमी सत्य, मृदू आणि शुभ बोलतो. तो तृप्त, संगीत जाणणारा व निरपेक्ष असतो. स्त्री आणि संपत्ती या संदर्भात त्याचे वर्तन पवित्र असते. तो समाधानी, यशवंत, कीर्तिवंत, युक्तिवंत, गुणवंत, बुद्धिवंत वैराग्यवंत असतो. प्रयत्नाने कुणीही हे गुण आपल्या अंगी आणू शकेल, अभ्यासाने हे गुण साध्य करण्याचा प्रयत्न करावा.

।। जय जय रघुवीर समर्थ ।।

।। श्रीराम ।।

जेणें सदकीर्ति वाढे । जेणें सार्थकता घडे ।।
जेणें करितां महिमा चढे । विरक्तांसी ।।
विरक्तें शुद्धमार्ग सांगावा । विरक्तें संशय छेदावा ।।
विरक्तें आपुला म्हणावा । विश्वजन ।।

सर्व काही, जे सांगावयाचे ते विस्ताराने तपशिलाने सांगावयाचे हा श्रीस्वामी समर्थ रामदासांच्या लेखनाचा मोठा गुण आहे. दासबोधाच्या नवव्या समासातील दुसऱ्या दशकात ते विरक्ताची लक्षणे अतिशय विस्ताराने सांगतात. विरक्त कोणाला म्हणावे ? विरक्त म्हणजे वैराग्यसंपन्न, त्याची लक्षणे कोणती ? विरक्तता हा गुण असा की जो माणसाला कीर्तिवंत करतो. ज्याचे आत्मसुख वाढते आहे, भाग्यरेषा उंचावते आहे, आणि मोक्ष प्राप्त झाला आहे. विरक्त, विवेकी, इंद्रियदमन करणारा, धैर्यशील व लोकांना भक्तिमार्गाला लावणारा असतो. विरक्ताने सत्कर्माची महती सांगावी, विरक्तीचा, अनासक्तीचा प्रचार करावा. त्याने धार्मिक तर असावेच पण धर्मप्रचारकही असावे. शरणागतांना अभय द्यावे. त्याने लोकसंग्रह करावा. त्याने लोकांवर उपकार करावा, पुण्यमार्गाचा प्रचार करावा. स्नानसंध्या, जप, ध्यान, तीर्थयात्रा, नित्यनेम याबद्दल दक्ष असावे. त्याने गंभीर, उदार, प्रामाणिक व सावध असावे. त्याने आपल्यासारखे विरक्त व साधू शोधून काढावे व त्यांच्याशी मैत्री करावी. त्याने सतत परोपकारी असावे, अन्तर्मुख व अनासक्त असावे. त्याने प्रसंगावधानी असावे. त्याला परमात्मस्वरूपाचे ज्ञान तर असावेच पण तो बहुश्रुत व सखोल ज्ञानी असावा. प्रवृत्ती, निवृत्ती, परमार्थ हे त्याला ठाऊक असावे. निरनिराळे नाद, प्रकाश, दर्शने, योगासने, मंत्रविद्या, यंत्रविद्या, हे सर्व त्याने जाणून घ्यावे मग सोडून द्यावे. तो जगमित्रही असावा आणि स्वतंत्रही असावा. तो विलक्षण व विचित्र दिसेल असे गुण त्याच्या अंगी असावेत. परमार्थविरोधी मतांना त्याने विरोध करावा. त्याने नेहमी उत्तम गुणांचा स्वीकार व अधम अवगुणांचा त्याग करावा. वैराग्यमार्गात जे अडथळे येतील त्यांचा विवेकाने निरास करावा. मात्र त्याने कधीही पढतमूर्ख होऊ नये.

।। जय जय रघुवीर समर्थ ।।

।। श्रीराम ।।

आपलेन ज्ञातेपणें । सकळांस शब्द ठेवणें ।।
प्राणिमात्रांचे पाहे उणें । तो येक पढतमूर्ख ।।
वर्णी स्त्रियांचे आवेव । नाना नाटकें हावभाव ।।
देवा विसरे जो मानव । तो येक पढतमूर्ख ।।

जो स्वत:ला शहाणा समजतो पण मूर्खपणाने वागतो तो पढतमूर्ख होय. अशा पढतमूर्खांची लक्षणे सांगताना श्रीस्वामी समर्थ रामदास हेही सांगतात की, यांतील काही लक्षणे तुम्हाला स्वत:त आढळली तरी मनाला लावून घेऊ नये, प्रयत्नाने अवगुण टाकावा. पढतमूर्ख कसा असतो ? तो उत्तम वाचक असतो, त्याचे ग्रंथवाचन उत्तम असते. तो विद्वान असतो, ब्रह्मज्ञानही तो सांगतो पण तो गर्विष्ठ असतो आणि वासनाधीन असतो. तो सगुण ईश्वराच्या भक्तीची निंदा करतो अनिर्बंध वागावे असे सांगतो. मीच मोठा शहाणा, ज्ञानी असे समजून सर्वांची उणीदुणी काढतो. त्याला जे शिष्य असतात त्यांना तो अशी काही कामं सांगतो की, त्यांना ती करताच येणार नाहीत आणि करायला गेले तर संकटात सापडतील. तो रजोगुणी, तमोगुणी तर असतोच पण तो दुष्ट आणि वैभव दिसलं की खोटी स्तुती करणारा असतो. एखादा ग्रंथ पूर्ण वाचल्याशिवाय तो उगीचच त्याची निंदा करतो. त्याला नीतिन्यायाची चाड नसते, त्याच्या बोलण्या वागण्यात संगती नसते. स्त्रियांची संगत त्याला आवडते, स्त्रियांच्या अवयवांचे तो वर्णन करतो किंवा स्त्रियांच्याच नकला करतो. देवाचे स्मरण ठेवत नाही. भक्ती आणि वैराग्य त्याला ठावे नसते. योग्यता नसताना भाषणे ठोकतो. संसाराबद्दल त्याच्या मनात प्रेम व आदर असतो पण परमार्थाबद्दल मात्र त्याच्या मनात अनादर असतो. त्याच्याशी आदरानं वागणारापुढे तो लांगूलचालन करतो, ज्याची योग्यता नाही त्याची तो स्तुतिस्तोत्रे गातो पण प्रसंगानुसार त्याच्यावर टीकेची झोड उठवायलाही तो मागंपुढं पहात नाही. आपला मार्ग बरोबर नाही, चुकीचा आहे हे त्याला समजते. पण हट्टाने तो त्या मार्गालाच चिकटून रहातो. अहंकारग्रस्त झाल्याने तो सद्‌गुरूचा अनादर करतो. त्याचे प्रवचन ऐकण्यासाठी थोर अधिकारी श्रोते बसले असता तो त्यांचे अवगुण सांगतो. विशेष म्हणजे संसार हाच सुखाचा मार्ग आहे असे तो सांगतो म्हणून याला पढतमूर्खच म्हटले पाहिजे.

।। जय जय रघुवीर समर्थ ।।

।। श्रीराम ।।

जन्म दु:खाचा अंकुर । जन्म शोकाचा सागर ।।
जन्म भयाचा डोंगर । चळेना ऐसा ।।
जो भगवंताचा भक्त । तो जन्मापासून मुक्त ।।
ज्ञानबळें विरक्त । सर्वकाळ ।।

या समासात श्रीस्वामी समर्थ रामदास जन्माचे वैयर्थ व्यक्त करीत आहेत. जन्म हा दु:खाचा अंकुर आहे. जन्म झाला की दु:ख सुरू झालेच. जन्म म्हणजे शोकसमुद्र आहे. जन्मात नाना तऱ्हेचे शोक माणूस करतो. एवढे असूनही त्याला निर्भयपणे जगता येत नाही. कारण जन्म हा भीतीचा डोंगर आहे. ही भयभीती काही केल्या हलत नाही. जन्म म्हणजे कर्मच कर्म. जन्म म्हणजे पापाची खाण. एकदा जन्म झाला की माणसाला काळाबरोबर धावावे लागते. काळाचा जाच सहन करावा लागतो. अज्ञानामुळे जन्म घ्यावा लागतो. जन्म हे मोहाचे, लोभाचे कमळ आहे. जन्म म्हणजे संभ्रमाचा पडदा. जन्म होऊन देहप्राप्ती झाली की देहाच्या मर्यादा देहावर लादल्या जातात. जन्म हेच मृत्यूचे कारण. जन्मच नसेल तर मृत्यू कुठला ? जन्म म्हणजे चिंतेचे आगर आणि सुखाचा विसर. ईश्वरस्मरणात खरे सुख आहे हे तो विसरतोच. जन्म म्हणजे मायेचे कपट, जन्म म्हणजे क्रोधाची खाण, मोक्षाचा अडसर. जर शरीराचे मूळ पहायला गेले तर काय आढळते ? जन्म मुळात होतो तो रजस्वलेच्या विटाळातून. तो विटाळ शेवटी गोठतो आणि त्यातून शरीर आकार घेते. शरीर वरून आकर्षक दिसले तरी आतून ते घाणीचे पोतडेच आहे. कितीही धुतले तरी हे शरीर निर्मळ होत नाही. देहाची निर्मिती कशी झाली ? आधी हाडाचा सापळा उभा केला, त्याला शिरा नाड्या गुंडाळल्या, मग चरबी आणि मांस भरून तो फुगवला, अशुद्ध रक्ताने भरला. शरीरात अनेक रोग आणि व्याधी असतात. शरीर म्हणजे घाणीने लडबडलेली, दुर्गंधाची पोतडी आहे. शरीराच्या सर्व भागात घाण पसरलेली आहे. मूल जन्मताना आईला असंख्य वेदना होतात. प्रसंगी दोघांनाही प्राण गमवावे लागतात. गर्भात असताना मूल सोहं, सोहं म्हणजे मीच ईश्वर आहे असे म्हणत असते. पण बाहेर आल्यावर तेच मूल कोहं कोहं म्हणजे मी कोण आहे असे विचारू लागते. सर्व प्राणिमात्रांना गर्भवासात दु:ख भोगावे लागते म्हणून ईश्वरास शरण जावे. जो भगवंताचा भक्त आहे तो जन्मापासून मुक्त आहे, त्याला पुन्हा जन्म नाही.

।। जय जय रघुवीर समर्थ ।।

।। श्रीराम ।।

गर्भवासीं दु:ख जाले । तें बाळक विसरलें ।।
पुढे वाढों लागलें । दिवसेंदिवस ।।
सुख पावे मातेजवळी । दुरि करितांची तळमळी ।।
अति प्रीती तये काळीं । मातेवरी लागली ।।

ईश्वरस्मरणाने जन्ममृत्यूच्या चक्रातून मुक्तता होते. घाणीचे आगर असलेले शरीर मिळाले तरी भक्तिमार्गाने गेल्यास मुक्तिमार्ग सापडतो असे सांगून झाल्यावर श्रीस्वामी समर्थ रामदास जीवनाचे हुबेहूब चित्र या दशकात पुढे उभं करतात. बालकाला गर्भवासात दु:ख झाले पण जन्मानंतर ते दु:ख बालक विसरते आणि दरदिवशी ते वाढू लागते. पहिल्यांदा बालकाला वाचा नसते. त्याची त्वचा कोवळी असते. जरा काही झाले की ते रडते, आक्रोश करते. आपलं सुख किंवा दु:ख, बोलता येत नसल्यामुळे ते सांगू शकत नाही. शरीराला काही झालं किंवा भूक लागली की, मूल गळा काढते, भुकेने रडले तर आई पान्हा देऊन त्याला शांत करू शकेल पण दुसरे काही त्याला झाले असेल तर आईला ते कळत नाही. आई त्याला जवळ घेते, कुरवाळते, जोजवते पण त्याचे दु:ख तिला समजत नाही. मूल कधी पडते, भाजते, खोड्या करते, कधी कधी या खोड्यांपायी त्याला एखादा अवयवही गमवावा लागतो. हळूहळू मूल आईला ओळखू लागते. आई मुलाला कधी सोडत नाहीच पण पुढं थोडी समज आल्यावर मुलालाही आईशिवाय चालत नाही. आईपासून तो दूर राहू शकत नाही. अगदी साक्षात् ब्रह्मदेव आला तरी त्याला आईच हवी असते. आई रागावली तरी ते तिलाच चिकटते. दुर्दैवाने अशा मुलाला पोरकेपण आले, आई देवाघरी गेली तर ते केविलवाणे होते. इकडेतिकडे पाहूनही आई दिसत नाही या दु:खात ते तळमळू लागते. आई म्हणून एखाद्या दुसऱ्याच्या बाईकडे धाव घेते. पण ती आई नाही म्हटल्यावर हिरमुसते. आई असली तरी मूल जसे जसे मोठे होऊ लागते तसे ते आईपासून स्वत:च दूर जाऊ लागते. बरोबरीच्या मुलांबरोबर खेळण्याचा त्याला नाद लागतो, आईबापांचेही तो मुलगा मग ऐकत नाही. पुढे त्याचे कधी दात पडतात, डोळे येतात, गोवर येतो. त्यातून तो वाचतो. प्रसंगी मार देऊन आईबाप त्याला शहाणा करतात. हळूहळू तो साक्षर होतो, विद्यावंत होतो, मोठा होतो.

।। जय जय रघुवीर समर्थ ।।

।। श्रीराम ।।

पुढे मायबापीं लोभास्तव । संभ्रमें मांडिला विव्हाव ।।
दाऊनियां सकळ वैभव । नोवरी पाहिली ।।
येके स्त्रियेचेनि गुणें । ब्रह्मांड मानिलें ठेंगणें ।।
जिवलगें तीं पिसुणें । ऐसीं वाटलीं ।।

विद्यावंत झालेला मुलगा वयात आला, मिळवता झाला. मग त्याचं लग्न करायला हवं म्हणून आईबापांनी त्याच्यासाठी चांगली मुलगी पाहिली. ती पाहताना आपण किती श्रीमंत आहोत हे दाखवले. लग्न ठरले, वऱ्हाडी जमले, मुलाला अत्यंत आनंद झाला. सासुरवाडीकडे त्याचे मन ओढ घेऊ लागले. आईबापांची स्थिती कशीही असो सासुरवाडीला जाताना मात्र आपण नीटनेटके गेलेच पाहिजे असे तो मनाशी ठरवतो. प्रसंगी यासाठी कर्जही काढतो. आईबापांपेक्षा तो सासुरवाडीकडे लक्ष देतो, मग आईबाप किती का नाडले जाईनात ! बायको घरी आली की तीच त्याला सतत हवीहवीशी वाटते. ती जर घरात नसेल आणि बाकी सगळे आई, बाप, भाऊ, बहीण घरात असले तरी तो खिन्न उदास असतो. तिच्याविषयीच्या कामवासनेत तो अगदी गुरफटून जातो. तिचे गोड बोलणे, लाजणे, दिसणे यांत तो भुलून जातो. बाहेर जरी कुठं व्यवसायासाठी किंवा कामासाठी गेला तरी त्याचे लक्ष घरी बायकोकडेच लागलेले असते. ती त्याच्यावर आपलं प्राणपलीकडेही प्रेम आहे असं दाखवते आणि त्याचे मन हिरावून घेते. बायकोवरील अतिप्रेमामुळे तिला जर कुणी बोलले किंवा रागावले तर हा मनीमानसी खिन्न होतो पण दाखवीत नाही. तिच्यासाठी तो आईबापांचा अवमान करतो आणि वेगळा राहू लागतो. स्त्रीसाठी तो निर्लज्ज होतो, हावरट होतो, तिचा जणू दास बनतो. त्याची विषयेच्छा वाढते. ईश्वराला तो विसरतो. तिच्यासाठी त्याने भक्ती सोडली, विरक्तीचा त्याग केला आणि मुक्तीचा नाद सोडला. या एका स्त्रीमुळे, पत्नीमुळे त्याला ब्रह्मांडही ठेंगणे किंवा लहान वाटू लागते. तिच्यापायी तो आपल्या प्रेमाच्या नातेवाइकांनाही विसरतो आणि जिच्यासाठी त्याने अनेकांना दुखावलेले असते ती अकस्मात् मरण पावते. तो शोकाकुल होऊन ऊर बडवू लागतो, मोठ्याने रडतो. "आता, मी संसार करणार नाही. मी संन्यासी होणार" असे म्हणतो पण कालांतराने पुन्हा विवाह करतो.

।। जय जय रघुवीर समर्थ ।।

।। श्रीराम ।।

द्वितीय संमंध जाला । दु:ख मागील विसरला ।।
सुख मानून राहिला । संसाराचें ।।
सोडून सकळ वैभव । त्यांचा वारयावेधला जीव ।।
तव तो पावला खंडेराव । आणि कुळस्वामिणी ।।

आईबापांना अव्हेरून पत्नीच्या नादी लागलेल्या पुरुषाची गोष्ट श्रीस्वामी समर्थ रामदास पुढे सांगत आहेत. मूल न होताच त्याची प्रथम पत्नी निधन पावली. त्याचा जीव सैरभैर झाला. पण संसाराची आशा सुटली नव्हती. त्याने वयात न आलेल्या मुलीशी द्वितीय विवाह केला. संसारात सुख आहे असे मानून राहिला. पण त्याची वृत्ती बदलली. तो कंजूष झाला. पैशासाठी प्राण टाकू लागला. स्वत: धर्माने वागणे तर त्याने सोडलेच पण इतरांनाही तो धर्माने वागू देईना. त्यांची निंदा करू लागला. श्राद्धपक्ष वगैरे त्याने सोडून दिले. हरिकथा त्याला आवडेनाशी झाली, स्नानसंध्या कशासाठी करायची, असं म्हणू लागला. पत्नी वयात आली नव्हती पण वासना प्रबळ होत्या. तो बाहेरख्याली होता. भलत्याच स्त्रीचा विनयभंग केल्याबद्दल त्याला शिक्षाही झाली. परस्त्री दिसली की त्याच्या वासना उफाळून येत. अशी त्याने अनेक पापे केली. शरीर खंगून गेले. रूप बेरूप झाले. तारुण्य निघून गेले. सर्वजण त्याच्याकडे तिरस्काराने पाहू लागले. तो घाणीत लोळू लागला. घरावर दरोडा पडला. होते तेही गेले. तेवढ्यात त्याचे पापकर्म संपले, प्रकृती सुधारली. तो पूर्ववत झाला. पत्नी वयात आली म्हणून तिला घरी आणली पण तिला मूल होईना. विषयसुख बाजूला राहिले आणि वांझपण कपाळी आले. सुदैवाने एक मूल झाले पण तेही जगले नाही. मुले होतात पण जगत नाहीत अशा स्त्रीला मरतवांझ म्हणतात. तो शिक्का तिच्या कपाळी बसला. मूल व्हावे म्हणून त्यांनी नाना नवससायास केले. पुत्रमुख पहावयास मिळावे म्हणून निखाऱ्यांवरून चालत जाण्याची, गळ टोचून घ्यायची तयारी दर्शवली. हीन मंत्रतंत्र प्रयोगही केले पण अपत्यलाभ होईना. दोघेही भ्रमिष्टासारखे वागू लागले. अशा वेळी खंडोबा आणि कुलस्वामिनी दोघेही त्यांच्यावर प्रसन्न झाले. त्यांचे मनोरथ पूर्ण झाले आणि त्यांच्या घरात बाळ दुडुदुडू धावू लागले.

।। जय जय रघुवीर समर्थ ।।

।। श्रीराम ।।

लेंकुरें उदंड जालीं । तों ते लक्ष्मी निघोनी गेली ।।
बापडीं भिकेसी लागलीं । कांहीं खाया मिळेना ।।
ऐसी वासना सकळांची । अवघीं सोइरीं सुखाचीं ।।
स्त्री अत्यंत प्रीतीची । तेहि सुखाच लागली ।।

मूल होत नव्हतं तेव्हा मूल हवं म्हणून धडपड केली. एकदाचं मूल झालं आणि मग मुलांची रांगच लागली. एकापाठोपाठ एक जीव घरात जन्माला येऊ लागले. लेकुरे उदंड झाली. काही चालणारी, काही रांगणारी, एखादं पोटात अशी घरभर मुलामुलींची दाटी झाली. परिणामी दर दिवशी खर्च वाढू लागला. मिळकतीच्या मानानं खर्चाचं प्रमाण अफाट वाढू लागलं. मुली लग्नाच्या झाल्या पण त्यांना उजवायला पैसे नाहीत. पूर्वी आईबाप श्रीमंत होते, त्यांच्या जवळ उदंड धन होते, प्रतिष्ठा होती, मानसन्मान होता. आता दारिद्र्य आले तरी श्रीमंताचे सोंग त्याने तसेच ठेवले होते. पण पहिल्यासारखी सुबत्ता घरात राहिली नाही. खाणारी तोंडे वाढली. मुलंमुली लग्नाची झाली असून तशीच ठेवली तर लोक नावं ठेवणार. म्हणतील ''एवढी गरिबी होती तर एवढी मुलं कशाला जन्माला घातली ?'' पूर्वी ज्यांचेकडून कर्ज घेतले होते तेच फिटले नव्हते. खाल्ले अंगा लागेना, रात्रंदिवस काळजीने काळीज पोखरले जाऊ लागले. पत गेली, घरातल्या वस्तू गहाण पडल्या, दिवाळे काढायची वेळ आली. मग काही मोडतोड केली, घरातली गाय, म्हैस, बैल विकून टाकले. व्याज देऊन रोख रक्कम मिळवली आणि लोकांत खोटा मोठेपणा मिळवला. वाडवडिलांचे नाव राखले. पण मग कर्जफेडीसाठी आणि कुटुंबाच्या निर्वाहासाठी गाव सोडून परदेशी व्हावे लागले. दोन वर्षे परदेशात अतिशय कष्टात काढली, नको त्या माणसांची सेवा केली, मग घरची फार आठवण होऊ लागली. मालकाची आज्ञा घेऊन स्वगृही परत आला. बायकामुले त्याची आतुरतेने वाट पहात होती. बाप आलेला पाहून मुलांना व नवरा आलेला पाहून बायकोला आनंद वाटला. मग चार दिवसांनी म्हणू लागले, ''तुम्ही परत परदेशी जाऊन पैसा आणा, तोपर्यंत आत्ता आणलेत त्यावर निभावून नेऊ.'' सारी नाती सुखापुरती, बायको आपल्या प्रेमाची खरी पण तीसुद्धा केवळ स्वत:च्याच सुखाचा विचार करते.

।। जय जय रघुवीर समर्थ ।।

२९

॥ श्रीराम ॥

आपुला गाव राहिला मागें । चित्त भ्रमलें संसार उद्वेगें ॥
दु:खवला प्रपंचसंगे । अभिमानास्तव ॥
म्हणौन धन्य धन्य प्रपंची जन । जे मायेबापाचें भजन ॥
करिती न करिती मन । निष्ठुर जिवलगांसीं ॥

आपल्यावर जी अत्यंत प्रेम करते ती आपली बायकोसुद्धा केवळ स्वत:च्याच सुखाचा विचार करते हे त्याच्या लक्षात आले. तो पैसे मिळविण्यासाठी परदेशात गेला पण त्याला तिथे फार कष्ट करावे लागले. म्हणून तो काही दिवस विश्रांती घ्यावी म्हणून घरी आला तोच पुन्हा जाण्याची वेळ आली. मग त्याने परदेशी जाण्यासाठी कोणता चांगला मुहुर्त आहे हे ज्योतिषाला विचारले. त्याने मुहूर्तही सांगितला. पण त्याचं मन घरात अडकल्यानं जावंसं वाटेना. पण काय करणार, जायला तर हवंच होतं. मग त्यानं जाण्याची तयारी केली. गरज होती तेवढं सामान बांधलं. बायकोकडे आणि मुलांकडं एकदा प्रेमदृष्टीनं पाहिलं आणि मार्गस्थ झाला. त्यात जेव्हा बायकोकडं पाहिलं तेव्हा तिचा आपला प्रारब्धानुसार एवढा ऋणानुबंध राहिला असं मनात येऊन गळा अगदी दाटून आला. जर आपला ऋणानुबंध रहाणार असेल तरच परत भेट होईल – "अन्यथा ही शेवटची भेट समजा" असं सांगून तो घोड्यावर बसला पण पुन:पुन्हा मागं वळून पहात होता. आपल्या कुटुंबाचा वियोग त्याला सहन होत नव्हता. वाट चालू लागल्यावर आपले गाव मागे राहिले, संसारतापानं चित्तात भ्रम निर्माण झाला. आपण उगीच संसारात पडलो असं त्याला वाटलं. आईची आठवण झाली, तिचे कष्ट आठवले. आपण तिच्या कष्टांची जाणीव ठेवली नाही याचं दु:ख झालं. ती असती तर तिनं आपल्याला परदेशी जाऊ दिलं नसतं. मुलगा कसाही असला तरी आई त्याला दूर करीत नाही. जगात सगळं मिळेल पण आई मिळणार नाही. कामवासनेने वेडापिसा होऊन मी जिवलगांशी भांडलो. म्हणून जी संसारी माणसे आईबापांशी प्रेमाने वागतात ते धन्य होत. बायकोमुलांचा सहवास जन्मभर मिळतो, आईबापांचा थोडाच मिळतो ? आपल्या मुलांच्या आठवणीने त्याला रडू येऊ लागले. पण रडून काय उपयोग, जे प्रारब्धात असेल ते भोगावेच लागते.

॥ जय जय रघुवीर समर्थ ॥

।। श्रीराम ।।

तेणें बहुत दु:खी जाला । देखोनियां उभड आला ।।
प्राणी आक्रंदों लागला । दैन्यवाणा ।।
ऐकोनि मिळाले लोक । उभे पाहती कौतुक ।।
म्हणती बापास लेक । कामा आले ।।

त्या गृहस्थाची करुणकथा श्री स्वामी रामदास पुढेही सांगत आहेत. ठरल्याप्रमाणे पण अत्यंत दु:खी होऊन तो परदेशी गेला. प्रपंच हा तर कठीण खराच तो करता करता त्याला फार कष्ट करावे लागले. चार वर्षे अपार कष्ट करून त्याने बरेचसे द्रव्य मिळवले व तो स्वदेशी परत आला. पहातो तो काय, इकडे दुष्काळ पडलेला. माणसांना त्यामुळे फार त्रास झाला. तो घरी पोहोचला तर मुलांची गालफडे बसलेली, डोळे निस्तेज झालेले आणि उपासमार झाल्याने अशक्त होऊन थरथरा कापत असलेली, भिकाऱ्यासारखी बसलेली बायको, कुणाची अंगे सुजलेली तर काहीजण मेलेली. ते पाहून तो अतिशय दु:खी झाला आणि मोठमोठ्याने रडू लागला. त्याचा आक्रोश ऐकून मुले सावध झाली. ''बाबा, बाबा जेवायला घाला'' म्हणू लागली. त्याचं गाठोडं सोडून त्यातील अन्नपदार्थ बकाबका खाऊ लागली, पण तरी ती जगली नाहीत. खाताखाताच ती मेली, बायकोही मेली त्यामुळे उरलेली दोघेतिघे दीनवाणी झाली. अशा अवर्षणामुळे त्याचे कुटुंब देशोधडीस लागले. पुढे परिस्थिती सुधारली. सुबत्ता आली पण बायको नसल्याने दोन मुलांसाठी व स्वत:साठी रोज त्याला स्वयंपाक करावा लागला. त्याचा त्याला त्रास होऊ लागला. स्वयंपाक जमेना मग त्याने तिसरे लग्न केले. शिल्लक होते ते लग्नात खर्च केले. मग पैसा हवा म्हणून पुन्हा काही वर्षे परदेशी गेला. तिथून परत आला तो बायको व सावत्र मुले यांची भांडणे चाललेली. बायको वयात आली, पण ह्याची शक्ती गेली, घरात भांडणांना ऊत आला. आपसात पटेना. मग पंच बोलावून पाच वाटे केले पण ते मुलांना मान्य होईनात. पुन्हा भांडणे सुरू झाली. मुलांनी बापाला ठोकून काढले. तशी बायकोने बोंबाबोंब केली, सारी गल्ली जमली लोक म्हणाले, ''मुले बापाच्या छानच उपयोगी पडली. नवसाने झालेली मुले बापाला कशी मारत आहेत ते पहा'' मग पुन्हा वाटण्या झाल्या. बापाला घरातून काढून लांब एक झोपडे बांधून रहायला दिले.

।। जय जय रघुवीर समर्थ ।।

।। श्रीराम ।।

स्त्री सांपडली सुंदर । गुणवंत आणि चतुर ।।
म्हणे माझें भाग्य थोर । वृद्धपणीं ।।
असो ऐंसे वृद्धपण । सकळांस आहे दारुण ।।
म्हणोनियां शरण । भगवंतास जावें ।।

नाइलाजाने ती दोघे त्या झोपडीत रहायला गेले. बायको तरुण आणि नवरा वृद्ध म्हातारा – दोघेच पण तरीही वाईट वाटून न घेता आहे त्यात आनंद मानून दोघे तिथं राहू लागले. ही तिसरी बायको गुणी आणि चतुर होती. तो म्हणायचा, माझं नशीब थोर म्हणून अशी बायको मला मिळाली. असं चाललं होतं. दुःख विसरून तो नव्या परिस्थितीशी समरस होऊ लागला तोच सगळीकडे आरडाओरडा झाला की, ''परचक्र आले. शत्रूने हल्ला केला'' – अकस्मात धाड आली. शत्रूच्या सैनिकांनी त्याची तरुण आणि सुंदर बायको पळवून नेली, इतकेच नव्हे तर घरात होते नव्हते तेही लुटले. दुःखाने तो वेडा झाला. मोठमोठ्याने रडू लागला, आपल्या चतुर आणि सुंदर बायकोची त्याला सारखी आठवण होऊ लागली. तेवढ्यात बातमी आली की तिच्यावर अत्याचार झाला. ती भ्रष्ट झाली. ते ऐकून आक्रोश करीत जमिनीवर लोळू लागला. मिळवलेले द्रव्य लग्नात खर्च केले, बायकोला पळवून नेले, मुलांनी वेगळे काढले माझे दुर्दैव आता त्याला देव आठवला. म्हातारपणामुळे माणसाच्या शरीराची जी विकल अवस्था होते ती त्याच्या शरीराची झाली. शरीर खंगले, वातपित्त उसळले, कफ झाला, तोंडाला दुर्गंधी येऊ लागली, नाक वाहू लागले, केस पिकले, दात पडले, डोळ्यांना नीट दिसेना, कानांनी काही ऐकू येईना. मोठ्यानं बोलता येईना, हातापायातली शक्ती गेली. भूक आवरेना, खाल्लं तर पचेना – देहाची अगदी दैना झाली. तारुण्य, शक्ति, बळ, पैसा, सर्व काही गेले. इतरेजण त्याच्या मरणाची वाट पाहू लागले. पण ज्याला मरण हवं त्यास मरण कधीच लवकर येत नाही. सुखासाठी आयुष्य वेचले पण शेवटी दुःखाचा कडेलोट झाला. जन्म हाच सर्व दुःखांचे मूळ आहे. जन्माबरोबर दुःखाचे चटके बसू लागतात. यासाठी स्वकल्याणाची वाट धरावी. भयंकर असे वार्धक्य प्रत्येकाच्या वाट्याला येते त्यासाठी आधीच देवाला शरण जावे. जन्ममरणांचे फेरे चुकवायचे असतील तर भगवंताला शरण जावे.

।। जय जय रघुवीर समर्थ ।।

।। श्रीराम ।।

जो तापत्रयी पोळला । तो संतसंगे निवाला ।।
आर्तभूत तोषला । पदार्थ जेवी ।।
येक ताप आध्यात्मिक । दुजा तो आधिभूतिक ।।
तिसरा आधिदैविक । ताप जाणावा ।।

यानंतर श्री स्वामी समर्थ रामदास तापत्रयाची चर्चा करतात. जो जन्मला तो या तापत्रयांनी पिडलेला असतो. पण त्याला जर संतांची संगत लाभली तर तो संतोष पावतो. तहानेलेल्याला पाणी मिळाल्याने, भुकेलेल्याला खायला मिळाल्याने आणि बंदीवानाला बंधमुक्त झाल्याने सुख होते. महापुरात सापडलेल्या माणसाला पैलतीरी पोचवले किंवा भयंकर स्वप्ने पडत असलेल्या भयभीत माणसाला जागे केले. अथवा मरणोन्मुख माणसाचा जीव वाचवला, त्याची संकटातून सुटका केली तर त्याला सुख होते. एखादा रुग्ण असेल आणि त्याला औषधोपचार केला म्हणजे जसा आनंद होतो. तसा संसारातील त्रिपातांनी भाजून निघालेला माणूसच परमार्थास योग्य ठरतो. हे त्रिविध किंवा तीन ताप कोणते ? एक आध्यात्मिक ताप, दुसरा आधिभौतिक आणि तिसरा ताप आधिदैविक. हे ताप कसे ओळखावेत ? जे ताप शरीरातून निर्माण होतात. आणि जे दु:ख इंद्रिये आणि प्राण यांच्यामुळे निर्माण होते ते आध्यात्मिक दु:ख किंवा दुसरा तो आधिभौतिक ताप. देहामधून निर्माण होणाऱ्या दु:खांची नामावली – खरूज, खवडे, पुळ्या, नखुरडे, देवी, गोवर, मांजरी, केस्तुड, काळपुळी, मूळव्याध, पोटदुखी, खाज, दातात अडकणे, सूज, वात, तिडका, नायटे, हाड्याव्रण, गजकर्ण, पांढरे कोड, महारोग, रक्तक्षय, क्षयरोग, पोटशूळ, अर्धशिशी, कंबर, मान, पाठ, गळा, तोंड दुखणे, हिवताप, जुलाब, परमा, मुतखडा, अजीर्ण, कोरड, अंधेरी, ताप, अंग शहारणे, थंडी, उमाडा, तहान, भूक, पाणी बाधणे, अतिसंभोगाने अशक्तता येणे, लघवी अडणे, आणि रोग असूनही तो ओळखता, समजता न येणे अशी आहे.

।। जय जय रघुवीर समर्थ ।।

।। श्रीराम ।।

उसळला दमा आणि धाप । पडजिभ ढांस आणि कफ ।।
मोवाज्वर आणि संताप । या नांव आध्यात्मिक ।।
संतापी अनुतापी मत्सरी । कामिक हेवा तिरस्कारी ।।
पापी अवगुणी विकारी । या नांव आध्यात्मिक ।।

या त्रितापांपैकी आध्यात्मिक तापाबद्दल श्री स्वामी समर्थ रामदास आणखी वर्णन करतात. गाठ झाली, जंत, रक्त, आव पडणे, पोट फुगून तड लागली, दुखऱ्या फोडास धक्का लागला, घास अडकला, उचकी लागली, पित्ताने वांती झाली, पडसे, खोकला झाला, दमा उसळला, दमा लागला, पडजिभेमुळे ढास लागली, अंग तापाने फणफणले तर या तापाला आध्यात्मिक असे नाव आहे. कुणी शेंदूर खायला घातल्यामुळे मनावर दुष्परिणाम झाला, घशात फोड आला, घटसर्प झाला, जीभ झडली, तोंडात कृमी होऊन दुर्गंधी येऊ लागली, पांथरी वाढली, घोळणा फुटला, गंडमाळा झाल्या, डोळा फुटला, दातांनी जीभ चावली गेली, कानाचे दुखणे होणे, नंपुसक असणे, डोळ्यांचे नाना रोग होणे, भ्रमिष्टपणा किंवा खुळेपणा आला, वाकडी मान, पुढे दात, लांब किंवा अति बसके नाक, अति रोड किंवा अति लठ्ठ, तोतरे, बोबडे, कुरूप, कुटील, खादाड, मत्सरी, लचक, सूज, संधिवाताने पीडित असणे, गर्भ न वाढणे, स्तनात गाठी होणे, संसारात अडचणी येणे, अपमृत्यू होणे, दातखीळ बसणे, नखविष बाधणे, भुवयांचे, पापण्यांचे केस जाणे, चष्मा लागणे, अंगावर चामखीळ, काळे तीळ, पांढरे किंवा काळे केस झडणे, काहीही व्याधी नसताना उगाचच जीवाची तगमग होणे, गालगुंड, नाकात किंवा अंगावर कुठंतरी मांस वाढणे, वार्धक्याच्या यातनांनी विवश होणे, संतापी किंवा रागीट असणे, मत्सरी हेवेदावे करणारा, सदा भांडणे करणारा असणे, तिरस्कार करणारा, किंवा अतिकामुक असणे, पापी आणि अवगुणांच्या अधीन असणे हे सर्व आध्यात्मिक ताप होत.

।। जय जय रघुवीर समर्थ ।।

।। श्रीराम ।।

सर्व भूतांचेनि संयोगें । सुख दु:ख उपजों लागे ।।
ताप होता मन भंगे । या नांव आधिभौतिक ।।
सुसरीनें वोढुन नेलें । कां तें अवचितें बुडालें ।।
आथवा खळाळीं पडिले । या नांव आधिभौतिक ।।

आध्यात्मिक तापाची लक्षणे सांगितल्यानंतर श्री स्वामी समर्थ रामदास आधिभौतिक ताप म्हणजे काय हे सांगतात. आध्यात्मिक ताप हा शरीराला होणारा, देहाला होणारा, देहासंबंधीचा देहातून आलेला ताप आहे तर, आधिभौतिक ताप हा बाहेरून बाह्य कारणाने निर्माण झालेला असतो. सर्व भूतांच्यामुळे जे दु:ख प्राप्त होते आणि त्याच्या त्रासामुळे शरीर किंवा मन किंवा दोन्हींना पीडा होते त्याला आधिभौतिक ताप असे म्हणतात. आधिभौतिक ताप कोणते ? ठेच, काटा मोडणे, शस्त्राचा घाव, अंगदाह करणाऱ्या वनस्पतींचा स्पर्श होणे, गांधीलमाशी चावणे, जळू चिकटणे, पिसवा, डास, ढेकूण, भुंगा, गोचिडे चावणे, गोम, विंचू, साप चावणे, लांडगे, रानडुक्कर, वाघ सिंह यांनी हल्ला करणे, गाय, म्हैस, बैल इत्यादींनीं शिंगाने मारणे, सुसरीने किंवा मगरीने ओढून नेणे, पाण्यात बुडणे, विषारी साप वा जंगली जनावरांपासून त्रास होणे, घोडा, बैल, गाढव, मांजर, कुत्रा इत्यादी पाळीव प्राण्यांनी चावणे, लाथ घालणे, झाड, भिंत, माळवद अंगावर कोसळणे, निष्कारण वेड लागणे, दगडाखाली हात सापडणे, विस्तवावर पाय पडणे, धावताना अडखळून पडणे, नदी, विहीर, तलाव यात पडणे, मुलींना सासुरवास होणे, शत्रूने हल्ला केला असता शत्रूच्या हाती सापडणे, विकले जाणे, रोगमुक्तीसाठी जबरदस्तीने कडक औषध पाजणे, औषध म्हणून निरनिराळ्या वनस्पतींचे रस, काढे, चाटणे घेताना जिवाची तगमग होणे, अवघड पथ्य अंगीकारण्यास सांगणे, शरीरावर शस्त्रक्रिया करावी लागणे, आगीचा चटका बसणे, चोर दरोडेखोरांनी संपत्ती लुटणे, शरीरास इजा करणे, किती रोग आणि त्यावरची किती औषधे सांगावीत ती असंख्य आहेत. वरील सर्व दु:खे आधिभौतिक ताप होत.

।। जय जय रघुवीर समर्थ ।।

।। श्रीराम ।।

नाना मंदिरें सुंदरें । नाना रत्नांचीं भांडारें ।।
दिव्यांबरें मनोहरें । दग्ध होती ।।
मनुष्यहानी वित्तहानी । वैभव हानी, महत्त्वहानी ।।
पशुहानी, पदार्थ हानी । या नाव आधिभौतिक ।।

आधिभौतिक दु:खांची संख्या अजूनही संपलेली नाही. आपल्याला असं दिसतं की कितीतरी सुंदर मंदिरे, अनेक रत्नांची भांडारे, उंची वस्त्रे, जडजवाहीर, साठवलेली धान्ये, इतर पदार्थ, शेते, गवताच्या गंजी, ऊस, सालांचे ढीग, जनावरे, या गोष्टी एकाएकी जळून जातात. आग कुणीही लावो, नुकसान हे होतेच. आगीमुळे होणारे अपघात अनेक आहेत पण माणसाला मनाच्या त्यामुळे जे क्लेश होतात त्याला आधिभौतिक म्हणावे. वस्त्र हरवणे, विसरणे, फुटणे, पडणे, परत मिळणे अशक्य होणे, माणूस पदभ्रष्ट किंवा स्थानभ्रष्ट होणे, जनावरे, मुले मुली हरवणे, चोरांनी अचानक हल्ला करून घरे, जनावरे लुटणे, शेतातील धान्य कापणे, केळी तोडणे, पानमळ्यात मीठ घालून ती नासवणे, सोने दुप्पट करून देतो म्हणून फसवणारे, ठक, लुच्चे, दरोडेखोर यांनी लुटणे, उंदरांनी वस्तू पळवणे, वीज पडणे, गारठणे, पावसात किंवा महापुरात सापडणे, बेटावर अडकणे, क्रूर कर्कशा बायको, मूर्ख मुलगा, विधवा मुलगी यामुळे मनाजोगता प्रपंच नसणे, वाईट भविष्याचा मनाला धसका लागणे, अपशकुन होणे, कैदेत सापडणे, राजाकडून कठोर शिक्षा होणे – शिक्षा अशा भयंकर की तापल्या तव्यावर उभे करणे, मारहाण करणे, टांगणे, चाप लावणे, कोलदांडे घालणे, चुन्याचे, मिठाचे किंवा मोहरीचे पाणी नाकात, कानात किंवा घशात घालून यातना देणे, हत्तीच्या पायी देणे, सुळी देणे, डोळे काढणे, तोफेच्या तोंडी देणे, अंगावरचे कातडे सोलणे, फासावर चढवणे, बंद खोलीत पिसाळलेले मांजर सोडणे, बालपणी आई, तरुणपणी पत्नी व म्हातारपणी मुलगा मरणे, कर्जबाजारी होणे, मनुष्यहानी, द्रव्यहानी, वैभवहानी, पशुहानी, पदार्थहानी होणे, युद्धात पराभव, प्रिय व्यक्तींची मरणे, अपमान होणे, दु:खाने खंगणे, आगीत पडणे असे दु:खाचे जे अनेक डोंगर माणसांवर कोसळणारे आहेत त्यांना आधिभौतिक म्हणावे.

।। जय जय रघुवीर समर्थ ।।

।। श्रीराम ।।

मागां बोलला आध्यात्मिक । त्या उपरी आधिभौतिक ।।
आतां बोलिजेल आधिदैविक । तो सावध ऐका ।।
नाना पुण्यें, नाना विळास । नाना दोषें, यातना कर्कश ।।
शास्त्रीं बोलिले अविश्वास । मानूंच नये ।।

हजारो, लाखो कोट्यवधी माणसे जगत असतात. बहुसंख्य माणसे ही स्वार्थपरायण असतात. आपला, आपल्या कुटुंबीयांचा स्वार्थ एवढेच त्यांना ठाऊक असते. माणूस अखंड कर्मे करीत असतो. प्रत्येक कर्माचे फळ त्याला मिळतेच. तो जी सत्कर्मे करतो त्याचे त्याला चांगले फळ मिळते, कुकर्मे करतो त्याचे वाईट फळ मिळते. आपापल्या कुकर्मानुसार प्रत्येकाला यमयातना मृत्यूनंतर भोगाव्या लागतात. श्री स्वामी समर्थ रामदास म्हणतात, त्यावर अविश्वास दाखवू नये. माणसाला त्याच्या चांगल्या वाईट कर्मानुसार स्वर्ग किंवा नरक प्राप्त होतो. जिवंतपणी अविचाराने केलेल्या दुष्कर्माबद्दल, पातकांबद्दल याला शिक्षा ही भोगावीच लागते. शरीरशक्ती, पैसा, मनुष्यबळ, किंवा शासनबळ यांचा गर्व होऊन माणूस अविचाराने वागतो. जे करायला नको ते तो करतो मग यमयातनांनी जिवाची तगमग होते. स्वार्थबुद्धीने तो दुसऱ्याची जमीन, पैसा किंवा बायको अथवा वस्तू पळवतो - उर्मटासारखा वागतो - इतरांचा घात करतो त्याला यमयातना भोगाव्याच लागतात. नीतिन्यायाने न वागणारा मग तो गावाचा प्रमुख असो वा देशाचा राजा त्याला शिक्षा ही होतेच. शास्त्रांमध्ये यमयातना व दंडाचे अनेक प्रकार सांगितले आहेत ते कुणाला चुकविता येत नाहीत. पुण्यवान व्यक्तीला स्वर्गसुख तर पापी माणसाला नरकयातना हे जे शास्त्रात सांगितले आहे त्यावर अविश्वास करू नये. हरिभक्ती न करणाऱ्यास, वेदाज्ञा न पाळणाऱ्यास यमयातना चुकत नाहीत. यानंतर श्रीस्वामी समर्थ रामदास अक्षोभ, कुंभीपाक या नरकात पापीजनांना कशा वेदना दिल्या जातात याचे सविस्तर वर्णन करतात. राजा असो वा रंक त्याने केलेल्या कुकर्माबद्दल अनैतिक वागण्याबद्दल त्याला शिक्षा होतेच, यमयातनातून सुटका नाही. हे सर्व आधिदैविक ताप आहेत.

।। जय जय रघुवीर समर्थ ।।

।। श्रीराम ।।

संसार म्हणजे सवेंच स्वार । नाहीं मरणास उधार ।।
मापीं लागलें शरीर । घडीनें घडी ।।
मृत्याभेणें पळों जातां । तरी मृत्यू सोडिना सर्वथा ।।
मृत्यास न ये चुकवितां । कांहीं केल्या ।।

तापत्रयाविषयी सविस्तर विवेचन झाल्यावर श्री स्वामी समर्थ रामदास मृत्यूविषयी सांगून सावधान करीत आहेत. मृत्यू हा कुणालाही चुकत नाही, जो जन्मतो तो मृत्यू पावतोच. संसार म्हणजे सतत धावत सुटलेला स्वार आहे. मरण आजचे उद्यावर, उधार म्हणता येत नाही. माणसाच्या देहाला क्षणाक्षणांचे माप लावले आहे. तेवढे माप संपले की मरणाला सामोरे जावे लागते. माणूस जन्मला की मृत्यू त्याची संगत धरतो, भविष्य समजत नाही, जसे ज्याच्या नशिबात असेल त्याप्रमाणे तो स्वदेशात किंवा परदेशात मृत्यू पावतो. पूर्वसंचित संपले की कोणत्याही क्षणी देह सोडून जावे लागते. मृत्यूपासून कोणी कुणास वाचवू शकत नाही. मृत्यू ही एक कडक काठी आहे ती बळवंताच्या डोक्यात बसते. वरचे राजे महाराजेही तिच्यापुढे टिकत नाहीत. एकदा मृत्यूची वेळ आली की मृत्यू असं म्हणत नाही की क्रूर आहे, तो झुंजार आहे किंवा रणांगणात शौर्य गाजविणारा आहे किंवा हा बलवान आहे, धनवान आहे, सर्वगुणसंपन्न आहे, आणि अद्‌भुत पराक्रमी आहे, तो राजा आहे किंवा सम्राट आहे, हा गजपती, हा अश्वपती किंवा अनेकांना पोटाला लावणारा राजा आहे, प्रसिद्ध व्यक्ती आहे, वतनं देणारा आहे, हा व्यवसायी आहे, हा गुंड आहे, हा व्यापारी आहे ही स्त्री आहे किंवा ती कन्या आहे, हा विद्वान, तो श्रीमंत, बहुश्रुत, हा पुराणिक तर तो वैदिक, हा शास्त्रज्ञ तर तो वेदांती आहे. मृत्यू असा विचार करीत नाही की ही कुणाची हत्या आहे. संगीततज्ज्ञ, तत्त्वज्ञानी, योगाभ्यासी, संन्यासी, विख्यात, वैद्य किंवा पंचाक्षरी, गोसावी, तपस्वी किंवा अनासक्त आहे. त्याच्यापुढे भेदभाव नाही. मृत्यूला चुकवण्यासाठी कुठे पळून जायचं म्हटलं तरी तसं पळता येत नाही. कारण मृत्यू तसा कोणाला सोडत नाही. वाटेल ते केलं तरी मृत्यूपासून सुटका नाही.

।। जय जय रघुवीर समर्थ ।।

।। श्रीराम ।।

श्रोतीं कोप न करावा । हा मृत्यलोक सकळांस ठावा ।।
उपजला प्राणी जाईल बरवा । मृत्यपंथें ।।
असो ऐसे सकळही गेले । परंतु येकचि राहिले ।।
जे स्वरूपाकार जाले । आत्मज्ञानी ।।

मृत्यू कोणालाही सोडत नाही, कुणावर दया दाखवीत नाही, मृत्यू कुणालाही चुकविता येत नाही. मृत्यू असं म्हणत नाही की, हा ऋषी आहे, हा कवी आहे किंवा दिगंबर आहे, हठयोगी आहे, राजयोगी आहे. गुप्त होण्याची विद्या अवगत असलेला आहे, हा ब्रह्मचारी आहे, हा जटाधारी आहे. हा संतमहंत आहे, हा लहान तो मोठा, हा तरुण तो वृद्ध हा स्वाधीन हा पराधीन, हा बुद्धिमान हा अनेकांचा आधार, हा पुण्यवान हा हरिभक्तपरायण मृत्यूपुढे सर्व समान आहेत. प्राण्यांच्या सर्व प्रकारांना, मग ते जारज असोत, स्वेदज असोत, उद्भिज असोत किंवा अंड्यांतून बाहेर येणारे अंडज असोत – जो जो या विश्वात देह घेऊन येतो त्याला मरण हे आहेच. मग तो स्वदेशी असो वा परदेशी, मृत्यूला घाबरून कुठे पळायचे म्हटले तरी मृत्यू समोर उभा असतोच. त्याला चुकविता येत नाही. प्रत्यक्ष परमेश्वराने जे अवतार घेतले त्यांनाही मृत्युपंथाकडे जावे लागले. मृत्यूबद्दलचे हे प्रवचन ऐकून श्रोत्यांनी मनात राग धरू नये. हा लोक मृत्युलोक म्हणूनच प्रसिद्ध आहे. पण एखाद्याच्या मनात समजा संशय आला तरी त्याला मृत्यू टाळता येणार नाही. उलट त्याचे आयुष्य नासून जाईल. वैभवशाली, पराक्रमी, कपटी, शूर, योद्धे, बलवान, दीर्घायुषी, कुलीन राजे, तर्कतीर्थ, पुरुषार्थ गाजवणारे, परोपकारी, धर्मरक्षक, प्रतापी, सत्कीर्त, वादकुशल, पंडित, महापंडित तापसी, संन्यासी, संसारी मोठे मोठे व्याप संभाळणारे विद्यासागर, दुसरे जणू कुबेरच असे महाश्रीमंत, असीम प्रभावाचे, यांपैकी कुणालाही मरण चुकवता येत नाही. पण मरूनही जे टिकले ते संत, आत्मज्ञानी, ईश्वरार्पण बुद्धीने जगणारे, थोर भक्त, जे स्वरूपाकार झाले तेच तेवढे राहिले.

।। जय जय रघुवीर समर्थ ।।

।। श्रीराम ।।

संसार म्हणिजे माहापूर । माजीं जळचरें अपार ।।
डंखूं धांवती विखार । काळसर्प ।।
जे अंकित ईश्वराचे । तयांस सोहळे निजसुखाचे ।।
धन्य तेचि दैवाचे । भाविक जन ।।

जन्मलेल्या कुणाचीही मृत्यूपासून सुटका नाही. हे सविस्तर सांगितल्यानंतर श्री स्वामी समर्थ रामदास संसार आणि ईश्वरभक्ती याबद्दलचे विवेचन करतात. ते म्हणतात, ''संसार किंवा प्रपंच म्हणजे महापूर आहे. या महापुरात असंख्य जलचर, पाण्यात रहाणारे प्राणी आहेत. विषारी काळसर्प संसारीजनांना डंख करण्यासाठी धावत येतात. मृत्यूची काही काळवेळ नसते. या महापुरातल्या सुसरी देहाचे लचके तोडतात. आशा आणि ममता या देहाला बांधून ठेवणाऱ्या शृंखला आहेत. अभिमानरूपी मगर जिवाला पाताळात नेतो. तेथून प्राणी सुटू शकत नाही. कामवासनेची मगरमिठी सुटत नाही. मद, मत्सर, मनातून जात नाहीत. मनाला भूल पडलेली असते. वासनारूपी धामण गळ्यात पडते, शरीराभोवती वेढे घालते, विष ओकते, जिवाला सारखी जीभ बाहेर काढून भय दाखवते. प्रपंचाचे ओझे माणूस डोक्यावर घेऊन ''मी माझे'' अगदी मरायची, बुडायची वेळ आली तरी करीत रहातो. जन्मलेली सर्व माणसे महापुरात सापडली आणि मी माझे करीत बुडाली. पण काही– जणांनी ईश्वराला साद घातली, त्यांच्यासाठी ईश्वराने धाव घेतली नाही असे होत नाही. त्यांचे दुःख संपते पण नास्तिक माणसे या महापुरात वहात गेली. देव भावाचा भुकेला. जे ईश्वरनिष्ठ असतात त्यांचे संकटनिवारण करण्याचे काम देवाला करावे लागते. जे ईश्वराधीन आहेत, त्यांना स्वानंदसुख मिळते असे भाविकजन धन्य होत. जशी प्रत्येकाची भक्ती किंवा भाव असतो तसा देव त्यांच्याकडे कृपाळूपणे पाहतो, अन्यथा तो जशास तसे या न्यायाने वागतो. आपले प्रतिबिंब जसे आरशात दिसते. आपण आरशात डोळे वटारून पाहिले तर तसेच दिसते, आपण हास्यमुद्रा केली तर प्रतिबिंबही हसरेच दिसेल. याप्रमाणे ज्याचा जसा भाव असतो तसा देव प्रतिबिंबित होतो.

।। जय जय रघुवीर समर्थ ।।

।। श्रीराम ।।

कोण समय येईल कैसा । याचा न कळें की भर्वसा ।।
जैसे पक्षी दाही दिशा । उडोन जाती ।।
जयास वाटे सुखचि असावें । तेणें रघुनाथभजनीं लागावें ।।
स्वजन सकळहि त्यागावे । दु:खमूळ जे ।।

खऱ्या निष्ठेने आणि प्रेमाने जे भगवंताचे भजन करतात, त्याच्यापुढे लीन होतात. त्यांच्या भक्तिशक्तीने त्यांचा तर उद्धार होतोच. पण त्यांच्या पूर्वजांचाही होतो. जे हरिभजनी लागले त्यांची माता धन्य होय, त्यांनी आपल्या जन्माचे सार्थक केले असे समजावे. साक्षात परमेश्वर ज्यांचा कैवारी आहे त्यांचे मोठेपण काय वर्णावे ? ईश्वरच त्यांचे दु:खनिवारण करतो. दुर्मिळ असा नरदेह मिळाल्यावर, तो अनेक जन्मांनंतर मिळतो, त्या जन्मात ईश्वराची आराधना करीत राहिल्याने पुनर्जन्मांची यातायात चुकते. ज्या भाविकांनी हरिरूपी धन मिळवले ते धन्य होत.... पूर्वपुण्याई म्हणूनच त्यांना हे फलित प्राप्त झाले. आपले आयुष्य ही एक रत्नमंजुषा समजावी, या पेटीत ईश्वरभक्तीची उत्तमोत्तम रत्ने असतात. ती रत्ने ईश्वरार्पण करावीत आणि आनंद मिळवावा. संतसंग व ईश्वरोपासना करत या नरदेहाचे सार्थक करावे. कारण केव्हा कोणती वेळ येईल हे सांगता येत नाही. एकत्र रहाणारे पक्षी क्षणार्धात दाही दिशांना उडून जातात तसे होते. ईश्वरभक्तीशिवाय आयुष्य गेले तर तो परत जन्ममरणाच्या फेऱ्यात सापडलाच ! आपली माणसे, प्रेम, ममता, घर, संसार, हा सगळा भ्रम आहे. देखावा आहे. मृत्यू आला की माणूस देवाला अंतरतो म्हणून यात अनुसंधान ठेवावे. देवाशिवाय आपले कोणी नाही. पोट भरण्यासाठी आपल्याला जो नोकरी वा अन्न देतो त्याला शरीर विकावे लागते, त्याची स्तुति करावी लागते, अतिशय कृपाळूपणाने सर्वांचा सांभाळ करणाऱ्या देवाला सोडून ऐहिक सुखोपभोगांच्या मागे लागू नये. शरीरातून जे सुख येते ते आरंभी गोड वाटले तरी शेवटी दु:खच निर्माण करते, परमेश्वराचे भजन, पूजन, चिंतन, मनन यातच मानवी देहाचे, या जन्माचे सार्थक आहे. परमेश्वराची भक्ती अगदी मनापासून करावी. एकनिष्ठपणे करावी अशी भक्ती केली असता मनाला समाधान प्राप्त होऊन मन निश्चिंत होईल.

।। जय जय रघुवीर समर्थ ।।

।। श्रीराम ।।

सावध होऊन श्रोतेजन । ऐका नवविधा भजन ।।
सच्छास्त्री बोलिलें पावन । होईजे जेणें ।।
ऐसे हें अवघेंचि ऐकावें । परंतु सार शोधून घ्यावें ।।
असार तें जाणोनि त्यागावें । या नांव श्रवणभक्ती ।।

यानंतर श्री स्वामी समर्थ रामदास नवविधा भक्तीचे सविस्तर विवेचन करतात. परमेश्वराची भक्ती करण्याचे जे नऊ मार्ग आहेत त्यांना नवविधाभक्ती असे म्हणतात. श्रवण, कीर्तन, नामस्मरण, चरणसेवन, पूजन, वंदन, दास्य, सख्य आणि आत्मनिवेदन असे हे नऊ मार्ग आहेत. या सर्व मार्गांनी भक्ती करणे प्रत्येकाला शक्य नसते, यासाठी त्याने कोणताही एक (किंवा अनेक) मार्ग निवडावा व भक्ती करावी. प्रथम श्रवणभक्ती म्हणजे काय हे श्रोत्यांनी लक्षपूर्वक ऐकावे. हे मार्ग शास्त्रात सांगितले आहेत व त्याच्या अनुसरणाने माणसाला पावित्र्य प्राप्त होते. श्रवणभक्ती म्हणजे ऐकणे. ईश्वराची कथा ऐकावी, पुराणे, प्रवचने, कीर्तने, भजन, किंवा अन्य परमार्थविषयक व्याख्याने ऐकावीत. योग, वैराग्य, कर्मज्ञान, इत्यादी मार्गांविषयी ऐकत जावे. व्रत, तीर्थस्थाने, दाने यांचे माहात्म्य ऐकावे. जगात निरनिराळ्या प्रकारचे परमार्थमार्गी असतात. कोणी दुग्धाहारी, फळाहारी तर कुणी तृणाहारी असतात – त्यांच्याबद्दल ऐकावे. निरनिराळ्या मुद्रा करणारे, आसनं करणारे त्यांची माहिती ऐकावी, आणखी काय काय ऐकावे ? तर ब्रह्म, विष्णू, महेश, इंद्र, ऋषी, वायू, वरुण, कुबेर यांची स्थाने कोणती, शंकराचे सेवकगण, यक्ष, किन्नर, गंधर्व, अष्टनायिका याचबरोबर संगीतशास्त्रही जाणून घ्यावे. चौदा विद्या, चौसष्ट कला, रसायने, मंत्रोपचार, निरनिराळे तोडगे, सिद्धी, औषधे, नृत्यकला, यांच्याविषयी जे जे कानी पडेल ते ऐकावे. शिवाय अणिमा म्हणजे सूक्ष्म होण्याची, लघिमा म्हणजे हलके होण्याची, महिमा म्हणजे मोठे होण्याची या शक्तींची माहिती ऐकावी. रोगनिवारणाबद्दल ऐकावं, मरणोत्तर जीवन, नरकवास हे ऐकावे. सत्पुरुषांची, गुणीजणांची चरित्रे ऐकावी, सगुण देवाच्या कथा ऐकाव्यात – जे जे जमेल तेवढे तेवढे अधिकाधिक ऐकावे पण त्यातील तथ्य किंवा तात्पर्य तेवढे लक्षात घ्यावे बाकी निरुपयोगी असेल ते सोडून सर्व द्यावे.

।। जय जय रघुवीर समर्थ ।।

।। श्रीराम ।।

भगवंतास कीर्तन प्रिये । कीर्तनें समाधान होये ।।
बहुत जनासी उपाये । हरिकीर्तनें कलियुगीं ।।
कीर्तनें महादोष जाती । कीर्तनें होय उत्तम गती ।।
कीर्तनें भगवत्प्राप्ती । येदर्थी संदेह नाहीं ।।

श्रवणानंतरची दुसरी भक्ती म्हणजे कीर्तन. जे ऐकले ते आपल्यापुरते न ठेवता इतरांना सांगावे, ऐकवावे. आपल्या कीर्तनाद्वारे त्यांना श्रवणसुख द्यावे. भगवंताच्या कथा सांगाव्या, देवाची कीर्ती वाढवावी यासाठी सतत बोलत रहावे. जितकं जमेल तेवढं पाठांतर करावे, अनेक ग्रंथांचे परिशीलन करावे. आणि सतत हरिकथा सांगत रहावी. परमेश्वराला कीर्तन प्रिय आहे. कीर्तनाने कीर्तनकार व श्रोता दोघांनाही समाधान मिळते. ईश्वराची सगुण मूर्ती, डोळ्यांसमोर आणावी, तिचे ध्यान करावे, वर्णन करावे, तिच्या अलंकारभूषणादीविषयी बोलावे. ज्या मूर्तीसमोर उभं राहून आपण कीर्तन करीत आहोत त्या मूर्तीची स्तुती करावी. देवाचे पराक्रम, यश, प्रतिभा इत्यादींचे कौतुकाने असे वर्णन करावे की भक्तांना संतुष्टता लाभेल. परमेश्वराची चरित्रकथा अशी रंगतदार करून अधूनमधून हास्यविनोद पेरीत श्रोत्यांना ऐकवावीत. मध्येच भजन करावे. 'रामकृष्ण हरी' किंवा 'श्रीराम जयराम जयजयराम' चा टाळ्या वाजवून जयघोष करावा. कीर्तन करताना कथेतील प्रसंगाशी तादात्म्य पावावे. गहिवरावे, अश्रुपात करावा आणि देवापुढे साष्टांग नमस्कार घालावा. कीर्तन करताना टाळ, मृदंग आदींचा उपयोग करावा. पण असे करताना मूळ कथेचे भान ठेवावे. कथाकीर्तन नवरसयुक्त असावे. प्रसंग पाहून कथेची निवड करावी. पूर्वरंग उत्तररंग सुयोग्य मांडावेत. पुराणांचा आधार घ्यावा. देवाची उपासना कशी करावी हे सांगावे. संशय उत्पन्न होईल किंवा व्यत्यय होईल असे काही बोलू नये. भगवंताचे सतत गुणगान करावे. कीर्तनाने अनेक पापे नष्ट होतात, उत्तम गती प्राप्त होते आणि ईश्वराची प्राप्ती होते यात शंकाच नाही. कीर्तनाने वाणी पवित्र होते. कीर्तनाने भगवंत संतोष पावतो.

।। जय जय रघुवीर समर्थ ।।

॥ श्रीराम ॥

स्मरण देवाचें करावें । अखंड नाम जपत जावें ॥
नामस्मरणें पावावें । समाधान ॥
चहुं वर्णां नामाधिकार । नामीं नाहीं लाहानथोर ॥
जड मूढ पैलपार । पावती नामें ॥

श्रवण आणि कीर्तन यानंतर नवविधा भक्तीत तिसरा क्रमांक येतो नामस्मरणाचा. देवाचे नामस्मरण अखंड करीत जावे. नामस्मरणामुळे जे समाधान मिळते ते प्राप्त करून घ्यावे. नित्य नेमाने रोज सकाळी, दुपारी, संध्याकाळी, सदैव नामस्मरण करीत जावे. सुख असो वा दुःख, उद्वेग असो वा काळजी, नामस्मरण करीत रहावे. आनंदाच्या प्रसंगी, विषादाच्या प्रसंगी, विश्रांतीच्या वेळी, उत्सवप्रसंगी, झोपेच्या वेळी नामस्मरण करीत रहावे. काही वेळेस संसारात प्रश्न निर्माण होतात. संकटे येतात, मनाला हुरहुर लागते. अशावेळी नामस्मरणाचा आश्रय घ्यावा. बोलताना, चालताना, छंद, व्यवसाय करताना, जेवता, खाता, निरनिराळे भोग घेताना नामस्मरण करीत रहावे. आयुष्यात चढउतार असतातच. त्यांनी विचलित न होता नामस्मरण करीत रहावे. आपण वैभवात असताना आणि विपत्काली नामस्मरण करीत रहावे. नामस्मरणाने संकटांचा विनाश होतो, विघ्नहरण होते, नामस्मरणामुळे पदोन्नती होते. नामस्मरणामुळे भूत, पिशाच्च, मुंजा आदी बाहेरच्या बाधा होत नाहीत. वेड लागलेली माणसेसुद्धा नामस्मरणाने ताळ्यावर येतात. नामस्मरणाला आयुष्यातला कोणता काळ अनुकूल असा याचा विचार करू नये. बालपणी, कुमारवयात, तरुणपणी, प्रौढावस्थेत, वार्धक्यकाली सर्व काळीं नामस्मरण करीत रहावे. वाल्मीकीने तर राम राम ऐवजी मरा मरा म्हटले तरी त्या पापी पुरुषाचा उद्धार झाला व तो ऋषी पदवीला पोहोचला, नारायणाच्या नामाने प्रल्हाद तरला, इतकेच नव्हे तर रामनामामुळे पाषाणही तरले, असंख्य भक्त नामस्मरणाने उद्धरले. ईश्वराची असंख्य नामे आहेत. आपल्यास आवडेल ते नाम घ्यावे. गुरूने दिलेले असेल तर उत्तमच. सर्वांना नामाधिकार आहे. मूर्ख माणसेसुद्धा नामाने तरतात. प्रत्यक्ष शंकरही नामामुळे विषापासून वाचला. यासाठी अखंड नामस्मरण करावे, देवाचे रूप आठवीत नाम घेत रहावे.

॥ जय जय रघुवीर समर्थ ॥

।। श्रीराम ।।

पादसेवन तेंचि जाणावें । कायावाचा मनोभावे ।।
सद्‌गुरुचे पाय सेवावे । सद्गती कारणे ।।
प्रगट वसोनि नसे । गोप्य असोनि भासे ।।
भासाआभासाहुन अनारिसे । गुरुगम्य मार्ग ।।

नवविधा भक्तीतील चौथी भक्ति म्हणजे पादसेवन भक्ती. श्री स्वामी समर्थ रामदासांना कोणतेही गुरू नव्हते. त्यांनी भगवान श्री रामचंद्राला गुरुस्थानी मानले होते. पण सद्‌गुरुची महती ते जाणून होते. आपल्याला आत्मज्ञान व्हावे, ईश्वराची प्राप्ती व्हावी यासाठी मार्गदर्शन करणारा जो गुरू त्या सद्‌गुरूची कायावाचामने चरणसेवा केल्याने सद्‌गती प्राप्त होते. जन्ममरणाच्याच फेऱ्यातून मुक्तता हवी असे अनेकांना वाटते. त्यासाठी सद्‌गुरुचरण सेवा हा एक राजमार्ग आहे. सद्‌गुरूच्या कृपेशिवाय हा भवसागर तरून जाण्याचा दुसरा कोणताही उपाय नाही, यासाठी विनाविलंब सद्‌गुरूचे पादसेवन करावे. त्याचे पाय हलकेच, त्यांना सुख वाटेल अशा रीतीने चेपावे. सद्‌गुरु परमात्मा म्हणजे काय हे सांगतो, आत्मज्ञान शिकवतो, साक्षात्कार घडवून आणतो, सारासार विचार शिकवतो, सद्‌गुरुबोलांचे श्रवण केल्यानेच परब्रह्माची कल्पना येते. पण ते परब्रह्म दिसत नाही, समजत नाही यासाठी संगत्याग आवश्यक आहे. संगत्याग म्हणजे अलिप्तता, विदेही अवस्था. मी, माझे यापासून मुक्तता. ''मी अनुभव घेतो, मला समजते.'' हे सगळे विसरून ईश्वराशी एकरूप होणे म्हणजे संगत्याग. संगत्याग आणि त्याबरोबर निवेदन म्हणजे देवाला सर्वस्व, विशेषत: 'मीपण' अर्पण करणे. साक्षात्काराला निरनिराळी नावे आहेत. साक्षात्काराने मिळणारे समाधान हे सद्‌गुरूची चरणसेवा, पादसेवन सेवा केल्याने प्राप्त होते. पारमार्थिक अनुभव विविध प्रकारचे असतात, काही अनुभव तर शब्दातीत असतात, त्या वस्तूंचे पर्यायाने भगवंताचे ज्ञान कसे मिळवावे हे सद्‌गुरुच केवळ सांगू शकतात. प्रकट असून अप्रकट असणाऱ्या परमात्मा वस्तूचे ज्ञान गुरुकडूनच होते, म्हणून गुरुचरणसेवा करीत रहावे.

।। जय जय रघुवीर समर्थ ।।

४५

॥ श्रीराम ॥

पांचवी भक्ति ते आर्चन । आर्चन म्हणजे देवतार्चन ॥
शास्त्रोक्त पूजाविधान । केलें पाहिजे ॥
ऐशा परमेश्वराच्या मूर्ति । पाहों जातां उदंड असती ॥
त्यांचे आर्चन करावें भक्ती । पांचवी ऐशी ॥

पादसेवनाचे महत्त्व सांगून झाले आता अर्चना. पाचवी भक्ति अर्चना म्हणजे पूजा. ती शास्त्रोक्त पद्धतीने केली पाहिजे. नाना प्रकारची आसने, पूजापात्रे, वस्त्रे, दागिने वापरून पूजा करावी. पूजा करताना मूर्तीचे ध्यान करावे. देव ब्राह्मण, अग्नि, साधुसंत, महानुभाव, महापुरुष, गोमाता या सर्वांची पूजा करावी, यालाच पाचवी भक्ती म्हणतात. सोने, चांदी, माती, तांबे, धातूच्या मूर्ती आणि तसबिरी यांचे पूजन करावे. कोणकोणत्या देवदेवतांची पूजा करावी याची श्री स्वामी समर्थ रामदास नामावलीच सादर करतात. त्या देवदेवता अशा – शुभचिन्हांकित दगड, शाळिग्राम, शंकराची पिंड, सूर्यकांत चंद्रकांत मणी, बाण, शेंदूर वलयांकित, नर्मदेतील गोटे, भैरव, भगवती, मल्हारी, नाग, नाणी आणि पंचायतने, गणेश, शारदा, विठोबा, जगन्नाथ, नटराज, श्रीरंग, हनुमंत, गरुड, दशावतारांच्या मूर्ती, केशव, माधव, नारायण, गोविंद, विष्णु, वामन, श्रीधर, हृषीकेश, पद्मनाभ आदी विष्णुमूर्ती, शंकराच्या मूर्ती शेषशायी आदि अगणित मूर्तींपैकी ज्या आपल्याकडील असतील त्यांची शास्त्रोक्त पूजा करणे म्हणजे अर्चनाभक्ती होय. याशिवाय कुलधर्मानुसार जे टाक किंवा मूर्ती पूजेत असतील त्यांची पूजा करावी. निरनिराळ्या तीर्थक्षेत्रीं जाऊन तेथील देवदेवतांची पूजा करावी. पूजा करताना गंध, अक्षता, फुले, पंचामृत, धूपदीप, निरांजन, अत्तर यांचा उपयोग करावा. अनेक प्रकारच्या खाद्यपदार्थांचे नैवेद्य दाखवावेत, देवाला भारी वस्त्रालंकारांनी नटवावे. तांबूल, दक्षिणा ठेवावी. टाळ झांजा वगैरे वाजवून मोठ्याने देवाच्या अनेक आरत्या म्हणाव्यात. काही पक्षी व जनावरे देवाला अर्पण करावी. अशा प्रकारे अगदी मनापासून देवाची पूजा करावी. ती शक्य नसल्यास मानसपूजा करून देवाला सर्व समर्पण करावे.

॥ जय जय रघुवीर समर्थ ॥

|| श्रीराम ||

सहावी भक्ति तें वंदन । करावें देवासी नमन ।।
संत साधु आणि सज्जन । नमस्कारीत जावे ।।
नमस्कारें दोष जाती । नमस्कारें अन्याय क्षमती ।।
नमस्कारें मोडलीं जडतीं । समाधानें ।।

आतापर्यंत पाच भक्तिमार्गांची माहिती ऐकवली. आता ही सहावी भक्ति. म्हणजे देवाला नेहमी नमस्कार करावा. देवाप्रमाणेच साधु, संत, सज्जन, सूर्य आणि सद्गुरु यांना साष्टांग नमस्कार घालावा. विष्णु, शंकर, सूर्य तसेच मारुती यांचे दर्शन नित्यनेमाने घ्यावे ते विशेष पुण्यकारक असते. यांच्या दर्शनाने पापविनाश होतो. ज्ञानी, भक्त, तापसी, योगी, वेदविद्यासंपन्न, पंडित, पुराणिक, विद्वान, याज्ञिक, वैदिक श्रेष्ठ व्यक्ती या सर्वांना लगेच नमस्कार करावा. जिथे जिथे गुणांचा प्रभाव दिसेल तिथे सद्गुरूचे अधिष्ठान आहे असे समजून नमस्कार करावा. देव कितीही असोत, आकाशातून पडणारे पाणी शेवटी जसे समुद्राला जाऊन मिळते त्याप्रमाणे कोणत्याही देवाला केलेले नमस्कार, विष्णुपदीच रुजू होतो. म्हणून सर्व देवांना नमस्कार करावा. श्रीगणेश, शारदा, हरिहर, असे किती देवता आहेत म्हणून सर्व देवांना आदरपूर्वक, मन:पूर्वक नमस्कार करावा. नमस्कार हे नम्रतेचे द्योतक आहे. नमस्कारामुळे अहंभाव कमी होतो, अनेकांशी मैत्री जडते. नमस्कारामुळे दोष नाहीसे होतात, नमस्काराने क्षमा केली जाते. नमस्कारामुळे ज्याला आपण नमस्कार करतो त्याच्या मनात आपल्याविषयी आपुलकी निर्माण होते. मग तो देव असो अथवा मानव. नमस्काराने देव कृपा करतो. माणूस दयाळू होतो. नमस्कारामुळे वाट चुकलेली पापी माणसे पवित्र होतात. एखाद्याने मोठा गुन्हा केला असला आणि त्याने साष्टांग नमस्कार घातला तर त्याला क्षमा करावी. नमस्काराला काही साधनसामग्री लागत नाही. सद्बुद्धी पुरेशी होते. नमस्कारामुळे भगवंत व संत आपल्यावर कृपादृष्टी करतात.

|| जय जय रघुवीर समर्थ ||

।। श्रीराम ।।

सातवें भजन तें दास्य जाणावें । पडिलें कार्य तितुकें कार्य करावें ।।
सदा सन्निधचि असावें । देवद्वारीं ।।
सकळांचें करावें पारपत्य । आल्याचें करावें आतिथ्य ।।
ऐसी ही जाणावी सत्य । सातवी भक्ती ।।

सहाव्या भक्तीनंतर सातवी भक्ति म्हणजे दास्य. भक्ताने सेवकभाव मनात धरून देवाचा दास होऊन सेवा करावी. ही सेवा करण्यासाठी नेहमी देवाजवळ असावे, पडेल ते काम करावे – मग ती देवळाची झाडलोट असो किंवा पूजेसाठी फुले आणणे असो. देवाचे वैभव वाढेल, त्याला काही कमी पडणार नाही इकडे लक्ष ठेवावे. देवळांचा जीर्णोद्धार करावा, सरोवरे मोडली असली तर ती दुरुस्त करावी. धर्मशाळा बांधाव्या, चालवाव्या. देवाचे हत्ती, रथ, घोडे, सिंहासने, चौरंग, पालख्या सगळे नवे करावे. मेघडंबऱ्या, छत्रे, चामरे, निशाणे, अब्दागिऱ्या वगैरे वस्तू नीट साफसूफ करून ठेवाव्यात. देवाची वाहने, आसने वगैरे प्रयत्नपूर्वक करावी. घरे, खोल्या, पेट्या, रांजण, घागरी अशा महाग वस्तू देवासाठी द्याव्यात. भुयारे तळघरे करून त्यात देवाच्या मौल्यवान वस्तूंचा संग्रह ठेवावा. देवळाभोवती फुलबागा, वने करावी. झाडांना वेळेवर पाणी देऊन ती फुलफळांनी बहरतील असे करावे. स्वयंपाकघरे, जेवणघरे, कोठीघरे, धर्मशाळा, निद्राशाळा सर्व विशाल असाव्यात. नाना सुगंधी द्रव्ये, फळे व पातळ पदार्थ ठेवण्यासाठी जागा उपलब्ध करून द्याव्यात. जर अशा जागा जुनाट झाल्या असतील तर त्यांना नवे रंगरूप द्यावे. देवाचे उत्सव असे वैभवाने व उत्साहाने साजरे करावेत की, लोकांना ते अकल्पित वाटावे व देवांना आश्चर्यकारक वाटावे. देवासाठी हलके काम करण्याचीही तयारी ठेवावी. जे जे देवासाठी आवश्यक असेल, ते ते ताबडतोब द्यावे. देवळापुढील अंगणात सडासंमार्जन करावे, रांगोळ्या काढाव्यात, पाण्याची भांडी भरून ठेवावीत, देवाकडे येणाऱ्या प्रत्येकाचा आदरसत्कार करावा. काय हवे नको ते पहावे, त्याच्याशी शांतपणे व प्रेमाने बोलावे अशा पद्धतीने देवाचे दास्य करावे.

।। जय जय रघुवीर समर्थ ।।

॥ श्रीराम ॥

देवासी परम सख्य करावें । प्रेम प्रीतीनें बांधावें ॥
आठवें भक्तीचें जाणावें । लक्षण ऐसें ॥
देवाच्या सख्यत्वाकारणें । आपुलें सौख्य सोडुनि देणें ॥
अनन्यभावें जीवें प्राणें । शरीर तेंहि वेंचावें ॥

आठवी भक्ति म्हणून सख्यभक्ति. या भक्तीत देवाशी परमसख्य करावे, देवाला प्रेमाने बांधून टाकावे. देवाला जे आवडते तेच आपण करावे. त्यामुळे देवाशी सख्य होते. देवाला भक्ति, भजन, निरूपण, कीर्तन या गोष्टी प्रिय आहेत. भक्तांचे गायनही देवाला आवडते. आपण तेच करावे. देवाशी सख्य करावे असे वाटत असेल तर आपले सुख आपण सोडून दिले पाहिजे. देवाला अनन्यभावे शरण गेले पाहिजे, प्रसंगी प्राणत्यागाचीही तयारी ठेवली पाहिजे. आपले कौटुंबिक प्रश्न बाजूला ठेवून देवाची काळजी घ्यावी, देवाच्याच गोष्टी बोलाव्यात, देवाशी सख्यत्व व्हावे यासाठी प्रियजनांचा वियोग झाला तर तोही सोसावा. आपलं काही झालं तरी चालेल. देवाला काही उणे पडता कामा नये. देवाला आपला प्राण समजावे, आपण स्वतःचा जीव जाऊ नये म्हणून जसे जपतो तसे देवाला जपावे. असे देवाशी आपण सख्य केल्यावर देव आपली काळजी वाहतो. लाखेच्या घरातून जळू न देता पांडवांना भुयारातून बाहेर काढणारा देवच. मेघाचे पाणी मिळाले नाही तर चकोर चंद्रकिरणांचे सेवन करतो, प्रसंगी चंद्रही उगवला नाही तर तो तसाच उपाशी रहातो, पण दुसरीकडे वळत नाही. देवाच्या ठायीच माता, पिता, गुरु, सर्व काही पहावेत. देव म्हणजे चित्त, वित्त, विद्या असे मानावे. देवाशिवाय दुसरं काही नाही असं काहीजण म्हणतात. पण तसे त्यांचे वागणे नसते. देवावर कधी रागवू नये. देवाच्या इच्छेप्रमाणे वागावे, देवाने भक्ताचा वध केला असे कधी ऐकले नाही, उलट देव भक्ताचे रक्षण करतो. देव हा कृपेचा सागर आहे. करुणेचा मेघ आहे. देवाला भक्ताचा विसर पडत नाही. आपल्या मनातले गुपितातले गुपितसुद्धा देवाला सांगावे. देव आणि सद्गुरु हे समानच असतात म्हणून दोघांशी सख्य जोडावे.

॥ जय जय रघुवीर समर्थ ॥

।। श्रीराम ।।

नवमी निवेदन जाणावें । आत्मनिवेदन करावें ।।
तें हि सांगिजेल स्वभावें । प्रांजळ करूनि ।।
आत्मा येक स्वानंदघन । आणि अहमात्मा हें वचन ।।
तरी मग आपण कैंचा भिन्न । उरला तेथें ।।

नवविधाभक्तिमालेतील शेवटचा मणी म्हणजे आत्मनिवेदन. आत्मनिवेदन म्हणजे स्वत:ला ईश्वरार्पण करणे होय. देवाला आपण जे काही देतो ते प्रेमाने देतो. एकदा दिल्यानंतर त्यावरील 'माझेपण' सोडतो, पण जे दिले त्याचे काय झाले याचा विचारही करीत नाही. मी भक्त असूनही विभक्त आहे. ज्ञान असून अज्ञान असा काहीतरी हा प्रकार आहे. आपण म्हणजे मी स्वत: कोण याचे ज्ञान झाले की ईश्वराचे ज्ञान होते. मी नाहीसा होणे म्हणजे आत्मनिवेदन. पंचमहाभूतांनी हे विश्व साकार केले आहे. प्रकृती आणि परमेश्वर ही दोनच मूलतत्त्वे आहेत मग तिसरा 'मी' हा चोर आला कुठून ? या विश्वाचे आपण केवळ साक्षी आहोत. आत्मा सर्वव्यापी आहे आणि तो आनंदरूप आहे. मी कोण या प्रश्नाचे उत्तर तो व मी आहे. आत्मा निर्गुण, निराकार आहे, अद्वैत आहे. देहाहंकार हा खोटा आहे. मी देह हा भ्रम आहे. परमेश्वर हाच केवळ सत्य आहे. नवविधाभक्तीत आत्मनिवेदन भक्ति ही सर्वश्रेष्ठ आहे. पंचमहाभूतात ज्याप्रमाणे आकाश श्रेष्ठ, सर्व देवता जगदीश्वर श्रेष्ठ त्याप्रमाणे नवविधा भक्तीत आत्मनिवेदन ही नववी शेवटची भक्ती श्रेष्ठ. ही भक्ति जर माणसाला साधली नाही तर त्याची जन्ममरणाच्या फेऱ्यातून सुटका नाही. नवविधा भक्तीचे आचरण केले तर सायुज्यमुक्ती मिळते. सलोकता, समीपता, सरूपता आणि सायुज्यता या चार मुक्ति होत. वेद आणि शास्त्रे यांनी या चार मुक्ति सांगितल्या आहेत. यापैकी पहिल्या तीन मुक्ति नश्वर आहेत. पण चौथी सायुज्यमुक्ति मात्र अचल आहे. त्रैलोक्याचा विनाश झाला तरी सायुज्य मुक्ति तशीच रहाते. परमेश्वराची भक्ति करणाऱ्या माणसांना या मुक्ति प्राप्त होतात.

।। जय जय रघुवीर समर्थ ।।

।। श्रीराम ।।

लोकीं राहावें ते स्वलोकता । समीप असावें ते समीपता ।।
स्वरूपचि व्हावें ते स्वरूपता । तिसरी मुक्ती ।।
तेव्हां निर्गुण परमात्मा निश्चळ । निर्गुण भक्ति तेही अचळ ।।
सायोज्य मुक्ति ते केवळ । जाणिजे ऐसी ।।

मुळात ब्रह्म हे निराकार आहे. या ब्रह्मामध्ये जे एक स्फुरण पावले तो म्हणजेच अहंकार. तो अहंकार वायुरूप असून त्याला तेजाचे रूप येते. सत्यामुळे चहूकडे पाणीच पाणी होते. त्या पाण्याच्या आधारे शेषाने पृथ्वी आपल्या मस्तकावर उचलून धरली. या पृथ्वीभोवती सात समुद्रांचे वलय आहे. मध्ये मेरुपर्वत आहे. तो सोन्याचा आहे. त्याची उंची मोजता येणार नाही. तो जमिनीत सोळा हजार योजने आत आहे. धर्मराज आणि यमराज सोडून सर्वजण जिथे पडले तो हिमालय अलीकडे आहे. हिमालयातून आरपार जाण्यासाठी वाट नाही – मध्ये बर्फरूपी प्रचंड सर्प पसरलेले आहेत. त्याच्या अलीकडे जे बद्रिकाश्रम आणि बद्रीनारायण आहेत, तेथे देहत्याग करण्यासाठी थोर तपस्वी येतात. बद्रीकेदारच्या दर्शनासाठी लहान थोर येतात. मेरुपर्वताच्या सपाटीवर जी तीन शिखरे आहेत त्यावर ब्रह्मा, विष्णु, महेश, निवास करतात. विष्णूच्या पाचूच्या शिखराचे नाव आहे वैकुंठ, ब्रह्मदेवाच्या दगडी शिखराचे नाव आहे सत्यलोक, तर शंकर रहातो ते स्फटिकाचे शिखर आहे त्याचे नाव कैलास. सत्यलोकाखाली इंद्राची अमरावती आहे. तेथे गण, गंधर्व, तेहतीस कोटी देव रहातात. तेथे कामधेनूंचे कळप व अमृताची सरोवरे आहेत, चिंतामणी आहेत. जमीन सोन्याची आहे. तेथे दिव्य फुले आहेत. अखंड तारुण्य आहे, व्याधी, वार्धक्य मृत्यू नाही. जे या जगात असताना देवाची उपासना करतात तो देवलोक ज्यांना मृत्यूनंतर मिळतो ही सलोकता, देवाच्याजवळ सहवास म्हणजे समीपता ही दुसरी मुक्ति, आपण स्वत: प्रत्यक्ष देवस्वरूपच होणे याला सरूपता म्हणतात. आणि निर्गुण परमात्मा स्वरूपाच्या ठिकाणी विलीन होणे याला सायुज्यता म्हणतात.

।। जय जय रघुवीर समर्थ ।।

।। श्रीराम ।।

जय जया जी सद्‍गुरु पूर्णकामा । परमपुरुषा आत्मयारामा ।।
अनिर्वाच्य तुमचा महिमा । वर्णिला न वचे ।।
सद्‍गुरुविण जन्म निर्फळ । सद्‍गुरुविण दुःख सकळ ।।
सद्‍गुरुविण तळमळ । जाणार नाहीं ।।

श्री दासबोधाच्या पाचव्या दशकातील पहिल्या समासात श्री स्वामी समर्थ रामदास सद्‍गुरुमहिमा वर्णन करतात. हे सद्‍गुरु महाराजा, तुमचा विजय असो. तुम्ही पूर्णकाम, परम पुरुष, आणि आत्माराम आहात. तुमचा महिमा शब्दांपलीकडचा आहे. जे ईश्वरस्वरूप वेदांना सोपे वाटत नाही, जे शब्दातीत आहे ते सत्‌शिष्याला मात्र सहज प्राप्त होते. जे ईश्वरस्वरुप योगिजनांचे विशेष रहस्य आहे, शंकराचे वसतिस्थान आहे, जिथे विश्रांतीलाही विश्रांती मिळते ते गूढ आणि अगाध आहे. गुरुमहाराज तुमच्या कृपेने शिष्यच ब्रह्म होतो आणि मग दुर्घट संसारतापाने तो दुःखी होत नाही. समर्थांच्या काळात ब्राह्मण या वर्णाला महत्त्वाचे स्थान होते म्हणून श्री स्वामी समर्थ ब्राह्मणाचा गुणगौरव करताना म्हणतात, तो गुरूंचा गुरु आहे. सर्वांनी त्याला पूजनीय मानले पाहिजे, तो मूर्तिमंत वेदच आहे. देवदेखील त्याला वंदन करतात. असे असले तरी आत्मज्ञानासाठी सद्‍गुरुलाच शरण जावे लागते. सद्‍गुरूचे मार्गदर्शन नसल्याने कोणी स्नाने, दाने, शरीराला कष्ट देणारे तप, देवपूजा, स्तोत्रपठण, उपवास करतात. पण या सर्व गोष्टींचे त्यांना फळ मिळतेच असे नाही. अगदी चौदा विद्या हस्तगत केल्या तरी अनेक शक्ति, सिद्धी प्राप्त करून घेतल्या तरी सद्‍गुरूची कृपा झाल्याशिवाय आत्महित साधत नाही. जोपर्यंत आत्मज्ञान होत नाही तोपर्यंत जन्ममरणाच्या फेऱ्यातून सुटका होत नाही. सद्‍गुरूच्या उपदेशाचे अंजन डोळ्यांत घातल्यावर ज्ञानदृष्टी प्राप्त होते. रामकृष्णांनी सुद्धा सद्‍गुरुची सेवा केली. सद्‍गुरू मनाची बेचैनी शांत करतात, सद्‍गुरूशिवाय जन्म निष्फळ आहे. ज्याला मोक्षप्राप्ती व्हावी असे वाटते त्याने सद्‍गुरु प्राप्त करून घ्यावा.

।। जय जय रघुवीर समर्थ ।।

।। श्रीराम ।।

जे करामती दाखविती । तेहि गुरु म्हणिजेती ।।
परंतु सद्गुरु नव्हेती । मोक्षदाते ।।
प्राणी मायाजाळीं पडिलें । संसारदु:खें दुखावलें ।।
ऐसें जेणें मुक्त केलें । तो सद्गुरु जाणावा ।।

काही व्यक्ति मोठे चमत्कार दाखवतात पण ते मोक्षप्राप्ती करून देणारे सद्गुरु नसतात. नजरबंदी, चेटूक, मंत्रप्रयोग, अशक्य वाटणाऱ्या गोष्टी शक्य करून दाखवतात. वनस्पतींचे, औषधांचे प्रयोग करतात, सोने कसे तयार करावे हेही सांगतात. साहित्य, संगीत, नृत्य, वाद्यवादन हे शिकवणारे गुरूच – मंत्रविद्या, तंत्रविद्या शिकविणारे गुरूच, पोट कसे भरावे हे शिकविणारेही गुरूच. आपले आई वडील हे आपले गुरुच. पण ते सद्गुरू नसतात. गायत्रीमंत्र शिकविणारे गुरुजी हेही एक गुरुच. पण ते काही आत्मज्ञान देत नाहीत – ते सद्गुरु नसतात. शिष्याला ब्रह्मज्ञान म्हणजे काय हे शिकवतात, त्याचा अज्ञान अंध:कार नाहीसा करतात आणि जीवात्मा आणि परमात्मा यांचे ऐक्य घडवून आणतात. त्यांना सद्गुरु म्हणावे. प्राणी मायेच्या जाळ्यात अडकल्याने दु:खी होतात. अशांना जे मायेच्या जाळ्यातून मुक्त करतात, ते सद्गुरु. वासनांना अंत नाही. मग तो राव असो वा रंक – अशा वासनेच्या मगरमिठीतून जीवाला सोडवतात ते सद्गुरु. अविद्येला नष्ट करून ज्ञान देण्याचे कार्य करतात ते सद्गुरु. सद्गुरु शिष्यांना अर्थ समजावून सांगतात, आणि अर्थाकडून आत्मस्वरूपाकडे नेतात. सद्गुरु आपल्या उपदेशाने जीवाला ब्रह्मस्वरूप बनवतात – त्याचे संसाराचे संकट नाहीसे करतो. वेद, उपनिषदे, पुराणे इत्यादींमध्ये जे ब्रह्मज्ञान असते ते लहान मुलाला घास भरवावे तसे सद्गुरु शिष्याला हळूहळू शिकवतात. सद्गुरु शिष्याच्या मनातील सर्व संशयांचे आणि शंकांचे निवारण करतो. आत्मज्ञान देतात, इंद्रियदमन कसे करावे हे शिकवतो तोच खरा सद्गुरु होय. अशा सद्गुरूचा जयजयकार असो.

।। जय जय रघुवीर समर्थ ।।

।। श्रीराम ।।

जेथें शुद्ध ब्रह्मज्ञान । आणि स्थूळ क्रियेचें साधन ।।
तोचि सद्गुरु निधान । दाखवी डोळां ।।
बाणे तिहींची खूण । तोचि गुरु सुलक्षण ।।
तेथेंचि रिघावें शरण । अत्यादरें मुमुक्षें ।।

इंद्रियदमन न शिकवणारे सद्गुरु रुपयाला तीन मिळाले तरी करू नयेत. ज्याला मोक्षाची इच्छा आहे अशा सद्गुरूपुढे विनम्र व्हावे. वेदान्त सांगणारा पण इंद्रियसुखासाठी हपापलेला असेल तर त्याचे शिष्यत्व पत्करू नये. ईश्वर हा सर्वांचा ठेवा आहे. परंतु देहलालसा, देहापासून सुख घेण्याची इच्छा जोपर्यंत कमी होत नाही तोपर्यंत ईश्वराकडे पोचणे अवघड असते. ही वासना कमी वा नाहीशी करण्यासाठी जो सहाय्य करतो त्याला सद्गुरु करण्यास हरकत नाही. वासनाबुद्धी जीवाला अशाश्वत गोष्टीत गुंतवते, मृत्यूनंतर वासना विलयास जाते. पण भगवंताचे स्मरण ठेवले असले तर ते मृत्यूनंतरही रक्षण करते. सद्गुरुजवळ ब्रह्मज्ञान असले पाहिजे. काही सद्गुरु पैशात विकत घेता येतात. ते शिष्यांपुढे लाचार असतात. शिष्याची मनधरणी करणारा, त्याला प्रसन्न ठेवणारा गुरु म्हणजे पापी वासना ज्याच्या मानगुटीवर बसली आहे असा गुरु. वैद्यकशास्त्राचे ज्ञान नसलेला रुग्णाचे जसे सर्वस्व लुबाडून त्याचा घात करतो तसा गुरु नसावा. ज्या गुरूजवळ शुद्ध ब्रह्मज्ञान आहे आणि क्रियासाधनही स्पष्ट आहे तोच सद्गुरु डोळ्यांना परब्रह्मरुपी प्रकाश दाखवू शकतो. काही गुरु शिष्यांना काही अतींद्रिय चमत्कार दाखवतात पण त्यांच्याजवळ तेवढेच ज्ञान असते. असे गुरु परमेश्वरापासून दूर असतात. शास्त्रप्रचीती, गुरुप्रचीती आणि आत्मप्रचीती या तिन्ही गोष्टी ज्याच्याजवळ आहेत, त्याला गुरु मानावे व त्यालाच शरण जावे. एखादा माणूस अद्वैत वेदान्त सांगण्यात निपुण असतो पण त्याने वासनांवर विजय मिळवलेला नसतो अशा माणसाचे शिष्यत्व पत्करून सार्थक होणार नाही. आत्मज्ञानासंबंधी निश्चयी नसल्याने निरूपणाचेवेळी विचार पालटत रहातो.

।। जय जय रघुवीर समर्थ ।।

।। श्रीराम ।।

म्हणोनि नि:कामता विचारु । दृढबुद्धीचा निर्धारू ।।
तोचि सद्गुरु पैलपारू । पाववी भवाचा ।।
जे जे कांहीं उत्तम गुण । तें तें सद्गुरुचे लक्षण ।।
तथापी सांगों वोळखण । होय जेणें ।।

निरूपणप्रसंगी सिद्धी आणि सामर्थ्य यांचे दर्शन घडताच बुद्धी डळमळू लागते. कारण दुराशेची बाधा होते. चमत्काराचा मनावर परिणाम होतो. पूर्वी ज्ञानी आणि विरक्त भक्त होऊन गेले. त्यांना ईश्वराचा साक्षात्कार झाला होता. खरं पाहिलं असता परमेश्वर हाच अक्षय सुखाचा ठेवा आहे. पण आपल्या इच्छा वासना कमी होत नाहीत. त्यामुळे आपण त्या ठेव्यापर्यंत पोहोचत नाही. सिद्धीमुळे सामर्थ्य प्राप्त होते हे खरे पण देहबुद्धी वाढते. या अक्षयसुखाकडे पाठ फिरवून जे सामर्थ्यसंपादनेच्या मागे लागतात ते मूर्खच म्हणावे. वासनेसारखं दु:ख नाही. ईश्वराशिवाय अन्य वासना व्यर्थ आहेत. ही वासना मात्र मुळीच त्रासदायक नाही. अशात शरीर पडले की सामर्थ्यही संपते पण त्यामुळे ईश्वर भेटत नाही, त्याचे काय ? या सर्व गोष्टीचा अर्थ असा की, जो निष्काम, वासनारहित आहे, ज्याला आत्मस्वरूपाचे नेमके ज्ञान आहे. असा सद्गुरु या भवसागरातून शिष्याला पैलतीरी नेऊ शकतो. ब्रह्मज्ञानी, आत्मस्वरूपी स्थिर, वैराग्यसंपन्न निर्मळ आचार विचाराचा, ज्ञानी माणूसच केवळ सद्गुरु होण्यास पात्र असतो. सद्गुरु अध्यात्माच्या कथा श्रवण करीत असतो, हरिकथा ऐकवीत असतो आणि सतत परमार्थाबद्दल विवरण करीत असतो. साधनामार्गात अत्यंत महत्त्वाची असलेली नवविधाभक्ती जो आचरतो तोच सद्गुरु होण्यास पात्र आहे, योग्य आहे असे समजावे, आणि हे सद्गुरूचे लक्षण श्रोत्यांनी वेळीच ओळखावे. अंतरंगात शुद्ध ज्ञान पाहिजे आणि त्याला साजेसे असे सद्गुरूचे वर्तन हवे. गुरु अनेक असतात पण ज्याच्याजवळ सद्गुणांचा ठेवा आहे तोच सद्गुरु खरा आहे असे ओळखावे.

।। जय जय रघुवीर समर्थ ।।

।। श्रीराम ।।

मागां सद्गुरुचे लक्षण । विशद केलें निरुपण ।।
आतां सच्छिष्याची वोळखण । सावध ऐका ।।
म्हणोनि सद्गुरु आणि सच्छिष्य । तेथें न लागती सायास ।।
त्या उभयतांचा हव्यास । पुरे येकसरा ।।

सद्गुरुबद्दल सविस्तर सांगून झाल्यावर श्री स्वामी समर्थ रामदास आता शिष्यकल्पना सांगत आहेत. सद्गुरु आणि सच्छिष्य यांची युती व्हावीच लागते, नाहीतर दोघेही वाया जातात. शिष्याचा सद्गुरूवर संपूर्ण विश्वास असला पाहिजे. तो सद्गुरूला अनन्यभावे शरण गेलेला असला पाहिजे. शिष्य मनाने निर्मळ असावा, त्याचे आचरण शुद्ध असावे. विरक्त आणि झालेल्या चुकीबद्दल पश्चाताप करणारा असावा. जमीन उत्तम, तिची उत्तम मशागत केली पण किडीने खाल्लेले बी पेरले किंवा ते खडकावर पेरले गेले तर काही उपयोग नाही. या दोन्हीचा पीक येण्यासाठी उपयोग होत नाही. सच्छिष्य ही उत्तम जमीन आहे, पण गुरु जर त्याला मंत्रतंत्र शिकवू लागला तर ना इकडे ना तिकडे अशी त्याची अवस्था होईल. उलट सद्गुरु हा उत्तम बियाणासारखा आहे, पण शिष्य नालायक आहे तर श्रीमंताचा मुलगा भिकारी असावा तसे होईल. म्हणून दोन सत्‌ची जोडी जमली की दोघांच्याही इच्छा पूर्ण होतील. उत्तम जमीन, उत्तम बियाणे अशी जोडी जमली आणि पाऊसच आला नाही तर जसे होईल. तसे अध्यात्म नसेल, तर होईल. पेरणी केली, पाऊस आला, पण निगा राखली नाही, तर जसे होईल. तसे साधनेशिवाय साधकाचे. म्हणून साधन आणि सद्गुरु, सच्छिष्य आणि सच्छास्त्र, विचार, सत्कर्म आणि सद्वासना एकत्र आले तरच भवनदी पार करता होईल. सच्छिष्यास तयार करण्याची मोठी जबाबदारी सद्गुरूवर असते. तोच शिष्याच्या अवगुणांना दूर करू शकतो. गुरूला मोठेपणाचा अहंकार असतो त्यामुळे तो शिष्याकडून काहीही मार्गदर्शन अपेक्षीत नाही. पण सच्छिष्याला सद्गुरुच्या मार्गदर्शनाची आवश्यकता असतेच. सद्गुरु असेल, तरच सन्मार्ग सापडतो हे लक्षात ठेवावे.

।। जय जय रघुवीर समर्थ ।।

।। श्रीराम ।।

शिष्य पाहिजे साक्षेपी विशेष । शिष्य पाहिजे परम दक्ष ।।
शिष्य पाहिजे अलक्ष । लक्षी ऐसा ।।
याकारणें दृढ विश्वास । तोचि जाणावा सच्छिष्य ।।
मोक्षाधिकारी विशेष । आग्रगण्यु ।।

सच्छिष्याची लक्षणे कोणती, सच्छिष्य कुणाला म्हणावे ? जो सद्गुरूला अनन्यभावाने शरण गेला आहे, गुरुवचनावर ज्याचा पूर्ण विश्वास आहे तोच सच्छिष्य म्हणण्याच्या योग्यतेचा. तो निर्मळ, निष्ठावंत, आचरण उत्तम असलेला, विरक्त, अनुतापी, यत्नशील, धैर्यशील उदार आणि परमार्थमार्गात तत्पर असावा. तो परोपकारी, कुणाचाही मत्सर न करणारा, आणि कोणत्याही विषयात सहज प्रवेश करू शकेल अशी बुद्धिमत्ता त्याच्याजवळ असावी. तो शुद्ध, सावध आणि गुणवंत असावा. तो मर्यादेशील, नीतिमान्, युक्तिवान्, नीरक्षीरविवेक असलेला असावा. तो परमदक्ष आणि अलक्ष्य ब्रह्मज्ञान लक्षात घेऊ शकेल असा असावा. तो धाडसी, कुलीन, निश्चयी, पुण्यशील असावा. तो सात्त्विक मनोवृत्तीचा, परमेश्वरावर दृढ श्रद्धा असलेला, शारीरिक कष्टाचे वेळी माघार न घेणारा, परमार्थात प्रगती करणारा, स्वतंत्र मनोवृत्तीचा पण जगमित्र असावा. तो अतिशुद्ध अंत:करणाचा विवेकी असावा. तो भजनशील आणि उत्तम साधक असावा. त्याच्याजवळ स्वतंत्र बुद्धिमत्ता हवी, शिष्य नसावा 'गर्भसुखी' असे जेव्हा श्री स्वामी समर्थ रामदास सांगतात. तेव्हा त्याचा अर्थ तो जन्ममरणाचे फेरे चुकवावेत या मताचा असावा. तो गर्भश्रीमंत नसावा असे नाही. प्रपंचदु:खाचे चटके त्याला बसलेले असावेत. संसाराच्या त्रिविध तापांनी तो पोळलेला असावा. कारण त्याशिवाय तो परमार्थाकडे वळणार नाही. ज्याच्या मनात गुरूविषयी दृढ विश्वास आहे, तोच मोक्ष पावतो.

।। जय जय रघुवीर समर्थ ।।

।। श्रीराम ।।

लागतां सद्गुरुवचनपंथे । जालें ब्रह्मांडे पालथें ।।
तरी जयाच्या शुद्ध भावार्थें । पालट न धरिजे ।।
ऐसा सद्भाव अंतरीं । तेचि मुक्तीचे वाटेकरी ।।
येर माईक वेषधारी । असच्छिष्य ।।

अशा दृढ विश्वासामुळे सद्गुरु उपदेशाने सच्छिष्याचे मन शांत होते. संसाराकडे मग तो ओढला जात नाही. सायुज्य मुक्तीस तो योग्य ठरतो. सद्गुरूपेक्षा देव मोठा आहे असे ज्या शिष्याला वाटते त्याला करंटाच म्हणायला हवे. सद्गुरु हे संतच असतात. ते शाश्वत असतात. कल्पांती देवही नाहीसे होतात पण सद्गुरु मात्र रहातात. अल्पबुद्धीच्या मानवाला ही गोष्ट कळत नाही. गुरु आणि देव यांना जो समान मानतो तो शिष्य भ्रमितचित्त झाला आहे असे समजावे ! देवाला माणसाने निर्माण केले, प्राणप्रतिष्ठेने त्याला देवपण दिले म्हणून देवापेक्षाही सद्गुरु कोटी कोटी वेळा श्रेष्ठ आहे. ज्याच्यावर सद्गुरुची कृपा झाली त्याला ब्रह्मज्ञान होते आणि ब्रह्मज्ञानापुढे सर्व काही क्षुद्र असते. सद्गुरुकृपेने त्याला आत्मज्ञान होते. सच्छिष्याचे वैभव व ऐश्वर्य हे सद्गुरूवरील अढळ निष्ठेतून आलेले असते. सद्गुरुवचनानुसार साधना करीत असताना ब्रह्मांड पालथे झाले तरी सद्गुरूवरील त्याचा विश्वास ढळत नाही. शुद्ध भाव आटत नाही. अशा रीतीने जे सद्गुरूस शरण जातात तेच सच्छिष्य होतात. त्यांच्यात अंतर्बाह्य बदल होतो – ते मुक्तिमार्गाचे वाटसरू होतात. इतर सर्व दांभिक शिष्याचा वेष घेणारे लबाड व ढोंगी असतात. ते पढतमूर्ख, इंद्रियजन्य सुखात रमलेले, संसारात बुडालेले असतात. परमेश्वराबद्दलचे विचारही त्यांच्या मनात येत नाहीत. परमार्थाकडे ते गंमत म्हणून पहातात. कुत्र्याला उत्तम अन्न दिले किंवा माकडास सिंहासन दिले तर त्यांना ते पचत वा सोसत नाही. त्याप्रमाणे या ढोंगी शिष्यांना आत्मज्ञान प्राप्त होत नाही. बायकोला न सोडता संन्यासाची इच्छा व्यक्त करणे जसे अर्थहीन असते तसे त्यांचे वागणे असेच. एवंच, इंद्रियाचा गुलाम असणारा उत्तम भक्त होऊ शकत नाही.

।। जय जय रघुवीर समर्थ ।।

।। श्रीराम ।।

ऐका उपदेशाचीं लक्षणें । बहुविधें कोणकोणें ।।
सांगतां तें असाधारणें । परि कांहीं येक सांगों ।।
सकळ उपदेशीं विशेष । आत्मज्ञानाचा उपदेश ।।
येविषईं जगदीश । बहुतां ठाईं बोलिला ।।

श्री स्वामी समर्थ रामदास श्रीदासबोधाच्या चौथ्या समासात पाचव्या दशकात उपदेशाची लक्षणे सांगताना प्रथमच सांगत आहेत की, उपदेशाची लक्षणे अगणित आहेत पण त्यांपैकी जी असाधारण आहेत तेवढी सांगतो. उपदेश देणारे गुरु नामस्मरण किंवा ओंकाराचा जप सांगतात तर कोणी मंत्राचा उपदेश देतात. मंत्र नाना प्रकारचे आहेत. शिवमंत्र, भवानीमंत्र, विष्णुमंत्र, महालक्ष्मी मंत्र, अवधूत मंत्र, गणेश मंत्र, नारायण मंत्र, पांडुरंग मंत्र, शेषमंत्र, गरुड मंत्र, मार्तंड मंत्र किंवा वेताळ मंत्र, झोटिंग मंत्र असे अघोरी मंत्र सांगतात. जितेक देव आहेत तितके मंत्र आहेत. काही सोपे, काही अवघड मंत्रांबरोबर काही गुरु शक्तियंत्रेही शिकवतात. काही मंत्रांनी भूतपिशाचांचे निवारण होते, विषबाधा उतरते, रोग हटतात. कोणी शिव शिव तर कुणी हरि हरि म्हणायला सांगतात, ज्याला जे नाव प्रिय असते ते त्याला घ्यायला सांगतात. कोणी खेचरी, भूचरी, चाचरी, अगोचरी या मुद्रांचा उपदेश करतात तर कोणी योगासने करायला सांगतात. एकजण कर्ममार्ग सांगतो तर दुसरा उपासनामार्ग ऐकवतो. शक्तिमार्ग, मुक्तमार्ग याचा अवलंब करण्यास एखादा सांगतो तर काहीजण सगुण निर्गुणाची महती गात तीर्थयात्रेचा उपदेश करतात. काहीजण वेदांतील महावाक्यांचा उपदेश सांगतात तर उपदेशांचे असंख्य, अगणित नाना प्रकार आहेत. पण आत्मज्ञानाशिवाय सर्व उपदेश व्यर्थ आहेत. सर्वात पवित्र काय तर आत्मज्ञान. भगवंताने स्वत: गीतेत सांगितले आहे तेच शिरोधार्थ मानावे. श्रीकृष्णाने अर्जुनाला सांगितले की, ‘‘बाबा रे ज्ञानासारखे पवित्र दुसरे काहीही नाही’’ तीर्थयात्रा, स्नान, दान, पूजा, जपजाप्य, मंत्र याचे पुण्य असतेच पण आत्मज्ञानाचे पुण्य सर्वश्रेष्ठ असते.

।। जय जय रघुवीर समर्थ ।।

॥ श्रीराम ॥

जंव तें ज्ञान नाहीं प्रांजळ । तव सर्व कांहीं निर्फळ ॥
ज्ञानरहित तळमळ । जाणार नाहीं ॥
बहुत प्रकारींचीं ज्ञानें । सांगों जातां असाधारणें ॥
सयोज्यप्राप्ति होये जेणें । तें ज्ञान वेगळें ॥

जोपर्यंत प्रांजळ ज्ञान प्राप्त होत नाही तोपर्यंत सर्व काही निष्फळ आहे. आत्मज्ञान झाल्याशिवाय तळमळणारे मन शांत होणार नाही. ज्ञान म्हणजे काय हे सामान्य माणसाला चटकन् कळत नाही. ज्ञानाचे वर्म किंवा रहस्य त्याच्या लक्षात येत नाही. भविष्य भूत वर्तमान याबद्दल माहिती असेल तर त्यालाही ज्ञान म्हणतात. पण हे खरे ज्ञान किंवा आत्मज्ञान नव्हे. आता ज्ञान कशाला म्हणू नये हे विस्ताराने पुढे सांगितले आहे. पुष्कळ विद्यासंपादन केले. संगीतशास्त्र, वेदाध्ययन, व्यवसाय, दीक्षा, स्त्रिया, पुरुष वा एकूण माणसांची परीक्षा, घोडे, हत्ती, गाय, बैल आदि जनावरे, पशुपक्षी, वाहने, वस्त्रे, शास्त्रे, धातू, गाणी, रत्ने, दगड, लाकूड, वाद्ये, जमीन, पाणी, आग, रस, बीज, फुले, फळे, झाडे, दुखणी, रोग, रोगलक्षणे, यंत्र, तंत्र, शिल्प, घरे भांडी इत्यादींबद्दलचे ज्ञान हे ज्ञान नव्हे. ज्योतिष, अनेक प्रकारच्या वस्तूंची, विद्यांची कलांची परीक्षा घेणे, शब्द, अर्थ, भाषा, स्वर, वर्ण, रूप, रसना सुगंध याबद्दलचे ज्ञान कितीही सखोल आणि परिपूर्ण असले तरी ते ज्ञान नव्हे. सृष्टी, तिचा विस्तार याबद्दलचे ज्ञान हे ज्ञान नव्हे. कमी व मोजून मापून बोलणे, हजरजबाबी असणे, शीघ्रकवित्व नेत्रपल्लवी, करपल्लवी, स्वरपल्लवी यांचे ज्ञान हेही ज्ञान नव्हे. संगीत, नृत्य, वक्तृत्व, गायनकला, हास्यविनोद, वाद्यवादन याचे ज्ञान असणे हेही ज्ञान नव्हे. चौसष्ट कला, चौदा विद्या आणि सर्व सिद्धी हेही ज्ञान नव्हे. दुसऱ्याच्या मनातले कळणे हेही ज्ञान नव्हे. असे अनेक प्रकारचे ज्ञान आहे पण ज्यामुळे माणसाला सायुज्यमुक्तीचा लाभ होतो ते ज्ञान मात्र निराळे आहे.

॥ जय जय रघुवीर समर्थ ॥

।। श्रीराम ।।

मुख्य देवास जाणावें । सत्यस्वरूप वोळखावें ।।
नित्यानित्य विचारावें । या नांव ज्ञान ।।
सद्गुरु वचन तोचि वेदान्त । सद्गुरुवचन तोचि सिद्धान्त ।।
सद्गुरुवचन तोचि धादांत । सप्रचीत आतां ।।

शिष्याला उद्देशून इथे श्री स्वामी समर्थ रामदास सांगतात, ज्ञानाचे मुख्य लक्षण म्हणजे आत्मज्ञान. आपले खरे स्वरूप ओळखणे म्हणजे ज्ञान. मुख्य म्हणजे परमेश्वराचे सत्यस्वरूप ओळखावे. नित्य काय आणि अनित्य काय याचा विचार करावा. प्रकृतीचा दिसणारा पसारा जिथे संपतो, पंचमहाभूते ओसरतात, द्वैत भावना समाप्त होते तेथे ज्ञान असते. जे मनाला आणि बुद्धीला दिसत नाही, जिथे तर्कविचार पोचत नाही. ज्याचा विचार परावाणी-पलीकडे आहे, त्या अनुभवाला ज्ञान अशी संज्ञा आहे. ज्ञान म्हणजे प्रत्यक्ष ईश्वरस्वरूपच होय. जिथे दृश्याचे भान नाही, मला जाणीव आहे हेच अज्ञान आहे ते विमल स्वरूपज्ञान होय. दृश्य पदार्थ जाणणे याला आपण पदार्थज्ञान म्हणतो, पण दृश्यरहित शुद्ध स्वरूप जाणणे म्हणजे आत्मज्ञान होय. जिथून विश्व प्रकट होते व लयास जाते हे आत्मस्वरूपाचे ज्ञान झाले की अज्ञान नाहीसे होते व आपण बंधमुक्त होतो ! 'मी कोण' याचा शोध घेऊ जाता आत्मज्ञान होते. त्यामुळे मनाची संकुचित वृत्ती नाहीशी होते. वसिष्ठ, व्यास, शुक्र, नारद, जनक आदि महापुरुषांना ऋषींना हे आत्मज्ञान प्राप्त झाले होते. व्रते, तीर्थाटने, जपजाप्य करून हे ज्ञान प्राप्त होत नाही. जगातील सर्व भाषांत आध्यात्मिक ग्रंथ आहेत. सर्व आत्मज्ञानाचा पुरस्कार करतात. वेदांतापेक्षा जगात दुसरे काही श्रेष्ठ नाही. वेदांताचे जे तात्पर्य आहे ते सद्गुरुवचनात सामावलेले आहे. सद्गुरूचे वचन तोच वेदान्त आणि तोच सिद्धान्त आहे हे मी सांगतो आहे. ते माझ्या अनुभवावर आधारलेले आहे. तिकडे तू दुर्लक्ष करू नको.

।। जय जय रघुवीर समर्थ ।।

।। श्रीराम ।।

ऐक शिष्या येथींचें वर्म । स्वयें तूंचि आहेसि ब्रह्म ।।
ये विषईं संदेह भ्रम । धरूंचि नको ।।
या नाव शिष्या आत्मज्ञान । येणें पाविजे समाधान ।।
भवभयाचें बंधन । समूळ मिथ्या ।।

शिष्याला पुढे गुरुदेव सांगतात, शिष्या ऐक तू स्वत:च ब्रह्म आहेस. पंचमहाभूते क्रमाने निर्माण होणे आणि विश्व निर्माण होणे, या गोष्टी जशा क्रमाने होतात तशाच क्रमाने लय पावतात. प्रकृती पुरुष अखेरीस जी उरतात ती देखील परब्रह्मवासी होतात. असे दिसणारे जे जे आहे ते विलीन पावले की, मी देखील उरत नाही. ज्ञानाग्नि पेटला की दृश्यरूप कचरा भस्म होतो. जे दिसते ते मिथ्या आहे, खोटे आहे हे कळले की वृत्तीत फरक होतो. गुरूपाशी अनन्य भक्ति असावी, निष्ठा असावी. भक्त भगवंतापेक्षा निराळा नसतो त्याप्रमाणे सच्छिष्यालाही गुरूपासून वेगळा करता कामा नये. ही गोष्ट दृढ होण्यासाठी सद्गुरूचे भजन कर, कारण सद्गुरूच्या भजनातच समाधान आहे. शिष्यवरा, यालाच आत्मज्ञान म्हणतात. ज्याला स्वदेहाविषयी वृथा अभिमान आहे तो आत्मघातकी त्याचे जन्ममरणाचे फेरे चुकत नाहीत. खरे पहाता कुठले बंधन असे नसतेच पण आपल्याला तसे वाटत असते हा भ्रम आहे आणि या भ्रमातून मुक्त होण्यासाठी एकांती आत्मस्वरूपी लीन व्हावे, परमार्थ अंगोपांगी मुरावा असे वाटत असेल तर अखंड श्रवण आणि मनन करीत राहिले पाहिजे. मग अज्ञान नाहीसे होते आणि ब्रह्मज्ञानाशी जवळीक होते. मन वैराग्याने भरून जाते. इंद्रियभोगांनी समाधान मिळत नाही हे ज्याला उमजले तोच विरक्त होतो, आत्मज्ञानी होतो. ज्या गोष्टीचा अहर्निश ध्यास घ्यावा तीच प्राप्त होते. यासाठी अविद्येचा त्याग करून सद्विद्येची कास धरावी. जो अगदी अंत:करणापासून इंद्रियभोगांबद्दल विरक्त झाला तो खरोखरच जागृत झाला असे समजावे. झोपलेल्या माणसाला वाईट स्वप्न पडले की तो भयभीत होतो पण जागा झाल्यावर तो निर्भय बनतो.

।। जय जय रघुवीर समर्थ ।।

॥ श्रीराम ॥

आतां बद्ध तो जाणिजे ऐसा । अंधारींचा अंध जैसा ॥
चक्षुवीण दाही दिशा । शून्याकार ॥
इंद्रियें करून निश्चळ । चंचळ होऊं नेदी पळ ॥
द्रव्यदारेसि लावी सकळ । या नांव बद्ध ॥

बद्ध म्हणजे बांधलेला, बद्ध म्हणजे अज्ञानी. आंधळा अंधारात जसा चाचपडतो, दृष्टीशिवाय त्याला दाही दिशा जशा शून्य असतात त्याप्रमाणे बद्ध माणूस हा अज्ञानाच्या अंधारात वावरतो. त्याच्यासमोर भक्त, ज्ञानी, तपस्वी किंवा सिद्ध आले तरी त्याला दिसणार नाहीत. कर्म – अकर्म, धर्म – अधर्म आणि परमार्थ त्याच्या दृष्टिपथात येत नाहीत. सच्छास्त्र, सत्संगती, सन्मार्ग यापासून तो दूर असतो. बद्धाला काय काय कळत नाही ? सारासार विचार, धर्माचरण, परोपकार, दान, भूतदया त्याचे शरीर स्वच्छ नसते, त्याचे बोलणे मृदू मुलायम नसते. भक्ति, ज्ञान, वैराग्य, मोक्ष या गोष्टी तर त्याच्या गावीही नसतात. त्याच्याजवळ मूळ आत्मज्ञान नसते. तीर्थ, व्रत, दान, पुण्य त्याला माहीतही नसते. वेड्यासारखे दोषपूर्ण वागण्यात त्याला आनंद वाटतो. काम, क्रोध, अहंभाव, तंटा, दर्प, दंभ, लोभ, कर्कशता, कपटीपणा, कलह, वृत्ती, निंदा, द्वेष या सर्वांचा अतिरेक बद्धाजवळ असतो. शिवाय भ्रष्टाचार, अनाचार, अनीती, अविचार, निष्ठुरता, कामना, तृष्णा, वासना, वाचाळता, कंजूषपणा, आळस, धोतांड, लबाडी, खोडकरपणा, नास्तिकता, शास्त्रविरोध यांचे माहेरघर म्हणजे बद्ध माणूस. प्रपंचाविषयी आदर आणि परमार्थाविषयी अनादर. संतसंगतीपेक्षा संतनिंदा प्रिय, सदासर्वकाळ द्रव्य आणि स्त्री यांच्या चिंतनात, विचारात मग्न असतो. काया वाचा– मने तो स्त्री आणि धन यांतच गुंतलेला असतो. या दोन्हींसाठी तो आपली इंद्रिये निश्चळ करतो, पळभरही इकडे तिकडे जाऊ देत नाही. तो बद्ध जागेपणी वा स्वप्नात द्रव्यदारा यात तो पूर्णपणे अखंड बुडालेला असतो बद्ध.

॥ जय जय रघुवीर समर्थ ॥

॥ श्रीराम ॥

संसार दु:खें दुखवला । त्रिविध तापें पोळला ।।
निरूपणें प्रस्तावला । अन्तर्यामी ।।
देहाभिमान कुळाभिमान । द्रव्याभिमान नानाभिमान ।।
सांडुनि संतचरणीं अनन्य । या नाव मुमुक्ष ।।

बद्ध या सर्वांगाने द्रव्य दारा देहसुख प्रपंच याला चिकटलेला असतो पण खरे सुख यात नाही हे त्याला जेव्हा कळते तेव्हा तो आत्मज्ञानाकडे, परमेश्वराकडे वळतो. असा पश्चातापदग्ध बद्ध म्हणजे मुमुक्षू, हा बद्ध मुमुक्षूपणाकडे कसा वळतो ? तर हा आपल्या देहसुखात आणि संसारसुखात मग्न असतो पण कालांतराने त्याच्यावर दु:ख करण्याचा प्रसंग येतो, मग एखाद्या संतसज्जनाचा उपदेश ऐकून तो पश्चात्ताप पावतो आणि त्याची मुमुक्षूपणाकडे वाटचाल सुरू होते. आपले आजवरचे आयुष्य व्यर्थ गेले, पूर्वी केलेली अनेक पापे त्याला आठवतात आणि त्याचबरोबर आपल्याला या पापांमुळे यमयातनांना सामोरे जावे लागेल असे भय त्याला वाटते. हा भवसागर पार करणे कठीण आणि आपण तर पापाचे डोंगर रचले आता आपले कसे होणार ? मी संतांचा सहवास घेतला नाही, देवाची पूजा केली नाही, माझ्या हातून चांगले म्हणावे असे काहीच घडले नाही. मी अतिथी, अभ्यागतांना आनंद दिला नाही, परोपकार केला नाही, दानधर्म केला नाही, पोट भरण्यासाठी देवाची निंदा केली. आता माझे कसे होणार, हे मनापासून ज्याला वाटते व जो परमार्थ–मार्गाकडे वळतो तो मुमुक्षु. जो आपले दोष ओळखतो, देहाभिमान सोडतो, तो म्हणतो मी पापी, मी अवगुणी, मी अनुपकारी, मी दुराचारी, मी दांभिक, मी नुसता दगड, मी व्यसनी, मी कामी, मी आळशी, अंगचोर, अनेक अनर्थांचे मी कारण, मी या भूमीला भारवत् आहे – अशा प्रकारे जो आपली यथेच्छ निंदा करतो, देहाभिमान, द्रव्याभिमान, कुळाभिमान सोडून जो संतांना अनन्यभावाने शरण जातो त्याला मुमुक्षू म्हणावे. ज्याच्या मनातील संशय ओसरला व जो आत्मज्ञानाकडे वळला तो मुमुक्षू, प्रपंचाचा स्वार्थ सोडून जो परमार्थामार्गी लागला तो मुमुक्षु.

॥ जय जय रघुवीर समर्थ ॥

।। श्रीराम ।।

उत्तमें साधुचीं लक्षणें । आंगिकारी निरूपणें ।।
बळेंचि स्वरूपाकार होणें । या नांव साधक ।।
ऐसी अंतरस्थिती बाणली । बाह्य निस्पृहता अवलंबिली ।।
संसार उपाधी त्यागिली । या नाव साधक ।।

बद्धाला संसारिक दु:खाचे चटके बसले की तो पश्चात्तापाने पोळून निघतो, आपले आजवरचे आयुष्य व्यर्थ गेले. आपण अवगुणांचे पुतळे आहोत, आपण द्रव्यदारात गुंतून पडलो याची त्याला खंत वाटते व देवाकडे, संतसज्जनांकडे तो ओढला जातो. मुमुक्षू होतो. आत्मज्ञानाचे ध्येय गाठण्याचा जो प्रयत्न करतो तो साधक होय. अवगुणांचा त्याग करून संतसंग जो धरतो त्याला साधक म्हणावे. संतांना जो शरण गेला आणि संतांनी आपुलकीने ज्याला जवळ केले तो साधक, मग संत ज्याला आत्मज्ञानाचा उपदेश करतात तेव्हा संसाराचा फोलपणा ज्याला उमजतो तो साधक. परमार्थाची आवड ज्याच्यात निर्माण झाली, देहभावना मिथ्या आहे हे ज्याला समजले आहे आणि मीच आत्मा आहे ही भावना ज्याच्या मनीमानसी दृढ झाली आहे. स्वत:ला ब्रह्मस्वरूप समजून समाधिस्थ होतो, उत्तम साधूची जी जी लक्षणे आहेत ती आपल्या अंगी असावी यासाठी जो निरंतर यत्नशील असतो, कुकर्माचा त्याग करून जो सत्कर्माकडे वळला आहे, दुर्गुण सोडून ज्याने सद्‌गुणांचा वसा घेतला आहे. अतींद्रिय आत्मस्वरूप जो मनोमनी एकाग्र होऊन पाहतो, स्वस्वरूपाचा जो अनुभव घेतो, आत्मज्ञान ज्याला लवकर प्राप्त होते, देवाचे व भक्ताचे जो मूळ शोधतो, ज्याचा देहाभिमान संपतो व आपण कोण याचा जो नित्य शोध करीत असतो, द्वैताचा संबंध ज्याने तोडून टाकला. ज्याचे सगळे संशय विरले, वाईट स्वप्नातून जागे झालेल्या माणसाला भय उरत नाही, त्याप्रमाणे ज्याला भय उरलेले नाही, मायेने हे जग व्यापलेले आहे, हे दृश्य आहे ते जो प्रमाण मानत नाही, असा जो आपल्या अन्तर्यामी, आत्मस्वरूपी लीन आहे, ज्याने अंगी नि:स्पृहता पुरेपूर बाळगली आहे आणि ज्याने संसारी उपाधी सोडली आहे त्याला साधक म्हणावे.

।। जय जय रघुवीर समर्थ ।।

।। श्रीराम ।।

प्रवृत्तीचा केला त्याग । सुहृदांचा सोडिला संग ।।
निवृत्तिपंथे ज्ञानयोग । साधिता जाला ।।
अभ्यासाचा संग धरिला । साक्षेपारिसा निघाला ।।
प्रेत्न सांगाती भला । साधनपंथें ।।

साधकाबद्दल श्रीस्वामी समर्थ रामदास आणखी पुढे विस्ताराने सांगतात की, ज्याने कामक्रोधाचा त्याग केला, मद, मत्सर सोडला, कुळाभिमानाच्या जो आहारी गेला नाही, लोकलज्जेलाच ज्याने लाजविले आणि विरक्तीच्या शक्तीवर ज्याने परमार्थ वाढवला त्याला साधक म्हणावे. अविद्या, अज्ञान यापासून साधक दूर जातो. प्रपंचबंधनात रहात नाही. वैभवाकडे तो ओढला जात नाही. वैराग्याच्या जोरावर मानसन्मानांना तो तुच्छ समजतो. भेदा-भेदाचे घरच तो उद्ध्वस्त करतो, अहंकाराला तो चीत करतो, संदेहरूपी शत्रूला पाय धरून आपटतो व ठार मारतो. विकल्पांचा तो वध करतो, भवसागराचा विध्वंस करतो. साधक हा सतत पुढे जाणाऱ्या काळाची जणू तंगडीच मोडतो, जन्ममृत्यूचे मस्तक फोडतो, देहरूपी समंधावर तो तुटून पडतो, भयाला ठोकून काढतो, लिंगदेहाशी तंटा करतो, गर्व जिंकून गर्व करतो, स्वार्थाला अनर्थाच्या कुंडात ढकलतो आणि नीति न्यायाच्या जोरावर स्वार्थाचेही तो निर्दालन करतो. दु:ख द्विखंड करतो, मोहाचे तुकडे करतो, द्वेषाला देशोधडी लावतो, अभावाचा गळा धरतो आणि कुकर्माचे पोट फाडतो. वैराग्यबळाने तो अवगुणांचा संहार करतो. स्वधर्माद्वारे अधर्माचा नायनाट करतो, सत्कर्मामुळे कुकर्मांची वाट लावतो, क्रोधावर आक्रमण करून त्याचा नि:पात करतो. तो प्रवृत्तीचा त्याग करतो, आप्तेष्टांची संगत सोडतो आणि निवृत्ति पंथाने जाऊन ज्ञानयोग साधतो. हा विषयरूपी ठकाला ठकवतो, कुविद्येच्या वेढ्यातून मुक्त होतो. साधक यातनेत यातना भोगायला लावतो. सतत अभ्यासाची संगत धरतो, कष्टाची परिसीमा करून साधनामार्गाने जातो. तो सावध असतो आणि केवळ सत्संग धरून ठेवतो. शाश्वत, अशाश्वत नेमके जाणतो.

।। जय जय रघुवीर समर्थ ।।

।। श्रीराम ।।

साधु वस्तु होऊन ठेला । संशय ब्रह्मांडाबाहेरि गेला ।।
निश्चये चळेना ऐसा जाला । या नांव सिद्ध ।।
वेर्थ संशयाचा देव । वेर्थ संशयाचा भाव ।।
वेर्थ संशयाचा स्वभाव । सर्व काहीं ।।

सिद्धीची लक्षणे सांगण्यापूर्वी ''प्रपंचाचा त्याग केल्याशिवाय साधक होता येत नाही का ?'' या शिष्याच्या प्रश्नाचे श्री स्वामी समर्थ रामदास उत्तर देतात की, ज्याला खरोखर साधक व्हावयाचे आहे त्याने इतर मार्ग सोडून द्यावयाचे असतात. प्रपंचात तो राहिला तर त्याचे अर्धे लक्ष प्रपंचातच रहाणार. प्रपंचाचा त्याग म्हणजे इंद्रियसुखाचाही त्याग, सद्बुद्धी उत्पन्न होण्यासाठी कुबुद्धीचा त्याग करावा लागतो. नास्तिकपणा, संशय आणि अज्ञान यांचा त्याग केल्याशिवाय साधक होता येत नाही. प्रापंचिक साधक नि:स्पृह असू शकत नाही. एवंच त्याग हाच साधकवृत्तीकडे निर्मळपणे नेऊ शकतो.

सिद्ध पुरुष हा स्वत: ब्रह्मरूपच जणू असतो. त्याचे सर्व संशय फिटलेले असतात. तो निश्चयाचा पक्का असतो, बद्ध अवस्थेतील दुर्गुण मुमुक्षु अवस्थेत रहात नाहीत व त्याचे ज्ञान संशयरहित झालेले असते. कर्ममार्ग हा संशयग्रस्त आहे. साधनापंथात संशयाचे रान आहेच पण जो साधू असतो. तो संशयशून्य असतो. मानवी जीवन संशयाने भरलेले आहे. संशयाचे ज्ञान, संशयाचे वैराग्य, संशययुक्त भजन हे सर्व व्यर्थ होय. देवाबद्दल संशय असेल, देवभक्तीबद्दल शंका असेल तर सर्व काही व्यर्थ आहे. संशय म्हणजे शंका. ज्या गोष्टीविषयी आपल्या मनात शंकासुराचे थैमान चालते त्या गोष्टी व्यर्थ आहेत. उदाहरणार्थ संशययुक्त उपासना, संशययुक्त तीर्थयात्रा, संशययुक्त प्रीती, संशययुक्त पोथीवाचन, संशययुक्त परमार्थ, संशययुक्त तत्परता – एकूण या मानवी जीवनातील कोणतीही गोष्ट जर संशयरहित नसेल, तिच्याबद्दल मनात काही शंका उपजत असतील तर तिचे अस्तित्व निरर्थक, अर्थहीन आणि व्यर्थ समजावे.

।। जय जय रघुवीर समर्थ ।।

।। श्रीराम ।।

वेर्थ संशयाची श्रेष्ठता । वेर्थ संशयाची व्युत्पन्नता ।।
वेर्थ संशयाचा ज्ञाता । निश्चयेंविण ।।
ऐक निश्चय तो ऐसा । मुख्य देव आहे कैसा ।।
नाना देवांचा वळसा । करुंचि नये ।।

संशयावर उभारलेले मोठेपण, विद्वत्ता किंवा ज्ञान निश्चितपणा नसेल तर निरुपयोगी ठरतात. निश्चयाशिवाय बोलणे वाचाळपणा ठरते. मानवी जीवनातील जी गोष्ट संशयरहित असेल तरच ती स्वीकारावी म्हणून ज्यांच्या ज्ञानाबद्दल मुळीच शंका नाही, अशा व्यक्तींना सिद्ध म्हणण्यास प्रत्यवाय नाही. साहजिकच मग श्रोत्यांच्या मनात शंका निर्माण होते मग निश्चय म्हणजे आहे तरी काय ? तर त्याचे उत्तर असे की, मुख्य म्हणजे परमेश्वर कसा आहे याची ओळख पटवून घ्यावी. अनेक देवदेवतांच्या गोंधळात आपण सापडू नये. ज्या परमेश्वराने ही सृष्टी निर्माण केली, त्याच्याविषयी विचार करून विवेकाने तो ओळखावा. स्वत:ला बंधमुक्त समजावे. आपल्याला ज्या देवतेची उपासना करावयाची तिची ओळख पटवून घ्यावी आणि मग आपण स्वत: कोण आहोत हे ज्ञान करून घ्यावे. आपल्याला बंधमुक्त समजावे. निर्मिती, स्थिती, लय, विचारात घेऊन जे दिसते ते चिरकाल टिकत नसते, याचा मनाला बोध करून घ्यावा. मी आत्माच आहे असा दृढ निश्चय करावा, पण विवेकाची कास सोडू नये. अर्थात जे काही सांगितले ते नीट समजावे असे वाटत असेल तर संतांपुढे शरणागत व्हावे. आता सिद्धांची लक्षणे ऐका. जो पूर्णपणे संशयरहित झाला, ज्याच्या मनात कुठलाही संशय उरला नाही तो सिद्ध समजावा. सिद्धावस्थेत देहाचा विसर पडतो, संदेह समाप्त होतो. सिद्धाची लक्षणे खरं तर कशी सांगावी. कारण जे डोळ्यांना गोचर होत नाही. त्याचे वर्णन काय करणार ? सिद्धपुरुष हा एक प्रकारे ईश्वरस्वरूपच असतो त्यामुळे तो गुणरहित असतो आणि गुणरहित असणे हे त्याचे लक्षण.

।। जय जय रघुवीर समर्थ ।।

॥ श्रीराम ॥

ब्रह्मा विष्णु आणि हर । त्यासी निर्मिता तोचि थोर ॥
तो वोळखावा परमेश्वर । नाना यत्ने करुनी ॥
याकारणे ज्ञाता पहावा । त्याचा अनुग्रह घ्यावा ॥
सारासार विचारे जीवा । मोक्ष प्राप्त ॥

आता श्रोत्यांनी सावधचित्त होऊन ऐकावे. समजा, आपल्याला एखाद्या गावात वस्तीसाठी जावयाचे आहे तर तेथील गावप्रमुख जो असतो त्याची गाठ घ्यावी. आपण त्याच्या संपर्कात असलो म्हणजे गावातील इतरेजन आपल्याला त्रास देत नाहीत. असे जर आपण केले नाही तर कुणीही आपल्याला फुकट कामाला लावील. किंवा चोर म्हणून खोटा आरोप ठेवून बंदिवासात अडकवतील. हे होऊ नये असे वाटत असेल, तर गावप्रमुखांची किंवा राजाची भेट घ्यावी. म्हणजे जनमाणसातही आपली प्रतिमा उंचावते. हा वरिष्ठांशी परिचित आहे याची जाण असल्यामुळे प्रतिष्ठा लाभते. असे जर आपल्या एरवीच्या जीवनात आहे तर ब्रह्मांडनायकाची ओळख करून घ्यावी म्हणजे मग सुखमय जीवनाची वाट सुलभ झालीच म्हणून समजावे. गावात पाटील, देशात राजा, अनेक देशांचा सम्राट किंवा चक्रवर्ती असतो तोच गजपती किंवा अश्वपतींहून श्रेष्ठ असतो. ब्रह्मदेव, विष्णु आणि शंकर यांना जो निर्माण करतो तो परमेश्वर ओळखावा. परमात्म्याला आपण जर ओळखले नाही तर काही खरे नाही. ज्याने हे ब्रह्मांड, अवाढव्य विश्व निर्माण केले त्याची ओळख करून घेतली नाही तर पापीच म्हणावे लागेल. देव कसा ओळखावा, ईश्वर कसा जाणावा हे संत सांगतात. पोटाची विद्या शिकून संसार पार पाडला तर अंतकाळी तिचा उपयोग होत नाही. एक रोगी दुसऱ्या रोग्याकडे गेला तर आरोग्याची प्राप्ती कशी होणार ? यासाठी आपण प्रथम ज्ञानी किंवा ज्ञानवंत शोधून काढावा त्याचा अनुग्रह घ्यावा आणि त्याच्या मार्गदर्शनाखाली सारासार विचार करून मोक्ष मिळवावा.

॥ जय जय रघुवीर समर्थ ॥

।। श्रीराम ।।

ब्रह्मज्ञानेंविण उपदेश । तो म्हणों नये विशेष ।।
धान्येंविण जैसें भूंस । खातां नये ।।
तें दृश्य नासिवंत । ऐसें वेदश्रुति बोलत ।।
निर्गुण ब्रह्म शाश्वत । जाणती ज्ञानी ।।

उपदेश हा नुसता उपदेश नसावा त्याला ब्रह्मज्ञानाची जोड असावी. धान्याशिवाय नुसते भूस खाणे, लोणी काढलेले ताक घुसळणे, तांदुळाचे धुतलेले पाणीच पिणे, नुसत्या सालीच संपवणे, खोबरे सोडून करवंट्याचे भक्षण करणे. त्याप्रमाणे ब्रह्मज्ञान नसलेला उपदेश म्हणजे व्यर्थ कष्ट आहेत. आपल्याला हे माहीत आहे की सृष्टीची रचना पंचमहाभूतांनी केलेली आहे पण ती अक्षय नाही. आदि आणि अंत दोन्ही निर्गुण आहेत. कारण या गोष्टी शाश्वत आहेत, बाकी सर्व भूते आहेत. या भूतांना देवत्वाचे स्थान कसे द्यावे ? एखाद्या माणसाला 'तू भूत आहेस' असे म्हटले तर तो संतापतो पण म्हणूनच जगन्नियंता पंचभूतांसारखा आहे असे म्हणणे चूक आहे, हे जाणत्यांना जाणवते. पृथ्वी, आप, तेज, वायु, आकाश, या पंचमहाभूतांच्या आत आणि बाहेर जगदीश आहे. पंचमहाभूते नाश पावतात पण आत्मा अविनाशी असतो. ब्रह्म हे देखील नाव आणि रूप याच्या पलीकडचे असते. वेद आणि श्रुती काय सांगतात ? जे जे आपल्याला दिसते ते सर्व नाशिवंत आहे. नाश पावणारे आहे, टिकणारे नाही पण निर्गुण असणारे ब्रह्म मात्र शाश्वत आहे. टिकणारे आहे, संपणारे नाही. हे ज्ञानी लोक सहज जाणतात. परब्रह्म कशाला म्हणावे ? जे शस्त्राचे प्रहार केले तरी तुटत नाही, अग्नीत घातले तरी जळत नाही, पाण्यात कालवण्याचा यत्न केला तरी पाण्यात कालवले जात नाही. ज्याला उडवणे वाऱ्याला शक्य नसते. जे निर्माण होत नाही, कमी होत नाही, नाहीसे होत नाही. लपवून ठेवता येत नाही ते परब्रह्म.

।। जय जय रघुवीर समर्थ ।।

॥ श्रीराम ॥

वेद विरंची आणि शेष । जेथें सिणले नि:शेष ॥
तेचि साधावें विशेष । परब्रह्म तें ॥
यासी म्हणिजे आत्मज्ञान । येणें पाविजे समाधान ॥
परब्रह्मीं अभिन्न । भक्तचि जाला ॥

परब्रह्म हे रंगहीन आहे. त्याला कोणताही कसलाही रंग नाही. ते पडत नाही, झडत नाही, जळत नाही, उडत नाही. ते निर्माण करता येत नाही, नाहीसे करता येत नाही. ते दृष्टोत्पत्तीस येत नसले तरी ते सर्वव्यापी आहे. या ब्रह्माचे वर्णन करता करता वेद, शेष आणि ब्रह्मदेव अगदी दमून गेले. अध्यात्मश्रवणानं आपण परब्रह्म प्राप्त करता येणे शक्य आहे. पृथ्वी, आप, तेज, वायू, आकाश या पंचमहाभूतांपलीकडचे जे आहे ते परब्रह्म गावोगावी देव असतात पण खरा देव कोणता याचे ज्ञान सामान्य मनुष्यास नसते. देव हा मूर्तीत नाही तो निर्गुण, निराकार आहे हे एकदा समजले की माणूस योग्य मार्गाला लागतो. मी माझे शरीर, माझा देह ही भावना मनात दृढ असते. हे शरीर पंचमहाभूतांनी मिळून बनलेले आहे. तेव्हा जे निरंतर नाही, ते आज ना उद्या जाणारच, टिकणार आहे तो आत्मा हे समजून घेतले पाहिजे. निर्गुण, ब्रह्म पापपुण्याच्या पलीकडचे आहे. जागृती येताच स्वप्नाचा विलय होतो, विवेकानं चहूकडे पाहिले तर दृश्य ओसरून जाते. अध्यात्माचे श्रवण, सद्गुरुचरणी लीन या गोष्टी झाल्यानंतर गुरुप्रसादानेच आत्मनिवेदन साधू शकते. संसारदु:खे नाहीशी झाली आणि प्रारब्धाला शरण गेले की जे समाधान मिळते ते आत्मज्ञान. या आत्मज्ञानाने मिळणाऱ्या समाधानामुळे भक्ताचे, परब्रह्माशी, अभिन्न, अतूट असे नाते जडते. सत्संगामुळे, जन्ममृत्यूची शंका विरते, संसाराची लगबग संपते, देवाशी ऐक्य होते.

॥ जय जय रघुवीर समर्थ ॥

।। श्रीराम ।।

निर्गुण आत्मा तो निर्मळ । जैसें आकाश अंतराळ ।।
घनदाट निर्मळ निश्चळ । सदोदित ।।
जें जें कांहीं निर्माण जालें । तें तें आधींच ब्रह्में व्यापिलें ।।
सर्व नाशता उरलें । अविनाश ब्रह्म ।।

आत्मा हा निर्गुण, निर्मळ आणि निराकार असतो. आकाश जसे घनदाट निर्मळ आणि निश्चल आहे तसेच आत्म्याचेही असते. आत्मस्वरूप हे अखंड, अतिविशाल आणि अतिव्यापक आणि तरीही अतिसूक्ष्म आहे. ते इंद्रियांना दृग्गोचर होत नाही, भासत नाही, निर्माण होत नाही, चालत नाही, ढळत नाही, तुटत नाही, फुटत नाही, खचत नाही. पण ब्रह्माचे स्वरूपही असेच आहे. ते अक्षय आहे. थोडक्यात जे अविनाशी, अखंड, अमर, अतूट आहे ते ब्रह्म आणि जो नाश पावतो ती माया. मायेत सगुण आणि निर्गुण एकत्र केलेले असते. राजहंस ज्याप्रमाणे दूध आणि पाणी विभक्त करून दुधाचे प्राशन करतात त्याप्रमाणे ज्ञानी विवेकाने मायेचा त्याग करून ब्रह्म जाणून घेतात. पंचमहाभूतांपासून होणारी निर्मिती निश्चित व जड असते. ऊस खाताना रसप्राशन करून आपण चोयट्या टाकून देतो. क्षणभर आपण जग हाच ऊस आहे असे समजू. तर मग परमात्मा किंवा परमेश्वर हा त्यातील रस आहे. ज्या ज्या गोष्टी उत्पन्न होतात त्या सर्व नाश पावतात. पण ब्रह्म ही एकच गोष्ट अशी आहे की ती नाश पावत नाही. सर्व व्यापून उरते, कारण ते अविनाशी आहे. कुंभाराने घट तयार करण्यापूर्वी आकाश असतेच, घट तयार झाल्यावर त्यात ते असते पण घट नाश पावला तरी मूळ आकाश जसे असते तसेच असते. तसेच ब्रह्माचेही आहे. माया नाहीशी होते. ब्रह्म उरते. आपण स्वतःचा शोध घेऊ लागलो तर आपले अस्तित्व खोटे आहे हे लक्षात येते पण आपणच ब्रह्म आहोत हे सद्‌गुरूच्या उपदेशाशिवाय कळत नाही. साधकाची संशयनिवृत्ती होत नाही म्हणूनच तेच तेच वारंवार सांगावे लागते.

।। जय जय रघुवीर समर्थ ।।

॥ श्रीराम ॥

ऐशा अनंत शक्ती होती । अनंत रचना होति जाती ॥
तरी अखंड खंडेना स्थिती । परब्रह्माची ॥
अवघाचि माईक विचार । कैंचें लहान कैंचें थोर ॥
लहानथोराचा निर्धार । जाणती ज्ञानी ॥

कृतायुगाची सतरा लक्ष, अठ्ठावीस हजार वर्षे, त्रेतायुगाची बारा लक्ष शहाण्णव हजार वर्षे, द्वापारयुगाची आठ लक्ष चौसष्ट हजार वर्षे आणि कलियुगाची चार लक्ष बत्तीस हजार वर्षे एकूण या चार युगांची मिळून त्रेचाळीस लक्ष बत्तीस हजार वर्षे होतात. अशी चार युगे म्हणजे ब्रह्मदेवाचा एक दिवस, ब्रह्मदेवाचे एक हजार दिवस म्हणजे विष्णुची एक घटका आणि विष्णुच्या हजार घटका झाल्या म्हणजे महादेवाचे एक पळ होते. अशी महादेवाची एक हजार पळे झाली म्हणजे मूळ मायेचे अर्ध पळ होते. अशा आदिशक्तीसारख्या अनंत शक्ति आहेत. अशा अनंत ब्रह्मांडाच्या रचना होतात आणि जातात पण परब्रह्म अचल असते, कालातीत असते. कलियुगाची चार लक्ष दोनशे चाळीस वर्षे अजून जावयाची आहेत. आगामी काळात वर्णसंकर संभवतो. कुणी म्हणतात हरि श्रेष्ठ तर कोणी सांगतात हर श्रेष्ठ. खरी गोष्ट अशी आहे की विष्णु किंवा शंकर यांच्यापेक्षा आदिशक्ति श्रेष्ठ आहे. दृश्य जग म्हणजे माया आहे. दृश्य जगाचा विचार जसे स्वप्न असते त्याप्रमाणे माया स्वरूप आहे. इथे कोण लहान आणि कोण मोठा, काहीच खरे नाही. मात्र खरा मोठा कोण हे केवळ ज्ञानी पुरुषच जाणू शकतात आणि त्यांना आत्मज्ञान झालेले असते. नाव, गाव, रुप, रंग, काळ, वेळ, आकार या सर्व गोष्टी मनुष्यनिर्मित आहेत, ज्यावेळी ब्रह्मप्रलय होतो त्यावेळी या सर्व गोष्टींचा विनाश होतो. जे ब्रह्मस्वरूप जाणतात. ब्रह्मास ओळखतात. ब्रह्मस्वरूपाबद्दल बोलत असतात. चर्चा करीत असतात ते ब्रह्मज्ञ पुरुषच खरे ब्राह्मण समजावे.

॥ जय जय रघुवीर समर्थ ॥

७३

।। श्रीराम ।।

ब्रह्म निर्गुण निराकार । माया सगुण साकार ।।
ब्रह्मासि नाहीं पारावार । मायेसि आहे ।।
नाना रूप नाना रंग । तितुका मायेचा प्रसंग ।।
माया भंगे ब्रह्म अभंग । जैसें तैसें ।।

या समासात श्री स्वामी समर्थ रामदास माया आणि ब्रह्म याविषयी विवेचन करतात. हे विवेचन करताना ते माया आणि ब्रह्म यांतील भेदभाव किंवा फरक विस्ताराने सांगताना प्रारंभच असा करतात की, ब्रह्म निर्गुण आणि निराकार आहे तर माया सगुण आणि साकार आहे. ब्रह्म अनंत आहे, त्याला पारावार नाही, शेवट नाही, तर मायेला पारावार, सीमा आहे, अंत आहे. ब्रह्म निर्मळ आणि निश्चल आहे. ब्रह्माला कसलीही उपाधी नाही, तर मायेमागे अनेक उपाधी. माया डोळ्यांना दिसू शकते. ब्रह्म दिसत नाही, भासत नाही. मायेला मर्यादा आहेत तर ब्रह्म अमर्याद आहे. माया निर्माण होते पण ब्रह्म निर्माण होत नाही. मायेला क्षय आहे, ब्रह्म अक्षय आहे. ब्रह्म निर्विकार असते तर माया विकारपूर्ण आहे. ब्रह्म अचल आहे आणि माया चल आहे. मायेला अनेक रूपे आहेत. ब्रह्म अरूप आहे. ब्रह्म विशाल आहे तर माया लहान आहे. सर्वत्र माया व्यापून आहे पण साधु सज्जन मायेच्या शेवाळातून ब्रह्माचे शुद्ध स्वरूप ओळखून काढतात. माया अशाश्वत आहे तर ब्रह्म शाश्वत आहे. दूध आणि पाणी एकत्रित असताना पाणी बाजूला करून राजहंसाने दुधाचे प्राशन करावे. त्याप्रमाणे माया बाजूला टाकून ब्रह्माचा अनुभव घ्यावा. ब्रह्म अखंड आहे तर माया खंडित आहे. ब्रह्म भरदार आहे तर माया पोकळ आहे. माया जसे तिचे वर्णन करावे तशी असते. तर ब्रह्म वर्णनापलीकडचे असते. ब्रह्म अमर आहे तर माया मर्त्य आहे. निरनिराळे रंग निर्माण करणे हा मायेचा खेळ असतो तर ब्रह्म अभंग जसेच्या तसे असते. माया आणि ब्रह्म परस्परांपासून वेगळे केले तर जन्ममरणाचा फेरा चुकतो. संतकृपा म्हणजे मोक्षप्राप्ती, संतांचा महिमा किती सांगावा, त्यांच्यामुळेच परमात्मा आपल्या अंतर्यामी प्रकट होतो.

।। जय जय रघुवीर समर्थ ।।

।। श्रीराम ।।

जीवभूत: सनातन । ऐसें गीतेचें वचन ।।
येणें वाक्यें सत्यपण । सृष्टिस आलें ।।
सत्य म्हणों तरी नासे । मिथ्या म्हणों तरी दिसे ।।
आता जैसें आहे तैसें । बोलिजेल ।।

सृष्टीनिर्मितीपूर्वी ब्रह्म होते. या संसारात परमात्मस्वरूपाचा एक अंश जीव झाला. जे दिसते ते नष्ट होते–मग खरे काय ? खोटे काय ? जगात अनेक तऱ्हेची माणसे आहेत. काही ज्ञानी आहेत काही अज्ञानी आहेत. प्रत्येकाचे विचार किंवा मते वेगळी असतात. अज्ञानी माणसाचा जगावर विश्वास आहे. देव, धर्म, तीर्थ, व्रत सर्व काही सत्य आहे. यावर ज्ञानी पुरुष उत्तर देतो की, जे अडाणी, अज्ञानी किंवा मूर्ख आहेत त्यांच्यासाठी मूर्तिपूजा आहेत. जर प्रलय झाला तर ब्रह्म केवळ उरते बाकी सर्व नष्ट होते, या मूर्तीसुद्धा रहात नाहीत. एकूण विश्वच जर मिथ्या आहे तर मनात असा प्रश्न उद्‌भवतो की मग तीर्थयात्रा कशासाठी ? यावर भगवान् शंकराचे उत्तर असे की, 'तीर्थयात्रेमुळे सज्जनांचा सहवास मिळतो.' गुरूची उपासना करावी. आधी सद्‌गुरु ओळखावा मग त्याच्या उपदेशाने हे विश्व मिथ्या आहे, खोटे आहे, मायारूप आहे हे समजते. एकीकडे गीतेत भगवंत विभूतियोगात सांगतात की मी वृक्षात पिंपळ आहे पण प्रत्यक्षात पिंपळ हा नाशिवंत आहे. तो तोडला जातो, तुटतो पण श्रीकृष्ण तर असं सांगून राहिले आहेत की, माझे स्वरूप शस्त्राने तुटत नाही, अग्नीने जळत नाही पण पिंपळाच्या बाबतीत हे सर्व काही घडते. तो तुटतो, जळतो. एकीकडे श्रीकृष्ण सांगतात. मी मनच आहे आणि दुसरीकडे सांगतात मनाला आवर घाला. यासाठी सद्‌गुरूची आवश्यकता आहे. श्रीकृष्ण चुकीचे सांगणार नाहीत पण या दोन्हीतून योग्य अर्थ कसा काढायचा हे सद्‌गुरु सांगतात.

।। जय जय रघुवीर समर्थ ।।

।। श्रीराम ।।

कल्पनेचा केला देव । तेथें दृढ जाला भाव ।।
देवालागीं येतां खेव । भक्त दु:खें दु:खवला ।।
म्हणोनि सृष्टि नासिवंत । जाणती संत महंत ।।
सगुणीं भजावें निश्चित । निश्चयाकारणें ।।

माणूस वादविवादाच्या फंदात पडला की त्यातच गुंतून रहातो. एकाहून एक शंका काढल्या जातात त्याला उत्तरे दिली जातात. पुन्हा शंका, यापेक्षा संवाद साधावा आणि ब्रह्मानंद मिळवावा. एका कल्पनेच्या पोटी अनंत सृष्टी होतात पण या सृष्टीची गोष्ट खरी समजावी काय ? कल्पनेने देव केला, त्याच्यावर दृढ भक्तिभाव ठेवला पण त्या देवाला जर काही पीडा किंवा अपाय झाला तर भक्ताला दु:ख होते. तो कासावीस होतो. पाषाणाची देवमूर्ती केली ती एक दिवस भंगली. भक्तानं रडून आक्रंदन केलं, जमिनीवर पालथा पडला आणि ओक्साबोक्शी रडला, असा कल्पनेचा देव कधी हरवतो कधी चोरीला जातो, तर कुणी बळाने मोडून तोडून टाकतो. देव न मानणारे परकीय देवाला तुडवतात, फोडतात, पाण्यात फेकून देतात. सोन्याचा देव सोनार तयार करतो, पाथरवट दगडाचा देव कोरतो, नर्मदा आणि गंडकी या नद्यांतील गोट्यांना आपण देव समजतो. असे लक्षावधी देव त्या नद्यांच्या पात्रात पडले आहेत. एखादे पवित्र तीर्थ उद्ध्वस्त केले जाते. ते जागृत होते पण आता काय झाले कुणास ठाऊक ! मूर्खांनो धातू, दगड, लाकूड, कागद यांत देव नसतो. प्रत्येकाला आपल्या प्रारब्धानुसार कर्मफल भोगावे लागते. सर्व साधुसंत ऋषिजनांचा एकच सांगावा आहे की, खरा देव पंचमहाभूतांपलीकडे आहे. दिसते ती माया खोटी आहे. सृष्टी नाशिवंत आहे म्हणून सगुण देवाचे भजनपूजन करावे. सगुणातून मग निर्गुणाकडे जाता येईल आणि मग मोक्षपदाची वाटचाल सहजसुलभ होईल.

।। जय जय रघुवीर समर्थ ।।

।। श्रीराम ।।

गुरुचें वचन प्रतिपाळण । हें मुख्य परमार्थाचें लक्षण ।।
वचनभंग करितां विलक्षण । सहजेंचि जालें ।।
म्हणोनि आज्ञेसी वंदावें । सगुणभजन मानावें ।।
श्रोता म्हणे हें देवें । कां प्रयोजिलें ।।

श्रोत्यांच्या शंका संपत नाहीत. ते विचारतात आत्मज्ञान झाल्यावर भजन कशासाठी करायचे ? ज्ञानापेक्षा श्रेष्ठ काही नाही मग उपासना कशाला हवी ? निर्गुण अंतिम सत्याचे ठायी सगुणाला वाव नाही मग सगुणाचे भजन का करावे बरे ? नाशिवंत सगुणांचे भजन करण्याचा व्याप कशासाठी करायचा ? सगुणोपासनेचे फायदे मला सांगाल का ? यावर श्रीस्वामी समर्थ रामदास उत्तर देतात, ''गुरुंचे आज्ञेत राहणे हे परमार्थाचे मुख्य लक्षण आहे. गुरुवर पूर्ण विश्वास ठेवावा, त्याची आज्ञा मोडू नये. जर गुरुचा वचनभंग केला तर काहीतरी विपरीत घडेल. म्हणून गुरूची आज्ञा वंद्य मानावी आणि सगुणभजन करावे. सगुण भजन कशासाठी, त्यामुळे साक्षात्कार होतो का किंवा प्रारब्ध बदलले जाते का ? जे घडणार ते टळत नाही तर मग उपासनेने खूळ हवे कशाला ? स्वामीची आज्ञा प्रमाण हे ठीक आहे पण याचे फळ काय ? आत्मज्ञान झालेला आणि न झालेला यांच्यात काही फरक नसतो. तहान भूक उत्सर्जन दोघांनाही करावे लागते. पण ज्ञानी पुरुष ज्यावेळेस सगुण भजन करतो त्यावेळेस ते तो जाणीवपूर्वक करतो. आपल्या आप्तेष्टांचे, इष्ट मित्रांचे भले व्हावे असे त्याला वाटते. माझे, तुझे, आपले, परक्याचे हे तो ओळखतो, ज्याला आत्मज्ञान झाले त्याला ही माया, विश्वास, खोटेपणा, हे सगळे कळते. पण तरीसुद्धा त्याला दैनंदिन कर्मे ही करावीच लागतात. साहेबापुढे किंवा मालकापुढे तू लाचार होऊन लोटांगण घालतोस आणि देवाचे अस्तित्व अमान्य करतोस हे कसे ? मी श्रीरामचंद्राचा उपासक आहे. त्याने देवांची रावणाच्या तुरुंगातून मुक्तता केली. त्याच्या इतका सामर्थ्यशील कोणी नाही. त्या रघुनाथाची मी सेवा केल्यामुळे मला आत्मज्ञान झाले.

।। जय जय रघुवीर समर्थ ।।

।। श्रीराम ।।

गुरु सांगती सारासार । त्यास कैसें म्हणावें असार ।।
तुज काय सांगणें विचार । शाहाणे जाणती ।।
आपण आहे दों दिसांचा । आणि देव तो बहुतां काळांचा ।।
आपण थोडे वोळखिचा । देवासि त्रैलोक्य जाणे ।।

योग्य काय अयोग्य काय हे गुरु सांगतात. त्याला असार किंवा अयोग्य म्हणणे शहाणपणाचे नाही पण तुला जरी हे समजले नाही तरी शहाण्यांना ते बरोबर समजले. कुणा दुर्दैवी माणसाचे राज्यपद जावे, त्याप्रमाणे एखाद्या ज्ञानी किंवा थोर पुरुषाच्या मनातून उतरणे दुर्दैवाचे समजावे. जो स्वत:ला फार ज्ञानी समजतो तो खरा ज्ञानी नव्हेच, तो देहाभिमान समजावा. पण आता, यापुढे असे वागू नये. श्रीरामचंद्राच्या भक्तिमार्गास लागावे. मग अविचल असे ज्ञान प्राप्त होईल. ईश्वर हा भक्तजनांचा आधार असतो, तो दुर्जनांचा संहार करतो आणि याचा अनुभव भक्तांना पदोपदी येतो. आपण मनात जे संकल्प करू ते सिद्धीस जातात. विघ्नेही दूर पळतात, मात्र रघुनाथाची कृपा व्हायला हवी. श्रीरामभक्तीने मला ज्ञान झाले असे तुला आधी केले पाहिजे. आपण काही केले तर ते आपण किंवा मी केले ही भावना न ठेवता हे सर्व श्रीरामाने केले अशी भावना असावी. अशी भावना ठेवली तर कार्य सिद्धीस जाते. कर्तेपण आपलेकडे न घेणे शहाणपणाचे होय. कर्तेपण आपलेकडे घेतले तर चिंता, काळजी, ताण येतात पण ईश्वर कर्ता आहे अशी दृढ मनोभावना झाली की यश प्राप्त होते. आपले आयुष्य किती अल्प आहे पण भगवंत अनंत आहे. आपल्याला ओळखणारे फार थोडे असतात पण भगवंताला अवघे त्रैलोक्य ओळखते. यासाठी परमेश्वराची भक्ती करावी. आपणास ज्ञानी समजून परमेश्वराचा अवमान केला तर त्याची फळे भोगावी लागतील. यासाठी उपासनेचा मार्ग सोडू नये. स्वप्नातील दृश्ये ही खोटी असतात त्याप्रमाणे ईश्वरोपासनेमुळे हे जग मिथ्या आहे, खोटे आहे हे समजून येते. मग श्रोते विचारतात, मिथ्या आहे तर आम्हाला दिसते कसे ?

।। जय जय रघुवीर समर्थ ।।

।। श्रीराम ।।

येक्या देखिल्यासाठीं । लटिक्या कराव्या ग्रंथकोटी ।।
संतमहंतांच्या गोष्टी । त्याही मिथ्या मानाव्या ।।
ऐसें हें बहुविध असे । साचासारिखें दिसे ।।
परि हें सत्य म्हणोनि कैसें । विश्वासावें ।।

जे दिसते तेच खरे बाकी सगळे खोटे असे जर म्हणावयाचे झाले तर वेद खोटे म्हणावे लागतील. संतमहंताच्या गोष्टींवर विश्वास ठेवता येणार नाही. आता खरे आहे असे दिसते पण प्रत्यक्षात खोटे असते ते कसे ते ऐका. मृगजळाचे उदाहरण घ्या. हरिणाला वाटते तेथे पाणी आहे म्हणून ते धावत सुटते पण प्रत्यक्षात तिथे पाणी असते का ? एका माणसाला स्वप्नात पुष्कळ द्रव्यप्राप्ती झाली, त्याने लगेच कुणाकुणाची देणी होती ती देऊन टाकली आणि जागा झाला तेव्हा त्याला कळले हे सगळे खोटे होते. देणी तशीच राहिली आहेत. एका चित्रकाराने अतिशय सुंदर चित्र काढले, एका रसिकाला ते फार आवडते. पण प्रत्यक्षात काय तर जाड कागद किंवा माती. एखाद्या कुशल शिल्पकाराने पाषाणाच्या, लाकडाच्या सुंदर प्रतिमा केल्या. त्या प्रतिमांवर मन अगदी जडून गेले पण प्रत्यक्षात काय होते तर लाकूड आणि दगड. दशावताराचे खेळ होत असतात. त्यात सुंदर स्त्रिया असतात. त्या स्त्रिया खेळ चालू असताना प्रेक्षकातील पुरुषांकडे पहात खाणाखुणा करतात, पण प्रत्यक्षात त्या सुंदर स्त्रिया नसून धटिंगण पुरुष असतात. वर पाहिले तर आकाश पालथे दिसते पाण्यात पाहिले तर उताणे दिसते. आपल्या दोन हातात आपण चार आरसे घेतले तर चार प्रतिबिंबे दिसतील पण प्रत्यक्षात आपले तोंड एकच असते. चार दिसतात म्हणून चार खरी नसतात. एखादे शस्त्र खूप वेगाने हलवले तर अनेक शस्त्रे दिसतील, एखाद्या आरसे महालात सभा भरली तर एकच सभा प्रत्यक्षात असून तिथे अनेक सभा चाललेल्या आहेत असे दिसेल. असे अनेक प्रकार आहेत जे खरे आहेत असे वाटते, खऱ्यासारखे दिसतात, पण यांना खरे म्हणता येत नाही.

।। जय जय रघुवीर समर्थ ।।

।। श्रीराम ।।

गुप्त परीस चिंतामणी । प्रगट खडे कांचमणी ।।
गुप्त हेमरत्नखाणी । प्रगट पाषाण मृत्तिका ।।
देहींच विदेह होणें । करून कांहींच न करणें ।।
जीवनमुक्तांचीं लक्षणें । जीवनमुक्त जाणे ।।

एखाद्या श्रीमंत माणसाकडे पुष्कळ द्रव्य असते पण ते त्याने गुप्तपणे ठेवलेले असते, ते द्रव्य आहे हे नोकरांना कसे समजणार ? एका माणसाजवळ पुष्कळ द्रव्य होते ते कुणास दिसू नये म्हणून त्याने मोठा खड्डा करून तळाशी द्रव्य ठेवले व सरोवर पाण्याने भरले. पण त्या सरोवराच्या तळाशी द्रव्य आहे हे ठेवणारालाच केवळ माहीत असते. कोणी ओझी वाहण्यात जन्म घालवतात तर कोणी रत्नांचा उपभोग घेतात, प्रत्येकाला आपल्या नशिबानुसार सोसावे किंवा भोगावे लागते. ज्यांना आत्मज्ञान प्राप्त झाले आहे ते जणू दिव्यान्नाचे भक्षण करतात, पण अज्ञानी लोक विष्ठा चिवडतात. परीस, चिंतामणी अशी रत्ने गुप्त असतात पण काचेचे खडे, दगड रस्त्यावर पडलेले असतात. उजवा शंख, दिव्य वनस्पती किंवा उजवा बेल दुर्मिळ असतो पण एरंड, धोत्रा, शंखशिंपले उदंड मिळतात. शेरीची झाडे वाटेल तेवढी मिळतात पण कल्पतरु दिसत नाही. बोरबाभळीची झाडेच झाडे असतात पण चंदनाचे झाड शोधावे लागते. या जगात गाईगुरांची खिल्लारे उदंड आहेत पण कामधेनू केवळ इंद्राजवळ असते. व्यापार करणारे धनिक असतात पण कुबेराची सर कुणालाच नसते. गुप्तधन शोधायचे तर डोळ्यात अंजन घालावे लागते, त्याप्रमाणे ज्यांच्याजवळ ज्ञानदृष्टी असते त्यांना परमात्मा कळतो. संसार न सोडता विचाराने आणि विवेकाने आत्मज्ञान मिळवता येते, या नाही तर पुढच्या कोणत्या तरी जन्माला ईश्वरदर्शन होईल असा विश्वास ठेवावा. यासाठी मनाने प्रपंचापासून दूर जावे. देहात राहून विदेही होण्याचा, देह नसल्यासारखे वागण्याचा प्रयत्न करावा. कर्मे करीत रहावे पण ती न केल्यासारखे असणे ही जीवनमुक्ताची लक्षणे आहेत, हे जीवनमुक्तच जाणतो.

।। जय जय रघुवीर समर्थ ।।

।। श्रीराम ।।

जें समाधानाचें स्थळ । कीं तो अनुभवचि केवळ ।।
तें स्वरूप प्रांजळ । बोलोन दाऊं ।।
जेथें मुरालें मीपण । तेचि अनुभवाची खूण ।।
अनिर्वाच्य समाधान । या कारणें बोलिजे ।।

समाधान, समाधान असते तरी काय, संतापाशी असते असे म्हणतात, तेव्हा समाधान कसे असते हे सांगा अशी श्रोत्यांनी विनंती केल्यावर श्री स्वामी समर्थ रामदास सांगतात, एखाद्या मुक्या माणसाने, बोलता न येणाऱ्या माणसाने गूळ खाल्ला तर त्या गुळाची गोडी त्याला सांगता येईल का ? समाधानाची गोष्ट अशीच आहे. ज्याप्रमाणे एखाद्या गोष्टींचा अनुभव शब्दात सांगता येत नाही त्याचप्रमाणे समाधान म्हणजे काय हे शब्दात सांगता येणार नाही. एखादा भुकेला माणूस पोटभर जेवला आणि म्हणाला, ''जेवल्याने समाधान झाले'' त्यावर समाधान म्हणजे काय हे त्याला विचारले तर तो काय सांगणार ?'' समाधान परब्रह्म आहे, वेदांचे परमगुह्य आहे. समाधानाला शब्दरूप देता येत नाही. गोडी म्हणजे काय असा प्रश्न एखाद्याने विचारला तर त्याला गूळ खायला द्यावा म्हणजे 'गोडी' त्याला कळेल. पण तो गोडपणा त्याला शब्दात सांगता येईल का ? अहंकाराचा अस्त झाला, मीपण हरवले की जी आत्मवस्तू शिल्लक रहाते ती समाधान. मीपण विरणे म्हणजे एक प्रकारे परमात्म्याच्या समीप जाणे आहे. समाधान शब्दात गोवता येत नाही तो एक न सांगता येण्याजोगा अनुभव असतो. शब्द आणि अर्थ यांचा संबंध भूक आणि धान्य यांच्यासारखा असतो. शब्दामुळे अर्थ कळतो. आणि अर्थ कळल्यावर शब्द व्यर्थ ठरतात. भुसाचे वेष्टन घेऊन धान्य निर्माण होते, आपण धान्य घेऊन भूस टाकून देतो त्याप्रमाणे अर्थरूपी धान्य घेऊन शब्दरूपी भूस टाकू द्यावे. शब्दाचा वाच्यांश म्हणजे भूस. लक्ष्यांश म्हणजे अर्थ तो ग्रहण करावा. अर्थात तरीसुद्धा आत्मवस्तू अनुभवास येईल असे नाही. आत्मस्वरूप अतिशय सूक्ष्म आहे, आकाश गाळून घेतले तर त्याला आत्मस्वरूपाची, सूक्ष्मपणाची जरा सर येईल पण ती कल्पनाच ठरेल.

।। जय जय रघुवीर समर्थ ।।

।। श्रीराम ।।

तैशा मंगळमूर्ती आद्या । पासूनि जाल्या सकळ विद्या ।।
तेणें कवी लाघव गद्या । सत्पात्र जाले ।।
कीं तें भवार्णवींचें तारुं । बोधें पाववी पैलतारू ।।
माहाआवर्ती आधारू । भाविकांसी होय ।।

या समासाच्या आरंभी श्री स्वामी समर्थ रामदास श्री गणेशाला वंदन करतात. एकदंत, त्रिनयन, चतुर्भुज, विद्यावंतांचा मूळ पुरुष, गजमुखी गजानन, त्याच्यापासून सर्व विद्या उत्पन्न होतात. त्याच्या कृपेने लिहिणारा वा कवि गद्यपद्य रचना करू शकतो. श्रीगणेश हा जणू पूर्णचंद्रच आहे. त्याच्यामुळे ज्ञानसागराला भरती येते. सर्वांआधी आणि सर्वांनंतर असणारा स्वयंभू तोच आहे. त्या स्वयंभू स्वरूपाला जी शारदा नावाची कन्या झाली तीच मूळ माया. ही मूळ माया म्हणजे एक विलक्षण वेल आहे. या वेलीवर अनंत विश्वे फुलून आली आहेत. अशा वेदमाता शारदेला मी वंदन करतो. सद्गुरूने कृपा केली तर आनंदाची वृष्टि होते. आत्मसाक्षात्कार होतो. मोक्षाची इच्छा करणाऱ्याने चातकाप्रमाणे असावे. सद्गुरू-कृपेचा मेघ वृष्टी कधी करील याची वाट पहावी. सद्गुरु म्हणजे या भवसागरातून पैलतीरी नेणारी नावच आहे. जर श्रद्धेचे बळ असेल तर भोवऱ्यातूनही सद्गुरु भाविकांना सुखरूपपणे काढून मोक्षमंदिरापर्यंत नेतात. सद्गुरु म्हणजे दीनांवर प्रेम करणारी, अनाथांना आधार देणारी आईच असते. सद्गुरु सुखाचे माहेर, परमार्थाचे वाटाडे, जीवाचे, विसाव्याचे स्थळ, अशा सद्गुरुला मी देहातीत होऊन वंदन करतो. देहाभिमानामुळे अज्ञानरूपी निद्रेतील जीव निद्रेतच निधन पावतात. अज्ञानाच्या निद्रेतच ते जन्ममरणाच्या येरझारा घालतात. परमेश्वराची ओळख न पटल्याने त्यांच्या नशिबी हे कष्ट आले. असे कष्ट होऊ नयेत असे वाटत असेल तर आत्मज्ञान करून घ्यावे. हे आत्मज्ञान कसे करून घ्यावे हे सविस्तरपणे सांगणारे अध्यात्मग्रंथ असतात. त्यांचा आधार घ्यावा.

।। जय जय रघुवीर समर्थ ।।

।। श्रीराम ।।

जयासि नाहीं परमार्थ । तयासि न कळे येथींचा अर्थ ।।
नेत्रेंविण निधानस्वार्थ । अंधासी कळेना ।।
तथापि प्राकृताकरितां । संस्कृताची सार्थकता ।।
येऱ्हवीं त्या गुप्तार्था । कोण जाणे ।।

आपण स्वत: लिहिलेल्या आणि इतरांच्या अध्यात्मविषयक ग्रंथाविषयी श्री समर्थ रामदास कळवळीने सांगतात की, ज्याचे हृदय चंचल आहे, ज्याचे चित्त एकाग्र होत नाही. त्याने अशा ग्रंथवाचनाच्या भरीस पडू नये. एखादा माणूस आंधळा असेल तर त्याला द्रव्यसाठा कसा दिसणार ? त्याप्रमाणे ज्याला परमार्थाची आवड नाही त्याला हा ग्रंथ समजण्याची शक्यता कमी. लोखंडाच्या पेटीत रत्ने ठेवली. एका दुर्दैवी माणसाला ती पेटी मिळाली पण ती पेटी लोखंडाची म्हणून त्याने टाकून दिली. त्याप्रमाणे ग्रंथ मराठीत आहे म्हणून त्याज्य मानू नये. मराठी भाषेच्या बाबतीत विद्वज्जन असे वागतात, ज्याला रत्नपरीक्षा आहे अशा रत्नपारख्यापुढे रत्न ठेवले म्हणजे समाधान वाटते. त्याचप्रमाणे ज्याला अध्यात्मविषयी गोडी आहे. त्याच्याशीच तो विषय बोलणे समाधान देते. माया आणि ब्रह्म यांची ओळख पटवून देणारे ते अध्यात्म. मराठीमध्ये हे अध्यात्म व्यक्त केल्यामुळे संस्कृतमधील अगाध ज्ञान, जे आजवर गुप्त होते, लोकांपर्यंत पोहोचत नव्हते ते मराठी भाषेत आल्याने त्यातील अर्थ लोकांना कळला नाहीतर त्यातील गुप्त अर्थ कधी कुणाला कळला असता का ? हा पंचमहाभूतांचा पसारा म्हणजे माया. आपल्या दृष्टीला जे दिसते मनाला भासते ती माया. माया क्षणभंगुर आहे. विवेकबुद्धीने तिचा शोध घेतला तर ती नष्ट होते. विष्णु जसा मोहिनीरूपाने राक्षसांना भुलवीत होता त्याप्रमाणे माया सर्वांना भुलवीत असते. माया बहुरूपी आहे या सृष्टीची रचना मायेमुळेच झालेली आहे. या मायापाशातून मुक्त व्हावयाचे असेल तर ज्ञानाची संगत धरायला हवी.

।। जय जय रघुवीर समर्थ ।।

।। श्रीराम ।।

ब्रह्म सकळांहूनि थोर । ब्रह्मा ऐसें नाहीं सार ।।
ब्रह्म सूक्ष्म अगोचर । ब्रह्मादिकांसी ।।
सकळांसी मिळोनी ब्रह्म येक । तेथें नाहीं हे अनेक ।।
रंक अथवा ब्रह्मादिक । तेथेंचि जाती ।।

आता या दशकात श्री स्वामी समर्थ रामदास ब्रह्म याविषयी विवेचन करतात. ब्रह्म निर्गुण, निराकार, रंगहीन, नि:संग आणि निर्विकार आहे. शास्त्रे असं सांगतात की ब्रह्म सर्वव्यापी आहे, अनेकात एक आहे. ब्रह्म अच्युत म्हणजे च्युत न होणारे, न हलणारे, अनंत, निर्विकल्प आणि कल्पनारहित आहे. ब्रह्म दृश्य नाही. सद्‌गुरु किंवा साधूचे मार्गदर्शन असल्याखेरीज प्रत्ययास येत नाही. ब्रह्म सर्वश्रेष्ठ आहे. ब्रह्माइतके सर्वोत्तम दुसरे काहीही नाही. ब्रह्माचे स्वरूप इतके सूक्ष्म आहे की, ब्रह्मदेवादी देवगणांनादेखील ते समजून घेणे अवघड जाते. ब्रह्म वर्णनापलीकडे आहे. नित्य अभ्यासानेच ब्रह्मप्राप्ती होऊ शकेल. ब्रह्माला अनेक नावे आहेत. पण ब्रह्म नामातीत आहे. ब्रह्माला कशाचीही उपमा देता येत नाही. ब्रह्मापुढे शब्द तोडके पडतात. ब्रह्म हे कल्पनेच्याही पलीकडचे आहे. ब्रह्म प्राप्त करून घ्यावयाचे असेल तर सद्‌गुरूला शरण गेले पाहिजे. धान्याने कोठारे भरलेली आहेत पण ती कोठारे कुलुपबंद असतील तर त्याचा काय उपयोग ? या ब्रह्मरूपी भांडारांना उघडण्याची किल्ली म्हणजे सद्‌गुरुकृपा. या किल्लीने द्वैताची कपाटे उघडतात, बुद्धी प्रकाशित होते. मग सुखच सुख, त्या ठायी मनाला प्रवेश नाही. त्याची मनाशिवाय प्राप्ती होते. वासनेशिवाय तृप्ती होते. ब्रह्म बुद्धीच्या आटोक्याबाहेर नाही. देहबुद्धी सोडली तर ब्रह्मप्राप्ती दूर नाही. ब्रह्मस्वरूपामध्ये श्रेष्ठ कनिष्ठ, लहान थोर असा भेदभाव नाही. राजा असो वा रंक, श्रीमंत असो वा गरीब, ब्रह्म सर्वांना प्राप्त होऊ शकते. ब्रह्मात सोवळे ओवळे नाही, वर्णभेद नाही. सर्वांना ब्रह्म एकच आहे. ब्रह्मामध्ये अनेकता नाही. सर्वजण ब्रह्मास जाऊन मिळतात.

।। जय जय रघुवीर समर्थ ।।

।। श्रीराम ।।

स्वर्ग मृत्यू आणि पाताळ । तिहीं लोकींचें ज्ञानें सकळ ।।
सकळांसि मिळोन येकचि स्थळ । विश्रांतीचें ।।
म्हणोनि देहबुद्धि हे झडे । तरीच परमार्थ घडे ।।
देहबुद्धीने विघडे । ऐक्यता ब्रह्मींची ।।

तिन्ही लोकातील, म्हणजे स्वर्गलोक, मृत्युलोक आणि पाताळलोक आत्मज्ञानी पुरुषांना जर विश्रांती घ्यावयाची असेल, तर त्यासाठी एकच योग्य स्थळ आहे आणि ते म्हणजे परब्रह्म, सद्गुरूला जर ब्रह्मपद प्राप्त झाले तर तसे ते सत्शिष्यालाही प्राप्त होते. त्यात भेदाभेद नसतो, पण देहबुद्धीचा त्याग केला पाहिजे. ज्यांनी हे केले त्यांना ब्रह्मप्राप्तीच होतेच. ब्रह्म हे अद्वितीय, अजोड आहे असे श्रुतिवचन आहे. साधुसंत वेगवेगळे दिसतात. पण अंतःकरणाने ते एकच आत्मस्वरूपी लीन झालेले असतात. देहबुद्धीपलीकडे असलेल्या ब्रह्मात विलीन झालेले असतात. देहबुद्धीमुळे जन्ममरणाचे फेरे चुकत नाहीत. एका देहाचा अंत झाला की, देहबुद्धी विलयास न गेल्यामुळे पुन्हा जीव जन्म घेतो, यासाठीच देहबुद्धी क्षीण होणे आवश्यक आहे. कारण तसे झाले तर परमार्थाकडे मन ओढ घेईल. हे सर्व लक्षात घेऊन चतुर साधकाने अध्यात्मश्रवणाकडे चित्त लावावे, देहबुद्धीचा विलय करावा आणि एक प्रकारे ब्रह्मस्वरूपात विलीन होऊन जावे. ब्रह्माविषयी जेवढे सांगावे तेवढे कमीच आहे. ब्रह्म कसे आहे ? ते अनंत आहे, अरूप, अदृश्य, अतर्क्य, अपार आहे. ते नादरूप, चैतन्यरूप, ज्योतिरूप, सत्तारूप, साक्षिरूप आहे. ते शून्यवत् आहे, सनातन आहे, ते सर्वेश्वर, सर्वज्ञ, सर्वात्मा, जगजीवन आहे, ते सहज आहे, सदोदित शुद्धबुद्ध आहे, सर्वातीत आहे. ते विश्वव्यापी, विस्तीर्ण, विशाल आहे. ब्रह्म हाच आत्मा आणि ब्रह्म हाच परमेश्वर आहे. ब्रह्म हे आकाशासारखी विमल वस्तु आहे. ब्रह्म हे ज्ञानस्वरूप आहे. ब्रह्मामध्ये आतबाहेर घनदाट ज्ञान, ओतप्रोत भरलेले आहे. ब्रह्माला अनेक नावे आहेत पण खरे तर परमेश्वररूपी ब्रह्म नामापलीकडे नामातीत आहे.

।। जय जय रघुवीर समर्थ ।।

॥ श्रीराम ॥

श्रोती व्हावें सावधान । आतां सांगतो ब्रह्मज्ञान ॥
जेणे होय समाधान । साधकाचें ॥
ऐसीं हे चौदा ब्रह्में । निरोपिलीं अनुक्रमें ॥
साधकें पाहात भ्रमें । बाधिजेना ॥

यानंतर श्री स्वामी समर्थ रामदास चौदा ब्रह्में कोणती ही त्याची नावे घेऊन सांगतात. जमिनीतून रत्ने काढावयाची असतील तर माती काढावीच लागते. खरे, सत्य म्हणजे काय हे समजून घ्यावयाचे असेल तर मिथ्या किंवा खोटे हे ऐकवावे लागते. शुद्ध ब्रह्माची जाण होण्यासाठी चौदा ब्रह्मांची नामावलीच सांगतो. पहिले शब्दब्रह्म, दुसरे ओंकार किंवा अक्षरब्रह्म, तिसरे खंब्रह्म, चौथे सर्वब्रह्म, पाचवे चैतन्यब्रह्म, सहावे सत्ताब्रह्म, सातवे साक्षब्रह्म, आठवे सगुणब्रह्म, नववे निर्गुणब्रह्म, दहावे वाच्यब्रह्म, अकरावे अनुभवब्रह्म, बारावे आनंदब्रह्म, तेरावे तदाकार ब्रह्म, चौदावे अनिर्वाच्यब्रह्म. आता प्रत्येक ब्रह्माचा स्वतंत्रपणे विचार करू. स्वरूपाचा साक्षात् अनुभव नाही पण केवळ शब्दांनी त्याचे वर्णन करणे म्हणजे शब्दब्रह्म होय. ॐ या एकाच अक्षराने जे व्यक्त होते ते एकाक्षर ब्रह्म होय. खं हे अक्षर आकाश दर्शवते. खंब्रह्म म्हणजे आकाशब्रह्म. आकाश हे अवाढव्य, सर्वव्यापी, विश्वव्यापी आहे म्हणून त्याला ब्रह्मपदी बसवले आहे. पंचमहाभूतांनी युक्त असे ते सर्व ब्रह्म, सर्वात प्राण ओतणारे ते चैतन्यब्रह्म, या चैतन्याला ज्याच्या सत्तेचा आधार आहे ते सत्ताब्रह्म, आणि या सत्तेला साक्षी असणारे ते साक्षिब्रह्म. या साक्षिब्रह्माला सगुण ब्रह्मही म्हणतात. पण जेथे गुणांचे अस्तित्वच नाही ते निर्गुण ब्रह्म. शब्दांनी किंवा वाणीने ज्याला शब्दरूप देता येते ते वाच्यब्रह्म. अकराव्या ब्रह्माचे नाव आहे अनुभवब्रह्म. केवळ अनुभवाने जिथे कळते ते हे ब्रह्म होय. ज्यावेळी माणूस सहज आनंदी होतो तेव्हा तो आनंद ब्रह्मात रमलेला असतो. ज्यावेळी ब्रह्माशी एकरूपता होते तेव्हा त्याला तदाकार ब्रह्म अशी संज्ञा दिली जाते आणि ज्याच्याबद्दल काहीच बोलता सांगता येत नाही ते अनिर्वाच्य ब्रह्म.

॥ जय जय रघुवीर समर्थ ॥

।। श्रीराम ।।

ब्रह्म जाणावें शाश्वत । माया तेचि अशाश्वत ।।
चौदा ब्रह्मांचा सिद्धान्त । होईल आतां ।।
पदार्थाऐसे ब्रह्म नव्हे । मा तें हातीं धरून द्यावें ।।
असो हें अनुभवावें । सद्गुरुमुखे ।।

या चौदा ब्रह्मांतून परब्रह्म हे कसे वेगळे आहे हे सांगण्यासाठी श्री स्वामी समर्थ रामदास प्रत्येक ब्रह्मातील त्रुटी सांगतात. मुख्य म्हणजे परब्रह्म हे शाश्वत आहे पण माया अशाश्वत आहे हे निश्चित ध्यानी घेतले पाहिजे. शब्दब्रह्म आपण म्हणतो ते शब्दपांडित्य असते त्यात स्वरूपाची अनुभूती येण्याची शक्यता नसते. ते मायारूपच आहे. शब्दांची करामत करणारा आणि ऐकणारा दोघेही भ्रमात असतात. पण ब्रह्माचे वर्णन एका अक्षरात करता येणार नाही. अक्षर हे अशाश्वत असल्याने एकाक्षरब्रह्महही खरे नव्हे. आकाशाला ब्रह्म मानावे हे ठीक आहे. पण आकाश हे शून्य असल्याने शून्याला परब्रह्माची थोरवी कशी प्राप्त होणार ? सर्व ब्रह्म म्हणावयाचे पण ते नाशिवंत आहे. विश्व जेव्हा प्रलयान्ती विनाश पावेल त्यावेळी सर्व ब्रह्मांचीही इतिश्री होईल. ब्रह्मदेव जेथे प्रलयाचे तांडव करील तेव्हा पंचमहाभूतांचे अस्तित्व कसे उरेल, म्हणजे सर्वब्रह्महही टिकत नाही. अनुभवब्रह्म हे अनुभवाशी संबंधित आहे. पण अनुभव कुठं शाश्वत असतात. निरनिराळ्या वेळी निरनिराळे अनुभव येतात. काही अनुभव फसवे असतात. ते चंचल अस्थिर असतात. म्हणून अनुभवब्रह्मासही परब्रह्माच्या पदवीस पोचवणे दृष्ट ठरत नाही. चैतन्य हे विश्वाबरोबर नष्ट होते. वरचा माणूस खालच्या माणसावर सत्ता गाजवतो पण खालचा माणूस नसेलच तर सत्ताब्रह्म कसले ? पदार्थांचे अस्तित्व नसेल, तर साक्षब्रह्म, निरर्थक, गुणांनी वेढलेले सर्व काही नाशिवंत म्हणून सगुणब्रह्म तर जेथे गुण नाहीत त्या निर्गुणब्रह्माचे काय कवतिक ? आनंद विनाश पावतो म्हणून आनंदब्रह्माला महत्त्व द्यायचे कारण नाही. तदाकारता टिकत नाही तर ब्रह्म अनिर्वाच्य आहे हे म्हणणे योग्य नव्हे. सारांश परब्रह्म हे दृश्य पदार्थासारखे नाही म्हणून सद्गुरुमुखातूनच ते जाणून घ्यावे.

।। जय जय रघुवीर समर्थ ।।

।। श्रीराम ।।

परीं जें अखंड भेटलें । सर्वांगास लिगटलें ।।
अतिनिकरी परीं चोरलें । सकळासि जें ।।
ब्रह्म तैसें कालवलें । परीं तें नाहीं हलवलें ।।
सर्वांमध्ये परी संचलें । संचलेपणें ।।

ब्रह्म हे आकाशाहून निर्मळ आहे, तसे ते आकाशासारखेच पोकळ आहे, त्याला कसलेही कोणतेही रूप नाही, ते त्याचा विस्तार विशाल आहे. एकवीस स्वर्ग आणि सात पाताळे मिळून एक ब्रह्मगोल होतो, त्या मलरहित ब्रह्माने असे अनंत ब्रह्मगोल व्यापून टाकलेले आहेत. खाली, वर, डावीकडे, उजवीकडे, मधे कोपऱ्याकोपऱ्यांत, जिकडेतिकडे ब्रह्म पसरलेले आहे. ब्रह्म नाही अशी अणुभरही जागा मिळणार नाही. जळी, स्थळी, काष्ठी, पाषाणी ब्रह्म भरलेले आहे. समुद्रात मासे असतात. त्यांना जसे आतबाहेर पाणी असते त्याप्रमाणे आतबाहेर ब्रह्म आहे. अर्थात् पाणी संपून कुठेतरी जमीन सुरू होते, ब्रह्म तसे संपत नाही. या जगात आल्यापासून जग सोडीपर्यंत ब्रह्माशी आपली निरगाठ बांधलेली आहे. एखाद्याने आकाशाच्या पलीकडे जावे म्हणून एखादा धावू लागला तर त्याला शक्य नाही कारण आकाश सर्वत्र भरलेले आहे. तसेच ब्रह्माचेही आहे. आकाशात ढग येतात व जातात, आकाशाचे निर्मळ स्वरूप तसेच असते. ब्रह्म आपल्याला अगदी जन्मापासून चिकटले असूनही त्याची जाणीव क्वचित्च असते. ब्रह्म सर्व विश्वात कालवलेले आहे, सर्व पदार्थांना व्यापून राहिले आहे, पण तरीही हा त्याचा अंश आहे, मग विश्वाबाहेर ब्रह्म किती आणि केवढे असेल – त्याचे मोजमाप कोण करील ? अपार अपरंपार ब्रह्म विश्वाच्या उदरात मावणार नाही. कमडंलूमध्ये जसे आकाश साठवता येत नाही त्याप्रमाणे विश्वात ब्रह्म पकडता येत नाही.दिसणाऱ्या सर्व पदार्थात ब्रह्म घट्ट चिकटलेले आहे, खंब्रह्म म्हणजे आकाशासारखे आहे असे श्रुती सांगतात. पण आकाशाच्या ठिकाणी शून्यत्व आहे. ब्रह्मात तसे नाही, माया अस्थिर आणि अशाश्वत आहे. ब्रह्म मात्र स्थिर, शाश्वत आहे. ब्रह्म पृथ्वीसारखे जड नाही. पृथ्वीपेक्षा पाणी सूक्ष्म असते, पाण्यापेक्षा तेजाची सूक्ष्मता अधिक असते, तेजापेक्षा वायु सूक्ष्मतेने पुढे असतो. पण या सर्वांहूनही सूक्ष्म, अतिसूक्ष्म असे ब्रह्म असते.

।। जय जय रघुवीर समर्थ ।।

।। श्रीराम ।।

वज्रास असे भेदिलें । परीं मृदत्व नाहीं गेलें ।।
उपमेरहित संचलें । कठिण ना मृद ।।
ऐसे ब्रह्म शाश्वत । जेथें कल्पनेसी अंत ।।
योगी जना येकान्त । अनुभवें जाणावा ।।

वज्र हे भेदण्यास अत्यंत कठीण हे खरे पण ब्रह्म त्याला सहज भेदते पण याचा मृदूपणा कमी होत नाही. खरं तर ब्रह्माला उपमाच नाही. ते मऊही नाही, मृदूही नाही, सूक्ष्मही नाही पण सर्वव्यापी आहे. पृथ्वीला ते व्यापून आहे पण समजा उद्या पृथ्वीचा नाश झाला तरी ब्रह्माचा नाश होत नाही. आपण एखाद्या पदार्थाकडे पहातो त्यावेळी तो पदार्थ आपल्याला दिसतो पण आपण तो पदार्थ यात जे ब्रह्म असते ते दिसत नाही. विश्व आले गेले, आकाश उरले सरले. ब्रह्मावर त्याचा परिणाम होत नाही. त्याचे अस्तित्व असतेच. नामरूपाच्या पलीकडे असणारे ब्रह्म जाणण्याची शक्ती केवळ साक्षात्कारी साधुसंतसज्जनांतच असते. आपण ग्रंथ वाचतो म्हणजे ब्रह्मच वाचतो. ब्रह्म आपल्या अगदी निकट आहे पण ते पहायचे ठरवले तरी दिसत नाही. आपण कर्णेंद्रियांनी जेव्हा काही ऐकतो तेव्हा ब्रह्मच ऐकतो. विचार करताना देखील मनात मनाबाहेर ब्रह्मच असते. रस्त्याने चालत असताना, किंवा एखादी वस्तू घेताना सर्वत्र ब्रह्मच भरून राहिलेले असते. अर्थात ब्रह्म दिसत नसले तरी त्याच्या अस्तित्वास बाध येत नाही. देहभावना लोपून दृश्य विश्व मनातून गेल्याशिवाय ब्रह्मसाक्षात्कार होणार नाही. असा साक्षात्कार जेव्हा होतो तेव्हा जीव ब्रह्मरूपात विलीन होतो. ज्यावेळी खरोखर ज्ञानप्राप्ती होते तेव्हा विश्व आणि ब्रह्म दोन्ही जाणण्याचे सामर्थ्य प्राप्त होते. जागृती, स्वप्न व सुषुप्ती या तीन अवस्था अज्ञानप्रवृत्ती दर्शवतात. तुर्या ही चौथी अवस्था ज्ञानरूप प्रकट करते. ज्ञानाचा उदय म्हणजे अज्ञानाचा अस्त. कालांतराने ज्ञान नाहीसे होते व त्याची जागा विज्ञान घेते. पण विज्ञान उरते का, तर नाही, तेही परब्रह्मात मिळून मिसळून जाते. असे हे शाश्वत असे ब्रह्म, जिथे कल्पनांना अवसर नाही. पण योगि जनांचा एकान्त आहे.

।। जय जय रघुवीर समर्थ ।।

।। श्रीराम ।।

जाणे ब्रह्म जाणे माया । ते येक जाणावी तुर्या ।।
सर्व जाणे म्हणोनिया । सर्वसाक्षिणी ।।
क्षणा येका धोका वाहे । क्षणा येका स्थिर राहे ।।
क्षणा येका पाहे । विस्मित होउनी ।।

ब्रह्म आणि माया या दोन्ही अवस्थांचे ज्ञान म्हणजे तुर्या. या तुर्या अवस्थेला आरखी एक शब्द वापरला जातो तो म्हणजे सर्वसाक्षिणी. सर्व काही जाणणारी, ज्ञान असणारी अवस्था म्हणजे तुर्या अवस्था. आकाशाचे स्वरूप एकच आहे पण घटात दिसणारे घटाकाश, मठात दिसणारे मठाकाश आणि संपूर्ण विश्वास व्यापून राहिलेले महदाकाश असे भेद करतात. पण असे भेद व्यर्थ आहेत, कारण शेवटी सर्व आकाश एकच आहे. पुढे मनच इतके व्यापक बनते की, ते उन्मन म्हणजे पूर्णावस्थेला पोहोचते. मग तुर्या अवस्थेचा अस्त होतो कारण मी सर्वज्ञानी आहे ही भावनाच मग नाहीशी होते. मनाला वृत्ती व कल्पना असतात, पण ब्रह्मज्ञानात या दोन्ही गोष्टी नसतात. ब्रह्म हे मन आणि बुद्धी या पलीकडचे आहे. मनातील द्वैत पूर्णपणे संपल्याशिवाय ब्रह्मज्ञान होत नाही. कल्पना ही संशय निर्माण करते आणि नाहीसे करते, कल्पना हे बंधन असते, पण तरीही कल्पनाच ब्रह्मचिंतनाची ईर्षा निर्माण करते. द्वैत जन्माला घालण्याचे कार्यही कल्पनाच करते. तसं पाहिलं तर ज्ञान हीदेखील एक कल्पनाच आहे. बद्धावस्था आणि मुक्तावस्था कल्पनेमुळेच प्रतीत होतात. कल्पना ही अंतःकरणात सबळ आहे. जे अस्तित्वात नाहीत असे ब्रह्मगोल कल्पनाच निर्माण करते. कल्पनेचे रूप आणि स्वरूप मोठे विलक्षण आहे. कधी ती धोका आहे, संकट येते आहे असा इशारा करील तर लगेच संकट निवारण झाल्याचे, धोका समाप्त झाल्याचेही सुचवील. ज्ञान अज्ञानाचे असे चित्रविचित्र खेळ कल्पना करीत असते.

।। जय जय रघुवीर समर्थ ।।

॥ श्रीराम ॥

श्रवण आणि मनन । निजध्यासें समाधान ॥
मिथ्यां कल्पनेचें भान । उडोन जाये ॥
तैसें ज्ञान होतां मळिण । अज्ञान प्रबळे जाण ॥
याकारणें श्रवण । अखंड असावें ॥

कल्पनेविषयी श्री स्वामी समर्थ रामदास पुढे सांगतात की आपल्याला जन्माला घालते ती कल्पनाच आणि आपल्या भक्तीचे फलित देणारी कल्पनाच. शेवटी मोक्ष कोण देते ? कल्पनाच मोक्षदायिनी आहे. अशी ही मनोहर कल्पना जर अध्यात्माकडे किंवा परमार्थाकडे वळवली तर ते समाधान लाभते ते अपूर्व लाभते. मात्र तसे न अनुसरल्यास पतनाचा धोका संभवतो. श्रवण, मनन आणि निदिध्यास याचा अवलंब केल्यास खोट्या कल्पना विसरू जातात आणि मनाला समाधान लाभते. विश्वरचनेचे मूळ कल्पनाच असल्यामुळे तिच्या मुळांवरच जर आघात केला तर ब्रह्मप्राप्ती सहजसुलभ होऊ शकेल. अशा प्रकारे प्रज्ञेला स्थैर्य आले की कल्पनेचा मागमूसही रहात नाही. सूर्यापुढे अंधाराचा नाश होतो त्याप्रमाणे खोट्या कल्पना सत्यापुढे विराम पावतात. रानातील हत्ती पकडण्यासाठी माणसाळलेला हत्ती वापरावा किंवा आकाशातून येणारा बाण बाणानेच उडवावा त्याप्रमाणे कल्पनेनेच कल्पनेचा नाश करावा. कल्पनासुद्धा दोन प्रकारच्या आहेत. एक शुद्ध कल्पना आणि दुसरी अशुद्ध कल्पना. शुद्ध कल्पना निर्गुण स्वरूपात स्थिर असते, ती अद्वैतात रमते. ब्रह्म हे एकच सत्य आहे याची जाणीव होणे म्हणजे शुद्ध कल्पना. उलट जी कल्पना द्वैतात रमते ती अशुद्ध समजावी. अद्वैत कल्पनेचा प्रकाश पसरला की द्वैत कल्पनेचा अंधार नाहीसा होतो. शुद्ध कल्पनेनेच अशुद्ध कल्पना नष्ट होते हे शहाण्यांनी लक्षात ठेवावे. ज्यावेळी सूर्य अस्ताला जाऊ लागतो त्यावेळी प्रकाश नाहीसा होत होत अंधाराचे साम्राज्य पसरते, त्याप्रमाणे आत्मज्ञानाला मलिनता आली की अज्ञानाची शक्ति वाढते म्हणून अखंड श्रवणभक्ति करावी.

॥ जय जय रघुवीर समर्थ ॥

।। श्रीराम ।।

कल्पनेरहित जे सुख । तेथें नाहीं संसारदु:ख ।।
म्हणोनियां तेंचि येक । होऊन असावें ।।
ब्रह्मचि होऊन जावें । कां तें संसारींच असावें ।।
दोहींकडे भरंगळावें । किती म्हणूनी ।।

ऐकणारे म्हणजे जे श्रोते असतात त्यांच्या मनात शंका असतात. एक श्रोता म्हणतो कल्पनारहित अद्वैताचे वर्णन ऐकून मी ब्रह्मस्वरूप झालो, तदाकार झालो. आता असेच रहावे, पुन्हा प्रपंचात पडू नये असे वाटते. पण प्रत्यक्षात काय घडते ? तर श्रवणाने मन ब्रह्माकार झाले, तदाकार झाले हे खरे पण ही अवस्था फार टिकत नाही. पुन्हा देहबुद्धी जागृत होते, निवृत्ती नाहीशी होऊन प्रवृत्ती आकार घेते. कल्पनेशिवाय जे सुख असते त्यात संसारदु:खाला वाव नाही म्हणून तेच एक टिकून रहावे असे वाटते. पण प्रत्यक्षात तसे घडत नाही परिणामी येरझारा चालूच रहातात. एखाद्या कीटकाच्या पायाला दोरा बांधून खालीवर करावे तशी स्थिती होते. मग ब्रह्मस्वरूपाला पोहोचलेला माघारी कसा येतो ? असे जर होत असेल तर त्याच्या ज्ञानाला पात्रता लाभलेली नाही असेच म्हणावे लागेल. ज्ञानाचा अस्त झाल्याने ब्रह्मसुख निसटून जाते आणि ब्रह्मज्ञानाची आकांक्षा धरल्याने संसार सुटून जातो, हाती काहीच लागत नाही. साहजिकच श्रोत्याच्या मनात शंका उपजली की मग जीवनाची वाटचाल करावी तरी कशी ? कारण मन काही सतत ब्रह्माकार होऊन रहात नाही. यावर खंर तर समाधानकारक उत्तर नाही पण ज्यांनी तदाकार किंवा ब्रह्मरूप होताच देहत्याग केला त्यांना मुक्तीचा आनंद मिळाला. पुष्कळ ऋषी, मुनी, सिद्ध, साधू, आत्मज्ञानी मुक्त होऊन गेले. केवळ शुक्र आणि वामदेव यांनाच मुक्ती लाभली असे नाही. मात्र वेद असे म्हणतात की, शुक्र व वामदेव यांनाच मुक्ति लाभली इतरांना नाही यावर विश्वास ठेवतील त्यांना पढतमूर्खच म्हणावे लागेल, ही केवळ एक बाजू झाली हे लक्षात घ्यावे.

।। जय जय रघुवीर समर्थ ।।

।। श्रीराम ।।

वेदाक्षर घडे ज्यासी । तो बोलिजे पुण्यरासी ।।
म्हणोन वेदीं सामर्थ्यासी ।। काय उणें ।।
देहबुद्धि धरून चिंती । मुक्त ब्रह्मादिक नव्हेती ।।
तेथें शुकाची कोण गती । मुक्तपणाची ।।

आपण वेदांवरच अधिक विश्वास ठेवायला हवा. क्षणभर हे वेदवचन सत्य मानले तर वेदांच्या सामर्थ्याचा विनाश होईल कारण वेद उद्धारक आहेत यावर कुणी विश्वास ठेवणार नाही. जे वेदांचा अभ्यास करतात त्यांना पुण्यराशी समजतात म्हणून वेदांचे सामर्थ्य अशा उक्तीने कमी होत नाही. साधु संत सज्जन आग्रहाने सांगतात की वेद, शास्त्रे आणि पुराणे यांचे श्रवण भाग्याने घडले तर माणसाला पावित्र्य प्राप्त होते. इतकेच नव्हे तर वेदांतील श्लोक किंवा श्लोकार्धाचे जरी श्रवण केले तर अनेक दोष नाहीसे होतात. व्यासांनीच असे वेदांचे माहात्म्य सांगून ठेवले आहे. शुक व वामदेव यांच्याखेरीज तर इतर कुणी उद्धारून मुक्ती प्राप्त करून घेत नसतील तर वेदांचे वैशिष्ट्य किंवा माहात्म्यता ती काय राहिली ? सूज्ञ व्यक्ति यावर विश्वास ठेवीत नाहीत. शुक व वामदेव यांच्याखेरीज अनेकांना वेदांमुळे मुक्तिलाभ झाला आहे. ब्रह्मस्वरूप होणे म्हणजे काष्ठवत् होणे असे नाही. तसे असते तर शुकाने परीक्षितास भागवत ऐकवले असते काय ? म्हणून सद्गुरुकृपेमुळे सायुज्य मुक्ती प्राप्त होऊ शकते. परमार्थात स्वरूपाच्या अनुभवाला अतिशय महत्त्व दिले जाते. पोटभर जेवलेल्या माणसास भुकेला म्हटल्याने तो काही चिडणार नाही. आत्मज्ञान झाले की सगळ्या शंका निवारण होतात. मनात जोपर्यंत देहबुद्धी असते तोपर्यंत ब्रह्मदेवादिक देवसुद्धा मुक्त होऊ शकणार नाहीत. ज्याचा मीपण सुटला तो मुक्त झाला. मी बद्ध मी मुक्त या सगळ्या भावभावनांचा विलोप झाला पाहिजे. ज्ञानाला परिपक्वता आली की, मुक्तीची जाणीवही नष्ट होते.

।। जय जय रघुवीर समर्थ ।।

१३

।। श्रीराम ।।

तथापि तें कल्पूं जातां । न ये कल्पनेच्या हातां ।।
वोळखी ठांई न पडे चित्ता । भ्रंश पडे ।।
तें आठवितां विसरिजे । कां तें विसरोनि आठविजे ।।
जाणोनियां नेणिजे । परब्रह्म तें ।।

ब्रह्माची कल्पना आपण कुठवर आणि कशी करणार ? कल्पनेची धाव ब्रह्मापर्यंत पोहोचू शकत नाही. कारण ब्रह्म निर्विकल्प आहे पण त्याची कल्पना करायला गेले तर हाती काहीच येत नाही, कारण ते कल्पनेच्या पलीकडे आहे. मनाला त्याची खूण पटत नाही. उलट माणूस भ्रांतचित्त होतो. आपले मन आकाराशी बद्ध असते. ब्रह्माला तर आकार नाही, त्यामुळे ब्रह्मदर्शनासाठी उत्सुक असलेले मन शून्य होते. सगळीकडे अंधारच भरला आहे असे वाटते आणि हा अंधार अज्ञानाचा असतो. ब्रह्माचा रंग कसा असेल ? पांढरा की काळा, पिवळा की निळा, हिरवा की तांबडा ? प्रत्यक्षात ब्रह्म रंगरहित आहे. ब्रह्माला रंगच नाही. मग जे दृष्टोत्पतीस येत नाही, ज्याचा मनाला शोध घेता येत नाही, त्या निर्गुण, निराकार, निरंग ब्रह्माला पहायचे तरी कसे ? मनाला जर आपण ब्रह्मचिंतनाची सवय लावली तर यथावकाश ब्रह्माचा साक्षात्कार होण्याची शक्यता नाकारता येत नाही. एखाद्या वस्तूचे चिंतन करताना द्वैत निर्माण होते. द्वैत कसे तर चिंतनवस्तु आणि चिंतन करणारा असे. पण म्हणून चिंतन सोडून देणे इष्ट ठरणार नाही. आपल्याला जेव्हा स्वत:चा विसर पडतो तेव्हाच परब्रह्माचे स्मरण करता येते. परब्रह्माला आपण जाणले तरी जाणल्याचे समजत नाही. ब्रह्माची भेट घ्यायला गेले तर भेट होत नाही आणि प्रत्यक्ष भेटीत भेटीची जाणीव नसते. ब्रह्म निरंतर असते. जीव ज्यावेळी पूर्णपणे वृत्तिरहित होतो तेव्हा ब्रह्म समजण्याची पात्रता निर्माण होते, योग्यता निर्माण होते.

।। जय जय रघुवीर समर्थ ।।

।। श्रीराम ।।

अनुसंधान लावूं जातां । कांहीं नाहीं वाटे आतां ।।
तेणें मनाचिया माथां । संदेह वाजे ।।
अद्वैत ज्ञानाचा उपदेश । गुरुगीता तो महेश ।।
सांगतां होयें पार्वतीश । पार्वतीप्रती ।।

ब्रह्म कसे आहे हे सांगता येत नाही. ते मनामध्ये मावू शकत नाही त्यामुळे त्याचे ध्यान करणे अशक्य आणि अवघड आहे. ब्रह्माला पाणी म्हणावे तर ते पाण्याहूनही निर्मळ आणि निश्चल आहे. उद्या सगळे ब्रह्मांड एखाद्या जलप्रलयात बुडाले तरी ब्रह्म कोरडेच राहील. ते उजेडासारखे नाही, अंधारासारखे नाही. मग ते कशासारखे आहे ? ते ब्रह्म जे काही आहे ते निरंजन आहे, निर्मळ आहे. मलरहित आहे. मग जे दृष्टीस पडत नाही त्याचे अनुसंधान कसे ठेवावे ? मनापुढे जे येत नाही ते आहे की नाही असेच वाटू लागते. त्या ब्रह्माविषयी संशय निर्माण होतो. ते खोटेच वाटू लागते. अशा या ब्रह्माला पहाण्यासाठी कुठे जाऊन रहायचे ? आपण जर परब्रह्म अस्तित्वात नाही असे गृहीत धरले तर वेद खोटे पडतील आणि व्यासांसारख्या थोर ब्रह्मज्ञानी ऋषिमुनींचे कार्य वायाच गेले असे म्हणावे लागेल. पण तसे म्हणणे इष्ट नाही. आत्मज्ञानही खोटे म्हणता येत नाही. अनेकांनी आत्मज्ञानाची साधने निर्माण करून ठेवली आहेत. त्यांनाही असत्य म्हणावे लागेल. निरनिराळ्या प्रसंगीं देवदेवतांनी अद्वैतज्ञानाचा उपदेश केला आहे. भगवान् शंकरांनी पार्वतीला जी गुरुगीता सांगितली त्यात अद्वैतज्ञान आहे, श्रीदत्तात्रेयांनी गोरक्षनाथांना जो उपदेश केला तो अवधूतगीता म्हणून प्रसिद्ध आहे. तर भगवान् विष्णूने स्वत: राजहंसाचे रूप घेतले आणि ब्रह्मदेवाला जो उपदेश केला ती हंसगीता होय. ब्रह्मदेवाने नंतर नारदाला चतु:श्लोकी भागवत ऐकवले, वसिष्ठांनी श्रीरामाला योगवसिष्ठ सांगितले आणि श्रीकृष्णाने अर्जुनाला गीता सांगितली.

।। जय जय रघुवीर समर्थ ।।

।। श्रीराम ।।

मीपण शस्त्रें तुटेना । मीपण फोडितां फुटेना ।।
मीपण सोडितां सुटेना । कांहीं केल्या ।।
मीपणें प्रपंच न घडे । मीपणे परमार्थ बुडे ।।
मीपणें सकळही उडे । यश कीर्ति प्रताप ।।

ग्रंथांची कितीतरी नावे सांगणे सहज शक्य आहे. अनेक ऋषिवर्यांनी आपापल्या निर्मितीत आत्मज्ञान ऐकवले आहे आणि ते खरे असल्याने त्यावर विश्वास हा ठेवायलाच हवा. सामान्य बुद्धीच्या लोकांना हे समजत नाही. जो आत्मज्ञान खोटे आहे असे म्हणेल तो अध:पतित होईल. ज्या स्वरूपाचे वर्णन करणे शेषालाही अशक्य झाले, वेदांनी मौन धारण केले अशा त्या स्वरूपास्थितीचे वर्णन कोण करू शकणार ? अर्थात् ती समजत नाही म्हणून ती अस्तित्वातच नाही असे म्हणणे योग्य नाही. आपल्याला जर ती स्थिती उमजत नसेल तर सद्गुरूला साकडे घालून समजून घ्यावी. माया ही खोटी तुला खरी वाटू लागते आणि न दिसणारे परब्रह्म तू खोटे ठरवलेस यामुळे तुझे मन संशयसमुद्रात बुडून गेले. मनाला विनाकारण कल्पना करावयाची सवय असते – म्हणून ते ब्रह्मविषयक कल्पनाही करू पाहते, पण ते जमत नसल्याने अहंकार 'मी पणा' वाढीस लागतो. साधुसज्जनांच्या संगतीने त्या मीपणाचे निर्दालन करावे, संशयाचे निराकरण करावे आणि परमात्म्याशी मैत्री करावी. हा मीपणा किंवा अहंकार फार कठीण आहे. तो शस्त्रांनी तोडता येत नाही, फोडून फोडता येत नाही, मी पणाचे बंधन काही केल्या सुटत नाही. या मीपणामुळे ईश्वरस्वरूप जाणता येत नाही, ब्रह्मस्वरूप आकलन होत नाही, भक्ती नाहीशी होते. वैराग्याची शक्ती नाहीशी होते. मीपणारूपी अहंकारामुळे धड प्रपंचही होत नाही, धड परमार्थही होत नाही, यश, कीर्ती, पराक्रम हे सर्व लयाला जातात, नष्टप्राय होतात.

।। जय जय रघुवीर समर्थ ।।

।। श्रीराम ।।

मीपण कोणासिच न साहे । तें भगवंतीं कैसेनि साहे ।।
म्हणौनि मीपण सांडून राहे । तोचि समाधानी ।।
निर्विकल्पासी कल्पावें । परि कल्पिते आपण न व्हावें ।।
मीपणासी त्यागावे । येणें रीती ।।

मीपणामुळे आणखी काय काय होते हे आता विस्ताराने सांगतो. मीपणामुळे प्रेम आटून जाते आणि अंगाला अभिमान चिकटतो. मीपणामुळे विकल्प निर्माण होतो, तंटेबखेडे निर्माण होतात, समाजातील ऐक्यभावना लयास जाते. अहंकारवृत्ती कुणालाच आवडत नाही किंवा सहन होत नाही मग ती परमेश्वरालाच पटेल असे मनातही आणू नये. यासाठी जर समाधान हवे असेल तर मीपणा सोडावा, अहंकाराचा त्याग करावा. मीपणा सोडावा आणि नि:संगपणे ब्रह्मसुख अनुभवावे. अशा प्रकारे मीपणाचा त्याग करून साधना करणारा समाधानी धन्यच म्हणावा लागेल. ब्रह्म कल्पना सहन करीत नाही, मी स्वत: ब्रह्म झालो असे म्हणणे म्हणजे कल्पनाच. ती जर येऊन उभी राहिली तर जो तिला हाकलून देतो, हुसकावून लावतो त्याला साधु म्हणण्यास प्रत्यवाय नाही. निर्विकल्पाची कल्पना जरूर करावी. पण मी कल्पना करतो असा त्यामागे अहंभाव असू नये. अहंकार कुणालाच सहन होत नाही मग तो परमेश्वराला कसा सहन होईल ? साधना करीत असताना त्यात मीपणा नसेल, मी साधना करतो अशी भावना नसेल तर मिळवणारे समाधान अपूर्व असते. मी स्वत:च ब्रह्म झालो आहे अशी मनात कल्पना आल्यास निर्विकल्प स्थिती येण्याची शक्यता दुरावते. ब्रह्मविद्येचा हा जो लपंडाव चालतो आपण आत्मबुद्धीने रहावे, देहबुद्धीने राहू नये. जो सावध आणि समाधानी असतो त्याच्याच हे लक्षात येईल.

।। जय जय रघुवीर समर्थ ।।

९७

।। श्रीराम ।।

श्रवणें प्रबोध वाढे । श्रवणें प्रज्ञा चढे ।।
श्रवणें विषयांचे वोढे । तुटोन जाती ।।
प्रवृत्ती अथवा निवृत्ती । श्रवणेंविण न घडे प्राप्ती ।।
हे तों सकळांस प्रचीती । प्रत्यक्ष आहे ।।

मुद्रणकलेचा शोध लागल्यानंतर श्रवणापेक्षा वाचनाकडे ओढा वाहू लागला पण म्हणूनच श्रवणाचे महत्त्व कमी होत नाही. ज्यांना वाचता येत नाही, वाचायला वेळ नाही त्यांच्यासाठी परमार्थाकडे नेणारे श्रवणभक्तीचे महाद्वार उघडलेले आहे. त्या कालाला अनुसरून श्री स्वामी समर्थ रामदास श्रवणाचे महत्त्व ऐकवतात.

ज्या साधनाद्वारे परमार्थाकडे पोहोचता येते ते साधन म्हणजे श्रवण. या साधनांमुळे समाधान होते. श्रवणामुळे भक्ति प्राप्त होते, विरक्ती निर्माण होते, विषयांची आसक्ती संपते. श्रवणाने चित्तशुद्धी होते, बुद्धीला स्थैर्य येते, अभिमानाचा अस्त होतो. श्रवणामुळे काय काय होते ? निश्चयाचे सामर्थ्य प्राप्त होते, अहंकार उणावतो. मनाला, समाधान प्राप्त होते, मनातील शंकाकुशंका दूर होतात. श्रवणामुळे दोषक्षय होऊन स्वभावात बदल होतो. श्रवणामुळे मनाला आवर घालता येतो, देहबुद्धीचे बंधन नाहीसे होते. श्रवणामुळे घात आणि अपघात टळतात, संकटे नाहीशी होतात. श्रवणाने कार्यसिद्धी होते. साधुसंत सज्जनांच्या सहवासात श्रवण केल्यास मन तदाकार होऊन जाते. श्रवणामुळे प्रबोधन होते, बुद्धिसामर्थ्य वाढते, विषयांची ओढ कमी होते. विवेक जागा होतो. ईश्वराचे स्मरण होते. कुसंगतीचा नाश होतो, कामभावना ओसरायला लागते, संकटे टळतात. मोह समाप्त होतो, मनाला शांती लाभते, अढळ असे निवृत्तिपद मिळते. श्रवणासारखे सौख्य नाही. हा भवनदीचा प्रवाह तरून जाण्यासाठी श्रवण हीच नौका उपयोगी पडते. सर्वारंभी श्रवण हेच आहे. प्रपंच असो वा परमार्थ श्रवणावाचून प्राप्त नाही हे अनुभवाचे बोल आहेत.

।। जय जय रघुवीर समर्थ ।।

।। श्रीराम ।।

ऐकल्याविणा कळेना । हें ठाऊकें आहे जना ।।
या कारणें मूळ प्रेत्ना । श्रवण आधीं ।।
तीर्थव्रतांची फळश्रुती । पुढें होणार सांगती ।।
तैसें नव्हे हातीचा हातीं । सप्रचित श्रवण ।।

कोणतीही गोष्ट श्रवण केल्याखेरीज म्हणजे ऐकल्याखेरीज कळत नाही हे सर्वांना माहीत आहेच यासाठी मूळ प्रयत्न म्हणजे श्रवणभक्ती. जे काही आपण जन्मात ऐकलेच नाही त्याविषयी आपल्या मनात शंका निर्माण होते. अनेक साधने पाहिली पण श्रवणाशी बरोबरी करणारे कोणतेच साधन नाही. सूर्य जर उगवला नाही तर सर्वत्र अंधाराचे साम्राज्य पसरते. हा अंधार अज्ञानाचा असतो आणि श्रवणाचा प्रकाश पडला की तो दूर होतो. नवविधा भक्ति म्हणजे काय, चतुर्विध भक्तीचा अर्थ काय, सहजस्थिती कशाला म्हणतात, पुरश्चरण, विधियुक्त, उपासना हे श्रवणावाचून समजत नाही. व्रते, दाने, विविध तपे, साधने, तीर्थाटने, शरीरज्ञान, निरनिराळ्या तत्त्वांविषयी संशोधन हे सर्व श्रवणावर अवलंबून आहे. सर्व प्रकारच्या वनस्पती एका पाण्यावर वाढतात, सर्वांना एकच सूर्य प्रकाश देतो आणि सर्वांना जिवंत राहण्याच्या प्रक्रियेसाठी एकच वायू आसमंतात अस्तित्वात असतो, आकाश सर्वांना जिवंत आहे त्याप्रमाणे सर्व जिवांचे वसतिस्थान एक परब्रह्मच आहे हे सगळे जाणण्यासाठी श्रवण उपयुक्त ठरते. श्रवणाने दुष्टबुद्धी पुण्यात्मे होतात, साधक सिद्ध होतात. श्रवणाचे फळ तत्काळ मिळते, तीर्थव्रतांप्रमाणे यथावकाश नाही. औषधाने व्याधी नष्ट होतात त्याप्रमाणे श्रवणाने देहबुद्धी लय पावते. श्रवणाचा विचार लक्षात आला तर भाग्योदय होतो, संपत्ती प्राप्त होते आणि मुख्य म्हणजे श्रवणाने परमात्मसुखाचा अनुभव येतो. पुन: पुन्हा खावे प्यावे लागते त्याप्रमाणे श्रवण मनात पुन:पुन्हा करीत रहावे. श्रवणाकडे पाठ फिरवणे म्हणजे स्वकल्याणाचा मार्ग बंद करणे, श्रवणाचा जर आळस केला तर तो स्वहिताला पारखा झाला म्हणून समजावे.

।। जय जय रघुवीर समर्थ ।।

।। श्रीराम ।।

आतां श्रवण कैसें करावें । तेंहि सांगिजेल आघवें ।।
श्रोतां अवधान द्यावें । येकचित्तें ।।
जेथें संशय तुटती । होय आशंकानिवृत्ती ।।
अद्वैतग्रंथ परमार्थी । श्रवण करावें ।।

श्रवणभक्ती ही महत्त्वपूर्ण खरी, पण ती कशी करावी ? श्रोत्यांनी अवधानपूर्वक श्रवण करावे. एखादे भाषण किंवा प्रवचन ऐकल्यावर मनाचे जे समाधान झालेले असते त्यात व्यत्यय येतो. ज्या वक्तृत्वात निश्चयाचा अभाव आहे त्या वक्तृत्वाचा त्याग करावा. काही वेळेस असे होते की एखादा ग्रंथ वाचल्यावर तो अगदी मनात ठसतो पण त्याच विषयावरील दुसरा ग्रंथ वाचला तर त्यात पहिल्या ग्रंथातील मुद्द्यांचे खंडण असते मग विश्वास कुणावर ठेवायचा ? म्हणून जो ग्रंथ वाचता संशय नाहीसे होतील असे परमार्थविषयक अद्वैत ग्रंथ श्रवण करावेत. मोक्षाचा अधिकारी असलेला साधक परमार्थमार्गाने जाऊ इच्छितो त्याला अद्वैतग्रंथाचे प्रेम असते. ज्याला इहलोकाचा लोभ नाही, परलोकाचे आकर्षण आहे त्याने अद्वैतशास्त्राचाच विचार करावा. ज्याला अद्वैताची गोडी आहे त्याच्यापुढे द्वैत विचार मांडला तर त्याचा क्षोभ होतो, आपल्या आवडीप्रमाणे ऐकायला मिळाले तर मन रमते अन्यथा कंटाळते. ज्याला ज्याबद्दल आवड आहे तेच त्याला द्यावे. एखाद्याचे कुलदैवत देवी असेल तर तिथे सप्तशतीचाच पाठ व्हायला हवा. वीरकंकण नाकात नथीसारखे घातले तर शोभेल का ? मल्हारीमहात्म्य द्वारकेला, द्वारकामाहात्म्य काशीला किंवा काशीमाहात्म्य तिरुपतीला नेले तर विशोभित दिसेल. अमृतापुढे ताकाचा काय पाड ? म्हणजे ज्यांना परमार्थाची आवड आहे ते आत्मज्ञानच स्वीकारतात व ते ज्या ग्रंथात आहे तेच ग्रंथ मस्तकी धरतात, अशा व्यक्तीने एकांती जाऊन अद्वैत ग्रंथाचा नीट अभ्यास करावा तरच त्याला समाधान मिळेल.

।। जय जय रघुवीर समर्थ ।।

।। श्रीराम ।।

बहुत प्रकारें पाहतां । ग्रंथ नाही अद्वैतापरता ।।
परमार्थास तत्त्वता । तारुंच कीं ।।
ग्रंथ बहुत असती । नाना विधानें फळश्रुती ।।
जेथें नुपजे विरक्ती भक्ती । तो ग्रंथचि नव्हे ।।

अनेक दृष्टिकोनातून पाहिले असता अद्वैत ग्रंथासारखा दुसरा ग्रंथ नाही. हा ग्रंथ म्हणजे जणू नौकाच. संसारोपयोगी हास्य विनोदादी नवरसांनी भरलेले ग्रंथ परमार्थमार्गाने जाणाऱ्यांना हितकारक नाहीत. ज्या ग्रंथांच्या वाचनाने मन भक्तियुक्त होते, परमार्थभावना वाढते, अहंकार ओसरतो आणि मन ईश्वरसन्मुख होते, त्याच्या मनात विरक्तीचा उदय होतो, धैर्य निर्माण होते, परोपकाराकडे मन वळते, देहसुखाविषयी अनिच्छा निर्माण होते आणि साधकाला परलोकाचे साधन प्राप्त होते, ज्ञान मिळते व तो पावन होतो त्याला ग्रंथ म्हणावे. ज्या ग्रंथात फक्त व्रतवैकल्ये अनुष्ठाने, फलश्रुती वगैरे सांगितलेले असते परंतु त्याच्या अभ्यासाने विरक्ती उत्पन्न होऊन मन भक्तीकडे वळत नाही, त्याला ग्रंथ म्हणू नये. सर्व पक्षी फळे खातात पण चकोरास मात्र चंद्रामृतच हवे असते त्याप्रमाणे खरे परमार्थी भगवंताचीच इच्छा धरतात. ज्ञानेच्छूला ज्ञान, भजकाला भजन त्याप्रमाणे साधकाला स्वेच्छेनुसार साधन हवे असते. ज्याप्रमाणे योग्याला योग, भोग्याला भोग, कवीला कविता, विद्वानाला विद्वत्ता, कलावंताला कला, हरिदासाला कीर्तन, प्रेमळ माणसाला दया क्षमा, शृंगारप्रियाला कामशास्त्र, थट्टेखोर माणसाला विनोद, निंदकाला निंदा, शूर माणसाला युद्ध, मुक्तिप्रेमीला मुक्तिमार्ग, ज्योतिषाला पिंगळा पक्ष्याचा आवाज हवा असतो. अशा प्रत्येकाच्या किंवा कित्येकांच्या आवडीनिवडी कितीही सांगितल्या तरी कमीच पडतील. ज्या श्रवणात परमार्थमार्ग नाही ते श्रवण नाही. म्हणून प्रत्येकाने केवळ परमार्थग्रंथ श्रवण करावा, या ग्रंथाशिवाय इतर ग्रंथ केवळ गोंधळ निर्माण करणारे आहेत म्हणून तिकडे दुर्लक्ष करावे.

।। जय जय रघुवीर समर्थ ।।

।। श्रीराम ।।

वेदशास्त्रें पुराणें सांगती । सत्याचा निश्चय करिती ।।
तरी न ये आत्मप्रचीती । सत्यस्वरूप ।।
पुण्यनदीचे जें तीर । तेथेचि पडावें शरीर ।।
हा इतर जनांचा विचार । साधु नित्यमुक्त ।।

आपल्या मनावर मायेची मोहिनी असते. जे खोटे आहे तेच खरे वाटत असते. सत्य म्हणजे काय हे सांगणारी अनेक निरूपणे आहेत पण मनावरील असत्याचा मुक्काम काही हलत नाही. वेदशास्त्रपुराणे सत्याचे स्वरूप सांगतात. पण त्याची प्रचीती अनुभवास येत नाही. संतसंगतीचा लाभ झाला तर मायेची जाणीव होते. ज्ञानी पुरुष आपले देहावसान नशिबावर सोपवतो, आत्मज्ञानामुळे त्याची देहासक्ति संपलेली असते, त्यामुळे देह जावो अथवा राहो तो उदासीन असतो. अशा पुरुषाचे शरीर जिथे पडते तीच पुण्यभूमी होते. साधुसंतांच्या वास्तव्यामुळे तीर्थांना पावित्र्य येते, संतांचे वास्तव्य नसेल तर ती कसली तीर्थक्षेत्रे ? अज्ञानी लोकांना क्षेत्रस्थानी आपला देह पडावा असे वाटते पण साधुसंतांना तसे वाटत नाही. मृत्यू यायचा असेल तर तो उत्तरायणात यावा, दक्षिणायनात आला तर तो वाईट, घरात दिवा जळत असताना मृत्यू यावा वगैरे भ्रम आहेत. अंतकाळी ईश्वराचे स्मरण ज्याला होते त्याला उत्तम गती मिळते. साधूला उत्तरायण दक्षिणायणाचे सोयरसुतक नसते. पुण्यवान पुरुष जिवंतपणीच मुक्त असतो त्याला मरणभय नसते. केवळ मृत्यूसमयी नव्हे तर आयुष्यभर ईश्वरसन्मुख राहिले तरी उत्तम गती मिळते. काही पेरल्याशिवाय उगवत नाही आणि जे पेरावे तेच उगवते. काम न करता पगार कोण देईल ? त्याप्रमाणे जिवंतपणी जो भगवद्‌भक्ति करीत नाही, त्याचे अंतकाळी कल्याण होत नाही.

।। जय जय रघुवीर समर्थ ।।

।। श्रीराम ।।

जे कां जीवन्मुक्तज्ञानी । त्यांचें शरीर पडो रानीं ।।
अथवा पडो स्मशानीं । तरी धन्य जालें ।।
गुरुभजनानेचि आधारें । निरूपणाचेनि विचारें ।।
क्रियाशुद्ध निर्धारें । पाविजे पद ।।

जे जीवनमुक्त आणि ज्ञानी असतात त्यांना जंगलात मरण येवो अथवा स्मशानात ते धन्यच होतात. साधूचा देह खितपत पडला किंवा जनावरांनी खाल्ला तर लोकांना वाईट वाटते पण ते अज्ञानामुळे वाटते. मरणाऱ्या साधुसंतांना त्याची खंत नसते. ते जन्ममृत्यूच्या पलीकडे गेलेले असतात. ते जनसामान्यात वावरत असले तरी त्यांच्याहून ते वेगळे असतात. अशा साधुसंतांची भक्ति केली तरी उद्धार होतो. साधकांना माझे असे सांगणे आहे की, त्यांनी अद्वैताचे निरूपण करावे.जो संतांना शरण जातो तो स्वत: संत होतो एवढेच नव्हे तर तो दयाळू होऊन इतरांना परमार्थाचा मार्ग दाखवतो. आई आपल्या मुलाला त्याच्या तान्हेपणी जशी जीवापलीकडे सांभाळते त्याप्रमाणे सद्गुरु आपल्या शिष्याचा सांभाळ करतात म्हणून सद्गुरुसेवेसारखे सौख्यानिधान नाही. जो सद्गुरूची भक्ति करतो त्याच्या जीवनाला धन्यता लाभते. समाधान मिळवण्याचा तोच मार्ग आहे, सद्गुरुभक्तीसारखे मोक्षदायी दुसरे काही नाही. ज्याला मोक्षप्राप्तीची आकांक्षा असेल त्याने नाना प्रकारे सद्गुरूची सेवा करावी, त्याला संतुष्ट करावे. कुणाला हे पटेल कुणाकुणाला हे पटणारही नाही ज्यांना पटणार नाही, रुचणार नाही त्यांनी गुरुगीतेचा अभ्यास करावा. भगवान् शंकरांनी पार्वतीला गुरुगीता सांगितली. त्या गुरुगीतेत सद्गुरुमाहात्म्य उत्तम रीतीने वर्णिलेले आहे. तसेच अद्वैताचाही उपदेश आहे. यासाठी सद्गुरुची श्रद्धापूर्वक सेवा करावी. या ग्रंथात आत्मज्ञानाचेच प्रतिपादन केलेले आहे. या ग्रंथात अद्वैतज्ञान सांगितले आहे, वेदांमध्ये हेच आहे हे विसरू नये.

।। जय जय रघुवीर समर्थ ।।

।। श्रीराम ।।

पावावा देवाधिदेवा । बहुविध श्रम करावा ।।
तेणें देव ठाईं पाडावा । हें सर्वमत ।।
जेणें केलें चराचर । केले सृष्ट्यादि व्यापार ।।
सर्वकर्ता निरंतर । नाम ज्याचें ।।

गुरुशिष्यांचा हा संवाद म्हणजे विमल ज्ञान बोध आहे. सर्व शास्त्रांचा धांडोळा घ्यायचा म्हटले तर आयुष्य पुरणार नाही आणि मनातला संशय काही विरणार नाही. या जगात पुण्यदायक अशी थोर थोर तीर्थक्षेत्रे अनेक आहेत. या सर्व तीर्थांची यात्रा करावयाची ठरवले तर एक आयुष्य पुरणार नाही. तपे, दाने, योग, नानासाधने ईश्वरप्राप्तीसाठी केली जातात. ईश्वराची प्राप्ती करून घ्यावयाची असेल तर भरपूर कष्ट करावे लागतात, श्रम करावे लागतात, तरच देव भेटतो हे सर्वांचेच मत आहे. अनेक धर्म, पंथ, देवाला प्राप्त करून घेण्यासाठी निरनिराळे मार्ग सांगतात – देवही या सृष्टीत अगणित आहेत पण त्यांतील प्रमुख परमेश्वर कोणता हे समजत नाही. देवभक्तीचेही अनेक प्रकार आहेत. जो देव पावतो त्याच्यापाशी भक्ती दृढ होते. ईश्वरोपासनेचेही प्रकार पुष्कळ आहेत. जसे देव विपुल तसे भक्तही विपुल. ज्याच्या दर्शनासाठी भाविक भुकेला असतो तो देव कसा ओळखावा, कसा भेटावा ? ज्याने हे चराचर निर्माण केले, सृष्टीच्या व्यापाराची रचना केली त्यालाच सर्वकर्ता परमेश्वर म्हणून निरंतर ओळखले जाते. त्याने आकाशात मेघमाळा निर्माण केल्या. चंद्राला अमृतकला दिल्या; सूर्यमंडळाला तेज दिले; ज्याच्यामुळे समुद्र मर्यादा ओलांडत नाही; शेष स्थापन झाला; तारामंडळ नभांगणी चमकू लागले; खाणी, वाणी, योनी ज्याने निर्मिल्या; ब्रह्मा, विष्णु, महेश ज्याचे अवतार आहेत तोच देव. देव्हाऱ्यातला देव उठून जीवसृष्टी किंवा ब्रह्मांड निर्माण करीत नाही, तो निर्गुण, निराकार, निरवयव असा सृष्टीचा एकच कर्ता आहे.

।। जय जय रघुवीर समर्थ ।।

।। श्रीराम ।।

पैस अवकाश आकाश । कांहींच नाहीं जे भकास ।।
तये निर्मळीं वायोस । जन्म जाला ।।
एवं जगदीश तो वेगळा । जग निर्माण त्याची कळा ।।
तो सर्वांमध्यें परी निराळा । असोन सर्वीं ।।

या सृष्टीची उत्पत्ती कशी झाली, तर आधी केवळ आकाश होते. ते शून्य होते. त्या शुद्ध शून्य आकाशात वायूचा जन्म झाला. वायूने अग्नीला, अग्नीने पाण्याला जन्म देण्याची अघटित, अद्भुत क्रिया परमात्म्याने केली. हे आकाश डोईवर आहे, पण ते निराधार आहे, त्याला खांब नाहीत. असे विचित्र काही करू शकतो तो देव. देवाने पृथ्वी निर्माण केली, पृथ्वीवर पाषाणांची वस्ती केली, या पाषाणांनाच विवेकहीन लोक देव समजतात. सृष्टि निर्माणकर्ता सृष्टीपूर्वी होता. कुंभार हा मातीच्या भांड्यांपूर्वी असतो, त्याने निर्माण केलेले मृद्घट म्हणजे कुंभार नव्हे. म्हणून पाषाण हे देव होऊ शकत नाहीत. ज्याने लाखो, कोट्यवधी जीव निर्माण केले त्यांतला एक जीव तो कसा असू शकेल ? कळसूत्री बाहुलीचा खेळ करणारा स्वत: काही बाहुली नसतो. त्याच्यामुळे जे जे घडले, त्यात तो आहे असे म्हणणे योग्य नाही. ज्याने हे विश्व निर्माण केले तो या विश्वाहून निराळा आहे. पण काही मूर्ख या विश्वालाच जगदीश म्हणतात. खरं तर जगदीश अगदी वेगळा आहे, विश्वनिर्मिती ही त्याची लीला आहे, त्याची कला आहे, सर्वांमध्ये असून तो सर्वांपेक्षा निराळा आहे. म्हणून जग भ्रम आहे, आत्मा हेच सत्य आहे आणि परमात्मा हा सर्वांपलीकडे आहे. देव, विमल आणि अचल आहे. जन्ममरणाशी त्याचा संबंध नाही. कल्पनेच्या पलीकडचा जो तो देव. मानवाच्या बाबतीत जन्म घेणे, आयुष्य जगणे, सुखदु:खे भोगणे आणि मरणे ही देवाची कृती आहे पण तो त्या पलीकडे आहे.

।। जय जय रघुवीर समर्थ ।।

।। श्रीराम ।।

येक ब्रह्म निराकार । मुक्त अक्रिय निर्विकार ।।
तेथें मायावोडंबर । कोठून जाली ।।
म्हणोनि माया स्वतंतर । ऐसा न घडे कीं विचार ।।
मायेस निर्मिती सर्वेश्वर । तो येकचि आहे ।।

ब्रह्म एकच आहे ते निराकार आहे, मग मायेचे अवडंबर कोठून निर्माण झाले ? हे गारुड आले कोठून ? आपण म्हणतो ब्रह्म अखंड आणि निर्गुण आहे. मग सृष्टिनिर्मितीची इच्छा त्याचे ठायी कोण निर्माण करते ? इच्छा व्हावयाची तर सगुणता हवी. मुळात ब्रह्म सगुण नाही म्हणून तर ते निर्गुण. निर्गुण सगुण समान समजले तरी ती मूर्खताच ठरेल. तो परमेश्वर कर्ता असूनही अकर्ता आहे. त्याचा महिमा सामान्यजनांना काय कळणार ? परमेश्वराशिवाय जर हे विश्व उभारले गेले असेल तर मग त्या जगन्नियंत्या परमेश्वराच्या अस्तित्वाचा शोध कुठं घ्यायचा ? देव नाहीच असेच मग म्हणावे लागेल. मायेचे स्वातंत्र्य मान्य केले तिने स्वत:च आपला विस्तार केला असे मान्य केले तर मग ईश्वराला अस्तित्वच उरत नाही, मग भक्तांचे रक्षण कोण करणार ? त्यांचा उद्धार कोण करणार ? म्हणून माया स्वतंत्र आहे असे म्हणणे काही बरोबर ठरणार नाही. माया ही ईश्वरनिर्मितच आहे आणि ईश्वराचे मायेवर नियंत्रण असते म्हणजे परमेश्वर आहे यात शंका नाही. माया ही खरी नाही, खोटीच आहे. ज्याला आत्मज्ञान नाही. संतांशी जवळीक नाही त्याला मायेचे खोटेपण भावत नाही. मूळ सुवर्ण आणि सुवर्णालंकार या दोन्हीतही सुवर्णाचे अस्तित्व असते त्याप्रमाणे ब्रह्म आणि विश्व यांत भेदभाव नाही, पण सोने दिसत नाही, समुद्र आणि समुद्रावरील लाट भिन्न नसतात तसेच ब्रह्म आणि विश्व यांचे आहे.

।। जय जय रघुवीर समर्थ ।।

।। श्रीराम ।।

देवापासोन सकळ जालें । हें सर्वांस मानलें ।।
परी त्या देवास वोळखिलें । पाहिजे कीं ।।
रूप वायोचें जालें । तेणें आकाश भंगलें ।।
ऐसें हें सत्य मानलें । न वचे किं कदा ।।

दोरी असली तरी साप वाटतो, शिंप आहे तेथे चांदी भासते, माती ही भिंत वाटते, उन्हाळ्यामुळे मूळ पातळ झालेले तूप घट्ट झाले की वेगळेच वाटते, हे सर्व अद्वैत आहे. पण द्वैत समजल्याशिवाय अद्वैत समजत नाही. भगवंताची करणी विचित्र आहे. ती सहस्रफणीधारी शेषालाही वर्णन करता येणार नाही. मूळ परमेश्वरापासून सर्व विस्तार झाला आहे हे ध्यानी घ्यावे. देवाची शक्ति अनंत, देवाची नामे अनंत, म्हणून त्यालाच मूळ पुरुषाचा मान दिला पाहिजे. मूळ माया म्हणजेच मूळ पुरुष म्हणजेच परमेश्वर. देवापासून ही सर्व सकल विश्व– निर्मिती झाली हे सर्वजण मान्य करतात अशा त्या देवालाही ओळखायला पाहिजेच की ! मूळ माया आणि मूळ पुरुष यांत द्वैत नाही, दोन्ही एकच, या सर्वांचा दाता अनंतनामयुक्त जगदीश होय. जादूगार नजरबंदीचा खेळ करतात. खोट्याचे खरे करून दाखवतात. हे विश्व म्हणजे परमेश्वराचा एक नजरबंदीचाच खेळ आहे. देव तो कसा खेळला आणि गोचर विश्व कसे निर्माण झाले हे आता सांगतो. आकाश स्तब्ध आहे, निश्चल आहे पण वारा मात्र धावणारा आहे. पण आकाशावर या हलत्या धावत्या वायूचा काहीच परिणाम होत नाही, किंवा त्यामुळे आकाश भंगले त्याला तडा गेला असे दृष्टिपथात येत नाही. त्याप्रमाणे मूळ माया उत्पन्न झाली म्हणून ब्रह्माच्या निर्गुणपणाला बाधा येत नाही. वारा वाहू लागला म्हणजे त्याचे अस्तित्व समजते. एरवी वाऱ्याचे रूप आपल्याला समजत नाही. त्याप्रमाणे मूळ माया अस्तित्वात असून दिसत नाही.

।। जय जय रघुवीर समर्थ ।।

।। श्रीराम ।।

आभाळाकरितां मयंक । वाटे धांवतो निशंक ।।
परी तें अवघें माईक । आभाळ चळे ।।
मूळ माया पाहतीं मूळीं । अथवा अविद्या भूमंडळीं ।।
स्वर्ग मृत्य पाताळीं । पांचचि भूतें ।।

वायू पहायला गेले तर पहाता येत नाही. हाती धूळ लागते. ज्याप्रमाणे वाऱ्यामुळे अनेक पदार्थ पाने, गवत इत्यादी आकाशात भिरभिरत असतात. त्याप्रमाणे मूळ मायेच्या प्रभावाने हे दृश्य जग दिसते. आभाळात ढग जसे अकस्मात निर्माण होतात त्याप्रमाणे मायेच्या योगाने हे जग झाले. ढगांमुळे आभाळाची निश्चलता गेल्यासारखी वाटते पण प्रत्यक्षात तसे नसते. त्याप्रमाणे मूळ मायेमुळे निर्गुणाचे सगुण झाल्यासारखे वाटते पण प्रत्यक्षात ते आहे तसेच आहे. ढग आले आणि गेले तरी आभाळ तसेच राहिले त्याप्रमाणे माया निर्माण झाली आणि नाहीशी झाली तरी निर्गुणाचे सगुण होत नाही. निळे आकाश हा भास आहे, डोंगर निळे हाही भास असतो, रथ धावू लागला की रथात बसलेल्याला जमीनही आपल्याबरोबर पळते आहे असे वाटते. आभाळातला चंद्र ढगांच्या धावपळीमुळे धावत असतो पण आपल्याला वाटते आभाळच धावते आहे. नजरबंदीच्या खेळातील वस्तु अशाश्वत असतात त्याप्रमाणे ब्रह्म शाश्वत असून माया अशाश्वत आहे. एखाद्या माणसाची दृष्टी बिघडली की त्याला आकाशातही सेना आहे असे वाटते पण ते खोटे असते. अशा रीतीने मायेच्या खेळाचा खोटेपणा समजून घ्यावा. आकाश आणि वायु ही मूळ मायेमध्ये होती. मृदुता हा पाण्याचा गुण तर जडता हा पृथ्वीचा गुण. शक्ति हा तेजोगुण. अशा प्रकारे, मूळ मायेच्या मुळाशी जाऊन पाहिले तर सर्वत्र पंचमहाभूतांचेच अस्तित्व आढळते. आरंभी व अखेरी सत्य तेवढे शाश्वत आहे, त्या सत्य स्वरूपातच पंचमहाभूतांचा सदैव वावर असतो.

।। जय जय रघुवीर समर्थ ।।

॥ श्रीराम ॥

ब्रह्मीं मूळमाया जाली । तिच्या पोटीं माया आली ॥

मग ते गुणा प्रसवली । म्हणोनि गुणक्षोभिणी ॥

वोळखी नाहीं अंतरीं । ते वोळखावी कोणेपरी ॥

म्हणोनि भूतांची वोळखी चतुरीं । नावेक परिसावी ॥

    ब्रह्मामध्ये मूळ माया झाली, तिच्या पोटी माया आली तिने अनेक गुणांना जन्म दिला
म्हणून तिला गुणक्षोभिणी अशी संज्ञा आहे. तिच्यापासून सत्त्व, रज, तमादि गुण निर्माण
झाले. पैकी तमोगुणापासून पंचमहाभूतांची निर्मिती झाली. आधी सूक्ष्म दृष्टीने भूतांची ओळख
करून घ्यावी. जे जे जड आणि कठीण ते पृथ्वीचे लक्षण. तर मऊ आणि ओले ते पाणी.
उष्ण आहे आणि सतेजही आहे ते तेज. तर चंचल म्हणजे वायु तर निश्चल म्हणजे आकाश.
आता एका भुतामध्ये पाच भुते कशी हे सांगतो. आकाश म्हणजे शून्यता. शून्यत्व म्हणजे
अज्ञान – अज्ञान म्हणजे जडता म्हणजेच पृथ्वी. आकाश हे मृदू आहे म्हणजे त्यात जलतत्त्व
आहे. अज्ञानाने जो भासतो तो तेजाचा प्रकाश असतो. वायु आणि आकाश यांत भेद नाही.
तो आकाशात कोंडलेला आहे. फूल आपल्याला किती हलके वाटते पण ते जडही असते.
वायु आपण हलका म्हणतो पण प्रत्यक्षात तो कठीण आहे. एकदा सोसाट्याचा वारा सुटला
की झाडेदेखील कडकडा मोडतात, काहीतरी वजन पडते म्हणूनच झाड मोडते हे वजन
म्हणजेच पृथ्वीचा जडपणा. आगीच्या लहानशा ठिणगीतही तिच्यापुरता अग्नि असतोच.
तेजाचा भास हा तेजाचा कठीणपणा आहे. तेजात जी चंचलता असते ते वायुतत्त्व. तेजामध्ये
तेज आहे हे निराळे सांगण्याची आवश्यकता नाही. जलतत्त्वात जी मृदुता असते तेच काठीण्य
म्हणजे जडता म्हणजे पृथ्वीतत्त्व. पाणी खडकही फोडते हे आपण जाणतोच. मृदु पाण्याचे
हे काठीण्य.

॥ जय जय रघुवीर समर्थ ॥

।। श्रीराम ।।

आकाश न लगे सांगावें । तें व्यापकचि स्वभावें ।।
आपीं पंचभूतांचीं नांवें । सूक्ष्में निरोपिलीं ।।
पंचभूतिक ब्रह्मगोळ । जेणें कळे हा प्रांजळ ।।
दृश्य सांडून केवळ । वस्तुच पाविजे ।।

सर्वाधिक व्यापक काय असेल तर आकाश. आपामध्ये म्हणजे जलतत्त्वात पंचमहाभूते कशी आहेत हेही सांगितले. पृथ्वी स्वत: कठीण आहे पण या पृथ्वीतील मृदूपण म्हणजे आप. कठीणपणातील कठीणतत्त्वाचा जो भास होतो ते तेज, आणि याला निरोध करण्याचे सामर्थ्य म्हणजे वायुतत्त्व. आकाश तोडू गेल्यास तुटत नाही, फोडू गेल्यास फुटत नाही – आकाश इकडे तिकडे सरकत नाही. पृथ्वीमध्ये पंच महाभूते कशी सामावलेली आहेत हे सांगितले म्हणजे पंचभूतात्मक पवन त्यालाच मूळ माया संबोधावे. पंचमहाभूते म्हणजे मूळ माया अधिक तीन गुण मिळवल्यास अष्टधा प्रकृती होते. सप्तसागर, सप्तरस, सप्तवर्ण यांनी युक्त असे ब्रह्मांड तेव्हा अस्तित्वात आले नव्हते. ब्रह्मा, विष्णु, शंकर, पृथ्वी, मेरु पर्वत, सप्तसागर हे तेव्हा नव्हते. तिन्ही लोक, अनेक स्थाने, चंद्र, सूर्य, तारे, सप्तद्वीपे, चौदा भुवने, तेहतीस कोटी देव, बारा आदित्य अनेक जीव ही सगळी निर्मिती अलीकडच्या काळातील आहे. शेष, कूर्म, सप्तपाताळ, एकवीस स्वर्ग, दिक्पाल, हेही पूर्वी नव्हते. ही सर्व निर्माणप्रक्रिया अलीकडेच झाली आहे. अकरा रुद्र, नऊ नाग, सात ऋषीश्वर, देवांचे अवतार, मेघ, मनु चक्रवर्ती, अनेक जीवांची उत्पत्ती हा सर्व विस्तार अलीकडचाच आहे. या सर्व विस्ताराचे श्रेय मूळ मायेकडे जाते. इथे जी सूक्ष्म भूते म्हणून वर्णन करून सांगितली ती पुढे जडत्त्व पावली.

।। जय जय रघुवीर समर्थ ।।

।। श्रीराम ।।

पंचभूतांचा कर्दम जाला । आता न वचे वेगळा केला ।।
परंतु कांहीं येक वेगळाला । करून दावूं ।।
आप संकेंतें जाणावें । पातळ वोलें वोळखावें ।।
मृदु सीतळ स्वभावें । आप बोलिजे ।।

ही जी आतापर्यंत पंचमहाभूते सांगितली ती एकमेकांत मिसळून याचा अगदी कर्दम म्हणजे चिखल झाला आहे. आता त्यांना वेगळे कसे काढायचे? पण वेगळे करण्याचा प्रयत्न तर करू. पर्वत, दगड, शिळा, पाषाण, नाना आकारांचे व रंगाचे लहान मोठे खडे, गोटे, निरनिराळ्या रंगांची माती, बारीक अतिबारीक जाड असे वाळूचे प्रकार, खेडेगावे, गावे, शहरे, नगरे, महानगरे, मंदिरे, मंदिरांची शिखरे हे सर्व पृथ्वीमय आहे. शिवाय सात द्वीपांमध्ये विभागलेली नऊ खंड पृथ्वी, हजारो लाखो माणसे, देव देवता, राजे, वेगवेगळ्या भाषा बोलणारे, वेगवेगळ्या रूढी चालीरीती पाळणारे लोक, ओसाड राने, दाट जंगले, डोंगर, दऱ्या निसर्गनिर्मित वा मानवनिर्मित सर्व रचना म्हणजे पृथ्वीच. सर्व धातू, रत्ने, लाकडे, झाडे – थोडक्यात चैतन्यहीन आहे. ते पृथ्वीमय आहे. विहिरी, तलाव, तळी, नदी, नद्या, समुद्र, ओढे, ढग, क्षीरसागर, मधसागर, तूपसागर, उसाच्या रसाचा व दह्याचा सागर हे सर्व पाणीच आहे. निरनिराळ्या वेली, झाडातील पानातील फुलातील फळातील रस, मध, पारा, अमृत, विष हे सर्व पाणीच आहे. शिवाय तेलासारखे पदार्थ व तेल पाणीच आहे. आपल्या शरीरांतर्गत असणारे रक्त, मूत्र, घाम, कफ, रेत, लाळ, अश्रू हे सर्व पाणीच आहे. दुसरे महाभूत म्हणजे आप किंवा पाणी. ते पातळ मऊ गुळगुळीत, ओले व थंड असते. देवाने उपमन्यूला दुधाचा समुद्र क्षीरसागर दिला तोही आपच.

।। जय जय रघुवीर समर्थ ।।

।। श्रीराम ।।

तेज ऐका सावधपणें । चंद्रसूर्य तारांगणें ।।
दिव्य देह सतेजपणें । तेज बोलिजे ।।
काचबंदि आणी जळ । सारिखेंच वाटे सकळ ।।
परि येक काच येक जळ । शाहाणे जाणती ।।

आता सावधपणे ऐका, तेज म्हणजे काय, तेज कोठे असते हे सांगतो. चंद्र, सूर्य, तारांगणे ज्या पदार्थात तेज सामावलेले आहे अशी रत्ने, धातू, अग्नि, ढगातील वीज, प्रलयाग्नि, सागरपोटी असलेला वडवानळ शंकराच्या तिसऱ्या डोळ्यातील अग्नि, पोटातील क्षुधेचा अग्नि, थोडक्यात जे जे प्रकाशरूप आहे त्याला तेज म्हणावे. उष्णता उत्पन्न करणारेही तेजच. चलन, वलन, प्रसारण, निरोधन, आणि आकुंचन करतो तो वायू - चौथे महाभूत प्राण, अपान, व्यान, उदान हे वायूच, शिंक, ढेकर, जांभई - जेवढे जेवढे म्हणून चलन होते. प्राणवायूचे स्थान हृदय आहे, मलमूत्रादि क्रिया गुदद्वारे अपानवायु करतो, उदान वायु कंठस्थ असतो तो अन्नजलाचे विभाजन करतो, समान वायु नाभिस्थानी आहे तर व्यान सर्व शरीरभर पसरलेला आहे. जेवढे म्हणून चल आहे ते वायु आहे. आकाश हे शेवटचे महाभूत म्हणजे केवळ एक पोकळी आहे. वरील चारही भूते आपापले चमत्कार आकाशातच दाखवतात. आकाश अढळ, निर्मळ, निश्चल आहे पण तरीही त्याला ब्रह्म म्हणता येणार नाही कारण ब्रह्म हे निर्गुण निराकार आहे. काचेची जमीन व पाणी सारखेच दिसते पण एक काच आहे आणि दुसरे पाणी आहे हे शहाणी माणसे तत्काळ जाणतात. तांदुळात खडे असतात. त्या खड्यांचा रंग व आकार अगदी तांदुळासारखा असतो पण त्यांपैकी एखादा खडा घशात आला तर दुखापत होते, प्रसंगी दात पडतो सोने आणि पितळ वरून सारखेच दिसते पण आगीत पितळ काळे पडते, सोने नाही.

।। जय जय रघुवीर समर्थ ।।

।। श्रीराम ।।

वस्तुसी वर्णचि नसे । आकाश शामवर्ण असे ।।
दोहींस साम्यता कैसे । करिती विचक्षण ।।
दुग्धासारिखा जळांश । निवडूं जाणती राजहंस ।।
तैसें स्वरूप आणि आकाश । संत जाणती ।।

मागील दृष्टांतावरून आकाश आणि ब्रह्म एक नाहीत हे सांगितले. आकाश म्हणजे पंचमहाभूतांपैकी एक आहे तेव्हा परमात्मा आणि आकाश समान कसे करतील ? परब्रह्माला रंग नाही, पण आकाशाला रंग आहे तेव्हा शहाणे लोक दोन्ही सारखे आहेत असे कसे म्हणतील ? श्रोते विचारू लागले, आकाशही निराकार, अरूप आहे – म्हणजे ब्रह्मस्वरूप आहे. भूतांना नाश आहे, पण आकाश कसे नाश पावेल ? यावर उत्तर असे की, आकाशाची निर्मिती तमोगुणापासून झाली आहे, ते कामक्रोधाने वेष्टिलेले आहे, त्याला शून्य म्हणतात. अज्ञान म्हणतात. अज्ञानापासून काम, क्रोध, शोक वगैरे विकार निर्माण होतात. नास्तिकता किंवा नकारप्रवणता ही शून्याचीच लक्षणे आहेत. आकाश कठीण, शून्य व विकारवंत आहे, त्याला शाश्वत कसे म्हणावे ? समाधी अवस्था व गाढ निद्रा समान असतात. पण विचारपूर्वक पाहिले असता त्यात भेद दिसतात. मृगजळाला हरिणे भुलतात, त्याप्रमाणे सामान्यजन खोट्याला खरे मानतात. आकाश पहावयाचे असेल तर आकाशाहून वेगळे व्हावे आणि स्वरूपाच्या ठिकाणी स्वरूप व्हावे आपल्याला आकाशाचा अनुभव घेता येतो. ब्रह्मस्वरूपाचे तसे नाही. ब्रह्मस्वरूपाचा अनुभव आपल्याला घेत येत नाही. कारण ब्रह्मस्वरूप आकाशाच्या पलीकडचे आहे, असते म्हणून आकाश आणि ब्रह्म यांची बरोबरी होत नाही. दुधात मिसळलेले पाणी दुधासारखे दिसते. ते राजहंस पक्षीच वेगळे काढू शकतात. त्याप्रमाणे आकाश आणि ब्रह्म यातील भेद संत जाणतात. सत्संगाने मायेच्या या गुंतागुंतीतून सुटका करून घ्यावी.

।। जय जय रघुवीर समर्थ ।।

।। श्रीराम ।।

मनाच्या तोडुनि वोढी । श्रवणीं बैसावें आवडीं ।।
सावधपणें घडीनें घडी । काळ सार्थक करावा ।।
दुश्चीत बैसलाचि दिसे । परि तो असतचि नसे ।।
चंचळ चक्रीं पडिलें असे । मानस तयाचें ।।

सत्संगाचा महिमा मोठा आहे तो श्रवण केल्यावर उत्सुक श्रोत्याने विचारले, सत्संगाचे माहात्म्य कळले पण किती दिवस सत्संगाचा लाभ घेतला म्हणजे मोक्षप्राप्ती होते ? आपण कृपामूर्ती आहात तेव्हा साधुपुरुषाची संगत धरल्यावर किती दिवसांत मोक्ष मिळतो हे मला गरिबाला सांगावे. सत्पुरुषाच्या उपदेशावर जर पूर्णपणे विश्वास ठेवला तर क्षणार्धात मुक्ति मिळते पण दुश्चितपणामुळे हानी होते. दुश्चितपणा म्हणजे एकाग्रतेचा अभाव. दुश्चितपणापासून दूर जावयाचे असेल, मनाची एकाग्रता संपादन करावयाची असेल तर इकडेतिकडे भटकणाऱ्या मनाला आवर घालावा. वेळ वाया जाऊ देऊ नये आणि निष्ठापूर्वक, मन:पूर्वक श्रवणासाठी बैठक मारावी. ज्या ग्रंथाचे आपण श्रवण करतो, त्याचा अर्थ नीट समजावून घ्यावा, मन भरकटले तर परत एकाग्र करावे. समजून न घेता श्रवण करणारा श्रोता कसला, पाषाणच तो. एखाद्या माणसाला उपदेश करून नीट वळणावर आणला पण पुढे तो पूर्वीसारखा वेडावाकडा वागू लागतो. त्यापेक्षा पाषाण बरा. निरनिराळी रत्ने, मणी, बांधकामासाठी, मूर्तींसाठी, वापरले जाणारे हे सर्व पाषाणच. त्यापेक्षा माणसाचे मूल्य कमीच म्हणावे लागेल. दुश्चितपणामुळे कार्यनाश होतो. धड नाही संसार की धड नाही परमार्थ अशी अवस्था होते. एकचित्त न झाल्यामुळे श्रवण निरर्थक ठरते. दुश्चित माणूस एका जागी बसलेला दिसला तरी तो तिथे असला तरी नसतो. एकाग्र चित्ताने श्रवण न केल्याने ऐकलेला विषय समजावून सांगता येत नाही, तो लक्षपूर्वक ऐकतो आणि आणि असे दिसते पण त्याला काही उपजत नसते. त्याचे मन इतस्तत: भराऱ्या मारत असते.

।। जय जय रघुवीर समर्थ ।।

।। श्रीराम ।।

आळसें घडेना श्रवण । आळसें नव्हे निरूपण ।।
आळसें परमार्थांची खूण । मळिन जाली ।।
देहाभिमानाचे अंतीं । सहजचि वस्तुप्राप्ती ।।
सत्संगें सद्गती । विलंबचि नाहीं ।।

ज्याच्याकडे एकाग्रतेचा अभाव आहे तो एकचित्त होऊ शकत नाही, दुश्चित आहे. त्याला कसला परमार्थ – तो तर पक्का आळशीच समजावा. तो दुश्चितपणामुळे आळशी होतो आणि एकदा त्याच्या अंगात आळस भरला की तो विचारापासून दूर जातो, त्याचा आचार बुडतो, पाठांतर होत नाही. आळसामुळे श्रवण होत नाही, निरूपण होत नाही आणि परमार्थाची खूण मलिन होते. नित्यनेम या आळसामुळे रहातो, अभ्यास बुडतो आणि आळसामुळे आळस वाढत जातो. आळसामुळे वृत्ती मलिन होते, विवेक मंदावतो, झोपेचे प्रमाण वाढते, वासना उद्‌भवतात, निश्चय करणारी सद्‌बुद्धी शून्याकार होते. दुश्चित माणूस झोपतो फार त्यामुळे आयुष्याचा केवळ नाश होतो. दुश्चितपणा हे मूर्खाचे लक्षण आहे त्याला निरूपण काय उमजणार ? निद्रा, आळस आणि एकाग्रतेचा अभाव जिथे असेल तिथे विवेक कुठला ? केवळ अज्ञानच. भूक लागली म्हणून जेवला, जेवल्यानंतर कंटाळा आला म्हणून झोपला. जागा झाल्यावर तो सावधचित्त झाला आणि त्याने आत्महित साधले असे होत नाही, त्याला निरूपण कसले नि काय ! माकडाच्या हातात रत्न किंवा भुताच्या हातात ठेवा जसा व्यर्थ त्याचप्रमाणे दुश्चितापुढे निरूपण व्यर्थ. सज्जनांच्या संगतीने मोक्षप्राप्ती किती दिवसात होते ? लोखंडाला परिसाचा स्पर्श अथवा गंगा नदी दुसऱ्या नदीला मिळाल्यावर जसा त्वरित परिणाम होतो त्याप्रमाणे सावध, साक्षेपी आणि दक्ष व्यक्तीला संतसंग होताच मुक्ति मिळते. देहाभिमान संपला म्हणजे परमात्मप्राप्ती दूर नाही. तीव्र बुद्धिमान, गुरुवचनावर विश्वास ठेवणारा, निरूपण एकाग्रतेने ऐकणारा, सत्संगतीने मोक्षाचा लवकर धनी होतो.

।। जय जय रघुवीर समर्थ ।।

।। श्रीराम ।।

मोक्षास कैसें जाणावें । मोक्ष कोणास म्हणावें ।।
संतसंगे पावावें । मोक्षास कैसें ।
पूर्वीं दान नाहीं केलें । म्हणोन दरिद्र प्राप्त झालें ।।
आतां तरी कांहीं केले । पाहिजे कीं ।।

मागे श्रोत्यांनी असा प्रश्न केला होता की, मोक्ष किती दिवसांत मिळतो, आता श्रोत्यांनी सावध होऊन ती कथा ऐकावी. दुसरा प्रश्न मोक्षाची ओळख कशी पटवून घ्यावी आणि संतसंगतीने तो कसा मिळतो ? आता बद्ध म्हणजे बांधलेला, बंधनातला. तर मोक्ष म्हणजे मोकळा, मुक्त झालेला. आता तो संतसंगतीने कसा प्राप्त करून घ्यावा हे सांगतो. ऐका, 'मी जीव आहे' या संकल्पनेने तो बांधला गेलेला असतो. मी जीव असल्यामुळे मला बंधन आहे, मला केल्या कर्माचे फळ भोगावे लागेल, जन्ममरणाचा फेरा चुकवता येणार नाही. पाप केलं तर दु:ख भोगावे लागेल, पुण्याचे फळ सुख आहे, पण पापपुण्य हे भोगावे लागतेच. पापपुण्यापासून आपली सुटका नाही आणि गर्भवासापासून मुक्तता नाही, असे ज्याला वाटते तो बद्ध किंवा बांधलेला. रेशमाचा किडा स्वत:भावती कोश विणतो व त्यातच मरून जातो. अज्ञानामुळे प्राणी ईश्वराचे ज्ञान करून घेत नाही आणि म्हणतो माझे जन्म-मरण सुटत नाही. आता या जन्मी काहीतरी दानधर्म करतो, पुण्य मिळवतो म्हणजे पुढच्या जन्मीचा माझा संसार सुखाचा होईल. मागील जन्मी, पूर्वजन्मी काही दानधर्म केला नाही त्यामुळे दारिद्र्य प्राप्त झाले. आता करावा आणि पुढील जन्माची तरतूद करून ठेवावी. दारिद्र्य येऊ नये म्हणून पुण्य करावे. असा विचार करून तो एक जुने जीर्ण वस्त्र आणि तांब्याचा एक पैसा दान करतो आणि मनात म्हणतो याचे फळ मला कोटीपटींनी मिळेल. निरनिराळ्या क्षेत्रांना तो जातो तेथेही दानधर्म करतो आणि याचे फळ पुढील जन्मी कोटीपटींनी मिळेल म्हणतो.

।। जय जय रघुवीर समर्थ ।।

।। श्रीराम ।।

पापपुण्य समता घडे । तरी नरदेह जोडे ।।

येरवीं हा जन्म न घडे । हें व्यासवचन भागवतीं ।।

नरदेह दुर्लभ । अल्प संकल्पाचा लाभ ।।

गुरु कर्णधारी स्वयंभ । सुख पाववी ।।

पुढील जन्मी दारिद्र्य नशिबी येऊ नये म्हणून हा एखादा पैसा दान करतो, अतिथीला भाकरीचा एखादा तुकडा टाकतो आणि म्हणतो आता कोटी कोटी तुकड्यांचा ढीग झाला तो मी पुढील जन्मी खाईन. पण हा त्याचा भ्रम असतो. या भ्रमात म्हणजे पर्यायाने वासनेत तो गुंतून रहातो. परिणामी त्याचे जन्ममरणाचे फेरे चुकत नाहीत. ज्याला असे वाटते की, या जन्मी आपण जे दान केले ते शतपटीने पुढील जन्मी आपल्या फळास येईल, तो अज्ञानी समजावा, तोच बद्ध, बंधनयुक्त समजावा. अनेक जन्म घ्यावेत तेव्हा शेवटी नरदेहाची प्राप्ती होते आणि नरदेह प्राप्त झाल्यावर आत्मज्ञान करून घेतले नाही, भगवद्भक्ति केली नाही तर गर्भवास चुकणार नाही. पाप वाढल्यामुळे नरदेहातच गर्भवास घडेल असे नाही तर कनिष्ठ, खालच्या, नीच योनीतही जन्म घ्यावे लागतील. अनेकांनी शास्त्रांमध्ये हे सांगितले आहे म्हणून या संसारात नरदेह हा अतिशय दुर्मिळ दुष्प्राप्य समजला जातो. भागवतात महर्षी व्यासांनी असे सांगितले आहे की, जर या जन्मात पापपुण्य समसमान झाले तरच नरदेहाची पुनर्प्राप्ती होते अन्यथा नाही. नरदेह हा दुर्लभ आहे, पण देहबुद्धी काहीतरी संकल्प करते अशा वेळी जन्ममरणांचे फेरे चुकवण्यासाठी सद्गुरूला कर्णधार करावा. गुरू हा नावाडी असून तो स्वयंभू सुख प्राप्त करून देतो. ज्याला दैव अनुकूल नसते, तो प्राणी मूळचाच पापी. त्याच्याने हा भगवसागर तरला जाणार नाही, त्याला मग आत्मघातकीच म्हणावे लागेल. जर माणसाला आत्मज्ञान झाले नाही, नरदेहप्राप्तीनंतरही तो आत्मज्ञानापासून वंचित राहिला तर प्राण्याला चौऱ्यांशी लक्ष योनीतून जावे लागते, जन्ममृत्यू भोगावे लागतात.

।। जय जय रघुवीर समर्थ ।।

।। श्रीराम ।।

कोण पुण्याचा संग्रहो । जे पुन्हां पाविजे नरदेहो ।।
दुराशा धरिली पाहो । पुढिलिया जन्माची ।।
नाना मते नाना भेद । भेदें वाढती वेवाद ।।
परि तो ऐक्यतेचा संवाद । साधु जाणती ।।

मानवदेहाची प्राप्ती तर झाली पण आत्मज्ञानाची मिळकत केली नाही तर जन्ममरणापासून सुटका नाही. आत्मज्ञान नसेल तर अस्वल, माकड, कुत्रा, डुक्कर, घोडा, बैल, रेडा, गाढव, कावळा, कोंबडा, कोल्हा, मांजर, सरडा, बेडूक, माशी अश्या नीच योनीमध्ये जन्म घ्यावा लागतो. नरदेहाची अखेर झाल्यावर पुन्हा हाच जन्म मिळेल अशी अपेक्षा करणाऱ्यांना निर्लज्जच म्हणावे. आपल्याजवळ असा कोणता पुण्यसंग्रह आहे की, पुढील जन्मी आपल्याला नरदेहच मिळेल अशी खात्री बाळगावी ? तशी नसताना पुढील जन्माची खोटी आशा धरू नये हे बरे. अशा अज्ञानी जनांनी स्वत:चे शत्रुत्व स्वत:शीच केले. संतसंगतीमुळेच संकल्पाचे बंधन तुटते. पंचमहाभूतांनी निर्माण केलेले हे शरीर आहे. जगाचा पसारा प्रकृती स्वभावानुसार चाललेला असतो. शास्त्रकारांनी असे सांगितले की, पिंड ब्रह्मांडाची रचना चार तत्त्वांवर आधारित आहे. स्थूल, सूक्ष्म, कारण व महाकारण हे चार देह; जागृती, स्वप्न, सुषुप्ती व तुर्या या चार अवस्था; विश्व, तेजस, प्राज्ञ व प्रत्यगामा हे चार अभिमान; नेत्र, कंठ, हृदय, आणि मूर्धा ही चार स्थाने; स्थूल, प्रविविक्त आनंद व आनंदाभास हे चार भोग; सत्त्व, रज, तम हे गुण; इच्छा, क्रिया, द्रव्य व दम या चार क्रिया अशी बत्तीस तत्त्वे मिळून पिंड ब्रह्मांडाची रचना झाली आहे. निरनिराळे ज्ञानी व चिंतक परस्परविरोधी मते सांगून गोंधळ करतात, त्यातील नेमके मर्म शोधून सर्व मतांमध्ये संवाद निर्माण करण्याची शक्ति केवळ साधुपरुषांजवळच असते. आत्मा हा देहात असतो पण तो देहाहून निराळा किंवा वेगळा असतो.

।। जय जय रघुवीर समर्थ ।।

।। श्रीराम ।।

ऐसें तत्त्वांचे लक्षण । आत्मा साक्षी विलक्षण ।।
कार्य कर्ता कारण । दृश्य तयाचें ।।
उपाधीयोगें वाटे भिन्न । परि तें आकाश अभिन्न ।।
तैसा आत्मा स्वानंदघन । येकचि असे ।।

शेवटी देह नष्ट होतो पण तो आत्मा नव्हे. देहामध्ये अनेक तत्त्वे एकत्रित आलेली असतात. पंचप्राण, अंत:करण, दहा इंद्रिये याचा सूक्ष्म विचार शास्त्रांनी केला आहे. अंत:करण, बुद्धी व मन हे निरनिराळे आहेत आणि आत्मा याहून निराळा आहे. स्थूल, सूक्ष्म, कारण, महाकारण, विराट, हिरण्यगर्भ, अव्याकृत आणि मूळ माया असे अष्टविध देह आहेत. चार ब्रह्मांडात आणि चार पिंडात असे आठ देह पूर्णपणे वाढतात, यात आपण प्रकृती व पुरुषाची भर घालू म्हणजे दहा झाले अशी ही तत्त्वे आहेत. विलक्षण आत्मा या सर्वांचा साक्षी आहे. कार्य कर्ता धर्म आणि कारण यांना तो वेगळेपणाने पाहतो. जगत् हे कार्य, पुरुष हा कर्ता आणि प्रकृती ही कारण हे सर्व दृश्य आत्म्याचे आहे. पिंड, ब्रह्मांड, शिव, आत्मा असा अज्ञानाचा पसारा पुष्कळ आहे. पण आत्म्याचे निराळेपण रहाते. जीवात्मा, शिवात्मा, परमात्मा आणि विश्वात्मा आणि निर्मळात्मा हे चार आत्मे, त्यात भेद नाहीत. जसे घटाकाश, मठाकाश, महदाकाश आणि चिदाकाश हे सर्व मिळून एकच आहेत, स्वानंदघन आत्मा एकच आहे. आत्मा हा अत्यंत सूक्ष्म असूनही सर्वव्यापी आहे. त्या आत्म्याची थोरवी वर्णने करणे शेषालाही शक्य नाही. जीवात्मा अहंकारामुळे जन्ममरणाच्या फेऱ्यात सापडला आहे. जागृती आल्यावर स्वप्न संपते त्याप्रमाणे आत्मज्ञानाची, स्वरूपाची जागृती आल्यावर मोक्षप्राप्ती होते. अज्ञानाची रात्र संपली की, संकल्पदु:खे नाहीशी होतात मग मोक्षप्राप्ती होते. विवेकाने वागले बद्ध जीवाला विवेकाने मोकळे केले, हे कार्य संतच करू शकतात. आत्म्याच्या ठिकाणी बंध नाही मोक्ष नाही, जन्ममरणापलीकडचा तो आहे.

।। जय जय रघुवीर समर्थ ।।

।। श्रीराम ।।

तया नवविधामध्यें सार । आत्मनिवेदन थोर ।।
तयेचा करावा विचार । स्वानुभवें स्वयें ।।
देव भक्त मुळीं एक । ज्यासी कळला हा विवेक ।।
साधुजनीं मोक्षदायक । तोचि येक ।।

परमात्म्यास जन्म नाही, मृत्यू नाही, येणे नाही, जाणे नाही, बंधन आणि मोक्ष दोन्ही नाही. परमात्मा निर्गुण, निराकार, अनंत, अपार नित्य निरंतर आणि जसा आहेच तसा आहे. परमात्मा सर्वव्यापी आहे, तो अनेकात एक आहे पण तो नेमका कसा आहे हे कळणे कठीण आहे. परमेश्वराला तर्काने जाणता येत नाही हे वेद व श्रुती सांगतात पण भक्तीने तो पावतो यात संशय नाही. नवविधाभक्तिमार्गाचा अवलंब केला तर भगवंताची भेट होते. या मार्गाने जाऊन पुष्कळ भक्त पावन झाले. या नऊ प्रकारच्या भक्तीत आत्मनिवेदन ही भक्ती अत्यंत श्रेष्ठ आहे. तिचा आपण स्वानुभवाच्या साहाय्याने विचार करावा. सर्वसमर्पण म्हणजे आत्मनिवेदन. महापूजेच्या शेवटी साष्टांग नमस्काराच्या रूपाने देवाला मस्तक अर्पण करतात. आत्मनिवेदन ही भक्ती जवळ जवळ तशाच प्रकारची आहे. स्वत:ला अर्पण करणारे असे भक्त थोडे असतात. अशांना तत्काळ मुक्ती मिळते. आत्मनिवेदन म्हणजे 'मी कोण ?' याचा विचार करावा व निर्गुण निराकार परमात्म्याची ओळख करून घ्यावी. भक्त हा देवाहून विभक्त नसतो. परमेश्वराशी ऐक्य झाले असता द्वैत समाप्त होते. नदी समुद्राला मिळाली मग तिला वेगळी कशी काढणार, परीसस्पर्शाने लोखंडाचे एकदा सोने झाले की परत त्याचे लोह होत नसते. त्याप्रमाणे जो भगवत्स्वरूपी मिळाला त्याला वेगळा करता येत नाही. देव आणि भक्त हे दोघे एकरूपच, एकच आहेत हा विवेक ज्याने केला तोच एकटा साधुसंतात मोक्षपात्र होय. भक्त होऊन देवाचा शोध करावा म्हणजे देवाचे ऐश्वर्य अंगी बाणेल. देहातीत झाल्यावर परब्रह्म भेटेल.

।। जय जय रघुवीर समर्थ ।।

।। श्रीराम ।।

देहातीत कैसें होणें । कैसे परब्रह्म पावणें ।।
ऐश्वर्याचीं लक्षणें । कवण सांगिजेजी ।।
सोऽहं आत्मास्वानंदघन । अजन्मा तो तूंचि जाण ।।
हेंचि साधूचे वचन । सदृढ धरावें ।।

देहाचा त्याग म्हणजे देहातीत होणे. देहच होऊन राहिल्यामुळे देहाची दुःखे सोसावी लागतात. पण देहातीत झाल्यास परब्रह्माची प्राप्ती होते. यावर एका श्रोत्याने विचारले, देहातीत कसे व्हावे, परब्रह्म कसे प्राप्त करावे आणि ऐश्वर्याची लक्षणे कोणती ते सांगा. यावर उत्तर असे की, परब्रह्म ही देहातीत वस्तू आहे, देहातीत झाल्यावर किंवा देहबुद्धी सोडल्यावर देहाची आसक्ती रहात नाही. आत्मबुद्धी प्राप्त झाली की माणूस विदेही होतो, केवळ अनेक शास्त्रांचे अध्यायन करून आत्मबुद्धी निर्माण होत नाही. देहबुद्धी सोडली की ऐश्वर्य प्राप्त होते. जोपर्यंत देहभावना आहे तोपर्यंत अधोगती चुकत नाही. साधुसंत यासंबंधी जे सांगतात त्यावर विश्वास ठेवावा ते खोटे आहे असे म्हणू नये, तसे केल्यास दोष लागेल. यावर श्रोत्यांचा पुनर्प्रश्न असा की, संतांचे सांगणे तरी काय आहे, विश्वास कशावर ठेवावा ? 'सोहम्' म्हणजे मीच आत्मा आहे. मीच तो स्वानंदघन आत्मा आहे. जो अजन्मा आहे असा आत्मा तूच आहेस हे संतवचन मनाशी घट्ट धरावे. तूच शाश्वत ब्रह्म आहेस असा हा महावाक्याचा अर्थ आहे. देहाचा अंत झाल्यावर मग मी अनंतच अशा बोलण्यावर विश्वास ठेवू नये. मायेचा आणि देहाचा शेवट होईल. मग ब्रह्मप्राप्ती होईल हे बोलणेही बरोबर नाही. समाधानाचे हे लक्षण नव्हे. सर्व सैन्याचा विनाश झाल्यावर राज्यपद प्राप्त व्हावे याला अर्थ नाही. सैन्य असतानाच राज्य करायला हवे. माया असून ती नाहीशी झाली पाहिजे. देह असतानाच विदेही होता आले पाहिजे, हे साधले तर खऱ्या समाधानाची प्राप्ती झाल्यावाचून राहाणार नाही.

।। जय जय रघुवीर समर्थ ।।

।। श्रीराम ।।

प्राप्त जालियां आत्मज्ञान । तैसें दृश्य देहभान ।।
दृष्टीं पडतां समाधान । जाणार नाहीं ।।
सद्‌गुरुवचन हृदईं धरी । तोचि मोक्षाचा अधिकारी ।।
श्रवण मनन केलेंचि करी । अत्यादरें ।।

एकदा आत्मज्ञान प्राप्त झाले की, दृश्याचे आणि देहाचे भान रहात नाही म्हणून दृश्याने समाधान नाहीसे होत नाही. मार्गाने जाताना सापाच्या आकाराची मुळी दिसल्याने प्रथम भयभीत व्हायला होते पण प्रत्यक्ष पाहिल्यावर तो साप नसून झाडाची वाळलेली मुळी आहे कळल्यावर साप मारायचा कोणता ? तशी माया भयंकर वाटली तरी ती खोटी आहे हे लक्षात घेतल्यावर भय कशाचे ? मृगजळाचे पूर दिसल्यावर आपण पैलतीरी कसे जाऊ असे वाटते, पण नीट समजल्यावर पैलतीरी जाण्याचा प्रश्नच संपतो. भयंकर स्वप्न पडले तर स्वप्नात भीती वाटते पण जागृती आल्यावर ती भीती खोटी होती हे लक्षात येते. अंती जी मती ती गती असे सर्वत्र बोलले जाते, म्हणून देहबुद्धीचा अंत झाला की, आत्मस्वरूपाची सहज प्राप्ती होते. माया आणि अज्ञान यांपासून अलिप्त असणारा आत्मा तूच आहे. दृढनिष्ठेने आत्मज्ञान होऊ शकते. आत्मस्वरूपाचे वर्णन करणे वेदांनाही जमले नाही. शास्त्रप्रचीती, गुरुप्रचिती आणि आत्मप्रचिती या तिन्हींचे ऐक्य म्हणजे आत्मदर्शन, ब्रह्म वस्तूचा साक्षात्कार झाला म्हणजे आत्मस्वरूपाची प्रचिती येते. उत्तम गती प्राप्त कोणाला होते, तर ज्याने सद्‌गुरुकडून ज्ञानप्राप्ती करून घेतली आहे त्याला. सद्‌गुरु ज्यावेळी आपले ज्ञान शिष्याला देतो तेव्हा त्याच्या चारही देहांची इतिश्री होते आणि त्याला स्व-स्वरूपाचा ध्यास लागतो. निदिध्यासाने तो सायुज्यमुक्तीचा जणू धनीच होतो. खोटे आहे ते खोटेपणाने उदयास आले की आत्मज्ञान झाले असे समजावे. सद्‌गुरूचे वचन जो आपल्या हृदयात धरून ठेवतो तोच मोक्षाचा अधिकारी होतो. सद्‌गुरूंच्या वचनाचे श्रवण आणि मनन तो पुन:पुन्हा करतो.

।। जय जय रघुवीर समर्थ ।।

।। श्रीराम ।।

बाह्य साधकाचे परी । आणि स्वरूपाकार अंतरीं ।।
सिद्धलक्षण तें चतुरीं । जाणिजे ऐसें ।।
अभ्यासाचा मुगुटमणी । वृत्ती राहावी निर्गुणीं ।।
संतसंगे निरुपणीं । स्थिती बाणे ।।

ज्यांच्या पोटात अमृत गेले आहे तो बाहेरूनही तेज:पुंज दिसतो, त्याप्रमाणे ब्रह्मस्थिती अंत:करणात भरून राहिलेल्या साधूची लक्षणे आता ऐकवतो. जे ब्रह्मस्वरूप होतात त्यांना सिद्धी अशी संज्ञा आहे. वेदशास्त्रात जे स्वयंभू म्हणून स्वरूप प्रसिद्ध आहे त्यालाच सिद्ध म्हणावे. स्वप्न जसे खोटे असते त्याप्रमाणे ब्रह्मस्वरूपाकार झालेला देह वागतो. तो जनात असतो पण जनाहून वेगळा असतो. तो सदैव आत्मस्वरूपाचे चिंतन करीत असतो. स्वरूपाकडे दृष्टी लागली की संचारचिंता, संपत्ती आणि मग निरूपण सांगण्या ऐकण्याची इच्छा उपजते. साधकाची ही लक्षणे आहेत तशीच सिद्धीचीही आहेत. बाह्यत: साधकाप्रमाणे वागतो पण अंत:करणात अखंड ब्रह्मस्वरूप वागवतो तो सिद्ध, हे सुज्ञांनी जाणून घ्यावे. त्याच्या मनातील संशय फिटलेले असतात आणि अंतर्बाह्य तो समाधानाने फुललेला असतो, मन एकदा स्थिर झाले की मनाची चंचलता समाप्त होते. ब्रह्मस्वरूपाची जाग झाली की वृत्ती स्वरूपमय होते. एकदा हे झाले की देह एका ठिकाणी आहे की आणखी कुठे आहे हे दुय्यम ठरते. कारण मग त्याचे मन चळत नाही. ज्याचे अंत:करण दृश्यापासून निवृत्त झाले आणि भगवंताचे ठिकाणी जडले तो साधू होय. राज्यप्राप्ती झाली की राजतेज अंगी संचारते त्याप्रमाणे ब्रह्मस्वरूप प्राप्त झाल्यावर सिद्धाची लक्षणे अंगी बाणू लागतात. निर्गुणामध्ये वृत्ती रहाणे हा अभ्यासाचा मुकुटमणी त्यात संतसंगती लाभून श्रवण, निरूपण, मननाचा लाभ झाल्यास अशी ही स्वरूपस्थिती अंगी बाणते, परमार्थसाधन त्यामुळे साधते.

।। जय जय रघुवीर समर्थ ।।

।। श्रीराम ।।

साधु स्वरूप निर्विकार । तेथे कैंचा तिरस्कार ।।
आपला आपण मत्सर । कोणावरी करावा ।।
स्थिती बाणतां स्वरूपाची । चिंता सोडिली देहाची ।।
याकारणें होणाराची । चिंता नसे ।।

आता साधूची लक्षणे ऐका, त्यामुळे साधक समाधानी होतो. साधुंना कामही नसतो आणि कामनाही नसते. कारण स्वरूपामध्ये त्यांची कल्पना स्थिर झालेली असते. साधू क्रोधरहित असतात. जिथे दुसरे कोणी नाही तिथे राग कुणावर धरावयाचा ? ते स्वानंदमग्न असतात. मग उन्मत्तपणा कोठला आणि वादविवाद तरी कोणता ? साधू निर्विकार असतो तो कुणाचाही तिरस्कार वा मत्सर करीत नाही. जिथे द्वैत नाही तिथे दंभ कुठून असणार ? ज्याने दृश्यच अदृश्य केले त्याला कुठला प्रपंच, म्हणून निष्प्रपंच जो असेल तो साधू समजावा. अवघे ब्रह्मांड हे त्याचे घर असते त्याला कसलाही, कोणताही लोभ नसतो, तो निर्लोभ असतो. तो सर्वत्र स्वत:च असतो, स्वार्थ त्याला स्पर्श करीत नाही. त्याने शाश्वत स्वरूपाचे सेवन केले असल्यामुळे तो दु:खापासून दूर असतो. साधु हा भयापासून दूर असतो तो निर्भय आणि निवांत असतो. परमार्थाची आशा धरल्याने स्वार्थाची दुराशा दूर होते, त्याच्या सर्व वासना नष्ट झालेल्या असतात. साधूला ओळखण्याची ही एक महत्त्वाची खूण आहे. आकाशाप्रमाणे साधूचे हृदय अगदी मृदू असते. दृश्य पदार्थाचे त्याच्या मनाला आकर्षण वाटत नाही, तो अगदी अनासक्त असतो. त्याला देहभान नसते. तो आत्मस्वरूपी तल्लीन झालेला असतो. स्वरूपाची स्थिती बाणताच त्याची देहाची चिंता सुटलेली असते तो असंग असल्याने मानापमानाच्या पलीकडे असतो. आत्मतत्त्वाकडे त्याचे लक्ष लागलेले असते म्हणून तो परमदक्ष असतो. तो निर्मळ असतो.

।। जय जय रघुवीर समर्थ ।।

।। श्रीराम ।।

जनाचे अनुभव पुसतां । कळहो उठिला अवचिता ।।
हा कथाकल्लोळ श्रोतां । कौतुकें ऐकावा ।।
येक म्हणती येकचि बरवें । आपुल्या आचारें असावें ।।
अंतकाळीं नाम घ्यावें । सर्वोत्तमाचें ।।

लोकांचे अनुभव विचारायला गेलो तर एकदम गडबड उडाली, ती कथाकल्लोळ श्रोत्यांनी कौतुकाने ऐकावा. कोणी म्हणतो संसार करूनच आपल्याला भवसागर पार करता येईल, कारण जीव देवाचे आहेत. कोणी म्हणतात हे कसे घडेल ? पोटासाठी कुटुंबाची सेवा करावी लागते कोणी म्हणतात स्वाभाविक गळी पडलेला संसार सुखाने करावा, सद्गती मिळावी म्हणून थोडे दानपुण्य करावे. कोणी म्हणतात संसार हा खोटाच आहे. वैराग्य घ्यावे आणि दूरदेशी निघून जावे, म्हणजे स्वर्गाच्या वाटा मोकळ्या होतात. कोणी म्हणते, कुठे कशाला भ्रमंती करायची, एखाद्या आश्रमात राहून, आश्रमधर्म पाळावा. कोणी म्हणतात कसला आला आहे धर्म, सर्वत्र अधर्मच पसरला आहे. या संसारात नाना कर्मे करावी लागतात. कोणी म्हणतात वासना आपली बरी ती संसारी तारी. कोणी म्हणतात भाव तेथे देव, बाकी सगळा नुसता गोंधळ. कोणी म्हणतात घरातील वडील माणसांनाच देव मानावे. आईवडिलांची श्रद्धेने पूजा करावी. नारायण समस्त विश्वाचा पिता असल्याने देवा ब्राह्मणांची पूजा करावी असे काहीजण सांगतात. कोणी म्हणतात शास्त्राप्रमाणे वर्तणूक असावी, देवाच्या इच्छेप्रमाणे परलोकी प्रयाण करावे, कोणी म्हणतात शास्त्र पहायला सामान्य लोकांना वेळ कुठे आहे. त्यापेक्षा साधुसंतांना शरण जावे. कोणी म्हणतात आपण आपले रीतीरिवाज पाळावे अंती परमेश्वराचे नाव घ्यावे. कोणी म्हणतात, जर पुण्य असेल तरच देवाचे नाव अंतकाळी ओठी येईल. कोणी म्हणतात जिवंत असेपर्यंत आयुष्याचे सार्थक करावे, तीर्थयात्रा कराव्यात; पण मनाला आवर घालणे हेच मोठे तीर्थ आहे असेही कोणी म्हणतात.

।। जय जय रघुवीर समर्थ ।।

।। श्रीराम ।।

येक म्हणती हें नि:शेष । करुं नये निंदाद्वेष ।।
येक म्हणती सावकाश । दुष्टसंग त्यागावा ।।
येक आश्चर्य मानिती । येक विस्मयो करिती ।।
येक कंटाळोन म्हणती । काय होईल तें पहावें ।।

एक म्हणतो योग साधून देह अमर करून घ्यावा. कोणी म्हणतात केवळ ज्ञानसाधन करावे, कोणी म्हणतात साधन करावे, सर्वांपासून मुक्त असावे. कोणी म्हणतात पापाचा कंटाळा करावा, कोणी म्हणतात आमचा मार्गच मोकळा आहे. कोणी म्हणतात कुणाची निंदा करू नये. कुणाचा द्वेष करू नये, दुष्टांचा सहवास टाळावा. तर कोणी म्हणतात ज्याचे अन्न खावे त्याच्यासमोरच मरावे मग मोक्षपद मिळते. बंधन मुक्त म्हणतात इतर गोष्टी राहू देत, आधी पोटाची सोय व्हायला हवी, मग वाटेल तशी बडबड करा. कोणी म्हणतो आधी पाऊस चांगला झाला पाहिजे मग सगळे कुशल होईल, दुष्काळ पडला नाही म्हणजे बरे. कोणी म्हणतो, खूप तपश्चर्या करावी, सिद्धी प्राप्त करून घ्याव्या म्हणजे काही कमी पडत नाही, कोणी म्हणतो की आधी इंद्रपद मिळवावे. कोणी म्हणतो सतत मृत्युंजयाचा जप करावा, त्याच्या सामर्थ्याने सर्व संकल्प सिद्धीस जातात. कोणी म्हणतो गणपती, भोळा शंकर, भगवती या देवदेवता लवकर प्रसन्न होतात. कोणी म्हणतो मल्हारीमार्तंडाच्या उपासनेने भाग्योदय सत्वर होतो, तर कोणी म्हणतो व्यंकटेशाची भक्ती सर्वोत्तम. तर एकजण म्हणतात आपण पूर्वजन्मी जे काही केले त्याचे फळ भोगावे, आपण प्रयत्न करावा पण देवावरच भार घालावा. काहीजण साश्चर्य म्हणतात, जे जे होईल ते पहावे. प्रापंचिक लोक जे हे सांगतात त्याची थोडी कल्पना दिली. आता हा लोकस्वभाव ऐकवला आणि जे ज्ञाते आहेत त्यांचा अनुभव ऐकावा, जरा सावधपणे ऐका. कोणी म्हणतात भक्ती करावी म्हणजे श्रीहरीच सद्गती देईल. एकाचे मत असे पडले की कर्मानेच ब्रह्मप्राप्ती होईल.

।। जय जय रघुवीर समर्थ ।।

।। श्रीराम ।।

येक साक्षत्वें वर्तती । साक्षी वेगळाचि म्हणती ।।
आपण द्रष्टा ऐसी स्थिती । स्वानुभवाची ।।
तैसें शून्यत्व कल्पिलें ब्रह्म । पुढें देखतां परब्रह्म ।।
शून्यत्वाचा अवघा भ्रम । तुटोन गेला ।।

कोणी म्हणतात भोग काही सुटत नाही. जन्ममरणापासून सुटका नाही. काही करू नये. सगळे जर ब्रह्म आहे तर क्रिया आणि कर्म कसले ? ब्रह्म वगैरे भ्रम आहेत, अनुभव हा महत्त्वाचा. प्रत्येक व्यक्तीचे अनुभव वेगवेगळे असतात ते एक कसे करता येतील ? साक्षित्वाने एकजण वागतो, साक्षी वेगळा आहे असे तो मानतो. आपण केवळ पाहणारे आहोत ही अनुभवाची अवस्था आहे. दृश्याहून द्रष्ट्याचे वेगळेपण लक्षात आले की, अलिप्त रहाण्याची कला साधते. जो सर्वकाही जाणतो तो त्या पलीकडचा असतो, यावर एकाचे म्हणणे की ब्रह्मवस्तूमध्ये भेदाभेद नाही. मग त्यात द्रष्टा कोठून येतो ? साखरेतील गोडपणा जसा वेगळा काढता येत नाही त्याप्रमाणे सर्वत्र घनदाट भरलेले परब्रह्म द्रष्टेपणाने निराळे काढता येत नाही. गरम तूप थंड झाले की थिजते, तूप तेच असते त्याप्रमाणे निर्गुण परमात्मा सगुण झाला म्हणून त्यात फरक पडत नाही. द्रष्टा व दृश्य म्हणजे परब्रह्मच. शून्याला ब्रह्म मानणे योग्य नाही. राजाची ओळख न पटल्याने क्षणभर सेवकाला राजा मानले पण राजाला पाहिले की ते व्यर्थच ठरते. त्याप्रमाणे जे शून्याला परब्रह्म मानतात त्यांचा परब्रह्म पाहताच शून्यत्वाचा भ्रम नाहीसा होतो. धनलोभाने एखादा धन प्राप्त करून घेऊ लागला तर त्याची वृत्ती धनमय होऊन धनाचा उपभोग घेतच नाही नुसते साठवून ठेवतो. त्याच्या मागून कोणी भाग्यवान माणूस त्याच्या धनाचा उपभोग घेतो. त्याप्रमाणे देहबुद्धी सोडलेल्या साधकाचे होते. साधु− संतांच्या शब्दावर, वचनावर विश्वास ठेवावा. राजहंस ज्याप्रमाणे पाणी टाकून दूध घेतो त्याप्रमाणे शून्यत्व कल्पना टाकून द्यावी. आपण आणि परब्रह्म एकच आहोत हे आत्मज्ञान जाणून घ्यावे.

।। जय जय रघुवीर समर्थ ।।

|| श्रीराम ||

निराकार म्हणिजे काय । निराधार म्हणिजे काय ।।
निर्विकल्प म्हणजे कायि । मज निरोपावे ।।
परब्रह्म म्हणिजे सकळांपरतें । तयास पांहतां आपणचि तें ।।
हें कळे अनुभवमतें । सद्गुरु केलियां ।।

आता सद्गुरूला शिष्य अनेक प्रश्न विचारतो आणि सद्गुरु शिष्याच्या प्रश्नांची उत्तरे देतात असा हा गुणरूप नाम किंवा आशंकानाम या नावाचा हा दशक आहे. शिष्याचा प्रश्न–निराकार, निराधार म्हणजे काय ? निर्विकल्प म्हणजे काय ते मला सांगावे. सद्गुरुचे उत्तर ज्याला आकार नाही ते निराकार, ज्याला आधार नाही ते निराधार आणि ज्याच्याविषयी कल्पना करता येत नाही ते निर्विकल्प. सद्गुरु म्हणतात, परब्रह्माला प्रपंच नाही, कलंक नाही, कसलीही उपाधी नाही. परब्रह्माला उपमा नाही ते कशावर अवलंबून नाही, परब्रह्माला कसली अपेक्षा नाही. ते निरंजन, निरंतर निश्चळ आहे. ते नि:संग आहे म्हणजे परब्रह्माला कुणाचाही संग नाही. परब्रह्म नि:शब्द आहे म्हणजे परब्रह्माचे ठिकाणी शब्दच नाही, दोष नाही, वृत्तीही नाही. परब्रह्माचे ठायी इच्छा नाही, लोभ नाही आणि कर्मही नाही. परब्रह्माला नाव नाही ते अनाम आहे, त्याला जन्म नाही, ते अप्रत्यक्ष आहे म्हणजे प्रत्यक्ष नाही. ते अगणित आहे म्हणजे ते मोजता येत नाही. त्याच्याकडे लक्ष लावता येत नाही, ते अनंत आहे, त्याला पार नाही ते ढळत नाही. त्याच्याविषयी तर्क करता येत नाही ते अदृश्य आणि अच्युत आहे. त्याला छेद नाही, ते जळत नाही, ते कालविता येत नाही. त्याला पाहू जाता आपणच ते आहोत.

|| जय जय रघुवीर समर्थ ||

।। श्रीराम ।।

जें जें कांहीं साकार दिसे । तें तें कल्पांतीं नासे ।।
स्वरूप तें असतचि असे । सर्वकाळ ।।
जैसा आकाशीं भासला भास । आणी सकळांमध्यें आकाश ।।
तैसा जाणिजे जगदीश । सबाह्य अभ्यंतरीं ।।

जे साकार म्हणजे आकारयुक्त आहे, ज्याला आकार आहे ते नाश पावते पण ईश्वर स्वरूप ते निरंतर जसेच्या तसे असते. ते सर्वश्रेष्ठ आहे. ते कधीही खोटे ठरणार नाही. ते सर्वव्यापी आहे. अनेक नावे असलेले भगवंताचे स्वरूप हेच आत्मस्वरूप. त्याला उदाहरणासाठी नाव दिलेले असते पण ते नामातीत आहे. ते दृश्याला आतून बाहेरून वेढून असते पण ते हाती लागत नाही, ते असून नसल्यासारखे होते. ईश्वराचे हे वर्णन ऐकून त्याला पाहण्याची इच्छा निर्माण होते पण काही दिसत नाही, दृश्य तेवढे दिसते. दृश्य हा दृष्टीचा विषय हे खरंच, एखादी वस्तू पाहिली म्हणजे संतोष होतो पण डोळ्यांनी पाहणे म्हणजे पाहणे नव्हे. जे जे दिसते ते ते सर्व नाशवंत आहे असे श्रुतीवचन आहे. स्वरूपाच्या ठायी भास नाही तो दृश्याच्या ठिकाणी आहे. आपण जेव्हा आकाश पहातो. तेव्हा आपल्याला आकाश दिसते पण ते संपूर्ण आपल्याला कधीच दिसत नाही कारण ते सर्वत्र पसरलेले असते. तसा जगदीश सर्व दृश्य वस्तूंना आत बाहेर व्यापून आहे. ते पाण्यात आहे पण भिजत नाही, पृथ्वीत आहे पण झिजत नाही, आगीमध्ये आहे पण शिजत नाही. असे देवाचे स्वरूप आहे. ते चिखलात आहे पण कुजत नाही. वाऱ्यात आहे पण उडत नाही, सुवर्ण असून सुवर्णासारखे घडविता येत नाही. त्याचे अलंकार करता येत नाहीत. देवाचे स्वरूप सर्वत्र अभिन्न आहे. पण ते समजत नाही. काही वेळेस मनात अहंकार निर्माण होतो आणि मीच ब्रह्म आहे असे वाटू लागते. मी देह आहे ही जशी कल्पना तशीच ही पण कल्पना, सद्वस्तूचा अंत लागत नाही.

।। जय जय रघुवीर समर्थ ।।

।। श्रीराम ।।

अन्वय आणी व्यतिरेक । हा शब्दभेद कोणी येक ।।
निशब्दाचा अंतरविवेक । शोधिला पाहिजे ।।
शब्दचि नि:शब्द होती । श्रुति नेति नेति म्हणती ।।
हें तों आलें, आत्मप्रचिती । प्रत्यक्ष आतां ।।

अन्वय म्हणजे उभारणी आणि व्यतिरेक म्हणजे संहार. पण हे केवळ शब्दभेद आहेत. सद्वस्तु शब्दांपलीकडची नि:शब्द आहे. स्वरूपाचा अनुभव घेण्यासाठी त्यापलीकडे जायला हवे. शब्दांचा अर्थ आधी नीट समजून घ्यावा. वाच्यार्थ म्हणजे योग्य शब्दार्थ. पण शब्द चिन्हाने सद्वस्तूचे वर्णन करतात. वाच्यार्थानंतर लक्ष्यार्थ ध्यानात घ्यावा. सर्व दृश्य बाजूला केल्यावर उरते ते शुद्ध निर्मळ ब्रह्म होय. परा, पश्यन्ती, मध्यमा आणि वैखरी या चारही वाणी शून्य होतात. शब्द अशाश्वत असतो. अनुभव म्हणजे ब्रह्माच्या ठायी अनन्यपणा होय. अनन्य म्हणजे दुसरे काही, अन्य नाही, आत्मनिवेदन हे एकाकी असते. द्वैताचा किंवा देहादिकाचा संग नष्ट होऊन निरंतर असतो तो आत्मा. मी आत्मा आहे हा भाव, ही भावना नसणे म्हणजे नि:संगपणाचे लक्षण आहे. एरवी लक्ष्यांश हा वाच्यांशाने सांगता येणे कसे शक्य आहे ? तत्त्वांपलीकडे जे ब्रह्म आहे त्याचा शोध घ्यावा, निर्गुण ब्रह्माचा शोध घ्यावा पण न बोलताच हे विवरण करावे. महापुरुषांना मौनच शोभून दिसते. या ठिकाणी शब्द मुके होतात, नि:शब्द होतात. वेदसुद्धा नेती नेती म्हणजे असे नव्हे असे नव्हे असे म्हणतात. मी खोटा, माझे वागणे, बोलणे खोटे, माझे चालणे खोटे सगळेच काल्पनिक आहे. मला कुठेच जागा नाही, स्थान नाही. माझे सगळे बोलणे लटिके म्हणजे खोटे, प्रकृतीही लटकी. जिथे सर्वांचाच लय होतो तिथे विशेष कुठून येणार ? म्हणून मी ब्रह्म असा अहंकार असू नये.

।। जय जय रघुवीर समर्थ ।।

।। श्रीराम ।।

योगी ओळखावा योगेश्वरें । ज्ञानी ओळखावा ज्ञानेश्वरें ।।
महाचतुर तो चतुरें । वोळखावा ।।
तैसा अज्ञान पतित । आणि ज्ञानी जीवन्मुक्त ।।
दोघे समान मानील तो युक्त । कैसा म्हणावा ।।

श्रोते शंका काढतात, असले कसले हे ब्रह्मज्ञान ? असून नसणे हे कसे घडावे ? सर्व काही करून अकर्तेपण, भोगून अभोक्तेपण अशी अलिप्तता कशी येऊ शकेल ? मग स्वर्गनरकाचीही अशीच स्थिती करावी. जन्ममृत्यू भोगूनही तो अभोक्त असतो, यातना होऊन त्याला यातना होत नाहीत. योगेश्वराला बडवला तरी त्याला मार लागत नाही, रडला तरी रडत नाही. कण्हला तरी कण्हत नाही. त्याला जन्म नाही तरी तो जन्मला, पापी नसून पापी ठरला, दु:ख नसूनही त्याने नाना तऱ्हेचे दु:ख भोगले हे असे कसे ? यावर स्वामी श्रीसमर्थ रामदास उत्तर देतात की, ''तुम्ही बोलता हे अनुभवावरून बोलता. भोगण्याचा तुमचा अनुभव तुम्ही सांगता. संपत्ती असल्याशिवाय धाडस करणे निरर्थक असते. आत्मज्ञानाची संपत्ती अज्ञानरूप दारिद्र्य आहे. कोरड्या शब्दांनी पुन्हा तेच भोगावे लागते. योगेश्वराने योग्यास ओळखावे, ज्ञानेश्वराने ज्ञानी माणसाला ओळखावे, आत्मज्ञानी पुरुषच दुसऱ्या आत्मज्ञानी पुरुषाला ओळखावे. एक विदेही माणूस दुसऱ्या विदेहीला जाणतो. केवळ देहदृष्टीने विचार केला तर एखादा सिद्ध बद्धच वाटेल, आणि बद्ध सिद्ध आहे असे वाटेल, त्यांना समान समजणारा मूर्खच म्हणायला हवा. भूतबाधा झालेला आणि भूतबाधा काढणारा दोघेही सारखेच दिसतात. पण दोघांची योग्यता सारखी नसते. भ्रष्ट अज्ञानी आणि जीवनमुक्त ज्ञानी दोघेही दिसायला सारखे असले तरी दोघांना समान योग्यतेचे म्हणणारा अविचारीच. देवाकडे पाठ फिरवलेला अज्ञानी नास्तिक आणि सदैव देवभक्तीत रमलेला ज्ञानी आस्तिक हे सारखे दिसले तरी ते बुद्धीने सारखे नसतात.''

।। जय जय रघुवीर समर्थ ।।

।। श्रीराम ।।

देहीं पाहतां दिसेना । तत्त्वें शोधितां भासेना ।।
ब्रह्म आहे निवडेना । कांहीं केल्या ।।
देव सदोदित संचला । लोकीं बहुविध केला ।।
परंतु बहुविध जाला । हें तों घडेना ।।

आता दृष्टान्त पुरे झाले असे म्हणून श्री स्वामी समर्थ रामदास सांगतात, स्वरूपानुभवाच्या काही खुणा,चिन्हे. ज्याचे मीपण संपले आहे आणि स्वरूपामध्ये विलीन झाल्याने जो जरासुद्धा वेगळा उरत नाही तो ब्रह्मस्वरूप आहे. त्याला कसे शोधावे ? देहात तो दिसत नाही, तत्त्व शोधू गेले तर भासत नाही. तो बाह्यत: देह धारण करणारा आहे पण आता तो काहीच नाही. त्याला कळण्यासाठी त्याचे अंतरंग शोधले पाहिजे. मायामळ न लागलेला तो केवळ परमात्माच आहे. त्याला जन्ममरण नाही. सूर्यावर थुंकू पहाणाऱ्याची थुंकी त्याच्याच अंगावर पडते, त्याप्रमाणे दुसऱ्याचे जसे चिंतावे तसे आपले होते. ज्ञानी हा सत्यस्वरूपच असतो. अज्ञानीजन त्याला मनुष्यस्वरूपात पाहतात, मनुष्य मानतात. भाव तैसा देव हे ठरलेलेच आहे. परमेश्वर हा निराकार, निर्गुण आहे. पाषाणाला लोक देव मानतात, पाषाण फुटतो पण देव कसा फुटेल ? देव सर्वत्र सदासर्वकाळ भरून राहिला आहे, लोकांनी त्याच्या बहुविध रूपांची कल्पना केली पण त्यामुळे तो बहुविध, निरनिराळा झाला असे घडत नाही. त्याप्रमाणे साधु हा आत्मज्ञानी असतो. त्याच्या ज्ञानाने तो समाधानी असतो. निदिध्यास घेतल्यामुळे तो अनन्य होऊन आत्मस्वरूपाकार बनतो. लाकूड जळत असताना अग्नि काष्ठाकार दिसतो पण म्हणून काही तो काष्ठ किंवा लाकूड होत नाही. परीसस्पर्शाने लोखंडाचे सोने झाले तर ते परत लोखंड होत नाही. त्याप्रमाणे साधूला जन्ममरण आहे असे म्हणणे म्हणजे थोतांड आहे. विंचू किंवा साप एकाला चावला त्यामुळे त्याला वेदना झाली म्हणून सर्व जग कासावीस होईल का ? अज्ञानांना जन्ममरण टाळता येत नाही.

।। जय जय रघुवीर समर्थ ।।

।। श्रीराम ।।

पृथ्वीमध्यें लोक सकळ । येक संपन्न येक दुर्बळ ।।
येक निर्मळ येक वोंगळ । काय निमित्य ।।
प्रपंच अथवा परमार्थ । जाणतां तोचि समर्थ ।।
नेणता जाणिजे व्यर्थ । नि:कारण ।।

या पृथ्वीवर असंख्य लोक आहेत, पण त्यातील एखादा श्रीमंत तर दुसरा गरीब, एखादा निर्मळ तर दुसरा गलिच्छ असे काय निमित्ताने घडते ? काहीजण राज्य भोगतात तर काहीजण दारिद्र्यात खितपत पडतात, कित्येकांची स्थिती उत्तम असते, कित्येकांची वाइटातली वाईट असते असं का व्हावे बरे ? श्रोत्यांनी या प्रश्नाचे उत्तर ऐकावे. हे सर्व गुणांमुळे होते. जे गुणी असतात. ते भाग्य भोगतात आणि अवगुणी असतात त्यांच्या वाट्याला दारिद्र्य येते. जो माणूस ज्या व्यवसायात जन्म घेतो तोच व्यवसाय त्याने उत्तम रीतीने केला तर त्याला चांगले कार्य करणारा, कार्यकर्ता म्हणतात. म्हणजे सुताराघरी जन्मलेल्या मुलाने उत्तम सुतारकाम करून नावलौकिक मिळवणे. ज्याला जाणीव असते, ज्ञान असते तो उद्योगी असतो. तो कष्ट करतो पण अजाण कष्ट करीत नाही, नीट उदरनिर्वाह करू शकत नाही त्याला भीक मागावी लागते. ''शिकला नाहीस तर भीक मागावी लागेल.'' असे वडीलधारी त्याला सांगत असतानाच आपल्या विद्येच्या जोरावर एक भाऊ भाग्यशाली ठरतो तरा दुसरा न शिकल्यामुळे अभागी ठरतो. आपल्या शिक्षणानुसार माणूस महत्त्वाकांक्षी असतो, जेवढा व्याप तो वाढवील तेवढे वैभव त्याला प्राप्त होते. विद्या आणि वैभव नसलेला माणूस उतरलेल्या चेहेऱ्याने, मलिनपणे वावरतो. एखादा पशु किंवा पक्षी गुणसंपन्न असतील तर हा भाग्यवान माणूस त्याचा सांभाळ करतो. उत्तम गुण अंगी असणे हेच भाग्यवंताचे लक्षण आहे. प्रपंचात काय किंवा परमार्थात काय जो हुषार असतो, तो गुणवंत आहे, त्यालाच मान्यता मिळते, नेणत्याचे आयुष्य व्यर्थ जाते.

।। जय जय रघुवीर समर्थ ।।

।। श्रीराम ।।

आपुलें स्वहित न कळे जना । तेणें भोगिती यातना ।।
ज्ञानेंवीण तों अज्ञाना । अधोगती ।।
म्हणोनियां नेणणें खोटें । नेणते प्राणी ते करंटे ।।
जाणतां विवरतां तुटे । जन्ममरण ।।

ज्याच्या अंगी गुण नाहीत, कसलेही कौशल्य नाही, बुद्धिमत्ता नाही त्यांचे जीवन व्यर्थ आहे. यासाठी उत्तम गुण हेच भाग्याचे लक्षण. समाजामध्ये जे विद्यावंत असतात, जाणकार असतात त्यांनाच मान्यता मिळते. प्रपंच आणि परमार्थ जाणील तो जाणता. हे न जाणणाऱ्याचे जीवन निरर्थक. त्याच्या बावळटपणामुळे त्याला साप विंचू डसतात, त्यामुळे प्रसंगी प्राणही जातो. वेंधळेपणामुळे व अज्ञानामुळे माणूस फसवला जातो, तो चमत्कारिक वागतो व सर्व काही घालवून बसतो. त्यामुळे शत्रूला सहज विजयप्राप्ती होते. अज्ञानामुळे आपले नुकसान होते, जीवाला मुकावे लागते, अधोगती प्राप्त होते. ज्याला माया, ब्रह्म, शिव, जीव, सारासार हे कळते त्याचे जन्ममरण चुकते. देवाचे निर्गुणपण, स्वत:चे मीपण, देव आणि आपण यांतील अनन्यभाव जाणावा मग मुक्ति दूर नाही. नेमके ज्ञान झाले नाही आणि कितीही साधने केली तरी मोक्षाचा अधिकारी होता येणार नाही. समर्थाचे अंतरंग जाणून त्यानंतर प्रसंगोपात्त जो वागतो त्याला अपार भाग्य आणि वैभव प्राप्त होते. म्हणून जाणणे ही सामान्य गोष्ट नव्हे. ज्ञानीच मानमान्यता प्राप्त करून घेतो, अज्ञानीला मानहानीला सामोरे जावे लागते. व्यवहारात कसे वागावे हे त्याला कळत नाही, म्हणून अज्ञान हे वाईट आहे, अज्ञानी प्राणी करंटे होतात ज्ञानाची निश्चित जाणीव करून घेतली तर जन्ममरणापासून सुटका होते. जाणते लोक शहाणे असतात. नेणते म्हणजे अज्ञानी वेडे व मूर्ख असतात.

।। जय जय रघुवीर समर्थ ।।

।। श्रीराम ।।

जें पिंडी तेचिं ब्रह्मांडीं । ऐसी बोलावयाची प्रौढी ।।
हे वचन घडीनें घडी । तत्त्वज्ञ बोलती ।।
प्रचीतिवीण जें बोलणें । तें अवघेंचि कंटाळवाणें ।।
तोंड पसरून जैसें सुणें । रडोनि गेलें ।।

जे पिंडी ते ब्रह्मांडी. म्हणजे जे पिंडात आहे तेच ब्रह्मांडात आहे. असे म्हणण्याची पद्धत आहे. तत्त्वज्ञदेखील पुन:पुन्हा असेच सांगत असतात. पण अनुभवाची कसोटी लावली असता हे बोलणे टिकत नाही. स्थूल, सूक्ष्म, कारण, महाकारण हे पिंडाचे चार देह आहेत तर विराट, हिरण्य, अव्याकृत आणि मूळ प्रकृती ही ब्रह्मांडाची खूण आहे. हे शास्त्र झाले पण याची प्रचीती कशी घ्यावयाची ? आता हे बघा, पिंडामध्ये अंत:करण आहे तर ब्रह्मांडात विष्णु आहे. पिंडात बुद्धी आहे तर ब्रह्मांडात ब्रह्म आहे, पिंडात मन आहे तर ब्रह्मांडात चंद्र आहे, पिंडात चित्त आहे तर ब्रह्मांडात नारायण आहे. पिंडात अहंकार आहे तर ब्रह्मांडात रुद्र आहे. विष्णूचे अंत:करण कसे, चंद्राचे मन कसे, ब्रह्मदेवाचे बुद्धिलक्षण कसे, नारायणाचे चित्त कसे, रुद्राचा आणि अहंकाराचा काय संबंध. हे सगळे ऐकण्याची इच्छा श्रोत्याने प्रदर्शित केली पण अनुभवापुढे अनुमान म्हणजे सिंहापुढे कुत्रे. खऱ्यापुढे खोटे प्रमाण मानता येत नाही, इथं परीक्षा करणाऱ्याची पारख्याची आवश्यकता आहे. पण अनुभवाशिवाय बोलणे तोंड पसरून रडणाऱ्या कुत्र्यासारखे कंटाळवाणे. आंधळ्यांच्या गावी डोळसाचे काय चालणार ? अनुभवरूपी डोळे गेले की सर्वत्र अंधार ! जिथे दूध नाही, पाणी नाही, घाण तेवढी आहे ती चिवडणारे डोमकावळेच. पिंडी ते ब्रह्मांडी हे सांगून झाले पण त्याचा तसा काही अनुभव आला का ? यासाठी मी म्हणतो हे सर्व कल्पनेचे रान आहे. भल्या भल्या माणसांनी त्यात शिरू नये, तिथे चोरांशी सरशी होते.

।। जय जय रघुवीर समर्थ ।।

|| श्रीराम ||

ब्रह्म्यानें सकळ निर्मिलें । ब्रह्म्यास कोणें निर्माण केलें ।।
विष्णुनें विश्व पाळिलें । विष्णुस पाळिता कवणु ।।
जेंचि पिंडीं तेंचि ब्रह्मांडीं । प्रचीत नाहीं कीं रोकडी ।।
पंचभूतांची तांतडी । दोहींकडे ।।

देव कल्पनेने निर्माण केले, देव स्वतंत्र नाहीत ते मंत्राधीन आहेत. आंधळ्या माणसाने पावलावरून कोण हे ओळखावे त्याप्रमाणे हेही जाणून घ्यावे. ज्याला जसे भासले तसे त्याने कवित्व केले. आपण मात्र अनुभवाद्वारे खरे काय ते ओळखले पाहिजे. ब्रह्मदेवाने हे विश्व निर्माण केले पण ब्रह्मदेवाला कुणी निर्माण केले, विष्णु पृथ्वीचे पालन करतो मग विष्णूचे पालन कोण करतो. विश्वाचा संहार करण्याचे कार्य रुद्राकडे सोपवलेले मग रुद्राचा संहारकर्ता कोण ? काळाचा नियंता कोण हे समजले पाहिजे. ते काही समजत नाही, सगळा नुसता काळोख आहे. ब्रह्मांड हे सहज निर्माण झाले पण ते पिंडाकार म्हणजे शरीराकार आहे अशी कल्पना केली पण तसा अनुभव येत नाही. संशय निर्माण होतात तेव्हा हे काल्पनिक आहे. साडेतीन कोटी भुते, तेवढीच. तेवढ्याच मंत्रावली, हे शरीरात कसे असेल ? तेहतीस कोटी देव, अठ्ठ्याऐंशी हजार ऋषीमुनी, नऊ कोटी कात्यायनी देवता, पिंडात कसे असणार ? छपन्न कोटी चामुंडा, कोट्यानुकोटी अन्य जीव, चौऱ्याऐंशी लक्ष योनींची दाटी पिंडात कशी ? ब्रह्मांडातील असंख्य पदार्थांचा हिशेब देता आला पाहिजे. ब्रह्मांडात अगणित वनस्पती आहेत, असंख्य फळे, फुले, बीजे, धान्ये आहेत ती पिंडात दाखवता येणे शक्य नाही. म्हणून पिंड ब्रह्मांडाची रचना सारखीच आहे म्हणू नये. हे विश्व पंचमहाभूतांचे जसे बनवलेले आहे त्याप्रमाणे पिंडही बनलेला आहे. याचा अनुभव घ्यावा. जे पिंडी ते ब्रह्मांडी याचा अनुभव अशा रीतीने घेता येतो.

|| जय जय रघुवीर समर्थ ||

।। श्रीराम ।।

पंचभूतें आकारलीं । भूतीं भूतें कालवलीं ।।
तरी पाहातां भासलीं । येक स्थूळ येक सूक्ष्में ।।
भूतांचे विकार सांगे किती ।। क्षणक्षणां पालटती ।।
येकाचें येकचि होती । नाना वर्ण ।।

पंचमहाभूतांत जाणीव आणि नेणीव यांचे मिश्रण असते. पंचभूतांना जाणवणारी जाणीव कधी प्रकट असते कधी अप्रकट असते, पाच भूते जेव्हा आकाराला आली तेव्हा निरनिराळी दिसली पण प्रत्यक्षात एकेमकांत मिसळलेली किंवा कालवलेली असतात. वारा सदैव वहात असतो पण आपल्याला दिसत नाही, लाकडात अग्नि असतो पण तोही दिसत नाही म्हणून नसतो असे म्हणणे उचित नाही. पाच भूते दिसायला वेगवेगळी दिसली तरी पण सूक्ष्म दृष्टीने पाहिले तर त्यांच्यात एकरूपता असते. विश्वनिर्मिती कशी झाली ? परब्रह्मापासून मूळ माया झाली. मूळ मायेपासून गुणमाया झाली, गुणमायेची निर्मिती म्हणजे सत्त्व, रज, तम हे गुण. गुणांपासून पंचमहाभूते निर्माण झाली. पाच भूतांपैकी पृथ्वी, आप, तेज आणि वायु यांच्यात बदल होतो पण आकाश मात्र निराकार आहे. त्यात बदल होत नाही. आकाश हे शून्य आहे, निव्वळ पोकळी आहे. विश्वामध्ये मन कुंठित करणारी विलक्षण विविधता आहे. दोन रंग एकत्र केले की तिसरा रंग निर्माण होतो. पंचमहाभूतांपैकी पाणी हे सर्व देहांचे मूळ आहे. पाण्यापासून आपले शरीर बनते. आंब्याच्या झाडाला आंबे लागतात, मूळ फोडले तर आंबे आढळत नाहीत. झाडाच्या मुळांनी शोषलेले पाणी जेव्हा शेंड्यापर्यंत जाऊन पोहोचते तेव्हा झाड पाने, फुले, फळांनी लहडते, पंचमहाभूतांनाही क्षणाक्षणाला बदल होत असतो हे सर्व बदल सांगणे अवश्य आहे. एका पदार्थातून दुसरा पदार्थ, एका रंगातून दुसरा रंग निर्माण होतो. तीन गुण आणि पाच भूते यांची ही मिश्रणे आहेत.

।। जय जय रघुवीर समर्थ ।।

।। श्रीराम ।।

आधीं स्थूळ आहे येक । तरी मग अंत:करणपंचक ।।
जाणतेपणाचा विवेक । स्थूळाकरितां ।।
कोण जन्मास घालितो । आणी मागुता कोण जन्म घेतो ।।
हा प्रत्ययो कैसा येतो । कोण प्रकारे? ।।

अंत:करण, मन, बुद्धी, चित्त व अहंकार असे पाच मिळून अंत:करणपंचक होते. स्थूल शरीरामुळेच हे पंचक आहे, या स्थूल शरीरामुळेच विवेक करता येतो. ज्ञानाचा विचार व व्यवहाराचे मूळ हे स्थूल शरीरच आहे. स्थूलाच्या आधाराने सर्व चालते असे म्हणता मग स्थूल शरीरच नसेल तर अंत:करण कुठे राहील ? या श्रोत्याच्या प्रश्नाला श्री स्वामी समर्थ रामदास उत्तर देतात. रेशमाचे काटेघरे नावाचे किंवा अन्य असंख्य किडे जीवसृष्टीत निर्माण होतात. ते आपल्या ताकदीनुसार पाठीवर किंवा सभोवती घरे करून वावरत असतात. शंख, शिंपी, झुला, कवडे या जातीतलेच. यात आधी घर तयार होते की आधी किडे उपजतात ? अर्थात आधी किडे निर्माण होतात आणि मग ते आपल्याभोवती किंवा पाठीवर घर बांधतात ही अनुभवाची गोष्ट आहे म्हणजे अगोदर सूक्ष्म होते मग स्थूल होते. एक शंका निवारण झाल्यावर श्रोत्याने जन्ममृत्यूचा विचार सांगण्याची विनंती केली. जन्माला घालणारा कोण, मेल्यानंतर, मृत्यूनंतर कोण जन्म घेतो ? ब्रह्मदेव जन्माला घालतो, विष्णु पालन करतो आणि शंकर मृत्यू देतो असे लोक म्हणतात. पण प्रत्यक्ष अनुभव पाहता हे पटत नाही. मग पुन्हा तेच प्रश्न उद्भवतात, ब्रह्मदेवाला कोणी जन्म दिला, विष्णूचा प्रतिपाळ कोण करतो आणि रुद्राचा मृत्युदाता कोण ? देव निर्विकार आहे तो विकारी विश्व निर्माण करीत नाही, माया स्वत:च विस्तार पावली आहे, विश्वरूपात तिचा विस्तार झालेला आहे आणि विचार करता ती स्वत:च स्थिर झाली हे पटत नाही आणि सूक्ष्मपणे किंवा बारकाईने विचार केला तर तोही पटत नाही.

।। जय जय रघुवीर समर्थ ।।

।। श्रीराम ।।

पुण्याचें कैसे रूप । आणि पापाचें कैसें स्वरूप ।।
याहि शब्दांचा आक्षेप । कोण कर्ता ।।
पोहणें सिकला तो तरेल । पोहणें नेणे तो बुडेल ।।
येथेंही अनुमान करील । ऐसा कवणु ।।

जन्माला येतो तो कोण असतो, त्याला कसे ओळखावे, नशीब म्हणजे काय, पाप आणि पुण्य याचे स्वरूप काय, या शब्दांना आक्षेप घेणार कोण ? वासनेमुळे जन्म होतो असे म्हणतात पण पहायला गेले तर ती दिसत नाही. वासना, कल्पना, भावना, मति, नाना, शंका अशा अंत:करणपंचकाच्या अनेक वृत्ती आहेत. देह हा पंचमहाभूतांपासून निर्माण होतो. वायु हा त्याचा चालक असतो. हे सर्व जाणिवेचे यंत्र आहे आणि ती जाणीव म्हणजे स्मरण होय. तत्त्वांची इथे गुंतागुंत दिसते, कुणी कुणाला जन्मविले ? म्हणून जन्मच नाही, एकदा जन्मून मेला की तो पुन्हा जन्म घेत नाही. मग संतसंगाचे काय ? जोपर्यंत प्राणी सावध तोपर्यंत स्मरण आहे तो विकल होऊन विस्मरणी झाला की मरण येते. अशा स्थितीत कोण कोणाला जन्म देते ? बाळले लाकूड परत हिरवे होत नाही, झाडावरून पडलेले फळ परत झाडाला चिकटवता येत नाही त्याप्रमाणे हे शरीर एकदा पडले की संपले. मडके अचानक फुटते, फुटून नाहीसे होते त्याप्रमाणे मनुष्यही पुन्हा जन्माला येत नाही. श्रोते हे ज्ञानी, अज्ञानी समान मानतात पण ते बरोबर नाही. ज्ञानी पुरुषाला पुनर्जन्म नाही हे सत्यच, पण अज्ञानी जनांना पुनर्जन्म टाळता येत नाही. एखादा माणूस जेवून तृप्त झाला की त्याला सर्वांची पोटे भरली आहेत असे वाटते. ज्याला पोहायला येते तो तरतो, ज्याला येत नाही तो बुडतो यावर शंका नाही. त्याप्रमाणे ज्यांना ज्यांना जेवढे आणि तितके ज्ञान झाले तेवढे तेवढे ते तरले, जे बंधनरहित झाले तेवढेच मुक्त.

।। जय जय रघुवीर समर्थ ।।

।। श्रीराम ।।

जयासि आत्मज्ञान जालें । तत्त्वें तत्त्व विवंचिलें ।।
खुणेसी पावतांच बाणलें । समाधान ।।
प्राणी व्हावया मोकळा । आधीं पाहिजे जाणीवकळा ।।
सकळ जाणतां निराळा । सहजचि होय ।।

ज्याला दुसऱ्याच्या दु:खाची नीट कल्पना नसते तो त्याचे, दुसऱ्याचे दु:ख विशेष नाही असे म्हणतो याला परदु:ख शीतल असे म्हणतात. ज्याला स्वस्वरूपाची खूण पटून आत्मज्ञान झाले आहे त्यालाच समाधान प्राप्त होते. ज्ञानप्राप्ती झालेल्याचे जन्ममरण चुकते असे सरसकट बोलणे योग्य नाही. मग वेद, शास्त्रे आणि पुराणे किमर्थ ? पण ज्ञानाशिवाय उद्धार होणार नाही हेही तितकेच खरे. ज्ञानी हा ज्ञानानेच मुक्त होतो. आत्मज्ञान झाले म्हणजे दृश्य खोटे आहे हे समजते पण दृश्यच वेडे करते. ज्ञानी या ज्ञानाने मुक्त होतो आणि अज्ञानी आपल्याच कल्पनेने बांधला जातो. मुक्ति आणि बंधन, ज्ञान आणि अज्ञान, निश्चय आणि अनुमान हे सर्व समान समजू नयेत. भोळा भाव सिद्धीस जातो पण ही उधारी आहे. मोक्षाचा रोकडा अभिप्राय विवेकाने जाणता येतो. बंधनातून सुटण्यासाठी मनुष्यप्राण्याजवळ जाणीव हवी. जाणिवेची कळा अवगत हवी. सर्वांचे ज्ञान झाले की तो सहज बंधनातून मुक्त होतो. कसलीच समज नसणे म्हणजे अज्ञान, सर्व काही जाणणे म्हणजे ज्ञान पण ज्यावेळी स्वरूप-साक्षात्कार होतो त्याला विज्ञान असे संबोधन आहे. एक माणूस अमृतप्राशन करून अमर झाला तो ''ही लोकं मरतात कशी ?'' असं म्हणू लागला, त्याप्रमाणे आत्मज्ञानी पुनर्जन्मावर विश्वास ठेवत नाही, परत जन्म कसा येईल असे त्याला वाटते. ज्ञानी पुरुषाचे मन दृश्यातून बाहेर आलेले असते. त्यामुळे बद्ध माणसाप्रमाणे तो पाशात अडकलेला नसतो. जो निद्रिस्त आहे त्याला जागृत विचारतो, ''हा काय बडबडतो ?'' त्याचा अनुभव घ्यावयाचा असेल तर स्वत: झोपले पाहिजे.

।। जय जय रघुवीर समर्थ ।।

।। श्रीराम ।।

वायोसरिसी वासना गेली । तो वायोरूपेंचि राहिली ।।
पुन्हां जन्म घेऊनी आली । हेतुपरत्वें ।।
वायोचेनि मेघ वोळती । वायोचेनि नक्षत्रें चालती ।।
सकळ सृष्टीची वर्तती गती । कळतो वायो ।।

आत्मज्ञानाच्या योगाने ज्ञानी माणसाला जन्ममरणाच्या चक्रातून सुटता येते. पण अज्ञानी माणसाला पुन:पुन्हा जन्म येतो. बद्ध प्राण्यांचे मरणोत्तर काहीच उरत नाही, मरणापूर्वी तो स्वत:च्या जाणिवेलाही मुकतो. पंचप्राण जेव्हा शरीर सोडतात त्यावेळी वासनाही जातात वायुरूपात वासना असते ती वायुरूपातच रहाते आणि आपल्या इच्छेप्रमाणे पुनर्जन्म घेते. कित्येक प्राणी नि:शेष, काही न मागे ठेवता मरून जातात, परलोकातून ढकलून दिल्याने काहींचे हातपाय दुखावतात. सर्पाच्या नजरेने मृतवत् झालेल्याला मांत्रिक उठवतो तेव्हा वासना परत त्याचे ठायी निर्माण होते. कित्येकांना पूर्वी शाप मिळालेला असतो, त्यांना शापामुळे दुसरा देह प्राप्त होतो. म्हणजे एखाद्या संतप्त ऋषीची आगळीक केल्याने तो ऋषी आगळीक करणाऱ्या राजाला 'तू सर्प होऊन पडशील' असा शाप देतो पण राजाने पुन: पुन्हा क्षमा मागितल्यावर त्याला ''काही निमित्ताने तुला परत पूर्वदेह प्राप्त होईल'' असा उ:शाप देतो. त्याप्रमाणे त्यांना योग्य वेळी नवीन देह प्राप्त होतात. मनाच्या अनेक वृत्तीत वासना आहे पण वासना पाहू जाता दिसत नाही. पण ती असते. वासना ही जाणिवेचे कारण, कारणरूपाने ती मूळ मायेत मिसळून गेली आहे. सर्व देवदेवता वायुस्वरूपच आहेत. वायू म्हणजे वारा सहज वाहतो त्यामुळे सुगंधाची अथवा दुर्गंधाची जाणीव होते. वायूमुळेच उष्णता आणि शीतलता अनुभवास येते. वायूमुळेच मेघांना गती मिळते, वळण मिळते, नक्षत्रे चालतात वायूवरच सर्व सृष्टी चालते, वायूवरच प्राणी जगतात, रहातात.

।। जय जय रघुवीर समर्थ ।।

।। श्रीराम ।।

ऐसा वायोचा विकार । येवंच कळेना विस्तार ।।
सकळ कांहीं चराचर । वायोमुळें ।।
वायो फुंकितां भुली पडती । वायो फुंकितां खांडकें करपती ।।
वायोकरितां चालती । नाना मंत्र ।।

वायूचा महिमा काय सांगावा ? दैवत आणि भुते ही वायुरूपच असतात, ती अवचित झपाटतात. या वायूमुळेच ब्रह्मसंमंध जातात, गुप्तधने सापडतात, संकटे दूर होतात. अंगात शिरलेला वायू कोणत्या तरी देहाचा आधार घेतल्याशिवाय बोलत नाही. वायूचे असे प्रकार आहेत. वायूचे नेमके स्वरूप कळणे कठीण आहे. सर्व विश्व, चराचर सृष्टी वायूवर चालते. जे वायूचे स्थिर स्वरूप विश्वधारणा करते आणि जे चंचल, गतिमान स्वरूप आहे ते विश्व निर्माण करते. विश्वाचा आरंभ आणि विश्वाचा अंत वायू घडवून आणू शकतो. वायू वेगळे कोणाचे कर्तृत्व आहे ? वारा अंगावरून गेला तर हात पाय वळतात, वाऱ्यामुळे पिके वाढतात आणि करपतातही. निरनिराळ्या प्रकारच्या वायूंनी तऱ्हेतऱ्हेचे रोग होतात, आकाशात वीज कडाडते, वाऱ्यामुळे पृथ्वीवरच्या लोकांना त्रास होतो. वायूमुळेच अनेक मंत्र परिणामकारक ठरतात. मंत्राठायी अनेक सामर्थ्ये असतात. मंत्राने देवतांनाच काय भूतांनाही वश करता येते. वस्तूंची रूपे बदलणे, माणसाला एका ठिकाणी बद्ध करून, खिळवून टाकणे किंवा वश करणे मंत्रसामर्थ्यामुळेच शक्य होते. धड माणसाला वेडे करणे किंवा वेड्याला शहाणे करणे हे वायूमुळेच, मंत्रसामर्थ्यामुळेच शक्य होते. मंत्रसामर्थ्यामुळे देवांची युद्धे चालतात, ऋषींचा दरारा, मंत्रसामर्थ्यावर अवलंबून असतो. मंत्रसामर्थ्याचा एकूण काय महिमा आहे याचे वर्णन करणे अशक्य आहे. मंत्रामुळे पक्षी, प्राणी बांधून ठेवता येतात, धनलाभही होतो.

।। जय जय रघुवीर समर्थ ।।

।। श्रीराम ।।

याची प्रचीत ऐसी असे । जें जडत्वा आलें तितुके नासे ।।
आकाश जैसे तैसे असे । चळणार नाहीं ।।
मती करितां विशाळ । कवळों लागे अंतराळ ।।
पाहतां भासे ब्रह्मगोळ । कवीठ जैसें ।।

ब्रह्म हे बाजूला सारायचे म्हटले तर सारता येत नाही, ब्रह्म साठवता येत नाही, मोडता येत नाही, त्याला छिद्र पाडता येत नाही, मागे पुढे ढकलता येत नाही, ते अखंड असल्याने त्याचे तुकडे करता येत नाहीत. ब्रह्म आणि पृथ्वी परस्परात आहेत. ब्रह्म सूक्ष्म असल्याने म्हणून ते ब्रह्मांडाचा भेद करून त्याचे हृदयात रहाते. ब्रह्मांडाने ब्रह्माचा भेद केला नाही असे म्हणावे तर ब्रह्मामध्ये ब्रह्मांड स्वाभाविकच आहे हे सर्व जाणतात. पाणी, तेज अथवा वारा हे आकाशला दूर सारू शकत नाहीत. आकाश सर्वत्र पसरलेले आहे, ते चळणे शक्य नाही. धरित्रीचे सर्वांग भेदून आकाश स्थिर राहिले आहे. समजा आपण आकाशदिवा लावला तर आकाश बाजूला सरकले असे होत नाही. निर्गुण ब्रह्माला कल्पनेपुरती आकाश अशी संज्ञा दिली. परब्रह्म हे निराभास, निर्विकार आहे. पाचही भूतांपैकी एकपण पंचमहाभूतांत असते ते आकाश. पृथ्वी गेली तर पाणी उरते, पाणी गेल्यावर उरतो अग्नी, अग्नीला विझवून उरतो तो वारा किंवा पवन तोही नाश पावतो. भ्रमामुळे दृश्य दिसते पण प्रत्यक्षात काही नसते. भ्रमच खोटा असतो, तेव्हा खोट्याने काही केले तरी ते खोटेच असते. समुद्रात जसा खसखशीचा दाणा त्याप्रमाणे परब्रह्मापुढे विश्व आहे. माणसाची बुद्धी जर वाढली तर ती ब्रह्मांडाला कवळील. मग ब्रह्मांडगोल कवठासारखा वाटेल. त्याहूनही आपण आपली वृत्ती व मति विस्तारली तर ब्रह्मांडगोल बोराएवढा दिसेल आणि ब्रह्माकार केली तर ब्रह्मांडाचे अस्तित्वच संपेल.

।। जय जय रघुवीर समर्थ ।।

।। श्रीराम ।।

देउळामध्ये जगन्नायक । आणि देवळावरी बैसला काक ।।
परि तो देवाहून अधिक । म्हणों नये कीं ।।
उंच वस्त्रें नीच ल्याला । आणि समर्थ उघडाच बैसला ।।
परि आहे तो परीक्षिला । परीक्षवंतीं ।।

मंदिरात श्री जगन्नाथाची मूर्ती आणि मंदिराच्या शिखरावर, कळसावर कावळा बसला म्हणून तेवढ्यासाठी तो देवापेक्षा अधिक मोठा म्हणू नये. राजद्वारात सभा चाललेली आहे. आणि तिथं असलेल्या स्तंभावर येऊन माकड बसले तर सभेतील चतुरांनी त्याला श्रेष्ठ मानावे काय ? ब्राह्मणांनी नदीत स्नान केले पण बगळे नदीत तसेच बसून राहिले म्हणून ते ब्राह्मणापेक्षा श्रेष्ठ ठरतात का ? ब्राह्मणांत कुणी यमनियम पाळणारे नसेल म्हणून दारात ध्यान धरून बसणारे कुत्रे मोठे नाही. एखाद्या ब्राह्मणाला एकाग्र ध्यानमुद्रा जमत नाही पण म्हणून भक्ष्याकडे टक लावून पाहणारे मांजर महान ठरत नाही. ब्राह्मण भेदाभेद बाळगतो पण माशीच्या मनातही तो नसतो म्हणून माशीला ज्ञानबोध झाला आहे असे म्हणता येईल का ? एखादा कनिष्ठ स्तरातला खालच्या वर्गातला माणूस उंची कपडे नेसून बसला पण समर्थ स्वामी मात्र उघडेच बसले आहेत. परीक्षावंत जे असतात त्यांना त्यांतला नेमका श्रेष्ठ कोण हे बरोबर कळते. देवाची उपासना केली तर देवलोकाची प्राप्ती होते. पितरांस पूजिले तर पितृलोक मिळतो आणि भूतांना भजले तर भूतलोकी जावे लागते. जो निर्गुणाची उपासना करतो त्याला निर्गुण लोक मिळतो. निर्गुणाचे ठिकाणी अनन्य व्हावे देव एकच आहे हे ओळखले की साधनेचे सार्थक होते. एखादा कुंभार राजा झाला तर त्याने गाढवांची उठाठेव कशासाठी करावयाची ? त्याप्रमाणे साधनमार्गाने साध्य प्राप्त झाल्यावर व्यर्थ भटकणे सोडावे.

।। जय जय रघुवीर समर्थ ।।

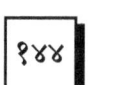

।। श्रीराम ।।

तैसा अवघा वृत्तीभाव । नाना साधनांचा उपाव ।।
साध्य जालियां कैंचा ठाव । साधनांसी ।।
तें ब्रह्मरूप आपणचि आंगें । सारासारविचार प्रसंगें ।।
करणें न करणें वाऊगें । कांहींच नाहीं ।।

वृत्ती आणि साधन यांचे परस्परांशी अतूट नाते असते. कोणतेही साधन वृत्तीच्याच आधाराने चालते. ज्याला आत्मज्ञान करून घ्यावयाचे आहे त्याने वृत्तिरहित व्हावे लागते. आपण जे साधन करतो ते कशासाठी करीत नाहीत, कोणती फलप्राप्ती आपल्याला करून घ्यावयाची आहे. याबद्दलची नेमकी जाणीव ठेवावी. भलतीकडे भरकटू नये. देह हा पंचमहाभूतांचा आहे. पण प्राण ब्रह्माचा अंश आहे, म्हणून ज्याचे ठायी अनन्य भाव आहे तोच ईश्वरापर्यंत पोहोचतो. आत्मा हा आत्मरूपाने असतो. जीव किंवा प्राण हा जीवपणाने असतो यात आपणाला जो शोधतो तो ज्ञानी म्हणावा. फळ एक आणि आपण एक असा विचार बरोबर नाही. आपणच फळ होऊन जावे. एक भिकारी होता तो राजा झाला मग तो गरिबीच्या गोष्टी कशाला करील ? त्याप्रमाणे आत्मज्ञानी माणसाने वृत्तिरूपासाठी धडपड करू नये, आणि तो करणारही नाही. स्वत:च ब्रह्मस्वरूप झाल्यावर कर्म - अकर्म उरत नाही. सारासार विचार करण्याचाही मग प्रसंग येत नाही. एक दीन, गरीब माणूस होता. तो राजाच्या आज्ञेला भीत असे. पुढे तो स्वत:चा राजपदी पोहोचला, राजा झाला. तो राजा झाला तसे त्याचे दारिद्र्य मिटले आणि राजाज्ञेची भीतीही नाहीशी झाली. अमृताने अमृत प्यावे, अनंताने अनंत पहावा, परमेश्वराने परमेश्वराचे ध्यान करावे असे कधी घडत नाही. अंजनाने स्वत:ला अंजन घालावे, धनानेच धनाची प्राप्ती करून घ्यावी, त्याचप्रमाणे शुद्ध परमात्मस्वरूपाने तशीच परमात्मस्वरूपाचा अनुभव घ्यावा हे कधीही शक्य नसते.

।। जय जय रघुवीर समर्थ ।।

।। श्रीराम ।।

सकळांचे अंत:करण येक । किंवा येक नव्हे अनेक ।।
ऐसें हे निश्चयात्मक । मज निरोपावें ।।
जाणण्यानेणण्याची बुद्धी । तोचि देहीं जाणावा विधी ।।
स्थूळ देहीं ब्रह्मा त्रिशुद्धि । उत्पत्ति कर्ता ।।

एका श्रोत्याने स्वामींना विनवले की, सर्वांचे अंत:करण एक आहे की अनेक आहेत हे मला निश्चयात्मक सांगावे. ऐक, सर्वांचे अंत:करण एक आहे हे मी अनुभवाने तुला सांगतो. ''स्वामी आपण असे जर म्हणता, तर दोन अंत:करणे एकमेकांत मिळत का नाहीत ? एकाचे जेवण झाले की सगळे तृप्त झाले पाहिजेत, एक मरताच सगळे मृत व्हायला हवेत. पण प्रत्यक्षात तसे होत नाही. एक सुखी तर एक दु:खी असे चित्र दिसते. सर्वांची अंत:करणे एकच असती तर लपवाछपवी चाललीच नसती. साप आणि माणूस यांचे अंत:करण एक असते तर सापाला भिऊन माणूस पळाला नसता. अंत:करण याचा अर्थ काय ? अंत:करण म्हणजे जाणीव जाणणारा स्वभाव. त्यामुळेच देहाचे रक्षण होते. जाणिवेच्या रूपाने सर्वांचे अंत:करण एकच. सर्वजण एकाच दृष्टीने पहातात. एकाच जिभेने चव घेतात, एकाच घाणेंद्रियाने वास घेतात. सर्वांना आग भाजते, पाणी ओलावा देते. जाणीव असल्यामुळेच प्राणीमात्र खातात, पितात, भयाने पळून जातात. ब्रह्मादिकांपासून किडामुंगीपर्यंत सर्वांचे अंत:करण एकच असते. आग लहानमोठी कशीही असो ती आगच आणि पाणी ओढा असो वा नदी. कमी जास्त काय आहे याचे ज्ञान अंत:करणामुळेच प्राणिमात्रांना होते. सुख जाणिवेमुळे, तर दु:ख नेणिवेमुळे. जन्म घेतल्यामुळे सुखदु:खाला सामोरे जावे लागते. जाणीव नेणीव म्हणजे ब्रह्मदेव. अशा प्रकारे स्थूल देहाचे ठिकाणी उत्पत्ती करणारा ब्रह्मदेवच.

।। जय जय रघुवीर समर्थ ।।

।। श्रीराम ।।

उत्पत्ति स्थिति संव्हार । ब्रह्मा विष्णु महेश्वर ।।
याचा पाहतां विचार । प्रत्ययो नाही ।।
शास्त्र रक्षून प्रत्यये आणिला । पूर्वपक्ष त्यागून सिद्धान्त पाहिला ।।
शाहाणा मूर्ख समजाविला । येका वचनें ।।

स्वामींनी जे ऐकवले त्यात विष्णु नाही असे आढळून आले. ब्रह्मा, विष्णु, महेश्वर हे अनुक्रमे उत्पत्ती, स्थिती, संहार करतात असे प्रत्यक्ष अनुभवास येत नाही. ब्रह्मदेव हा उत्पत्तिकर्ता, विष्णु हा पालनकर्ता हे केवळ ऐकून आहोत. मूळ मायेचा उत्पत्तिकर्ता कोण देवाची रूपे अलीकडची आहेत. मूळ माया ही सर्व लोकांची माता आहे, तिच्यापासून गुणक्षोभिणी, या गुणक्षोभिणीपासून या त्रिगुणात्मक त्रिदेवांचा जन्म झाला. शास्त्रीपंडित आणि सामान्य लोकही असेच म्हणतात. पण त्यांना अनुभव विचारला तर आकांत करतात. अनुभव नसता वैद्य व्हायला निघाला, नसत्या उठाठेवी करतो, याला मूर्खच म्हणायला हवे. देवांच्या बाबतीतही असेच घडते. प्रत्यक्ष प्रचिती घेऊन मत बनवावे नाहीतर गुरु आणि शिष्य दोघेही अज्ञानाच्या अंधारात फिरत रहातात. देवाने माया केली असे म्हणावे तर देवांची निर्मिती तर मायेने केली आहे. देवांची रूपे मायेने आली आहेत पण माया एकच आहे हे विसरू नये. पंचमहाभूतांनी माया निर्माण केली असे म्हणावे तर मूळ माया पंचमहाभूतांनी युक्त आहे. परब्रह्मात कर्तृत्व नसल्याने परब्रह्माने माया निर्माण केली म्हणवत नाही. लोकांची मते आणि शास्त्रांचे निर्णय निरनिराळ्या प्रकारचे असतात. त्यात निश्चितता नसते. क्षणभर असे गृहीत धरू की शास्त्रमर्यादा मान्य करावी पण म्हणून गोंधळ संपेल असे नाही. तेव्हा एकाच वचनाने शास्त्रमर्यादा राखावी आणि पूर्वपक्षाचे खंडन करावे आणि एकाच वेळी वेडा आणि शहाणा दोघांचीही समजूत घालावी.

।। जय जय रघुवीर समर्थ ।।

॥ श्रीराम ॥

तू मूळमायेंचे लक्षण । वायो स्वरूपचि जाण ॥
पंचभूतें आणि त्रिगुण । वायोआंगीं ॥
वायोपासून तेज जालें । उष्ण सीतळ प्रकाशलें ॥
द्विविध रूप ऐकिलें । पाहिजे तेजाचें ॥

आकाशाला उपाधी नाही म्हणून त्याला निराभास ब्रह्म म्हणावे. या निराभासातच मूळ माया जन्मली. मूळ माया वायुस्वरूपच आहे. या वायूमध्ये त्रिगुण तर आहेतच पण इतर भुतेही आहेत. वायु आकाशापासून झाला त्याला वायुदेव म्हणतात. वायूपासून अग्नि निर्माण झाला त्याला अग्निदेव अशी संज्ञा आहे. अग्नीपासून पाणी झाले त्यालाही नारायण स्वरूप मानले आहे. पाण्यापासून पृथ्वी झाली ती बीजरूप आहे. या पृथ्वीचे पोटात पाषाण असतात ते अनेक देवदेवतांचे रूप होते. पाषाणाच्या मूर्तीचे नाना प्रकारचे अनुभव उपासकांना येत असतात. वृक्ष, काष्ठ आणि माती यांच्या मूर्तीतही लोकांना प्रचीती येते. सर्व देव वायूमध्ये एकत्रित, आश्रित आहेत. देव, यक्षिणी, कात्यायनी, चामुंडा, जखिणी, मानवरूपी देवता अशा नाना प्रकारच्या देवीदेवता देशपरत्वे आहेत. पुरुष नावाचे कितीएक देव आहेत. भूते आणि दैवते अशी त्यांची नपुसकलिंगी नावे आहे. या सर्व देव, देवता, दैवते आणि भूते यांना वायुस्वरूप म्हणावे. ते नेहमी वायुरूपातच असतात, प्रसंगानुसार ते निरनिराळे देह धारण करतात. पण जन्ममरणातून त्यांची सुटका नाही. वायूपासून तेजाची निर्मिती झाली ते थंड आणि गरम. उष्णरूपापासून सूर्य, अग्नि व वीज निर्माण झाले तर शीतल तेजापासून बर्फ, पाणी, अमृत, तारका उत्पन्न झाले. जलतत्त्व पाणी आणि अमृत असे दोनच प्रकारचे. पृथ्वीचा आता विचार. दगड माती नेहमीची. शिवाय सोने, रत्ने, हिरे वगैरे. पृथ्वीला बहुरत्ना वसुंधरा असे का म्हटले आहे याचा उलगडा यातून होतो आता मनुष्यांच्या उत्पत्तीविषयी बोलू.

॥ जय जय रघुवीर समर्थ ॥

।। श्रीराम ।।

आतां पाहों जातां उत्पत्ती । मनुष्यांपासून मनुष्यें होती ।।
पशुपासून पशु निपजती । प्रत्यक्ष आतां ।।
आतां ऐका प्रत्ययो । जाणोनि धरावा निश्चयो ।।
तरीच पाविजे जयो । अनुभवाचा ।।

उत्पत्तीचा विचार करू लागले तर मनुष्यापासून मनुष्य होतात, पशूंपासून पशू, आकाशस्थ जीव जंतू, पक्षी पृथ्वीवर वावरणारे प्राणी, वनातले आणि पाण्यातले जीव सर्व शरीरापासून निर्माण होतात. चांगला रस्ता असताना आडरानात शिरू नये. विपरीतापासून विपरीतच निर्माण होतात, तरी त्यांना शरीर अशीच संज्ञा आहे. शरीराशिवाय उत्पत्ती होणार नाही. पण ही उत्पत्ती कशी झाली, ज्याने ती केली त्याचे शरीर कोणी निर्मिले ? विचार करायला गेले तर लांबण लागते पण मुळात शरीराची निर्मिती कशी झाली, हे कुणी आणि कशाचे उभारले ? उत्पत्तीसंबंधाने शास्त्राकारांचे मतच प्रमाण मानले पाहिजे, अनुभव हेच प्रमाण पण मूर्खाला ते अप्रमाण वाटते. ब्रह्मामध्ये मूळमाया झाली तिलाच अष्टधा प्रकृती असे म्हणतात. भूतांमध्ये सत्त्व, रज, तम या त्रिगुणांनी मूळ माया कालवली. मूळ माया वायुस्वरूपिणी आहे. वायूमध्ये जाणिवेचे जे रूप असते तीच इच्छा. शुद्ध ब्रह्माच्या ठायी जर इच्छेची कल्पना केली तर ती व्यर्थ ठरते, याचे कारण ब्रह्म निर्विकल्प आहे. ब्रह्म आत्मरूपाने ते शब्दांच्या पलीकडचे निर्गुण स्वरूप सर्वत्र भरून राहिले आहे. ज्या ज्याला म्हणून आपण नाव देतो तो सारा भ्रमच आहे. आग्रहपूर्वक जर एखादी उपाधी लावली तर ते व्यर्थ. आकाशाकडे दगड भिरकावला तर आकाशाला तडा थोडाच जाणार आहे ? त्याचप्रमाणे ब्रह्माला विकार नाही. ते निर्विकार आहे. पण विकार नाशवंत आहे. यासाठी अनुभव समजून निश्चय करावा तरच यश:प्राप्ती होईल.

।। जय जय रघुवीर समर्थ ।।

॥ श्रीराम ॥

माया जाणिजे समीर । तींत जाणता तो ईश्वर ॥
ईश्वर आणि सर्वेश्वर । तयासीच बोलिजे ॥
पुढें ब्रह्म्याने सृष्टी कल्पिली । इच्छेसरिसी सृष्टी जाली ॥
जीवसृष्टी निर्माण केली । ब्रह्मदेवें ॥

वायूला माया म्हणावे, या मायेत ईश्वर आहे हे जाणावे. ईश्वर आणि सर्वेश्वर ही त्याचीच अन्य नावे. या ईश्वराने गुणरूप होऊन त्रिगुणांचा सत्त्व रज तमाचा भेद केला, त्या तिथे ब्रह्मदेव विष्णु आणि महेश हे निर्माण झाले. यापैकी विष्णु हा जाणता, जाणता आणि नेणता ब्रह्मदेव तर भोळा शंकर नेणता. वायूमध्ये विष्णु होता, त्याने देह धारण केल्यावर तो चतुर्भुज झाला त्याचप्रमाणे ब्रह्मदेव आणि शंकर हेही देह धारण करतात, एरवी ते गुप्त असले तरी प्रकट होण्यास त्यांना अवधी लागत नाही. ज्या मनुष्यांना गुप्त किंवा प्रकट होता येते त्या समर्थ अशा देवमूर्तीच समजायला हव्यात. झोटिंग म्हणजे भुतेखेते हे वायुस्वरूपच असतात. ते वायूबरोबरच चालतात - अवचित खोबरे खारका टाकतात, काही माणसे तर परकाया - प्रवेश करतात, मग जगदीश्वराला हे का शक्य होणार नाही ? म्हणून वायू स्वरूपातील ब्रह्मा, विष्णु, महेश यांनी देह धारण केले व तेच पुढे पुत्र पौत्र म्हणून विस्तारले. त्यांनी मनातच स्त्रियांची कल्पना केली, कल्पना करताच स्त्रिया निर्माण झाल्या, पण त्यांच्यापासून प्रजोत्पादन केले नाही. त्याचप्रमाणे इच्छा करूनच त्यांनी पुत्रकल्पना केली, पुत्राची निर्मिती झाली, ब्रह्मा, विष्णु, महेश या पद्धतीनुसार वागले. पुढे ब्रह्मदेवाने साक्षात् सृष्टीची कल्पना केली व त्या कल्पनेनुसार विश्वाची निर्मिती केली.

॥ जय जय रघुवीर समर्थ ॥

।। श्रीराम ।।

नाना प्रकारींचे प्राणी कल्पिले । इच्छेसरिसे निर्माण जाले ।।
अवघे जोडेचि उदेले । अंडजजारजादिक ।।
नाना अवतार धरणें । दुष्टांचा संहार करणें ।।
धर्म स्थापायाकारणे । विष्णूस जन्म ।।

ब्रह्मदेवाने सृष्टीची अखिल विश्वाची कल्पना केली. त्याच्या इच्छेनुसार या सृष्टीची निर्मिती झाली आहे. सृष्टिनिर्मितीनंतर ब्रह्मदेवाने अनेक प्राण्यांची कल्पना केली. अंडज, जारज, उद्‌भिज अशा प्राण्यांच्या असंख्य जोड्या निर्माण झाल्या. पाण्यापासून किंवा घामापासून झाले त्यांना स्वेदज म्हणतात. अंड्यातून निर्माण झाले त्यांना अंडज म्हणतात तर वायूपासून निर्माण केलेल्या प्राण्यांना उद्‌भिज म्हणतात. माणसाजवळ जादू, विद्या, गौड विद्या असते. त्याप्रमाणे राक्षसांची वोडंबरी किंवा माया हीच विद्या असते. मनुष्याच्या विद्येपेक्षा राक्षसाची विद्या श्रेष्ठ. पण सर्वात श्रेष्ठ आणि सामर्थ्यशाली ती ब्रह्मदेवाची सृष्टिविद्या. अजाण आणि सुजाण प्राणी ब्रह्मदेवाने निर्माण केले आणि वेदविद्या देऊन जाणत्यांना मार्गाला लावले. शरीरापासून शरीरे पुढे सतत निर्माण होत राहिली. सृष्टीचा विस्तार कामविकारामुळे वाढत राहिला हे सर्व निर्माण झाले. विष्णूने त्यांचे पालन केले, प्रसंगी त्याने स्वत: मानवदेह धारण करून दैत्यांचा संहार केला. दुष्टांचा संहार आणि धर्मस्थापना यासाठी विष्णूने अवतार घेतले. मत्स्य, कूर्म, वराह, वामन, नरसिंह, परशुराम, राम, कृष्ण, बुद्ध, कलकी वगैरे. पण विष्णूला विरोध करणारे साहजिकच राक्षस ठरले. सर्व जन्मलेले प्राणी मरतात. रुद्र जेव्हां शरीर धारण करील आणि संतप्त होईल तेव्हा सगळी जीवसृष्टी तर नष्ट होईलच. पण ब्रह्मांडाचाही विध्वंस होईल.

।। जय जय रघुवीर समर्थ ।।

।। श्रीराम ।।

ऐका प्रळयाचें लक्षण । पिंडी दोन प्रळयें जाण ।।
येक निद्रा येक मरण । देहांतकाळ ।।
तिसरा ब्रह्म निजेला । तों हा मृत्यूलोक गोळा झाला ।।
अवघा व्यापार खुंटला । प्राणीमात्रांचा ।।

आता प्रलयाचे लक्षण ऐका. पिंडात म्हणजे शरीरात दोन प्रलय असतात. एक निद्रा आणि देहान्तकाळ म्हणजे मृत्यू. देहधारी ब्रह्मा, विष्णु आणि महेश या त्रिमूर्ती जेव्हा झोपी जातात तेव्हा तो ब्रह्मांडाचा निद्रा प्रलय असे समजावे. या त्रिमूर्तीचा जेव्हा अंत होईल तेव्हा कल्पान्त आला, ब्रह्मप्रलय झाला असे समजावे. या नवखंड पृथ्वीवर दोन पिंडांचे आणि दोन ब्रह्मांडांचे असे चार प्रलय तर पाचवा प्रलय विवेकाचा असे समजावे. असे हे पाच प्रलय त्याचा प्रत्यय घेऊ. माणसाला जेव्हा झोप येते तेव्हा जागेपण समाप्त होते आणि अचानक त्या गाढ झोपेत त्याला स्वप्ने पडू लागतात याचे नाव निद्राप्रलय. यात जागृतीचा क्षय होतो. आता मृत्युप्रलय म्हणजे देहान्तसमय याबद्दल ऐका. मृत्यू येण्यासाठी काहीतरी कारण लागते. शरीरात रोगांचा संचार होतो, घात अपघात काहीतरी घडून मोठा कठीण प्रसंग येतो आणि पंचप्राण देहव्यापार सोडून निघून जातात. प्राण गेल्यावर मनाची जाणीव व श्वसनातील वायू पण निघून जातो. मागे उरते ते कलेवर, निष्प्राण देह. हाच मृत्युप्रलय. हा प्रलय प्रत्यक्ष दिसतो तेव्हा त्याविषयी अनुमान करण्याचे कारण नाही. ब्रह्मदेव जेव्हा झोपी जातो तेव्हा तिसरा प्रलय सुरू होतो, त्यावेळी अवघ्या मृत्युलोकाचा गोळा होतो, पृथ्वीवरील सर्व प्राणिमात्रांचे व्यापार खुंटतात, बंद होतात, थांबतात. हा प्रलय म्हणजे ब्रह्मदेवाची रात्र होय. यावेळी सर्व प्राणिमात्रांचे सूक्ष्म देह ब्रह्मांडातील वायुमंडळात स्थिर होतात. अशा रीतीने ब्रह्मदेवाची रात्र संपून तो जागा होतो.

।। जय जय रघुवीर समर्थ ।।

।। श्रीराम ।।

पुन्हां मागुती सृष्टि रची । विसंचिले जीव मागुते संची ।।
सीमा होतां आयुष्याची । ब्रह्मप्रळय मांडे ।।
तेथें जाणीव राहिली । आणि जगज्जोती निमाली ।।
शुद्ध सारांश उरली । स्वरूपस्थिती ।।

ब्रह्मदेव जागा झाल्यावर पुन्हा सृष्टीची रचना करू लागतो. इकडे तिकडे पसरलेले, विखुरलेले जीव पुन्हा एकत्र करतो आणि असे करीत असताना ब्रह्मदेवाचे आयुष्य संपले तर ब्रह्मप्रलय होतो. मग शंभर वर्षे आभाळात ढग येतच नाहीत, पाऊस पडत नाही त्यामुळे जीवसृष्टी समाप्त होते, धरित्रीला असंख्य भेगा, चिरा पडतात. सूर्य आपल्या बारा डोळ्यांनी उष्णता सोडू लागतो, पृथ्वीची होळी होते, ही आग पाताळापर्यंत पोहोचते आणि शेष विषवमन करू लागतो. आकाशात सूर्यज्वाळांचा प्रकोप, पाताळातून शेषाचे विषवमन असा भूगोल जळू लागतो, पोळू लागतो. सूर्य अधिकाधिक प्रखर होतो, सगळीकडे हलकल्लोळ माजतो, मेरु पर्वताचे कडे धडाधड कोसळू लागतात. इंद्राची राजधानी अमरावती, विष्णुचे वैकुंठ, नीलकंठाचे कैलास आणि सत्यलोक वगळता बाकी सर्व बेचिराख होते. मेरुपर्वत कोसळल्याने त्यावरील देवगण, त्याचा महिमा ओसरल्याने वायुचक्रात प्रवेश करतात. धरित्रीचे भस्म झाल्यावर हत्तीच्या सोंडेसारखा पाऊस कोसळू लागतो. क्षणार्धात पृथ्वी जलमय होऊन जाते. समुद्रातील वडवाग्नि, शंकराच्या तिसऱ्या डोळ्यातला अग्नि, पंचमहाभूते, आवरणाग्नि, सूर्य आणि वीज अशा सगळ्या ज्वाळांचा कल्लोळ होतो, देव त्यात आपली शरीरे विसर्जित करतात. पूर्वरूपात म्हणजे वायुरूपात जातात. मूळ माया आपले अधिष्ठान जे परब्रह्म त्यात विलीन होते. जगज्जोती नाहीशी होते आणि अतिशुद्ध जाणीव उरते, म्हणजेच शुद्ध स्वरूपस्थिती रहाते. असे हे पंचप्रलय आहे.

।। जय जय रघुवीर समर्थ ।।

॥ श्रीराम ॥

परब्रह्म असतचि असे । मध्येंचि हा भ्रम भासे ॥
भासे परंतु अवघा नासे । काळांतरीं ॥
येक परब्रह्म संचलें । कदापिं नाहीं विकारलें ॥
त्यावेगळें जे भासलें । तें भ्रमरूप ॥

उत्पत्ती, स्थिती आणि संहार याबद्दल आता सांगितले. इतके आणि असे होत असले तरी परमात्मा निर्गुण, निराकार जसाच्या तसा राहतो. उत्पत्ती, स्थिती आणि लय याचा ब्रह्माशी संबंध नाही. परब्रह्म हे आदि, मध्ये आणि अंती सारखेच आहे. परब्रह्म सदैव, सर्वकाळ आहेच, पण हा भ्रम मध्येच येतो. पण कालांतराने त्याचाही, भ्रमाचाही नाश होतो. जो विवेकी आहे, तो सारासार विचार करणारा असतो, हे सर्व नाशिवंत आहे हे तो जाणतो. अनेक भ्रमिष्ट एकत्र आले, त्यांच्यापुढे शहाण्याचे काहीच चालत नाही. या जगात खरे शहाणे फार थोडे आहेत. महापुरुष हे कधीही भ्रमिष्ट नसतात. जो पुरुष भ्रमरहित आहे त्याला मनाने ओळखावे. तो ओळखता यावे म्हणून थोडे भ्रमवर्णन करतो. परब्रह्म सर्व ठायी भरून राहिले आहे, त्याला कसला विकार होत नाही किंवा त्यात बदल होत नाही. तसा परब्रह्माचा अनुभव न येता जे जे अनुभवास येते तो भ्रम होय. ज्यासाठी कल्पान्ताचे निवेदन केले ते त्रिगुण आणि पंचमहाभुते हा सर्व भ्रम आहे किंवा हे भ्रमरूपच आहेत. तू, मी, आपण, ते, तो, ती हा भ्रम, उपासना हा भ्रम, ईश्वरभक्तिभाव हादेखील भ्रमच आहे. भ्रम आहे म्हणून सृष्टी भासते, विचारवंत जे या भ्रमात सापडत नाहीत ते धन्य आहेत. दशावतारी नाटकात पुरुष स्त्रियांच्या भूमिका करतात ते स्त्रीच वाटतात, हा भ्रम. कुठलीही वस्तू कुठे ठेवली, वाट चुकली, विस्मरण झाले, स्वप्नातील दुःखाने घाबरला तो भ्रम मानावा.

॥ जय जय रघुवीर समर्थ ॥

।। श्रीराम ।।

येक अस्तां येक वाटे । येक सांगतां येक निवटे ।।
येक दिसतां येक उठे । या नांव भ्रम ।।
भ्रमरूप विश्व स्वभावें । तेथें काय म्हणोन सांगावें ।।
निर्गुण ब्रह्मावेगळे आघवें । भ्रमरूप ।।

परदेशात हिंडतात दिशाभूल होते ती दिशाभूल म्हणजे भ्रम. मध किंवा अमली पदार्थाचे सेवन केल्यामुळे जो होतो तो भ्रम. या भ्रमात एकाच्या दोन वस्तू दिसतात. डोक्याचे रोग उद्भवताना त्याने भ्रम होतो. भुताने झपाटले की भ्रम होतो. गारुड्याच्या खेळातील पदार्थ, वस्तू खऱ्या वाटतात हाही भ्रमाचाच प्रकार. वस्तू आपली असून कुठे ठेवली हे आठवत नाही हा भ्रम. दुश्चिन्ह, अपशकुन किंवा अफवा यामुळे मन घाबरे होणे हा भ्रम. एखादे झाड पाहून ते पिशाच्च वाटून भयभीत होणे याला म्हणतात भ्रम. शिकलेले विसरणे, एखाद्या पदार्थाला पाहून दचकणे हे भ्रमाचेच प्रकार. स्वच्छ पाणी दिसेल तर काच म्हणून त्यात धडपडणे किंवा आरशात सभा आहे असे समजून आरशावर आदळणे याला भ्रम म्हणतात. आपण जे जे दान करू ते आपल्याला पुढे परत मिळेल. श्राद्धपक्षाला मृतात्मा भोजनासाठी येतो हा देखील भ्रमच. दिसते तसे नसते, एक सांगावे आणि दुसरे घडावे हा भ्रमच. या जन्मातील पुण्याईमुळे पुढचा जन्म चांगला मिळेल असे वाटणे म्हणजे भ्रमच. एखाद्या माणसाच्या प्रेमात गुंतून जाणे हा भ्रमच. स्वत:बद्दल, कुळाबद्दल, अभिमान हा भ्रमच. अनुभव नसलेले औषध घेणे किंवा पथ्य करणे हा भ्रमच, ज्ञानाची जोड न घेता योगाभ्यास करणे, ललाटी भविष्य लिहिले आहे हे समजणे हा भ्रमच. एकूण हे सारे विश्वच मुळी भ्रमरूप आहे तेव्हा भ्रमाबद्दल आणखी काही बोलायलाच नको.

।। जय जय रघुवीर समर्थ ।।

।। श्रीराम ।।

अवतारादिक ज्ञानी संत । सारासारविचारें मुक्त ।।
त्यांचें सामर्थ्य चालत । कोण्या प्रकारें ।।
याकारणें पुण्यमार्गें चालावें । भजन देवाचें वाढवावे ।।
न्याय सांडून न जावें । अन्यायपंथें ।।

श्रोते स्वामींना निरनिराळ्या शंका विचारत असतात आणि स्वामी त्या शंकांची समाधानकारक उत्तरे देतात. प्रश्न असा आहे की, अवतारी पुरुष, ज्ञानी, संत हे सारासार-विचाराने भक्तिभावाने मुक्तिमार्गाने गेले. त्यांचे सामर्थ्य त्यांच्या पश्चात् कसे टिकून रहाते ? त्यांची वासना शिल्लक असते काय ? स्वामी यावर म्हणाले, ‘‘प्रश्न उत्तम आहे, याचे उत्तर सावधपणे ऐका.’’ ज्ञानी मुक्त होऊन जातात हे खरेच, त्यांच्या वासना शिल्लक नसतात पण तरीही त्यांचे सामर्थ्य पुरून उरलेले असते. लोकांना तो चमत्कार वाटतो आणि त्यावर ते विश्वासही ठेवतात. काही वेळेस तो ज्ञानी एका ठिकाणी असून अनेक ठिकाणी दिसतो. आता हा चमत्कार नव्हे काय ? मनी वसे ते स्वप्नी दिसे असे आपण म्हणतो. एखाद्या पदार्थाची आवड असली तरी तो स्वप्नात दिसतो पण म्हणून काय तिथे तो असतो का ? का तो देव पाठवतो ? आपल्या कल्पनांमुळे पदार्थ स्वप्नात दिसतात. पण ते खरे नसते. ते काही खाता येत नाहीत. जे ज्ञानी, संतपुरुष मुक्त होऊन समाधिस्थ किंवा स्वर्गस्थ झाले तरी त्यांचे सामर्थ्य, त्यांची इच्छा असो वा नसो, ते पुण्यमार्गी असल्यामुळे त्यांच्या पश्चात्‌ही अनुकूल फळे भक्तीने मिळतात. यासाठी नेहमी पुण्यमार्गाचा स्वीकार करावा, ईश्वराचे भजन पूजन करावे, कुणावरही अन्याय करू नये. शक्य असेल तेवढी पुरश्चरणे करावी. अधिकाधिक तीर्थस्थळांना भेटी द्याव्यात, देवदर्शन घ्यावे, ज्या ज्या गोष्टीमुळे आपले वैराग्य वाढेल ते ते करावे.

।। जय जय रघुवीर समर्थ ।।

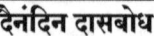

।। श्रीराम ।।

नाहीं भक्ति नाहीं ज्ञान । मध्येंच पैसावला अभिमान ।।
म्हणोनियां जपध्यान । सांडूंच नये ।।
नाना फळें देवापासी । आणि फळ अंतरी भगवंतासी ।।
या कारणें परमेश्वरासी । नि:काम भजावें ।।

आपण एका आत्मवस्तूविषयी निश्चय करावा. तसा झाला की ज्ञानमार्गानेही सामर्थ्य वाढते. एका देवावर तरी श्रद्धा ठेवावी किंवा गुरूवर तरी निष्ठा ठेवावी. कुठेतरी श्रद्धा असावी अन्यथा सर्व व्यर्थ आहे. निर्गुणाचे ज्ञान झाले म्हणून सगुणाकडे दुर्लक्ष करू नये. नाहीतर तो ज्ञाता दोन्हीकडून फसला जातो. भक्तीचा आणि ज्ञानाचा अभाव आणि अभिमान मात्र वाढतो. अशा वेळी जप किंवा ध्यान सोडू नये. ज्ञाता आहे म्हणून त्याने सगुणोपासनेचा त्याग करू नये. तसे त्याने केले तर तो अपयशी ठरेल. निष्काम बुद्धीने भजन केले तर ते अतुलनीय ठरते. त्रैलोक्यात अशा भजनाला उपमा नाही. पण सामर्थ्य असल्याशिवाय निष्काम बुद्धि होत नाही. मनात काहीतरी इच्छा धरूनही भगवंताची उपासना केली तरी फळ मिळते तर निष्काम भजनाने भगवंताची प्राप्ती होते, यासाठी ईश्वराला निष्काम बुद्धीने भजावे. भक्ताने जे मनात आणावे ते देव आधीच करतो. देवाजवळ फळांचा सुकाळ आहे पण फलाशेने भजन केले तर देव दुरावतो म्हणून निष्काम बुद्धीने भक्ति करावी. देव आणि भक्त एकत्र आले तर कळिकाळाचेही त्यांच्यापुढे चालत नाही. मग इतरांचे काय ? ते कीटकासमान. निष्काम भजन आणि ब्रह्मज्ञान यांची जोडी जमली तर उत्तमच. त्रिभुवनही त्यापेक्षा लहान. हरिकथेचा गजर आणि निरूपण असेल तर अवघे प्राणिमात्र सेवेस सिद्ध होतात. नित्य सारासार विचार करावा, न्याय अन्याय सतत पहावा. भगवंताशी अनन्य असणाऱ्यांना तो सद्बुद्धि देतो.

।। जय जय रघुवीर समर्थ ।।

।। श्रीराम ।।

ऐका प्रचीतीचीं लक्षणें । प्रचित पाहतील ते शहाणे ।।
येर वेडे दैन्यवाणे । प्रचीतीविण ।।
शोधिल्याविण अन्नवस्त्र घेणें । तेणें प्राणास मुकणें ।।
लटिक्याचा विश्वास धरणें । हेंचि मूर्खपण ।।

यापुढे अनुभवाची लक्षणे सांगतो ती ऐका. अनुभव लक्षात घेऊन जो वागेल त्याला शहाणा म्हणावे. हे जो लक्षात घेणार नाही तो दैन्यवाणा समजावा. निरनिराळे रत्ने, नाणी ही नीट पाहून तपासून घ्यावीत. अनुभव आला नसेल तर निरूपणाला बसू नये. घोडा किंवा शस्त्र विकत घ्यावयाचे असेल तर नीट पारखून घ्यावे, जर त्याचा अनुभव चांगला आला तर ते शहाण्याने घ्यावे. बी घेतले आणि पेरून पाहिले उगवले तरच किंमत द्यावी. एखाद्या वैद्याचे औषध घेतल्याने बरे वाटले असा एखाद्या माणसाने अनुभव सांगितला तरच आजारीपणात त्या वैद्याचे औषध घ्यावे. अनुभवाशिवाय औषध घेणे म्हणजे विनाकारण स्वत:ची प्रकृती बिघडवून घेणे. केवळ अंदाजाने असे करणे म्हणजे मूर्खपणाचे. सोन्याचे दागिने अनुभव न घेता घडवून घेतले तर पहाता पहाता फसवणूक झालीच म्हणून समजा. नीट शोध घेतल्याशिवाय, माहिती करून घेतल्याशिवाय एखादे काम अंगावर घेतले तर प्रसंगी प्राणावरही बेतेल. म्हणून अनुमान आणि अंदाज याच्या आहारी जाऊ नये फसगत होईल. पाण्यात बसलेल्या म्हशीचा सौदा करणे हा मूर्खपणाचा. नीट माहिती करून न घेता कोणी घर घेतले असे ऐकले नाही. कपटी माणसाचे कपट शोधून काढावे. परीक्षा केल्याशिवाय अन्न वस्त्र घेणे म्हणजे प्राणाशी गाठ. खोटारड्या माणसावर विश्वास ठेवू नये. चोरांची संगती धरली तर घातच होणार. खोटी नाणी, वजनेमापे करणारे यांपासून सावध रहावे.

।। जय जय रघुवीर समर्थ ।।

।। श्रीराम ।।

जाणत्यावरी गर्व केला । तरी नेणत्याकरितां बुडाला ।।
येथें कोणाचा घात जाला । बरें पाहा ।।
माझे उपासनेचा बडिवार । ज्ञान सांगावें साचार ।।
मिथ्या बोलतां उत्तर । प्रभूस लागे ।।

एखादा दिवाळखोर माणूस असा थाटमाट दाखवतो की तो खूप श्रीमंत आहे असे वाटावे. पण प्रत्यक्षात सगळे खोटे असते. त्याचे भांडे मग फुटतेच. अनुभवरहित जे ज्ञान असते त्याने समाधान होत नाही. तशा ज्ञानाने हित न होता अहितच होते. प्रकृती बरी नाही म्हणून वैद्य शोधला तो अननुभवी, त्याच्या औषधाने बिचाऱ्या पोराचा प्राण गेला. तिथे दुसऱ्याचा उपाय काय चालणार ? वेदनांनी तळमळतो आहे आणि वैद्याने विचारले तर नीट काही सांगत नाही, लाजतो म्हणजे ही आत्महत्याच नव्हे काय ? एखादा जाणता माणूस असेल आणि गर्वाने त्याला नेणत्याने तुच्छ लेखला तर त्याचाच घात होतो, वाया जातो अशा रीतीने, त्याचाच घात होतो. पापाचा संपूर्ण विनाश झाला, जन्माची यातना संपली आणि ज्याला त्यालाच प्रचिती आलेली बरी असते. परमेश्वराची ओळख पटली, आपण कोण हे समजले हे चांगले. या विश्वाची रचना कोणी केली, त्याचा खरा कर्ता कोण हे ओळखले म्हणजे आत्मज्ञान झाले असे समजावे. परमार्थावर अविश्वास दाखवणे अयोग्य आहे. जोपर्यंत अज्ञान आहे तोपर्यंत परमात्मस्वरूपाची प्रचिती येणार नाही. अगदी योग्य, यथार्थ ज्ञान, लोकांना सांगावे हे माझ्या उपासनेचे मोठेपण आहे मी जर असत्य वचन केले, खोटे बोललो तर परमेश्वराला, प्रभूला दोष लागेल, माझ्या रामरायाला दोष लागेल. यासाठी या सर्वांपाठीमागचा कर्ता करविता नेमका कोण आहे हे साधकाने नीट ओळखले पाहिजे आणि मायेचे मूळ शोधून काढले पाहिजे.

।। जय जय रघुवीर समर्थ ।।

।। श्रीराम ।।

आकाशीं वायो जाला निर्माण । तैसी ब्रह्मीं मूळमाया जाण ।।
त्या वायोमध्यें त्रिगुण । आणि पंचभूतें ।।
त्याच्या अंशें जग चाले । ऐसे भगवद्गीता बोले ।।
गुंतले तेचि उगवले । विचार पाहातां ।।

आकाशामध्ये जसा वायू किंवा वारा जसा निर्माण झाला त्याप्रमाणे ब्रह्मामध्ये मूळ माया निर्माण झाली. या वायूमध्ये सत्त्व, रज, तम हे त्रिगुण आणि वायूसह पृथ्वी, आप, तेज वगैरे सर्व पंचमहाभूते. वटवृक्षाचे बी मोठे झाड उत्पन्न करू शकते पण बी फोडून पाहिले तर त्यात काही वटवृक्ष आढळत नाही. अनेक वृक्षांची निर्मिती बीजापासून होते. तशी बीजरूपी असलेल्या मूळ मायेचा विस्तार झाला, तेव्हा तिचे स्वरूप शोधून पहावे. निश्चलामध्ये जो चंचल तो वायू, त्यात जाणीव आणि जगज्ज्योतीचा जिव्हाळा म्हणजे मूळ माया. सरिता म्हटल्यावर स्त्री आठवते पण प्रत्यक्षात असतो पाण्याचा प्रचंड प्रवाह. तसेच विवेकजनहो, मूळ माया समजा. वायू आणि विश्व चेतवणारी जाणीव म्हणजे मूळ माया. पुरुष आणि प्रकृती यांचेच संबोधन. वायूला म्हणतात प्रकृती आणि पुरुष म्हणजे जगज्जोती. पुरुष प्रकृती एकत्र आले की होते शिवशक्ति, वायूमधील विशेष जाणीव म्हणजे प्रकृतीमधील पुरुष. वायू हा शक्ति, जाणीव हा ईश्वर, वायू ही शक्ती, जाणीव हा ईश्वर म्हणून त्याला अर्धनारीनटेश्वर असेही म्हणतात. वायूमध्ये जाणिवेचा हा गुण आहे तो गुण म्हणजे ईश्वराचे स्वरूप होय. त्याच्यापासून पुढे तीन गुण झाले. त्यांपैकी जो सत्त्वगुण म्हणजे साक्षात् भगवान विष्णू त्या विष्णुमुळेच किंवा विष्णुच्या अंशामुळेच हे जग चालते असे श्रीमद् भगवद्गीतेत सांगितले आहे. असा मुळापर्यंत विचार करणारे मायेत गुंतले असले तरी मुक्त होतील.

।। जय जय रघुवीर समर्थ ।।

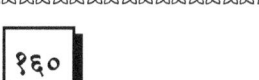

।। श्रीराम ।।

येक जाणीव वांटली । प्राणीमात्रांस विभागली ।।
जाणजाणों वांचविली । सर्वत्र काया ।।
ज्ञानेंविण कर्म विघडे । हें तों कदापि न घडे ।।
सद्गुरुविण ज्ञान जोडे । हेंहि अघटीत ।।

ज्या एका विशिष्ट जाणिवेचा विष्णु झाला ती जाणीव सर्वत्र वाटली किंवा विभागली गेली. प्रत्येक प्राणिमात्रात त्या जाणिवेचा अंश असून प्रत्येक प्राणिमात्राच्या शरीराचे रक्षण तीच करीत असते. ती जाणीव म्हणजे जगज्जोती. या जगज्जोतीमुळेच प्रत्येक प्राणिमात्र जिवंत आहे याचा अनुभव प्रत्यक्ष येतो आहेच. पक्षी, प्राणी, श्वापदे, किडा, मुंगी, जलचर, वनचर, स्थलचर कोणीही जिवंत असतो त्याच्या अंगी ही जाणीव निरंतर खेळत असते. पळणे, पळवणे, लपणे, लपवणे, वाचणे हे सर्व जाणिवेमुळेच घडते. अशा प्रकारे ती अवघ्या जगाला वाचवते म्हणून तिला जगज्जोती असे म्हणतात. ही जगज्जोती शरीरातून ज्याच्या त्याच्या विलय पावली, नाहीशी झाली की प्राणी मरून पडतात. मग तो द्विपाद असो वा चतुष्पाद, जलचर असो किडामुंगी कीटक. कारंजाचे पाणी उडते तेव्हा त्याचे असंख्य थेंबुटे सर्वत्र पसरतात त्याप्रमाणे मूळ मायेतील एका जाणिवेतून लक्षावधी अंश निर्माण झाले व त्या जगात निरनिराळ्या प्राण्यांच्या रूपाने पसरले. त्याप्रमाणेच देवता, देव, भूते ही जाणिवेपासून निर्माण झाली. त्यांना मिथ्या किंवा खोटे म्हणू नये. ती नेहमी वायुरूपात असतात, त्यांचे वावरणे वायुरूपात असते. आपल्या इच्छेनुसार त्यांना रूप बदलता येते. ज्ञानी जनांना त्यांची बाधा होत नाही. आत्मज्ञानाचा अभ्यास असला म्हणजे सर्व कर्मांचा नाश होतो असा अनुभव आहे. ज्ञानप्राप्तीशिवाय कर्माचा अस्त झाला असे कधीही घडत नाही आणि सद्गुरुशिवाय ज्ञानप्राप्ती होत नाही हेही सुनिश्चित आहे.

।। जय जय रघुवीर समर्थ ।।

।। श्रीराम ।।

त्यास परमात्मा म्हणती । आणिक नामें नेणों किती ।।
परि तें जाणिजे आदि । अंतीं जैसें तैसें ।।
चंद्र सूर्य तारा मंडळें । भूमंडळें मेघमंडळें ।।
येकवीस स्वर्गें सप्तपाताळें । अंतरात्माच वर्तवी ।।

आकाश किंवा आभाळ जसे पोकळ आणि उदंड उंच आहे. तसेच ब्रह्मपण आहे पण ब्रह्म हे सदैव निर्गुण, निर्मळ आणि निश्चल असते त्यालाच आपण परमात्मा असे संबोधन करतो. या परमात्म्याला आणखी कितीतरी नावे, नामाभिधाने आहेत पण आदिअंती ते जसेच्या तसे, आहे तसेच असते. त्याचा विस्तार अपरंपार आहे, त्याचे रूप सर्वत्र भरून राहिलेले आहे ते निराभास आहे म्हणजे त्याला भास नाही. पाताळाच्या तळापर्यंत, अंतराळात, ते कल्पांतकाळी आहे, सर्वत्र सर्वकाळ पसरलेले आहे. ते वास्तविक चंचल नाही पण चंचल भासते. हे दिसत नाही पण तरी त्याला अनेक नावे आहेत. याला मूळ माया, मूळ प्रकृती, मूळ पुरुष, शिवशक्ति अशी कितीतरी नावे आहेत परंतु जे नाव ज्याला दिले आहे ते ओळखावे, उगीच फुकाची बडबड कशाला करावी. रूपाचा नीट परिचय करून न घेता नावावरून वाहून जाऊ नये. अनुभव नसेल तर केवळ अनुमानाने गोंधळ होतो. मूळ प्रकृती, अव्याकृत, हिरण्यगर्भ आणि विराट हे ईश्वराचे तनुचतुष्टय आहेत. परमात्मा, परमेश्वर, जगदीश, जगदात्मा, जगदीश्वर ही देवाची पुरुषनामे. हा परमेश्वर सत्तारूप, ज्ञानस्वरूप, प्रकाशरूप, कारणरूप, शुद्ध, सूक्ष्म आणि अलिप्त असतो. आत्मा, अंतरात्मा, विश्वात्मा, द्रष्टा, सर्वसाक्षी, सर्वात्मा, क्षेत्रज्ञ, शिवात्मा, जीवात्मा, देही आणि कूटस्थ असेही त्याला म्हणतात. इंद्रात्मा, ब्रह्मात्मा, हरिहरात्मा, यमात्मा, धर्मात्मा, नैर्ऋत्यात्मा, वरुण, वायु, कुबेरात्मा, ऋषिदेव, मुनिधर्ता अशीदेखील त्याला नावे आहेत. गण, गंधर्व, ईश्वर, किन्नर, नारद, तुंबर, चंद्र सूर्य, तारामंडले, भूमंडले, मेघमंडले, एकवीस स्वर्ग आणि सप्तपाताळ अंतरात्माच चालवतो.

।। जय जय रघुवीर समर्थ ।।

।। श्रीराम ।।

गुप्त वल्ली पाल्हाळली । तिचीं पुरुषनामें घेतलीं ।।
आतां स्त्रीनामें ऐकिलीं । पाहिजे श्रोतीं ।।
आत्मा जगज्योती सर्वज्ञपण । तीनी मिळोनी येकचि जाण ।।
अंतर्कळाचि प्रमाण । ज्ञप्तीमात्र ।।

मूळ मायेची पुरुषनामावली झाली, अशी आता तिची स्त्रीलिंगी, स्त्रीवाचक नामावली ऐका. ती अशी आहेत, मूळ माया, जगदीश्वरी, परमविद्या, परमेश्वरी, विश्ववंद्या, विश्वेश्वरी, त्रैलोक्यजननी, अन्तर्हेतू, अन्तर्कळा, मौन्यगर्भा, जाणीवकळा, चपला, जगज्योती, जीवनकळा, परा, पश्यन्ती, मध्यमा, युक्ती, बुद्धी, मती, धारणा, कितीतरी प्रकारांची चाळणा, जी भूत, भविष्य आणि वर्तमान प्रकट करू शकते. ती, जी जागृती स्वप्न आणि सुषुप्ती जाणते, तुर्या आणि ताटस्थ्य अवस्थेचे जिला ज्ञान आहे जी सुख-दुःख, मान-अपमान सर्व काही जाणते. तशी ती अतिशय कठीण आहे. पण कृपाळू, प्रेमाळू आणि स्नेहशील आहे, तशीच ती भयंकर रागीट पण लोभ करणारीही आहे, अमर्याद आहे. शांती, क्षमा, विरक्ती, भक्ति अध्यात्मज्ञान, सायुज्यमुक्ति, विचारणा आणि जिच्यामुळे सहजस्थिती लाभते ती पुरुषनामे आणि स्त्रीनामे. यानंतर नपुसंक नावे ऐकायला हवीत. अंतःकरण, श्रवण, मनन, चैतन्य, जीवित, येणारे जाणारे विचार, मीपण, तूपण, जाणतेपण, सर्वज्ञपण, जीवपण, ईश्वरपण, अलिप्तपण अशी उदंड नावे आहेत. पण ती जगज्जोती एकच आहे हे विचारवंतांना नेमके ज्ञान आहे. आत्मा पुल्लिंगी, जगज्जोती स्त्रीलिंगी आणि सर्वज्ञपण नपुसकलिंगी तिन्ही मिळून निरनिराळे नाहीत, एकच आहेत. तिन्ही मिळून एकच जाणीवरूप अंतःकरण आहेत. पुल्लिंगी, स्त्रीलिंगी आणि नपुसकलिंगी पदार्थ आणि वस्तूंचे ढीगच्या ढीग आहेत, पण ते सगळे सांगणे शक्य नाही. मुंगी ते ब्रह्मदेव सर्व एकूण सर्व जीव अंतरात्म्याच्या सत्तेनेच काम करतात.

।। जय जय रघुवीर समर्थ ।।

|| श्रीराम ||

तो अंतरात्मा आहे कैसा । प्रस्तुत वोळखात आमासा ।।
नाना प्रकारींचा तमासा । येथेंचि आहे ।।
दोनी पुरुष लोकीं असती । क्षराक्षर बोलिजेती ।।
सर्व भूतें क्षर म्हणती । अक्षर कूटस्थ बोलिजे ।।

मुंगीपासून ब्रह्मदेवादिकांपर्यंत जो एकच आहे त्या अंतरात्म्याची थोडी ओळख करून घ्या. नाना प्रकारचे खेळ इथेच चाललेले असतात. तो कळतो पण दिसत नाही त्याची प्रचिती येते पण भासत नाही, आपल्या शरीरात तो वस्ती करून असतो पण तो एका ठायी नसतो. तो तीक्ष्णपणे म्हणजे एकदम वेगाने आकाश भरून राहतो, सरोवर दिसताच पसरतो, सर्व पदार्थ व्यापून तो उरतो. जो पदार्थ त्याच्या दृष्टिपथात येतो त्यातच तो मिळून जातो, त्याच्या चंचलतेविषयी काय बोलावे ? ते वाऱ्याच्याही त्या बाबतीत पुढे आहे. कितीएक पदार्थ तो पाहता, जिभेने चव घेतो, आणि मनोमनी अनेकांना ओळखतो, प्राणिमात्रांच्या कानात बसून शब्द ऐकतो, नाकात जाऊन वास घेतो, त्यांची तो त्वचा होतो आणि थंड काय आणि उष्ण काय हे जाणतो. त्याच्या अशा अन्तर्कळा आहेत. तो सर्वत्र सर्व ठिकाणीं आहे, तरीही निराळा आहे, त्याची अगाध लीला त्याची त्यालाच समजते. तो पुरुष तर नाहीच पण स्त्री नाही, बालक नाही, युवक नाही, कुमारिका नाही तो नपुंसकांचा देह धारण करतो पण तो नपुंसक नाही. तो सर्व देहांना चाळवतो पण तरीही त्याला अकर्ता म्हणतात. आणखीही त्याला काही नावे आहेत ती अशी की, तो क्षेत्रज्ञ आहे म्हणजे क्षेत्रात रहाणारा आहे, तो देहीपण आहे आणि कूटस्थही आहे. या मृत्युलोकांत केवळ दोनच पुरुष आहेत. एका पुरुषाला म्हणतात क्षरपुरुष आणि दुसऱ्या पुरुषाचे नामाभिधान आहे अक्षरपुरुष. सर्व भूतांना क्षर म्हणतात. क्षर म्हणजे ज्यांचा नाश होतो ते नाशिवंत आणि कूटस्थाला म्हणजे आत्म्याला अक्षर किंवा अविनाशी म्हटले जाते.

|| जय जय रघुवीर समर्थ ||

।। श्रीराम ।।

उत्तम पुरुष तो आणीक । निष्प्रपंच निष्कळंक ।।
निरंजन परमात्मा येक । निर्विकार ।।
सत्यायेवढें सुकृत नाहीं । असत्याएवढे पाप नाहीं ।।
प्रचीतीवीण कोठेंचि नाहीं । समाधान ।।

क्षर आणि अक्षर पुरुषांहून वेगळा, निराळा असा आणखी एक पुरुष आहे. त्याच्यामागे प्रपंचाचा लबेदा नाही, तो नि:प्रपंच आहे तसाच तो कलंकरहित, निरंजन, निर्विकारी असा एकमेव परमात्मा आहे. चारही देहांचा निरास करून साधकाने देहातीत व्हावे म्हणजे देहाच्या पलीकडे पोचावे असा जेव्हा तो देहातीत होईल किंवा झाला म्हणजे त्याला अनन्य भक्त म्हणावे. अशा प्रकारे देहाचा निरास झाल्यानंतर अंतरात्म्याचे अस्तित्व कसे उरेल ? निर्विकाराला विकार ठाऊक नसतो. परब्रह्म हे निश्चल आहे आणि जे जे चंचल आहे ते ते सर्व मायिक म्हणजे नाशिवंत आहे, निश्चय करून हा अनुभव विवेकदृष्टीने घ्यावा. इथं फार खळखळ करावी लागत नाही. एक चंचल आणि एक निश्चल आहे, यांपैकी शाश्वत काय आणि अशाश्वत काय हे केवळ ज्ञातेच जाणतात. असार टाकून द्यावे, सार घ्यावे. अर्थात् हे सांगोवांगीचे काम नव्हे, जे ज्याने त्याने आपल्या अनुभवातून जाणावयाचे आहे. सत्यासारखे सुकृत म्हणजे पुण्य नाही आणि असत्यासारखे पाप नाही आणि अनुभवाशिवाय कुठे समाधान नाही. आत्मरूप हे सत्य होय तर असत्य म्हणजे चंचल माया. दृश्य पाप ओसरून परब्रह्मरूपी पुण्य तेवढे उरते, परिणामी नामरूपातीत होते. शरीर पापाचे घडले आहे, ते मुंडन करून, तीर्थोदकात स्नान करून अनेक व्रते, दानधर्म करून शुद्ध होणार नाही. गोमूत्राचे रांजण पिऊन किंवा रुद्राक्षांची माळ घालूनही शरीरशुद्धी होत नाही. कारण आत्मज्ञानाचा महिमा सर्वाधिक आहे. जो आत्मज्ञानावर स्थिर असतो त्याचे पुण्य अमर्याद असते.

।। जय जय रघुवीर समर्थ ।।

।। श्रीराम ।।

आकाशापासून वायो होतो । हा तों प्रत्यये येतो ।।
वायोपासूनी अग्नी जो तो । सावध ऐका ।।
राजा रंक ब्रह्मादिक । सकळांमध्यें वर्ते येक ।।
नाना शरीरें चाळक । इंद्रियद्वारें ।।

आकाशापासून वायू येतो याचा तर प्रत्यय म्हणजे अनुभव येतो. वायूपासून अग्नि निर्माण होतो, मंदसर वायूपासून थंडगार पाणी निर्माण झाले, आणि या पाण्यापासून पृथ्वीची निर्मिती झाली. ती अनेकबीजरूपा आहे. स्वाभाविक गोष्ट अशी की बीजापासून उत्पत्ती ही होतेच. जे विश्व आपल्याला दृग्गोचर होते ते कल्पनारूप आहे, ही कल्पना मूळ मायेची. तिच्यापासून देवत्रयींची म्हणजे तिन्ही देवांची शरीरे झाली. कल्पना कोणती तर जी निश्चलात चंचल आहे ती. अष्टधा प्रकृतीचे मूळ रूप कल्पनाच आहे. पंचमहाभूते आणि सत्त्व रज तम हे तीन गुण मिळून अष्टधा प्रकृती झाली. मुळात सूक्ष्म असलेली कल्पना फोफावली, विस्तारली आणि सृष्टिरूपाने ती जडत्वाला आली. यातून अनेकानेक व्यक्ती प्रकट झाल्या. आता संहाराबद्दल सांगतो. शंभर वर्षे पाऊस पडणार नाही त्यामुळे जीवसृष्टी नाहीशी होईल. की पृथ्वीची राखरांगोळी होईल आणि पाण्यात विरून जाईल. ते पाणी अग्नि शोषून घेईल. त्या अग्नीला वारा झोडपून टाकील आणि पुढे तो वाराही विरून जाईल आणि पृथ्वीचे निराकार रूप उरेल मग जीव शिव पिंड ब्रह्मांड हे थोतांड आटून जाईल अज्ञान वितळून जाईल. हे सर्व किंवा या प्रलयाची कथा विवेकानेच समजते म्हणून याला विवेक प्रलय असे म्हणावयाचे. ज्याला परमात्मा असे म्हणतात. तो राजा, रंक, ब्रह्मादिक सर्वांमध्ये एकटाच रहातो आणि अनेक शरीरांमध्ये राहून कर्मास प्रवृत्त करतो.

।। जय जय रघुवीर समर्थ ।।

।। श्रीराम ।।

देह पाहतां वेगळाले । परंतु अंतर येकचि जालें ।।
प्राणीमात्रीं देखिलें । येकांतरें ।।
श्रवणापरीस मनन थोर । मनने कळे सारासार ।।
निजध्यासें साक्षात्कार । नि:संग वस्तु ।।

हा जो परमात्मा आहे तो कर्ता करविता आहे तो कुत्र्यामध्ये गुरगुरतो, डुकरामध्ये फुरफुरतो आणि गाढवामध्ये ओरडतो. सर्वसामान्य माणसे प्राण्यांचा वरवरचा देह पाहतात, पण विवेकी सर्व प्राणिमात्रांत समानता पाहतात. देह वेगवेगळे असतात पण अंतरंग एकच असते, सर्व प्राणिमात्रात पंडित एकच अंतरंग पाहतात. जगज्जोती ही अंतरीची कळा सर्व प्राण्यांत एकच असते. अशी जाणीव होते. जाणती कळा हिलाच म्हणतात. कानावाटे ती शब्द ऐकते, त्वचेमध्ये उष्ण थंड कळते, डोळ्यांनी नाना पदार्थ पाहते, जिभेद्वारे रसांची चव घेते, नाकाद्वारे वास घेते आणि कर्मेंद्रियांच्याद्वारे निरनिराळ्या विषयांचे आस्वाद घेते. ही अंतरीची कळा सूक्ष्मरूपाने स्थूल देहाचे रक्षण करते. तऱ्हेतऱ्हेच्या सुखदु:खांची परीक्षा घेते, त्या शक्तीला अंतरसाक्षी अंतरात्मा म्हणतात. आत्मा, अंतरात्मा, विश्वात्मा, सर्वात्मा, सूक्ष्मात्मा, जीवात्मा, शिवात्मा, परमात्मा, द्रष्टा, साक्षी, सत्तारूप ही सर्व त्या शक्तीची नामाभिधाने आहेत. जगज्जोती विकारामधील विकार आहे, ती अखंडपणे निरनिराळे विकार निर्माण करते पण म्हणून काही ती निश्चल ब्रह्मवस्तु होऊ शकत नाही. पण अननुभवी आणि अविवेकी सामान्यजन या जगज्जोतीलाच ब्रह्म समजतात. जीव जातो तेव्हा माणूस निष्प्राण होतो, जन्मतो तेव्हा वासना साकार घेऊन आलेली असते. ज्यावेळी उपाधीचा नाश होतो त्यावेळी खरोखर जिवाशिवाचे ऐक्य होते. श्रवणापेक्षा मनन उत्तम, मननाने सारासार विचार कळतो आणि त्याचा सतत ध्यास घेतला तर परब्रह्माचा साक्षात्कार होऊ शकतो. निर्गुण ब्रह्माठायी एकरूप होणे म्हणजे सायुज्य भक्ति.

।। जय जय रघुवीर समर्थ ।।

।। श्रीराम ।।

पाहे निश्चळाचा विवेक । ऐसा लक्षांमध्ये येक ।।
निश्चळाऐसा निश्चयात्मक । निश्चळचि तो ।।
जैसा प्रवाहो पडिला । तैसाच लोक चालिला ।।
कोण वारील कोणाला । येक नाहीं ।।

या अखिल विश्वामध्ये शाश्वत आणि अशाश्वत अशा दोन वस्तू असल्यातरी बहुसंख्य जनसामान्य अशाश्वताच्या मागे असतात. एक निश्चल आहे तर दुसरे चंचल आहे, सगळे चंचलात गुंतलेले असतात. या निश्चलामध्ये विवेकाने वागून शाश्वताचा शोध घेणारा लक्षांमध्ये लाखोजणात एखादा असतो. निश्चयाच्या गोष्टी करून चंचलामागे धावणारे पुष्कळ असतात ते या चक्रातून सुटत नाहीत. चंचल म्हणजे अशाश्वत. ते चंचलातच वाढले, त्यामुळे मनावर चंचल बिंबून राहिले. या विश्वातील किंवा पृथ्वीवरील घटना घडामोडी या चंचल किंवा अशाश्वत आहेत, सर्व कर्मे चंचलातच घडतात. या चंचलाला सोडून निश्चयाचे पोवाडे कोण गाणार ? संशय, अंदाज, भ्रम, कल्पना या सर्व गोष्टी अशाश्वतामधील कष्टदायक कथा आहेत. शाश्वतात त्यांना जागा नाही पण हे वर्म समजायला हवे. जे जे चंचल आहे ते मायेने निर्माण केलेले आहे आणि साहजिकच ते सर्व नाशवंत आहे. त्यात लहानथोर हा भेदभाव नसतो. विस्तारलेल्या मायेत अनेकांची उत्पत्ती झाली, त्यात अनेक तऱ्हेचे लहान थोर प्राणी, नाना रूपे निर्माण झाली यातच मानवनिर्मितीपण झाली. त्यांची अनेक नावे, अनेक भाषा. भाषेमुळे परस्पर व्यवहार सुकर झाले. त्यानंतर मानवसमाजात निरनिराळ्या चालीरीती, प्रथा, रूढी, आचार सुरू झाले, पण जीवन गुंतागुंतीचे होऊन मतभेद वाढू लागले. निरनिराळ्या चमत्कारिक कल्पना दिसू लागल्या. जो तो स्वतःला श्रेष्ठ समजू लागला. एकूण समाज जर चुकीच्या दिशेने जात असेल तर त्याला योग्य मार्गावर आणणारा पुरुष क्वचितच आढळतो असे लक्षात येते.

।। जय जय रघुवीर समर्थ ।।

।। श्रीराम ।।

मुख्य देव तो कळेना । कशास कांहींच मिळेना ।।
येकास येक वळेना । अनावर ।।
लोक वर्तती सकळ । तें ज्ञात्यास करतळामळ ।।
आतां ऐका केवळ । विवेकी हो ।।

या पृथ्वीवर एकच गोंधळ झाला. स्वतःचा उदरनिर्वाह चालवण्याच्या भरात सदाचाराचा लोप झाला. आता देखाव्यासाठी वरवर आचार पाळला जाऊ लागला. देवांची संख्या वाढली त्यांचे व्यर्थ माहात्म्य वाढले, भुते आणि देव जणू परस्परात मिसळून गेले. मुख्य देव कोणता हे कळेना, कोणाचे कुणाला कळेना, कोणी कोणाचे ऐकेना, सर्व काही अनावर झाले. अशा रीतीने सत्य विचाराचा नाश झाला, सारासार बुद्धी नाहीशी झाली, लहान कोण आणि मोठा कोण हे कळेना. खोटेपणाचाच लोकांना अभिमान वाटू लागला. त्यामुळे त्यांची अधोगती होऊ लागली. पण ज्ञान मात्र सत्याचा शोध घेतच राहिले. देवांचा व शास्त्रांचा बाजार भरला व ज्या व्रतामुळे इच्छा पूर्ण होतील अशीच व्रते माणसे करू लागली. मतामतांच्या गलबल्यात कोणी कोणाला विचारीनासे झाले, ज्याला त्याला आपलेच बरोबर असे वाटू लागले. लोकांचे हे वागणे चमत्कारिक ते ज्ञात्यांना तळहातावरील आवळ्याप्रमाणे स्पष्ट दिसते. आता हे जन कोणत्या मार्गाने जातात व कोणत्या देवदेवांचे पूजन करतात याची रोकड प्रचिती ऐका. मृत्तिका म्हणजे माती, तांबे, पितळ, सोने, चांदी, आदि धातु किंवा पाषाणाच्या मूर्तींचे पूजन करण्याकडे सर्वसामान्य लोकांचा कल असतो. परमेश्वराने अनेक अवतार घेतले. त्या अवतारांची चरित्रे, कथा ऐकणे (वाचणे) त्याचप्रमाणे प्रतिदिनी देवाची पूजा करणे, जप, ध्यान, प्रार्थना, आरत्या हे सर्व करण्याचा भक्तिमार्गही काहीजण अनुसरतात.

।। जय जय रघुवीर समर्थ ।।

।। श्रीराम ।।

येक सकळांचा अंतरात्मा । विश्वीं वर्ते जो विश्वात्मा ।।
द्रष्टा साक्षी ज्ञानात्मा । मानिती येक ।।
क्षीर नीर निवडिती । ते राजहंस बोलिजेती ।।
सारासार जाणती । ते महानुभाव ।।

असे नाना प्रकारचे देव असले आणि ते निरनिराळ्या लोकांकडून भजले किंवा पूजिले जात असले तरी सर्वांचा एकच असणारा अंतरात्मा, अवघ्या विश्वात वावरणारा तो विश्वात्मा, द्रष्टा असणारा, सर्वसाक्षी जो ज्ञानात्मा त्यालाही देव मानणारे काहीजण आहेत, पण देवाला जे साक्षित्व प्राप्त होते ते अष्टधा प्रकृती कारणे हे लक्षात घेतले पाहिजे. देव एकूण चार प्रकारचे असतात. पहिला, प्रतिमा किंवा मूर्तिरूपात असणारा, दुसरा अवतारामुळे महिमा प्राप्त झालेला, तिसरा अंतरात्मा आणि चौथा निर्गुण, निराकार, निर्विकार असे हे देवांचे चार निरनिराळे प्रकार आहेत. हे सर्व स्वभावसिद्ध आहेत. यापलीकडे आणखी देवाचा प्रकार नाही. पण यापलीकडे असणारा देव ते थोर महात्मे, महानुभावच जाणू शकतात. हे ते कसे जाणू शकतात ? तर विवेकामुळे. त्यांच्याजवळ जी अप्रतिम विवेकबुद्धी असते त्यामुळे निर्गुण, निराकार, मूर्तीपलीकडे असणारा परमेश्वर ते जाणू शकतात. निर्मळाचा ध्यास किंवा निर्मळाचे ध्यान करणारा मलिन कसा होईल किंवा मलिन कसा राहील तो निर्मळच होणार, निर्मळच असणार. राजहंस पक्ष्याचे वैशिष्ट्य हे की, त्याच्यापुढे दूध आणि पाणी ठेवले तर तो दूध प्राशन करतो आणि खाली उरते ते पाणी. म्हणजे तो दूध आणि पाणी वेगळे करणारा राजहंस पक्षी. तसे सारासार विचार करणारे महानुभाव. निश्चलाचे भजन करणारा निश्चलच होईल. चंचल होणार नाही.

।। जय जय रघुवीर समर्थ ।।

।। श्रीराम ।।

बहुतां जन्मांचा सेवट । नरदेह सांपडे अवचट ।।
येथें वर्तावें चोखट । नीतीन्यायें ।।
पुण्यमार्ग अवघा बुडाला । पापसंग्रह उदंड जाला ।।
यमयातनेचा झोला । कठीण आहे ।।

मानवजन्म, त्यात नरजन्म ही गोष्ट अतिशय दुर्मिळ आहे. अनेक जन्म झाल्यानंतर नरदेह मिळतो तो मिळाल्यावर नीतिन्यायाने वागावे. एखाद्या माणसाला शंभर वर्षांचे आयुष्य मिळाले, त्यातील बाळपण अजाणतेपणी गेले, तारुण्य सुखोपभागात, विषयासक्तीत गेले, वार्धक्यात अनेक रोगांना, अशक्तपणाला सामोरे जावे लागते. कर्मभोग भोगावा लागतो. देवासाठी मग कुठे वेळ उरतो ? अनेक संकटे, चिंता, उद्वेग, अन्न वस्त्र निवाऱ्याची काळजी, देहममता यांत सर्व जन्म गेला. आपल्या देखत वडील माणसे गेली हे पाहून शाश्वती कशाची हे कळत नाही. घराला आग लागली असता आत झोपून रहाणाऱ्याला शहाणा कोण म्हणेल ? पुण्यमार्ग सगळा संपला, पापांची उतरंड वाढली परिणामी पुढे यमयातना सोसणे आहे. तसं होऊ नये असं वाटत असेल तर इहलोक आणि परलोक दोन्ही साधण्यासाठी विवेकाने वागावे. हा जन्म सफल व्हावा आणि मरणानंतर उत्तम गती मिळावी, मोक्ष मिळावा असे वाटत असेल तर विवेकबुद्धीची आस धरावी. विवेकच अशा वेळी तारक अतो. आळशी माणसाबद्दल काय बोलावे ? जी आळशी माणसे असतात ती सारखी जांभया देऊन ताणून देतात. त्यातच त्यांना सुख वाटते. या आळसाचे फळ त्यांना पुढे मिळतेच. काही काम किंवा उद्योग करणे सोपे नाही. त्यात श्रम असतात, कष्ट असतात पण पुढे अपार सुख मिळते. आळस हा शत्रू समजावा, आळसापासून सदैव दूर रहावे, आळस केला नाही तर इहपरलोकी सुख समाधान मिळते आळस करू नये व वैभव प्राप्त करून घ्यावे.

।। जय जय रघुवीर समर्थ ।।

।। श्रीराम ।।

ज्याचा ज्याचा जो व्यापार । तेथें असावें खबर्दार ।।
दुश्चितपणें तरी पोर । वेढा लावी ।।
कांहीं धर्मचर्चा पुराण । हरिकथा निरूपण ।।
वायां जाऊं नेदी क्षण । दोहींकडे ।।

माणसाने आळस सोडावा व उद्यमशील रहावे. उद्योगात कष्ट असतात हे खरे पण कालांतराने सुखच सुख मिळते. जे प्रयत्न करतात त्यांना अन्नाची चिंता नसते. ते सुखाने जेवतात, खातात पितात हे सांगून झाले. आता प्रयत्न कोणता व कसा करावा हे क्षणभर चित्त एकाग्र करून ऐकावे. सकाळी लवकर उठावे. हरिनाम घ्यावे, प्रभाते मनी राम चिंतीत जावा, काही पाठांतर करावे आणि मग आन्हिक उरकावे. आन्हिक म्हणजे शौचमुखमार्जनादि उरकल्यावर स्नान करावे. स्नान झाल्यानंतर संध्या, देवपूजा, वैश्वदेव जो जो कुळाचार किंवा रीत असेल त्याप्रमाणे करावा. हे सर्व झाल्यावर थोडा फराळ करावा. फराळ किंवा फलाहार घेऊन झाल्यावर उद्योगास लागावे. सर्वांशी मधुर संभाषण करावे. आपल्या व्यापारधंद्यात, उद्योगात खबरदार म्हणजे अत्यंत सावध चित्त असावे, जर व्यापारधंदा नीट लक्षपूर्वक केला नाही तर एखादे पोरही फसवील. नंतर हे लक्षात आले तर चरफडत बसावे लागते, दक्षतेने व्यवसाय केला तर जेवण गोड लागते. भोजन झाल्यावर काही वाचावे, चर्चा करावी आणि एकांतात जाऊन अनेक ग्रंथांचे वाचन, मनन, चिंतन करावे. या वागण्यानेच शहाणपण येते. नाहीतर एखाद्या भिकाऱ्यासारखे खाणाऱ्याच्या तोंडाकडे पहावे लागते. वेळ वाया घालवू नये. संकटात पडलेल्यांना सहाय्य करावे. परोपकार करावा. असा जो सावध व उद्योगी असेल त्याला ना खंत ना खेद. जे आहे ते देवाचे आहे ही भावना असावी. प्रपंचात सुवर्ण व परमार्थात तत्त्वज्ञान माहीत असणे आवश्यक असते. कर्म, उपासना, आणि ज्ञान यांच्या संगतीने समाधान लाभते.

।। जय जय रघुवीर समर्थ ।।

।। श्रीराम ।।

ब्रह्म म्हणिजे निराकार । गगनासारिखा विचार ।।
विकार नाहीं निर्विकार । तेंचि ब्रह्म ।।
या कारणें विकारी । साचाऐसी बाजीगरी ।।
येक समजे येक खरी । मानिताहे ।।

ब्रह्म म्हणजे निर्विकार, निराकार, आभाळासारखे. जिथे विकार नाही, जे निर्विकार आहे तेच ब्रह्म. ब्रह्म हे निश्चल आहे. पण अंतरात्मा चंचल आहे. या अंतरात्म्यालाच द्रष्टा किंवा साक्षी म्हटले जाते. अंतरात्मा म्हणजे प्रत्यक्ष परमेश्वर, तो चंचल आहे. अंतरात राहून तो पाळिताही सकळ जीव, म्हणजे सकळ प्राणिमात्रांचे जीवांचे पालन करतो. त्याच्याशिवाय देह व्यर्थ आहे. त्याच्यामुळेच परमार्थाचे ज्ञान होते. कर्ममार्ग, उपासनामार्ग, ज्ञानमार्ग, सिद्धांतमार्ग, प्रवृत्ती, निवृत्ती हे सर्व काही हा देवच चालवतो. चंचल कळल्याशिवाय निश्चलाचे ज्ञान होत नाही. चंचल आणि निश्चल यापैकी काही उमजत नाही, बुद्धी भांबावते. या सर्वांचे मूळ देव आहे. पण देवाला ना शेंडा ना बुडखा पण परब्रह्म मात्र निश्चल आणि निर्विकार. हे निर्विकार ब्रह्म आणि विकारी अंतरात्मा देव हे दोन्ही एकच आहेत असे म्हणणाऱ्याला शहाणा कसे म्हणावे, त्याला मतिमंदच म्हटले पाहिजे. पंचीकरण आणि महावाक्य यांचा विचार आणि विवरण करणे यातच पदार्थ साठवलेला आहे. स्थूल देहापासून मूळ मायेपर्यंत सर्व देहांचे निरसन झाल्यावर विकार उरतो कुठं ? विकारांचे इंद्रजाल किंवा गारुडी विद्या अथवा जादूविद्या एखाद्याला उमगते. उत्पत्ती, स्थिती, संहार यापेक्षा निर्विकार आत्मा वेगळा आहे. असार आणि सार एकच मानले तर विवेकाला थारा कुठून मिळणार ? ज्यांना हे समजत नाही ते पापी आणि करंटे होत. जो एकटाच सर्व दृश्यरूपाने विस्ताराला आहे त्याला अंतरात्मा म्हणतात.

।। जय जय रघुवीर समर्थ ।।

।। श्रीराम ।।

म्हणोनि हा विचार करावा । सत्यमार्ग तोचि धरावा ।।
लाभ जाणोन घ्यावा । विवेकाचा ।।
असो विवेकेंविण । बोलणें तितुका सीण ।।
कोणी येके श्रवणमनन । केलेंचि करावें ।।

अंतरात्मा विश्वरूपी विस्तार आहे, नाना विकारांनी विकारलेला अंतरात्मा निर्विकारी ब्रह्म नाही हे अगदी उघड सत्य आहे. अनुभवाने ते समजते. पण नेमके शाश्वत काय आणि अशाश्वत काय हे आपल्याला समजत नाही. जे उत्पन्न होते आणि नाहीसे होते ते नाशिवंत आहे याचा रोकडा अनुभव येतो. एक रडतो एक चरफडतो, तर एकदा दुसऱ्याचा गळा घोटतो, दुष्काळातून आलेल्या आशाळभूताप्रमाणे काहीजण एकमेकांना झोंबत असतात. नीतीचा अभाव, न्याय नाही असे लोक वागतात आणि जे विवेकाला पारखे झालेले असतात त्यांना सर्व गोष्टीतच सार आहे असे वाटत असते. यासाठी विचार करावा व सत्यमार्गानेच नेहमी जावे, या मार्गाचाच अवलंब करावा. विवेकाने वागल्याने काय लाभ होतो हे जाणून घ्यावे. पैसा आणि दगड हे दोन्ही एकच समजलो तर परीक्षेला वाव उरला कुठे ? चतुर माणसाने योग्ययोग्यतेची परीक्षा करावी व असाराचा त्याग करावा. जिथे पारखच नाही तिथे दे एक आणि घे एक अशी मारामारी किंवा हाणामारीच चालावयाची. जे स्वीकारण्याजोगे घेण्यायोग्य असेल तेवढेच घ्यावे, जे घेण्यासारखे नसेल, ते सोडून किंवा टाकून द्यावे. उंची काय आणि हलके काय हे नीट ओळखावे. हे ओळखणे म्हणजे ज्ञान. प्रपंचाच्या या हाटात, बाजारात आलेल्यापैकी काहीजणांना आत्मा लाभतो, काही अमर झाले, दुसरे करंटे फसले. त्यांचे मुद्दलही गेले. जाणत्यांनी सार तेच घ्यावे. विवेकाशिवाय बोलणे म्हणजे व्यर्थ कष्ट आहेत. तरी श्रवण आणि मनन पुनःपुन्हा करीत रहावे.

।। जय जय रघुवीर समर्थ ।।

।। श्रीराम ।।

कर्म केलेंचि करावें । ध्यान धरिलेंची धरावें ।।

विवरलेंचि विवरावें । पुन्हां निरूपणीं ।।

उपाधीस विस्तरावें । उपाधींत न सापडावें ।।

नीचत्व पहिलेंच घ्यावें । आणि मूर्खपण ।।

जे कर्म केले असेल आणि ते जर सत्कर्म असेल तर ते पुनःपुन्हा करावे. ध्यानधारणा केली असेल तर ती पुन्हा करावी. ज्या विषयाचे एकदा विवरण किंवा निरूपण केले त्याचेच पुन्हा विवरण आणि निरूपण करावे. आमच्या बाबतीतही एकदा असे घडले आहे. जे एकदा सांगितले, जे एकदा ऐकवले तेच पुन्हा पुन्हा सांगावे ते ऐकवावे लागते. त्याशिवाय बिघडलेले समाधान परत पूर्वपदावर येत नाही. जो समूह किंवा समुदाय किंवा श्रोतृवर्ग तो एकनिष्ठ अनन्य रहावा यासाठी हे करावे लागते. पहिली मुख्य गोष्ट म्हणजे हरिकथा, निरूपण, दुसरी राजकारण, तिसरी सर्वंकष सावधपण आणि चौथी प्रयत्न. श्रोत्यांच्या शंकांचे निरसन करीत जावे. लहान मोठ्या अन्यायालाही क्षमा करीत जावे. दुसऱ्याचे मन जाणावे आणि आपण नित्य अनासक्त रहावे. केवळ संकेताने, इशाऱ्याने किंवा खुणेने इतरांची मने जाणावी, त्यांना हितोपदेश करावा आणि यथाशक्य प्रपंचही सावरावा. प्रपंचात अनेक चढउतार येतात ते वेळीच ओळखावेत. आपण धैर्याने वागावे, धीर सोडू नये पण अति परिचय होऊ देऊ नये. उपाधी किंवा ज्याला व्याप म्हणता येईल तो वाढवावा. पण नेहमी आपलेकडे मूर्खपणा, कमीपणा घ्यावा. दुसऱ्याचे किंवा इतरांचे दोष दिसले तरी तिकडे कानाडोळा करावा ते झाकून टाकावे. त्यांच्या दुर्गुणांविषयी व अवगुणांविषयी बोलू नये. अपकारकर्त्यावरही उपकार करावा. तऱ्हेवाईकपणे न वागता कठीण प्रसंगातून पार व्हावे. आपली माणसे सांभाळावीत. व्यर्थ वादविवाद करू नये. दुसऱ्याचे नेहमी शुभ चिंतावे.

।। जय जय रघुवीर समर्थ ।।

।। श्रीराम ।।

दु:ख दुसऱ्याचें जाणावें । ऐकोन तरी वांटून घ्यावें ।।
बरें वाईट सोसावें । समुदायाचें ।।
पाहाता तरी सांपडेना । कीर्ती करुं तरी राहेना ।।
आलें वैभव अभिळासीना । कांही केल्या ।।

नेहमी दुसऱ्याचे दु:ख जाणून घ्यावे ते वाटून घ्यावे. लोकांचे जे काही बरे वाईट असेल ते सोसण्याची सिद्धता असावी. आपले पाठांतर अपार असावे. पाठांतर अपार असण्यासाठी अपार वाचन करावे. त्यातील निवडक श्लोक, ओव्या, अभंगांचे पाठांतर करावे. ही निवड लोकांना मार्गदर्शन करणाऱ्या, दिशा दाखवणाऱ्या काव्यपंक्तीची असावी. पाठांतरामुळे व वाचनामुळे विचार वाढतो. तोही वेळोवेळी इतरांना सांगावा. नेहमी परोपकारासाठी तत्पर असावे. आपण आपले मन शांत ठेवावे, वेडेविद्रे, तऱ्हेवाईकपणे वागू नये व इतरांनाही तसे वागू देऊ नये. इतरांनाही मन शांत ठेवण्याची संथा द्यावी. एखाद्याची खोड जिरवायची असेल किंवा त्याला त्याबद्दल अपाय करावयाचा असेल तर त्याची वाच्यता करू नये. कुठे त्याबद्दल बोलू नये. परस्परच काट्याने काटा काढावा. आपल्याभोवती जनसमुदाय गोळा व्हावा असे वाटत असेल तर इतरांचे दु:ख सोसावे, लोक अनुकूल व्हावे असे वाटत असेल तर सोशीत जावे. पण फार सहनशीलही असू नये. राजकारण नकळत करावे. इतरांना पीडा देऊ नये. लोकपरीक्षा करावी. माणसे पारखून घ्यावीत, कुणी गर्विष्ठ असेल तर त्याचे गर्वहरण करावे आणि त्याच्याशी समेट करावा. कामचुकार, तापट, आचरट माणसांशी संबंध ठेवू नये. जे प्रगतिपथावर असतील त्यांना सहाय्य करावे. भांडखोरांना दूर ढकलावे. राजकारणाबद्दल सांगावे तेवढे थोडेच आहे. खरा नि:स्वार्थ पुरुष शोधायला गेले तर सापडत नाही. तो मानसन्मान कीर्ती स्वीकारीत नाही, वैभवाची त्याला अभिलाषा नसते.

।। जय जय रघुवीर समर्थ ।।

।। श्रीराम ।।

ऐसा जाणे जो समस्त । तोचि महंत बुद्धिमंत ।।
या वेगळें अंतवंत । सकळ कांहीं ।।
राखों जाणे नीतिन्याय । न करी न करवी अन्याय ।।
कठीण प्रसंगीं उपाये । करूं जाणे ।।

श्री स्वामी समर्थ रामदास महंताबद्दलच्या आपल्या कल्पना इथे सांगतात. महंत म्हणजे मठाधिपती किंवा आध्यात्मिक किंवा धार्मिक नेता. महंताने शुद्ध लिहावे काही अशुद्ध लिहिले गेले असेल तर ते शोधून दुरुस्त करावे. काना मात्रा वेलांट्या ठाकठीक असाव्यात. कथाचित्रे असतील तर ती नीट रंगवावीत. जे समजावून सांगायचे आहे ते सांगता येत नाही अशा माणसाला महंतपद कसे प्राप्त होईल? महंताला हरिकथानिरूपण, नेमस्तपणे राजकारण आणि समाजात कसे वागावे याची जाणीव असावी. विचारलेल्या प्रश्नांची उत्तरे देणे, विचारणे हे त्याला उत्तम रीतीने जमले पाहिजे. त्याला भविष्यकाळाची चाहूल लागली पाहिजे व त्याने त्याप्रमाणे उपाययोजनेत असले पाहिजे. असे सर्व काही जो जाणून आहे तोच महंत बुद्धिमान म्हणावा. ताळमेळ, ताना, प्रबंध, काव्यरचना, सुभाषिते, सभाधीटपणा या सर्व गोष्टी त्याच्याजवळ असल्या पाहिजेत. त्याचे भरपूर पाठांतर असले पाहिजे व तो एकांतप्रिय पाहिजे. स्वत: सर्व काही शिकून मगच तो ते इतरांना शिकवतो, म्हणून त्याला श्रेष्ठ पदवी मिळते. संकटात सापडलेल्यांना तो विवेकबळाने बाहेर काढतो. त्याचे अक्षर सुंदर, वाचणे सुंदर, बोलणे सुंदर, चालणे सुंदर, तो भक्तिज्ञानवैराग्यालाही सुंदर करून दाखवतो. तो सतत प्रयत्नशील असतो. कोणत्याही कसल्याही प्रसंगाला तो निर्भयपणे सामोरा जातो, भीत नाही. संकटसमयी कसे वागावे, लोकात कसे मिसळावे हे त्याला कळते परंतु तरीही तो अलिप्त असतो. तो नीतिन्यायाने वागतो अन्याय करीत नाही, होऊ देत नाही. लोकांना विद्या देऊन तो शहाणे करतो. श्रीरामचंद्राच्या अंगी असलेले हे गुण महंताने आत्मसात करावेत.

।। जय जय रघुवीर समर्थ ।।

।। श्रीराम ।।

चंचळ नदी गुप्त गंगा । स्मरणें पावन करी जगा ।।

प्रचीत रोकडी पहा गा । अन्यथा नव्हे ।।

येक बळाचे निवडले । ते पोहतचि उगमास गेले ।।

उगमदर्शनें पवित्र जाले । तीर्थरूप ।।

जी मूळ माया किंवा मूळ जाणीव ही एक सतत वाहणारी चंचल नदी आहे. ती सरस्वतीप्रमाणे गुप्त आहे, पण तिचे स्मरण केले असता ती जगाला पावन करते. याची रोकडी प्रचिती घेऊन पहावी, यात असत्य काही नाही. ही मायारूप नदी अविचल अशा ब्रह्माचे ठायी उत्पन्न झाली आणि ती खाली वेगाने वाहत चालली आहे, ती अखंडपणे अशीच वाहत राहिली आहे पण या नदीला कोणी पाहिले नाही. या नदीला अनेक वळणे, वाकणे, भोवरे, उकळ्या, तरंग, झरे आहेत. हिचे वेगाने वाहणारे पाणी खडकावर आपटून उसळ्या घेत आहे. काही ठिकाणी पाणी वाळून गेले असून केवळ फेस उरला आहे, तर कुठे वेगानं वाहणारे धबधबे खळाळत आहेत, चिखल आहे, चिळकांड्या, कारंजी आहेत, वेगाने वाहणारे हिचे पाणी अतिशय चपळ आहे. बुडबुडे, फेस, सैरावैरा धावणारे तिचे पाणी, लाखो कोट्यावधी थेंब, तुषारे, अणुरेणूसारखे अगणित, अमेय पाण्याच्या वेगवान प्रवाहासमवेत केरकचरा वाहतो आहे. दरकुटे, दगड, खडक, बेटे यांना वळसा घालून पाणी पुढे चालले आहे - या प्रवाहामुळे मूळ मऊ असलेली जमीन तुटली, फुटली, पण कठीण भूमी तशीच राहिली असे भूखंड सृष्टीत ठायी ठायी दिसतात. काहीजण या मायानदीत वाहून गेले, काही भोवऱ्यात अडकले तर खाली तोंड असल्यामुळे काही खबदाडीत सापडले. या मायानदीच्या वेगाने काही आपटून, चिरडून तर काही बुडून मेले. जे बलवान होते ते उलट पोहत उगमापाशी पोहोचले आणि ब्रह्मदर्शन झाल्याने तीर्थस्वरूप झाले. उलट प्रवाही पोहल्याने त्यांना ब्रह्मादिकांची भुवने, ब्रह्मांड देवतांची स्थाने पाहता आली.

।। जय जय रघुवीर समर्थ ।।

।। श्रीराम ।।

त्या जळाऐसें नाहीं निर्मळ । त्या जळाऐसें नाहीं चंचळ ।।
आपो नारायण केवळ । बोलिजे त्यासी ।।
उगमा पैलीकडे गेले । तेथें परतोनि पाहिलें ।।
तंव तें पाणींच आटलें । कांहीं नाहीं ।।

ही जी मायारूप, वेगाने वाहणारी गंगानदी आहे तिचे पाणी अत्यंत स्वच्छ आणि निर्मळ आणि अति शुद्ध आहे ती अतिशय चंचल आहे. म्हणून तिच्या पाण्याला आपोनारायण किंवा जलस्वरूप भगवान् श्रीविष्णूच म्हणतात. स्वर्ग, मृत्यू, पाताळ या तिन्ही लोकात ही महानदी पसरलेली आहे. पण तिचे मूळ अंतराळात, आकाशात आहे. ती खाली नीच योनीत व वर देवादिकांच्या योनीत, आठही दिशांना तिच्या प्रवाहाचा वेढा आहे. ज्ञानीजन तिला जगदीशासारखीच सामर्थ्यशाली समजतात. जीवरूप जी अनंत पात्रे आहेत ती तिच्या पाण्याने भरलेली आहेत. कितीतरी पात्रांतून हे पाणी पाझरून जाते. काही पात्रांतील पाणी प्रपंचासाठी, संसारासाठी खर्च होते. हे पात्र म्हणजे प्राणी. माया म्हणजे पाणी, एका पात्राच्या संगतीने ते कडू, एकासंगे ते गोड, तर एकाच्या संगतीने तिखट, तुरट, खारट होते. जशी संगती तशी चव. ते पाणी ज्या पदार्थात मिसळले जाते त्याचेच ते रूप घेते. जमीन खोल असेल तर ते साठून रहाते. याचा अर्थ काही जीव मायापाशातून मुक्त होतच नाहीत. ही माया विषात विष, अमृतात अमृत, सुगंधात सुगंधी, तर दुर्गंधात दुर्गंध होऊन जाते. गुणात मिसळा, अवगुणात मिसळा ती त्याचेच रूप घेते. ही नदी आहे की सरोवर हे कळू नये इतके तुडुंब पाणी हिच्यात भरले आहे. कित्येक जण इथे जळवासी झाले आहेत. ज्यांनी उगमापलीकडे झेप घेतली त्यांनी मागे पाहिले तर माया नदी आटून गेलेली. अशा वृत्तिशून्य योगेश्वरांच्या स्थितीचा अभ्यास करून ती समजून घ्यावी.

।। जय जय रघुवीर समर्थ ।।

॥ श्रीराम ॥

तेणेंविणें कार्य न चाले । पडिलें पर्ण तेंहि न हाले ॥
अवघें त्रैलोक्येचि चाले । जयाचेनि ॥
उदंड ऐकिलें देखिलें । अंतरात्म्यास न वचे पुरवलें ॥
प्राणी देहधारी बाउलें । काय जाणे ॥

सर्व देवलोकाचे पोषण करणारा, सर्व सृष्टीचा कर्ता करविता, त्याचे प्रथम भजन करू, त्याला वंदन करू, त्याच्याशिवाय कोणतेही कार्य होत नाही. झाडाचे पडलेले पानसुद्धा हलत नाही. अवघे त्रैलोक्य त्याच्या इच्छेनुसारच चालते. देव, दानव, मानव या सर्वांचा तो अंतरात्मा आहे. चार वाणी आणि चार खाणी यांचा प्रवर्तकही तोच आहे. तो प्रत्येक घरात म्हणजे प्रत्येक देहात राहून वेगवेगळे व्यवहार करतो या अवघ्या सृष्टीच्या गोष्टी किती म्हणून सांगाव्या? असा जो गुप्तपणे वावरणारा, रहाणारा गुप्तेश्वर तथा ईश्वर, त्याच्या कृपादृष्टीमुळेच अनेकजण ऐश्वर्य भोगतात. असा जो परमपिता परमेश्वर ज्याने ओळखला तो स्वतःच विश्वंभर किंवा ईश्वर झाला, मग सहजस्थिती समाधी, ध्यान यांना विचारतो कोण? एकूण एक त्रैलोक्याचे विवरण करावे, शोधन करावे, विश्वाची उभारणी, संहारणी पहावी तेव्हा हे वर्म ध्यानात येते आणि एखादे घबाड मिळाल्यासारखा आनंद होतो यासाठी कष्टावे लागत नाही. या अंतरात्म्याचे समग्र विवरण करणारा कोणीच नाही. जे समजले त्यावरच ते संतुष्ट रहातात, समाधान मानतात. यासाठी जे एकदा पाहिलेले आहे ते पुनः पुन्हा पहावे, जे एकदा वाचून झाले आहे ते परत परत वाचावे. हा अंतरात्मा कसा आहे, केवढा आहे तो पाहणाऱ्याची दशा काय होते याबद्दल जे सांगितले जाते ते अपुरे असते. कितीही ऐकले, कितीही पाहिले तरी माणूस अंतरात्म्याचे पूर्ण वर्णन करू शकणार नाही. माणूस हा देहधारी बाहुला, त्याला अंतरात्मा समजणे अवघड आहे.

॥ जय जय रघुवीर समर्थ ॥

।। दैनंदिन दासबोध ।।

।। श्रीराम ।।

देहसंगे विषय भोगिले । देहसंगे प्राणी मिरवले ।।
देहधर्त्यास चुकले । नवल मोठें ।।
भल्यानें विवेक धरावा । दुस्तर संसार तरावा ।।
अवघा वंशचि उद्धरावा । हरिभक्ति करूनी ।।

पूर्णत्वास पोहोचलेल्या अंतरात्म्याचे वर्णन वा आकलन अपूर्ण मानवाला होत नाही. कारण तो त्याचे अखंड विवरण करीत नाही, जर तो तसे करीत राहिला तर देवासारखाच होईल. देवापेक्षा वेगळा राहणार नाही. परमेश्वरापासून विभक्त नसावे. तसे विभक्तपण असणाऱ्यालाच केवळ भक्त म्हणता येईल. अन्यथा खटाटोपाने दमायला व्हायचे. एका माणसाला घर हवे होते म्हणून तो घर पहायला गेला पण त्या घराचा मालक कोण याची काही चौकशी केलीच नाही. किंवा घरमालकाची ओळख करून घेतली नाही. एकजण दुसऱ्या राज्यात गेला पण राजाला ओळखले नाही. या देहामुळे विषयांचा उपभोग घेतला, देहाच्या संगतीत प्राणी मिरवले पण अंतरात्म्याची, ईश्वराची आठवण ठेवली नाही. एखाद्याच्या घरातच पैसा, संपत्ती आहे पण याला ते माहीतच नसल्याने तो दारोदारी शोधासाठी हिंडू लागला, त्याप्रमाणे परमेश्वर जवळ असून अज्ञानी त्याच्या शोधासाठी देव न कळल्याने भटकत फिरतो. ''देवाचे मनापासून ध्यान करील असा या जगात कोण आहे ?'' सर्वांची वृत्ती संकुचित आणि चंचल, तिचे कशाला कौतुक ? या ब्रह्मांडात कोट्यावधी नामरूपांचे आणि निरनिराळ्या भाषा बोलणारे प्राणी आहेत काही भूगर्भात तर काही पाषाणात परंतु तरीही अंतरात्मा सर्वत्र भरून राहिला आहे. आपण कोण कोठून आलो, कुठे जाणार याचा शोध विवेकीजनच घेऊ शकतात. यासाठी भल्या माणसाने विवेकाचा मार्ग पत्करावा आणि हरिभक्ति करून वंश उद्धरावा.

।। जय जय रघुवीर समर्थ ।।

।। श्रीराम ।।

म्हणोनी कर्म आरंभिलें । कांहींयेक सांग घडलें ।।
जेथें जेथें अंतर पडिलें । तेथें हरिस्मरण करावें ।।
आधीं देखिला देहधारी । मग पाहावे जगदांतरीं ।।
तयाचेनियां उपरी । परब्रह्म पावे ।।

कर्म हे करावेच लागते ते योग्य रीतीने करावे. अन्यथा विघ्न येते. यासाठी कर्माला प्रारंभ केल्यानंतर आणि काही अडथळा आला तर हरिस्मरण करावे. संध्येमध्येच श्रीहरीची चोवीस नावे आहेत. पण त्याला अनंत नावे आहेत आणि तरीही तो अनामिक कसा हे विवेकाने ओळखावे. स्नानसंध्या करून आलेल्या ब्राह्मणाने देवप्रतिमेचे यथासांग पूजन केले. अनेक देवांच्या अनेक प्रतिमांचे जनसामान्य पूजन करतात पण देवाला जाणून त्याचे भजन करावे. साहेबाची ओळख झाल्यावर त्याला नमस्कार करावा त्याप्रमाणे भजन ओळखीनंतर करावे. परमेश्वराची नीट ओळख करून घेतली तरच भ्रमसागर पार करता येईल. अंतरात्मा या देहनगरीत रहातो यासाठी त्याला पुरुष असे संबोधन आहे, त्याप्रमाणे जगामध्ये जगदीश. तो विष्णु जगदांतरी आहे तोच आपल्या अंतरी आहे, तोच कर्ता, भोक्ता हे चतुरांनी जाणावे. त्याचे आधी आपल्या शरीरातील रूप पहावे. मग विश्वातील ओळखावे. मगच परब्रह्माचा अनुभव येतो. ज्यावेळी परब्रह्माचा विचार होतो, त्यावेळी सारासार विचार चंचल नाहीसे होईल हे समजते. या त्रैलोक्याला चालवतो म्हणून त्याला त्रैलोक्यनायक म्हणतात. उत्पत्ती, स्थिती, लय हे नश्वराला असतात. निरंजन, ब्रह्म याहून निराळे वेगळे आहे. त्या ठिकाणी जे ज्ञान आहे ते अनुभवरूप किंवा विज्ञान होते. परमात्म्याशी अनन्य झालेल्या साधकांचा अहंकार, मीपणा नष्ट होतो आणि त्यांना आत्मस्वरूपाचा अनुभव येतो, ही अनुभवाची वृत्तीदेखील पुढे निवृत्त होते नाहीशी होते व मन परमेश्वराशी तादात्म्य पावते.

।। जय जय रघुवीर समर्थ ।।

।। श्रीराम ।।

तोचि अंतरात्मा महंत । तो कां होईल संकोचित ।।

प्रशस्त जाणता समस्त । विख्यात योगी ।।

आधीं कष्ट मग फळ । कष्टचि नाहीं तें निर्फळ ।।

साक्षेपविण केवळ । वृथा पुष्ट ।।

मूर्ख माणूस हा संकुचित असतो. चतुर मात्र सर्वत्र पाहतो. अंतरात्म्याप्रमाणे सर्वत्र व्यापून असतो. त्याप्रमाणे चतुर माणूस समाजजीवनाशी एकरूप होतो. अंतरात्मा हाच खरा महंत आहे तो कशाला संकुचित होईल ? तो प्रशस्त, जाणता, विख्यात योगी आहे. कर्ता, भोक्ता अखिल भूमंडळावरचा तो सत्ताधीश आहे. असा जाणकार ज्ञानी अन्य कोणी नाही. महंताची वागणूक अशी असावी. त्याने सार शोधून यावे पण कुणी पहायला गेले तर सापडू नये म्हणून जणू अंतरात्माच. महंताची ख्याती सर्वत्र पसरलेली असल्याने लहानथोर त्याला जाणतात पण त्याचा वेष काही सतत तोच नसतो. वेष हे भूषण नसून दूषण आहे. कीर्ती हेच भूषण आहे. नेहमीच्या परिचित लोकांना सोडून तो नव्या नव्या ओळखी करीत असतो. लोक त्याला शोधू पाहतात पण तो सापडत नाही, नीट बोलत नाही. एक ठायी रहात नाही, कुठे जातो हे सांगत नाही. लोकांनी यांच्याबद्दल केलेले अंदाज तो खोटे पाडतो, लोककल्पना उलथवून टाकतो, लोकांनी केलेले तर्क निष्फळ ठरवतो. पण हा कथाकीर्तनाला विसंबत नाही. महंताने एकांती रहावे, ध्यानधारणा करावी, अभ्यास करावा, सद्गुण लोकांना शिकवावे. आधी कष्ट, मग फळ, कष्ट नाहीत ते निष्फळ. कष्टाशिवाय जगणारा ऐतखाऊ. त्याने लोकनिरीक्षण करावे. लोकांच्या योग्यतेप्रमाणे त्यांना समीप किंवा दूर ठेवावे. योग्यतेप्रमाणे व शक्तीनुसार कार्ये करून घ्यावी. पण आपले महत्त्व कमी होऊ देऊ नये. त्याने आणखी महंत तयार करावे. त्यांना शहाणपण शिकवून देशभर पसरवावे.

।। जय जय रघुवीर समर्थ ।।

।। श्रीराम ।।

आधीं प्रपंच करावा नेटका । मग घ्यावें परमार्थ विवेका ।।
येथें आळसं करूं नका । विवेकी हो ।।
संसारीं असतांच मुक्त । तोचि जाणावा संयुक्त ।।
अखंड पाहे युक्तायुक्त । विचारणा हे ।।

आधी प्रपंच, संसार नीट करावा मग परमार्थाकडे वळावे. प्रपंच सोडून परमार्थ कराल तर कष्टी व्हाल. प्रपंच आणि परमार्थ दोन्ही चालवाल तर तुम्हाला विवेकी म्हणता येईल. प्रपंच सोडून जर परमार्थाचा मार्ग धरला तर खायला अन्न मिळायचं नाही, मग त्या करंट्याच्या हातून परमार्थ कसा होणार ? बरं परमार्थ सोडून केवळ प्रपंच केला तर यमयातना भोगाव्या लागतील. नोकरी असून कामावर गेला नाही, घरी मजा करीत बसला तर मालक त्याची चांगली खरडपट्टी काढील आणि त्याला दुःख सोसावे लागेल. असे होऊ नये असे वाटत असेल तर ईश्वरसेवा करावी आणि परमार्थाची प्रचीती घ्यावी. संसारात असूनही जो मुक्त असतो तोच परमेश्वरापाशी ऐक्य पावला आहे असे समजावे, योग्य काय आणि अयोग्य काय हे त्यालाच केवळ ज्ञात असते. प्रपंच जो सावधपणे करतो त्याला परमार्थ साधतो. जशी जीवसृष्टी विवेकाने वागते त्याप्रमाणे वागावे नाहीतर पुरुषजन्म मिळून भ्रमला असे होईल. नेहमी भवितव्याचा विचार करून पाऊल टाकावे. जो सदैव सावध असतो तो धन्य होय. शहाणे कोण हे नीट ओळखावे, गुणीजनांचे गुण ग्रहण करावेत, अवगुण तेवढे टाकून द्यावेत. अशा विवेकी माणसाला माणसांची पारख असते. तो इतरांसारखाच दिसतो पण अधिक नीटनेटका असतो, उपयोगी कोण निरुपयोगी कोण हे त्याला चांगले कळते, आणि प्रत्येकाचा स्वभाव ओळखून तो वागतो.

।। जय जय रघुवीर समर्थ ।।

।। श्रीराम ।।

ऐका संसारासी आले हो । स्त्रीपुरुष निस्पृह हो ।।
सुचितपणें पाहा हों । अर्थांतर ।।
बोलतो खरें चालतो खरें । त्यास मानिती लहानथोरें ।।
न्याय अन्याये परस्परें । सहजचि कळे ।।

या जगात संसार करणाऱ्या नि:स्पृह स्त्री पुरुषांनो, मी काय म्हणतो ते नीट ऐका, माझ्या सांगण्याचा अर्थ समजून घ्या. आपल्या मनात अनेक कल्पना येत असतात, वासना निर्माण होतात. आपल्याला खाण्यापिण्याची ददात नसावी, चांगली वस्त्रे मिळावी, सर्व काही आपल्या मनासारखे व्हावे असे आपल्याला वाटते, पण तसे घडतेच असे नाही. उलट अचानक काहीतरी वाईट होते. या संसारात एकजण दु:खी तर दुसरा सुखी असतो, दु:खी जन दु:खाचे कारण प्रारब्धावर ढकलतात असे का घडते तर प्रयत्न करण्यात काहीतरी कसूर होते. त्यामुळे यश येत नाही. पण तरीही आपली चूक काही लक्षात येत नाही. ज्याला आपल्या चुका समजत नाहीत त्याला दुसऱ्याच्या चुका काय कळणार ? न्यायाला धरून जो वागत नाही त्याच्या ललाटी दैन्य लिहिलेले असते. त्याला लोकांचे मनोगत कळत नाही, लोकांना अनुकूल असे वागता येत नाही. त्याच्या मूर्खपणामुळे भांडणे वाढतात. हे होऊ नये असे वाटत असेल तर लोकांची नीट पारख करावी. सतत दुसऱ्याला नावे ठेवून आपलेच बरोबर आहे असे म्हणू नये. चांगुलपणा मिळवायचा असेल तर झिजावे लागते. जेथील लोकांची वागणूक पटत नसेल तिथे थांबू नये. पण प्रत्यक्षात तसे घडत नाही. ज्याचे बोलणे आणि वागणे खरे असते तोच लोकांच्या आदरास पात्र होतो. आपली योग्यता लोकांना कळेपर्यंत विवेकी पुरुषाने क्षमाशील रहावे. लोकांशी चांगले वागल्याने सुख वाढते. एखादे वेळी तोल सुटू लागला तर मौन धरून तेथून ताबडतोब निघून जावे. सर्व प्रकारच्या लोकांशी लहान मोठे, बरोबरीचे उत्तम संबंध ठेवावेत. प्रसंगानुसार वागावे. भगवंताचे स्मरण नित्य ठेवावे.

।। जय जय रघुवीर समर्थ ।।

।। श्रीराम ।।

पृथ्वीमध्यें बहुत लोक । तेहीं पाहावा विवेक ।।

इहलोक आणि परलोक । बरा पाहावा ।।

खोटें सांडुन खरें घ्यावें । परीक्षवंतीं परीक्षावें ।।

मायेचें अवघेंचि जाणावें । रूप माईक ।।

पृथ्वीवर असंख्य माणसे आहेत. माणसाने इहलोक आणि परलोक दोन्ही कसे साधेल याचा विवेकपूर्ण विचार करावा. इहलोकात सुख मिळवण्यासाठी सत्संग करावा, जाणत्यांची संगती धरावी आणि परलोकात सुख मिळवायचे असेल तर सद्गुरू हवा, सद्गुरूची प्राप्ती झाल्यावर त्यांना काय विचारावे हेही पुष्कळदा कळत नाही. एकनिष्ठापूर्वक व भक्तिभावाने सद्गुरूंना दोन प्रश्न विचारावेत, पहिला प्रश्न देव कोण, आणि दुसरा प्रश्न मी कोण ? या प्रश्नांच्या उत्तरासाठी पंचीकरण आणि महावाक्यांचा विचार व्हावा. शाश्वत व निश्चल परब्रह्माची ओळख करून घेणे आणि आपण मुळात कोण आहोत याचा शोध घेणे हे साधनेचे फळ होय. सारासार विचार करता कोणताही पदार्थ शाश्वत नाही, सर्व काही नाशवंत आहे. म्हणून प्रथम या सर्वांचे आदिकारण जो भगवंत त्याला ओळखले पाहिजे. चंचल माया, निश्चल ब्रह्म आणि जड हृदय हा मायेचा खेळ आहे हे ध्यानात घ्यावे. परब्रह्म हे शाश्वत आहे हे विसरू नये. मायाब्रह्माची परीक्षा करणाऱ्यांनी विवेकाच्या बळावर त्रैलोक्यात भटकंती करावी व परब्रह्म शोधावे. माया मिथ्या आहे हे ध्यानी धरून परीक्षकांनी खोटे सोडून खरे ते घ्यावे. माया पंचमहाभूतयुक्त असून नाशवंत आहे.

।। जय जय रघुवीर समर्थ ।।

।। श्रीराम ।।

देहधारक तितुके नासती । हे तों रोकडी प्रचिती ।।
मनुष्येंविण उत्पत्ती । रेत कैंचें ।।
दृश्य पदार्थचि वोसरे । तत्त्वें तत्त्व तेव्हां सरे ।।
मीतूंपण हे कैचें उरे । तत्त्वता वस्तु ।।

जे जे देह धारण करतात ते नाश पावतात याचा रोकडा अनुभव येतो. माणूसच माणसाला जन्म देतो. अन्न नसेल तर वीर्य निर्माण होणार नाही, वनस्पती नसतील तर अन्नोत्पादन होणार नाही आणि जमीन किंवा पृथ्वी नसेल तर वनस्पती निर्माण कशा होणार ? पाणी नसेल तर पृथ्वी नाही, तेजाशिवाय पाणी नाही आणि वायू नसेल तर तेज नाही हे लक्षात घ्यावे. अंतरात्मा नसेल तर वायू कुठला, अंतरात्मा विकारांशिवाय असूच शकत नाही. निर्विकार परब्रह्मात पृथ्वी, आप, तेज, वायू हे काही नाही. निर्विकार आणि निर्गुण असणे हेच शाश्वताचे चिन्ह आहे. एकदा सर्व दृश्यमान नाशवंत आहे हे समजले की ते असूनही नसल्यासारखे होते, आणि सारासार विचार केल्यामुळे समाधान काय हे कळते. निर्गुण आणि शाश्वत तो देव हे कळले, आता मी कोण हे समजले पाहिजे. मी तूपणा, हा मनाचा खेळ आहे, दृश्य पदार्थांचे नाशवंतपण कळले की, मी तूपण ओसरते, ब्रह्म तेवढे उरते. विज्ञानामध्ये ज्ञान विलय पावले, ध्येयामध्ये ध्यान एकरूप झाले, कार्यकारण भाव पाहून नको ते टाकून दिले. मग जन्ममरण चुकले, पाप नाहीसे झाले, यमयातना नष्ट झाल्या. सर्व निर्बंध संपले. विवेकामुळे मोक्षप्राप्ती झाली, जन्माचे जणू सार्थक झाले, संकटे समाप्त झाली. जे सुजन श्रीरामाचे दास होतात तेही जगाला पवित्र करतात असा अनुभव येतो.

।। जय जय रघुवीर समर्थ ।।

।। श्रीराम ।।

महाद्भाग्य हातासी आलें । परी भोगूं नाही जाणितले ।।
तैसे वैराग्य उत्पन्न जाले । परी विवेक नाही ।।
म्हणौन विवेक आणि वैराग्य । तेचि जाणिजे महद्भाग्य ।।
रामदास म्हणे योग्य । साधु जाणती ।।

समजा एखाद्या माणसाचा अचानक भाग्योदय झाला. अपार ऐश्वर्य त्याला लाभले पण त्याचा भोग कसा घ्यावा हे जर त्याला कळले नाही तर ते ऐश्वर्य व्यर्थ होय. तसे विवेक नसेल तर वैराग्याला अर्थ नाही. प्रपंचात आदळआपट, भांडण, तंटे, कष्ट आणि दुःख असते त्याचा अनुभव आला की मन वैराग्याकडे वळते. संसारातील अनेक प्रकारच्या अडचणी, संकटे यामुळे त्रस्त होऊन माणूस प्रपंचापासून दूर जातो. एखादा रोगी रोगमुक्त झाला म्हणजे त्याला जसे वाटते त्याप्रमाणे तो प्रपंचाच्या काळजीतून सुटतो, दुःख व पराधीनता संपतात. पण प्रपंच सोडून गेलेला हा माणूस स्वैराचारी होता कामा नये. मोकळे जनावर जसे सैरावैरा धावते तसे त्याचे होऊ नये यासाठी विवेक हवा, विवेकाशिवाय वैराग्य आले तर ना इकडे ना तिकडे अशी त्याची स्थिती होईल, म्हणजे धड इहलोकही नाही, धड परलोकही नाही, प्रपंचही नाही आणि परमार्थही नाही असे होऊन त्याचे सारे आयुष्य वाया जाते. वैराग्याची पार्श्वभूमी नसलेले ज्ञान निरर्थक होय. विवेकाचे फायदे कोणते ? तर मीपणा सुटतो, संसाराबद्दल तो अनासक्त होतो. निःसंग होतो. तो जे बोलतो तसेच करतो. त्याचे वर्तन पाहून भलेभलेही स्तिमित होतात. तो रसाळ संगीत हरिकीर्तन करतो, मनापासून भगवंताचे भजन करतो. त्याच्या बोलण्याने इतर माणसे सन्मार्गाला लागतात. विवेकासह वैराग्य असणे हे अहोभाग्य होय, रामदास म्हणतात, खरे साधु असतात ते हे जाणतात.

।। जय जय रघुवीर समर्थ ।।

।। श्रीराम ।।

रेखेचें गुंडाळें केलें । मात्रुकाक्षरीं शब्द जाले ।।
शब्द मेळऊन चाले । श्लोक गद्य प्रबंद ।।
चंचळकर्ता तो जगदीश । प्राणिमात्र त्याचा अंश ।।
त्याचा तोचि आपणास । ठाव नाहीं ।।

वाकड्यातिकड्या रेघा काढल्या, त्यात स्वर आणि व्यंजने घातली की अक्षरे तयार होतात. अनेक अक्षरांचे शब्द तयार होतात. असे अनेक शब्द एकत्रित केले की, काव्य, गद्य, प्रबंध सिद्ध होतात. वेद, शास्त्रे, पुराणे, उपनिषदे असे विविध प्रकारचे ग्रंथप्रकार आहेत. अनेक ऋषी, त्यांची अनेक मते, ती अगणित आहेत. जिथे लिपी आणि भाषा आहे तिथे कशाचेच उणे नाही. ऋचा, वर्ग, श्रुती, स्मृती, अध्यात्म, सर्ग, स्तबक, जाती, प्रसंग, वर्णन, पदे, श्लोक, दोहे, डफगाणे, कथा गाणे, अभंग, नाना उपकथा, असे प्रकार - ध्वनि, घोष, नाद, रेखा, चार प्रकारच्या वाणी, परा पश्यंती, मध्यमा, वैखरी - यापासून अनेक शब्दरत्ने प्रकटतात. आकार, उकार मात्रा अ पासून ज्ञ पर्यंत बावन्न वर्ग, बाराखड्या झाल्या. रागातील, नृत्यातील, निरनिराळे ताल, तत्त्वज्ञानाच्या अर्थाचे भेद या सर्व गोष्टी शब्दामुळेच समजतात. पिंड आणि ब्रह्मांड यांची उभारणी आणि शुद्ध संहारणी या दोन्हींहून वेगळे असे सार असणारे शुद्ध परब्रह्म आहे. पदार्थ जड आहेत तर आत्मा चंचल आहे आणि शुद्ध ब्रह्म निश्चल आहे. त्या शुद्ध ब्रह्मात विरून जावे. या चंचल सृष्टीचा निर्माता जगदीश. जगातील सर्व प्राणिमात्र त्याचाच अंश आहेत, त्याप्रमाणे तोच सर्वत्र असल्यामुळे आपल्या 'मीपणाला' कुठे वावच नाही, जागा नाही. यासाठी जे घडते त्याचा कर्ता तो आहे आपण कोणी नाही. चंचल हे स्वप्नवत् असते, निर्गुण निराकार देव मात्र निश्चल असतो हे सदैव ध्यानी ठेवावे.

।। जय जय रघुवीर समर्थ ।।

।। श्रीराम ।।

ब्रह्म निर्मळ निश्चळ । शाश्वत सार अमळ विमळ ।।
अवकाश घन पोकळ । गगनाऐसे ।।
औषधीपासून नाना रस । नाना बीज अन्नरस ।।
चौऱ्यांसि लक्ष योनीचा वास । भूमंडळी ।।

ब्रह्म हे आकाशासारखेच निश्चल शाश्वत, सार, कलंकरहित, घनदाट आहे. त्याला जन्म मरण नाही, करणे, धरणेही नाही. ते शून्याच्या पलीकडे असून त्याला जाणीव किंवा नेणीव नाही. ते रचले जात नाही, खचत नाही, ते असत नाही, नसत नाही, ते मायातीत निरंजन असून अपार आहे. त्यानंतर संकल्प निर्माण झाला. संकल्प म्हणजे मूळमाया याला षड्गुणेश्वर किंवा अर्धनारीनटेश्वर यांपैकी काहीतरी म्हणावे. सर्वेश्वर, सर्वज्ञ, साक्षी, द्रष्टा, ज्ञानघन, परेश, परमात्मा, जगजीवन असा तो मूळ पुरुष आहे. मूळ माया बहुगुणी, अधोमुखी, गुणक्षोभिणी आहे. तिच्यापासून सत्त्व, रज, तम, हे गुण निर्माण झाले. त्रैलोक्याचा पालनकर्ता विष्णु निर्माण झाला. विष्णु म्हणजेच सत्त्वगुण. त्यानंतर जाणीव आणि नेणीव मिळून ब्रह्मदेवाची निर्मिती झाली आणि पुढे त्याच्यापासून अवघ्या विश्वाची निर्मिती झाली. त्यानंतर तमोगुणात्मक संहारकर्ता असा रुद्र निर्माण झाला. या सर्वांचे श्रेय मूळ मायेला आहे. या तमोगुणापासून पंचमहाभूते आकारास आली. अष्टधा प्रकृतीचेच हे सूक्ष्म रूप आहे. आकाश म्हणजे अंतरात्मा, त्याचा महिमा अनुभूतीने पहावा. त्या आकाशापासून वायू उत्पन्न झाला. या वायूचे शीतल आणि उष्ण असे दोन प्रकार आहेत. त्यांपैकी शीतल वायुलहरीतून चंद्र आणि तारांगणाचा जन्म झाला. उष्ण वायूपासून सूर्य, अग्नी, वीज यांची निर्मिती झाली. तेजापासून जल. जल म्हणजे पाणी घट्ट होऊन पृथ्वी झाली. पृथ्वीवर अगणित वनस्पती उगवल्या. त्यातून अन्नरस तयार झाला. सर्व जीव प्राणी अन्नरसावर निर्वाह करू लागले.

।। जय जय रघुवीर समर्थ ।।

।। श्रीराम ।।

जें जें जेथून निर्माण जालें । तें तें तेथेंचि निमालें ।।
येणेंचि न्यायें संव्हारलें । माहाप्रळईं ।।
ऐसे उदंड लोक असती । आपणास थोर म्हणती ।।
परी ते विवेकी जाणती । सकळ कांहीं ।।

पृथ्वीवर अगणित वनस्पती निर्माण झाल्या. वनस्पतींपासून अनेक रस, बी बियाणे, उत्पन्न झाले. या अन्नरसावर चौऱ्यांशी लक्ष जीव पोसले गेले, पोसत राहिले. विश्वरचनेचा असा क्रम आहे. सृष्टी अशी आकारास आली, मग याच न्यायाने तिचा संहारही होतो हाच सारासार विचार होय. या अखिल विश्वरचनेच्या आरंभी, मध्यभागी आणि अखेरीस शाश्वत परब्रह्म आहे. जाणत्यांनी त्या ब्रह्माकडे अनुसंधान लावावे. या विश्वात नाना प्रकारच्या रचना होतात पण त्या टिकत नाहीत, यासाठी सारासार विचार आवश्यक आहे. द्रष्टा आणि साक्षी असे आपण अंतरात्म्याला म्हणतो त्याचा महिमाही गातो पण या अंतरात्म्याला काही शुद्ध ब्रह्म म्हणता येणार नाही. त्यासाठी सर्वसाक्षिणी अवस्थेची अनुभूती घ्यावी लागते. या संपूर्ण विश्वात मुळापासून शेवटपर्यंत मायेचाच विस्तार आहे. मायेत अनेक विद्या, कला, कौशल्य आहे – ते सर्व विश्वात आहे. या सर्व उपाधी आहेत हे जाणावे. जो उपाधीचा शेवट गाठेल, त्याला विश्वाचा पसारा हा केवळ भ्रम वाटेल. पण जर एखादा उपाधीत गुंतून पडला तर त्याची सुटका होणे कठीण होईल. सृष्टीत तऱ्हेतऱ्हेची माणसे आहेत. एखाद्याला सिंहासन मिळते तर दुसऱ्याला मैला वहावा लागतो. या जगात स्वतःला थोर म्हणवणारी उदंड माणसे आहेत पण जे विवेकी आहेत ते सत्य जाणतात. इथे विचार महत्त्वाचा, इतर लोक सांगतात म्हणून आपल्या संसाराचा नाश करू नये. पुस्तकी ज्ञानावर भिस्त ठेवू नये. स्वतः अनुभव घ्यावा सद्गुरूवर विश्वास ठेवावा.

।। जय जय रघुवीर समर्थ ।।

॥ श्रीराम ॥

बहुतीं विषय निंदिले । आणि तेचि सेवित गेले ॥
विषयत्यागें देह चाले । हें तों घडेना ॥
वैराग्यें करावा त्याग । तरीच परमार्थ योग ॥
प्रपंचत्यागें सर्व सांग । परमार्थ घडे ॥

स्पष्टवक्तेपणा अनेकांना आवडत नाही पण पोट बरोबर नसेल तर जेवायला बसणे योग्य नाही. तसेच मनात शंकाकुशंका ठेवून श्रवण करणे योग्य नाही. विषयाची म्हणजे देहसुखाची हेटाळणी करतात, पण स्वत: मात्र विषयात बुडालेले असतात, देह चालवायचा म्हणजे विषय सोडून चालणार नाही. बोले तैसा चाले अशा व्यक्ति कमी असतात, अनेकांच्या बोलण्यात आणि वागण्यात संगती नसते. अशी विवेकहीन माणसे सर्वत्र हास्यास्पद ठरतात. ज्याला परमार्थ करावयाचा, साधावयाचा आहे त्याने विषयाच्या नादी लागता कामा नये. विषयाचा त्याग केल्याखेरीज परलोकाची प्राप्ती होत नाही असे सर्वजण सर्व ठिकाणी बोलतात. संसार, प्रपंच, करणारे तेवढे खातात, पितात आणि परमार्थी काय उपवास करतात, उपाशी रहातात ? विषयसेवनाचा विचार केला तर दोघेही सारखेच दिसतात. देह असून विषयांचा त्याग केला आहे, असा कोण आहे हे देवा, मला सांगा, असे श्रोत्याने विनवले. जर पूर्णपणे विषयाचा त्याग केला तरच परमार्थ साधता येतो असे म्हटले तर गोंधळच होईल. मनोमनी वैराग्य आणून विषयांचा त्याग केला तर परमार्थ साधता येतो. प्रपंचत्यागाची पार्श्वभूमी असल्याशिवाय परमार्थाचे ध्येय गाठता येत नाही. जे जे ज्ञानी पुरुष इतिहासकालात होऊन गेले, त्यांनी खूप कष्ट केले आणि मगच या जगात त्यांना कीर्तीचा लाभ झाला. अन्य संसारी लोक परस्परात मत्सरग्रस्त होऊन राहिले, अन्नान्नदशा होऊन मृत्यूमुखी पडले तर काहीजण पोटासाठी भ्रष्ट झाले.

॥ जय जय रघुवीर समर्थ ॥

।। श्रीराम ।।

प्रत्ययज्ञानी वीतरागी । विवेकबळें सकळ त्यागी ।।
तो जाणीजे महायोगी । ईश्वरी पुरुष ।।
उदास आणि विवेक । त्याला शोधिती सकळ लोक ।।
जैसे लालची मूर्ख रंक । तें दैन्यवाणें ।।

काय या जगाची गंमत आहे पहा, ज्यांच्या अंगी खरे म्हणावे तसे वैराग्य नाही, असा अनुभवाचा अभाव आहे. ज्ञान जरासुद्धा नाही, त्यांचे आचरण शुद्ध नाही. भजन पूजन नाही. अशा माणसांचे सज्जन म्हणून कौतुक होते. पण खरं तर हा सगळा अनुमानाचा खेळ असतो. आपल्या दुष्कृत्याबद्दल ज्याला पश्चाताप होत नाही, ते त्याचे एक पापच समजावे. दुसऱ्याचे भले झाले की त्यांचे पित्त खवळते. ''मला नाही शोभत तर तुलाही शोभणार नाही'' अशी काहींची धारणा असते. जे उपाशी असतात, ज्यांना खायला मिळत नाही त्यांना खाणारे पाहवत नाहीत. सावाला, सज्जनाला पाहून चोर ज्याप्रमाणे चरफडतात त्याप्रमाणे जे भाग्यपुरुष आहेत, भाग्यवंत आहेत त्यांची निंदा दिवाळखोर करीत असतात. वैराग्यासारखे भाग्य नाही. ज्याच्याजवळ वैराग्य नाही त्याला अभागीच समजावा. वैराग्य नसेल तर परमार्थाकडे मन वळत नाही. ज्याच्याजवळ अनुभवाचे ज्ञान आहे, जो अनासक्त आहे, ज्याने विवेकाच्या बळावर सर्वस्वाचा त्याग केला आहे तो महायोगी किंवा ईश्वरी पुरुष समजावा. अष्टसिद्धींची उपेक्षा करून महादेवसुद्धा भिक्षा मागतात ते योगदीक्षा घेऊन ! विवेकी आणि वैराग्यशील पुरुषाला, सर्व लोक शोधत येतात तर विवेकहीन, लोभी, दरिद्री, मूर्ख, दैन्यवाणे जीवन जगतात. त्यांना भजन, पुरश्चरण आवडत नाही. मग सज्जनांशी त्यांचे कसे जमणार ? वैराग्यशील आत्मज्ञानी, सगुण भजन करणारे आणि आचारभ्रष्ट नसलेले दुर्मिळ असतात. कष्ट केले तर शेत पिकते, उंची बहुमूल्य वस्तु ताबडतोब विकली जाते त्याप्रमाणे विवेकी आणि वैराग्यशील माणसाकडे जाणत्या लोकांच्या उड्या पडत असतात.

।। जय जय रघुवीर समर्थ ।।

।। श्रीराम ।।

आकाश म्हणिजे अवकाश । अवकाश बोलिजे विलंबास ।।
त्या विलंबरूप काळास । जाणोनि घ्यावें ।।
जें जें जये प्रसंगीं जालें । तें तें काळाचें नांव पडिलें ।।
बरें नसेल अनुमानलें । तरी पुढें ऐका ।।

मूळ माया म्हणजेच जगदीश्वर. अष्टधा प्रकृतीचा विस्तार नंतर होऊन सृष्टी निर्माण झाली. निरनिराळे आकार मग सृष्टीत निर्मिले गेले. आभाळात ढग नसतात तेव्हा आभाळ जसे निरभ्र असते त्याप्रमाणे प्रकृतीचा पसारा नसताना परब्रह्म निर्मळ असते. उपाधीचा विस्तार झाला म्हणून काळ दिसायला लागला, अन्यथा काळाला ठिकाणा नाही. एक चंचळ ब्रह्म आणि एक निश्चळ ब्रह्म – दोन्हींशिवाय काळ हा प्रकार नाही. आकाश म्हणजे अवकाश. जेव्हा विलंब होणार असतो तेव्हा अवकाश आहे असे म्हटले जाते. काळ विलंबरूप आहे. त्याला जाणून घेतले पाहिजे. सूर्य हा काळकर्ता आहे. सूर्यामुळे काळ समजतो. अगदी घटना, प्रहर, दिवस, रात्र, सकाळ, दुपार, संध्याकाळ या सगळ्या गोष्टी सूर्यामुळे कळतात. एका क्षणापासून युगापर्यंत मोजता येते. कृतयुग, त्रेतायुग, द्वापारयुग आणि विद्यमान कलियुग अशी युगे पृथ्वीवर आली. देवांची आयुष्ये प्रदीर्घ असल्याचे शास्त्र सांगते. ब्रह्मदेव, विष्णु आणि महेश यांचे उत्पत्ती, स्थिती, लयचे कार्य सतत चाललेले असते. सत्त्व, रज, तम या त्रिगुणांच्या मिश्रणाने सृष्टिरचना झालेली आहे. तिथे लहान कोण आणि मोठा कोण हे कसे सांगता येणार ? उत्पत्ती, स्थिती आणि लय हे तिन्ही काळ विलंबरूपच आहेत. जे जे त्या वेळी झाले त्यांची नावे त्या त्या काळांना पडली. उन्हाळा, हिवाळा, पावसाळा, सुखकाळ, दु:खकाळ, सकाळ, दुपार, संध्याकाळ, पर्वकाळ, कठीणकाळ, बाल्य, तारुण्य, वार्धक्य, अंत:काळ, सुकाळ, दुष्काळ, पुण्यकाळ असे अनेक काळ असतात.

।। जय जय रघुवीर समर्थ ।।

।। श्रीराम ।।

सकळांचें येकचि मूळ । येक जाणते येक बाष्कळ ।।
विवेकें करून तत्काळ । परलोक साधावा ।।
येथील येथें अवघेंचि राहातें । ऐसें प्रत्ययास येतें ।।
कोण काये घेऊन जातें । सांगाना कां ।।

जेव्हा वस्तू एक असून दिसत असेल वेगळीच तर त्याला हीन विवेक म्हणतात. हीन विवेक म्हणजे अविचार. जगात नाना प्रवृत्तीचे लोक असतात. प्रवृत्ती अधोमुखी तर निवृत्ती ऊर्ध्वमुखी असते. प्रवृत्ती सूक्ष्माकडून स्थूलाकडे तर निवृत्ती सूक्ष्माकडून स्थूलाकडे जाते. सूक्ष्माकडे जाण्यात नाना सुखे असतात. ते विवेकी लोकांना माहीत असते. ब्रह्मांडरचनेच्या मुळाशी विवेकी पुरुष पोहोचतो. प्रपंचात राहून परमार्थ करणारे जे कोणी असतील त्यांनाही हा लाभ होतो. केवळ प्रारब्ध म्हणून तो समाजात रहातो. शहाण्याने विवेकाची कास धरावी. कारण सर्वांचे मूळ एकच आहे, यासाठी प्रपंच करून परमार्थ साधावा. जर जन्माचे सार्थक व्हावे असे वाटत असेल तर परमार्थ साधावा. काहीजण प्रपंच व परमार्थ दोन्ही साधतात. भक्ति केल्याने भगवंत पावतो. देव आणि भक्त एकत्र झाले म्हणजे समाधान दुप्पट होते. जे कीर्तिवंत न होता गेले ते उगाच आले आणि गेले असे होते. इथले जे जे आहे ते इथेच रहाते, मरताना त्यांतले काहीही बरोबर नेता येत नाही, कोण काय घेऊन जाते हे जरा सांगाल का ? यासाठी सर्वांविषयी उदास असावे, निवांतपणे विवेक करावा म्हणजे जगदीशाचा लाभ होतो. या जगात ईश्वरप्राप्तीसारखा दुसरा श्रेष्ठ लाभ नाही. संसारी जरी असला तरी त्याला मग समाधान मिळते. काही जनकासारखे राजे राजर्षी होऊन गेले. कितीही द्रव्य राजाने देऊ केले तरी मृत्यू त्याला सोडत नाही.

।। जय जय रघुवीर समर्थ ।।

।। श्रीराम ।।

म्हणोन आळस सोडावा । येत्न साक्षेपें जोडावा ।।
दुश्चितपणाचा मोडावा । थारा बळें ।।
तेणें कैसें करावें । काय जीवेंसी धरावें ।।
वांचावें की मरावें । कोण्या प्रकारें ।।

दुबळा, दुराचारी, ओढग्रस्त, आळशी, खादाड, कर्जबाजारी आणि मूर्खपणामुळे ज्याच्या आयुष्याला काही अर्थ उरत नाही असा एक दुर्दैवी माणूस. त्याचे जीवन अगदी अस्ताव्यस्त. त्या बिचाऱ्या अभागी, दुर्दैवी माणसाला धड पोटभर अन्न मिळत नव्हते की अंगभर कपडा नव्हता. अंथरायला काही नाही, पांघरायला काही नाही. इतकेच नव्हे तर रहायला एखादे खोपटेही नव्हते. त्याला कोणी नातेवाईक नव्हते, मित्र नव्हते, त्याच्या कुणाशी ओळखी नव्हत्या, त्याला कोणाचाही आधार नव्हता. स्वदेशात राहून तो परदेशी माणसाचे जिणे जगत होता. अशा माणसाने काय करावे, मरावे की जगावे ? जगण्यासारखे ज्याच्या आयुष्यात काही उरलेच नाही त्याने नेमके काय करावे ? या प्रश्नाचे जे उत्तर रामदास स्वामींनी दिले आहे ते श्रोत्यांनी सावधपणे ऐकावं. लहान मोठे कसलेही काम असो ते केल्याशिवाय होत नाही, अरे करंट्या जागा हो – भाग्योदय व्हावा असे वाटत असेल तर त्याने हे नीट समजून घ्यावे. मनात सावधपणा नाही, पुरेसा प्रयत्न करीत नाही, त्याने सुखसंतोषाची वार्ता करू नये. म्हणून माणसाने आळस सोडावा, चिकाटी सोडू नये. प्रयत्नात खंड पडू देऊ नये. मन एकाग्र करावे. एकाग्रतेचा भंग होईल असे काही घडू लागले तर ते मोडून काढावे. काही वेळेस प्रयत्न करताना मनात शंका उद्भवतील, संशय येईल, निराशेने मन ग्रासून जाईल ; पण या सर्व गोष्टींवर ठामपणे मात करावी व प्रयत्न मुळीच सोडू नये.

।। जय जय रघुवीर समर्थ ।।

।। श्रीराम ।।

प्रातःकाळीं उठत जावें । प्रातःस्मरामि करावें ।।
नित्य नेमें स्मरावें । पाठांतर ।।
बहुतांचें समाधान राखावें । बहुतांस मानेल तें बोलावें ।।
विरंग पडों नेंदावें । कथेमध्यें ।।

ज्याला प्रगत व्हायचे आहे, प्रयत्न करावयाचा आहे, भाग्योदय करून घ्यावयाचा आहे त्याची दिनचर्या कशी असावी ? त्याने प्रातःकाळी म्हणजे अगदी लवकर उठावे. उठल्यावर ईश्वराचे स्मरण करावे, काही पाठांतर करावे. शौचमुखमार्जन उरकावे आणि स्वच्छ स्नान करून, धूत वस्त्रे परिधान करावीत. त्यानंतर ओले कपडे धुवून पिळून वाळत टाकावेत. यानंतर यथासांग देवपूजा करावी, थोडा उपाहार घ्यावा आणि मग व्यवसायाला लागावे. व्यवसाय किंवा उद्योगधंदा करीत असताना सर्वांशी आपुलकीने वागावे. लिहिताना नेहमी सुंदर अक्षर काढावे. जे वाचले असेल त्याचे मनन करावे. कुणाला काही विचारावयाचे असेल तर नीट स्पष्टपणे विचारावे, तसेच कोणी काही विचारल्यास नीट खुलासा करून समजेल असे सांगावे. अनुभवाशिवाय बोलणे हे पाप आहे. सदैव सावध असावे. नीतिमर्यादा पाळावी. लोकांना आवडेल असे आपले वागणे असावे. अतिथिसत्कार करावा. प्रसंग पाहून वागावे. गायनाची आवड असेल तर लोकांना संतोष वाटेल असे भजन, गायन करावे. श्रोते कंटाळतील इतके बोलू नये. बोलावे तसेच वागावे. भक्ति, ज्ञान, वैराग्य, योग असे नाना साधनांचे प्रयोग भवरोगमुक्तीसाठी करावेत. नेहमी श्रीरामचंद्राचे चिंतन करावे. श्रीरामकथा ब्रह्मांड भेदून पलीकडे न्यावी. उपरोक्त लक्षणांनी युक्त असलेल्या महतीला गायनाची जोड असेल तर वैभवाला कमतरता नाही. मग आकाशातील तारकांप्रमाणे लोक सभोवती जमतील. अकलेचा विस्तार करून ब्रह्मांडापेक्षाही मोठे व्हावे.

।। जय जय रघुवीर समर्थ ।।

।। श्रीराम ।।

तैसें ज्ञानें तृप्त व्हावें । तेंचि ज्ञान जनास सांगावें ।।

तरतेन बुडों नेदावें । बुडतयासी ।।

मरणाचें स्मरण असावें । हरिभक्तीस सादर व्हावें ।।

मरोन कीर्तीस उरवावें ।। येणें प्रकारें ।।

आपले पोटभर जेवण झाल्यावर जे अन्न उरेल ते इतरांना वाटावे. उरलेले अन्न वाया जाऊ देणे हा धर्म नव्हे. आपण स्वत: आत्मज्ञान मिळवून तृप्त व्हावे आणि ते ज्ञान इतरांना द्यावे, ज्याला स्वत:ला उत्तम पोहायला येते त्याने बुडणाऱ्याला वाचवावे. आपण स्वत: उत्तम गुण आत्मसात करावेत मग इतरांना सांगावे. कृतीविना शब्द व्यर्थ आहेत. स्नान, संध्या, देवपूजा, जप, ध्यान हे सर्व आणि हरिकथानिरूपणही केलेच पाहिजे. शिवाय प्रत्येकाने परोपकार अंगी बाणावा. शक्य तितके दुसऱ्याच्या उपयोगी पडावे. कुणाला काही कमी पडू देऊ नये. कुणाचे काही अडले असेल तर त्याची माहिती घेऊन त्याची सोडवणूक करावी. नेहमी गोड बोलावे. दुसऱ्याच्या दुःखाने दुःखी व्हावे. दुसऱ्याच्या संतोषाने आपणही संतोषित व्हावे, आनंदी व्हावे. मधुर भाषण करून अनेकांना आपलेसे करावे. अनेकजणांनी केलेल्या अन्यायाबद्दल त्यांना क्षमा करावी. कित्येकांना त्यांच्या कार्यात मदत करावी. सहाय्य करावे. माणसांची योग्य रीतीने परीक्षा, पारख करावी. त्यांचे मन जाणून घ्यावे. आवश्यक तेवढेच बोलावे. हजरजबाबी असावे. त्याचप्रमाणे कधीही रागवू नये, क्षमाशील असावे. आळस अंगातून पुरता काढून टाकावा, अधिकाधिक प्रयत्नशील असावे. कुणी काही चुकून वेडेवाकडे बोलला तर त्याचा राग मनात ठेवू नये. उत्तम पदार्थ नेहमी दुसऱ्यास द्यावा. शब्द नेमका निवडून बोलावा. संसार सावधपणे करावा. मरणाचे स्मरण ठेवावे, हरिभक्ति सोडू नये आणि मरणानंतर आपली कीर्ती उरेल अशी वागणूक ठेवावी.

।। जय जय रघुवीर समर्थ ।।

।। श्रीराम ।।

स्वयें आपण कष्टावें । बहुतांचें सोसित जावें ।।
झिजोन कीर्तीस उरवावें ।। नाना प्रकारें ।।
आपणांस चिमोटा घेतला । तेणे कासावीस जाला ।।
आपणावरून दुसऱ्याला । राखत जावे ।।

जो नेमकेपणाने वागतो तो अनेकांना प्रिय होतो. सर्वजण त्याची आर्जवे करतात त्याला काही उणे पडत नाहीत. अशा उत्तमोत्तम गुणांनी अलंकृत असलेल्याला पुरुष म्हणावे, त्याने केलेल्या भजनपूजनाने परमेश्वर, जगदीश तृप्त होतो. कोणी कितीही धिक्कार केला, अवमान, अपमान केला तरी आपली शांती ढळू देऊ नये. दुर्जनांशीसुद्धा जे मिळून मिसळून वागतात ते साधुपुरुष धन्य होत. जगात खरोखर उत्तम पुरुष कोणाला म्हणावे ? तर जो गुणग्राहक आहे आणि स्वतःही गुणसंपन्न आहे शिवाय ज्ञान आणि वैराग्य त्याच्या अंगी स्थिर झाले आहे तोच पुरुष या जगात चांगला म्हणावयाच्या योग्यतेचा आहे. आपण स्वतः कष्ट करून इतरांचे खूप सोसावे, स्वतः चंदनाप्रमाणे झिजून आपली कीर्ती मागे ठेवावी. कीर्ती हवी असेल तर सुखाची अपेक्षा करू नये, सुख हवे असेल तर कीर्तीचा विचार करू नये. खरे समाधान विवेकाशिवाय प्राप्त होत नाही. दुसऱ्याचे मन दुखवू नये, आपल्या हातून चुका होऊ देऊ नयेत. क्षमाशील माणसाचे महत्त्व कधीही कमी होत नाही. आपले स्वतःचे काम असो वा इतर कुणाचे असो कामचोरपणा न करता करावे, कारण तसे करणे योग्य नव्हे. मधुर संभाषण केल्याने बरे वाटते याचा आपण अनुभव घेतोच, आपल्यावरून इतरांना ओळखावे. कठीण किंवा कठोर शब्दांचा वापर केल्याने आपल्याला वाईट वाटते तर मग इतरांशी कशासाठी कठोर बोलायचे ? आपल्याला कोणी चिमटा घेतला तर आपला जीव कासावीस होतो. आपल्याप्रमाणेच इतरांचे रक्षण करावे त्यालाही वेदना होतील हे विसरू नये.

।। जय जय रघुवीर समर्थ ।।

।। श्रीराम ।।

जो उत्तम गुणें शोभला । तोचि पुरुष महाभला ।।
कित्येक लोक तयाला । शोधित फिरती ।।
बोलण्यासारिखें चालणे । स्वयें करून बोलणें ।।
तयाचीं वचनें प्रमाणें । मानिती जनीं ।।

दुसऱ्यास दुःख होईल असे कदापि बोलू नये, जे बोलणे दुसऱ्याचे मन दुखावते ते बोलणे, ती वाणी अपवित्रच म्हणावी लागेल. अशा बोलण्याने आपला स्वतःचाही घात होण्याची शक्यता असते. पेरावे तसे उगवते, आपण कठोर किंवा कटु बोलल्यास दुसराही तसेच बोलतो हे लक्षात ठेवावे. आपण वैभवशाली होऊन पुष्कळांना सुखी करावे. परंतु आपण श्रीमंत झालो म्हणून इतरांना छळू नये. ते राक्षसी कृत्य ठरेल. गीता सांगते, दंभ, दर्प, गर्व, अभिमान, राग आणि कठोर बोलणे ही अज्ञानाची लक्षणे आहेत. वरील उत्तम गुणांनी जो शोभतो तोच भला पुरुष होय, त्याला शोधत लोक फिरत असतात. नुसती बडबड निरर्थक आहे. जो मनापासून भक्ति करतो, अगत्यपूर्वक उत्तम गुण अंगी बाणवतो त्याला शोधीत लोक येतात. आपल्या पश्चात् भजन होणार नाही हे लक्षात घेऊन अनेकांना भक्तीची, भजनाची दीक्षा द्यावी. आमची प्रतिज्ञा अशी आहे की, शिष्याजवळ तर काही मागावयाचे नाही, पण मागावयाचे झाले तर एवढेच मागू की ''बाबा रे, आमच्या नंतरही जगदीश्वराची भक्ति करीत रहा.'' मोठा समाज एकत्र करून त्यांना भक्तिमार्गाला लावण्यासाठी मोठे उत्सव करावेत. ज्याला समुदाय गोळा करावयाचा आहे त्याच्याजवळ वक्तृत्व हवे आणि प्रबोधशक्ती पाहिजे. जो भला माणूस असतो त्याच्याजवळ प्रबोधनशक्ती असते कारण लोक त्याला मानतात. समुदायात सांगाती असावेत. विवेकी असावे, एकट्याने वाद घालू नयेत. अनेकांना आपलेसे करावे.

।। जय जय रघुवीर समर्थ ।।

।। श्रीराम ।।

आत्मा कोण, अनात्मा कोण । त्याचें करावें विवरण ।।
तेंचि आता निरुपण । सावध ऐका ।
पदार्थाची आस्था धरी । जनीं वाईट बरें करी ।।
आपल्यां राखे, पराव्यां मारी । तोचि आत्मा ।।

आत्मा आणि अनात्मा याचा विवेकबुद्धीने विचार करून, मनन करून विवरण करावे. आत्मा कोण याचे मी आता निरूपण करतो ते सावधपणे ऐका. चार खाणी आणि चार वाणी मिळून चौऱ्यांशी लक्ष जीवप्राणी या जगात आहेत असे पुराणे सांगतात. या सृष्टीत अनंत प्रकारची शरीरे दिसतात. त्यांच्या अंतर्यामी आत्मा कोण हे निर्धारपूर्वक कसे ओळखावे ? आत्मा डोळ्यांनी पाहतो, कानांनी ऐकतो, जिभेने स्वाद घेतो, नाकाने वास घेतो, वाणीतून बोलतो, त्वचेद्वारे स्पर्शसुख घेतो. तो अतिशय चंचल तरीही सावध आहे, चारही दिशांना तो चळवळ करतो, तो एकटाच इंद्रियांद्वारे सर्व व्यवहार चालवतो. तो पायांना चालवतो, हातांना हलवतो, डोळे उघडतो मिटतो, भुवयांची हालचाल करतो, खुणा करून मनोगत व्यक्त करतो. धिटाई तोच देतो आणि लाजवतो, खाजवतो, खोकतो, थुंकतो, ओकतो, तहान लागल्यावर पाणी प्यायला लावतो, मलमूत्राचा त्याग करायला लावतो, शरीराचा तोल सावरतो आणि तोच प्रवृत्ती निवृत्तीचे संचलन करतो, आनंदी होतो आणि घाबरतोही. आनंद, हास्यविनोद, उद्वेग, चिंता, जीव, आवरण, पटल या विकरात सापडून अनेक व्यथा भोगतो तो आत्माच. निरनिराळ्या गोष्टींची, पदार्थांची आवड त्याला असते, जनसामान्यात तो चांगली वाईट कामे करतो, स्वजनांचे संरक्षण करून आक्रमक परक्यांचे निर्दालन करणाराही आत्माच.

।। जय जय रघुवीर समर्थ ।।

।। श्रीराम ।।

युध्य होतां दोहींकडे । नाना शरीरी वावडें ।।
परस्परें पाडी पडे । तोचि आत्मा ।।
देह अनित्य, आत्मा नित्य । हाचि विवेक नित्यानित्य ।।
अवघें सूक्ष्माचें कृत्य । जाणती ज्ञानी ।।

ज्या वेळी दोन बाजूने युद्धाची ठिणगी पडते त्यावेळी दोन्ही पक्षांतील नाना शरीरांत तोच वावरतो, जिंकतो आणि हरतो तो आत्माच. एकाला पाडतो आणि दुसऱ्याला चढवतो तो आत्माच. तो शरीरामध्ये येतो, जातो, हसवतो, रडवतो, पश्चातापी होतो. ज्याच्या त्याच्या उद्योगाप्रमाणे धनिक अथवा गरीब होतो तो आत्माच. कधी तो भित्रा, तर कधी बलवंत, कधी विद्यावंत, तर कधी मूर्ख, कधी न्यायी, तर कधी उद्धत, होतो तो आत्माच. धैर्यवान, उदार, कृपण, शहाणा, वेडा, उच्छृंखल आणि सहनशील असतो तो आत्मा. कुविद्या आणि सुविद्या दोन्हींकडे सानंद वावरतो आणि सर्वांकडे असतो तो आत्मा. निजतो, उठतो, धावतो, बसतो, डोलतो, सोयरे धायरे करतो, पोथी वाचून अर्थ सांगतो, ताल धरून गातो, वादविवाद करतो. या शरीरात आत्मा नसता तर ते केवळ प्रेत झाले असते. देहाच्या संगतीने आत्मा सर्व काही करीत असतो. देहाशिवाय आत्मा किंवा आत्म्याशिवाय देह निरर्थक आहे. देह हा अनित्य असून आत्मा नित्य आहे हे जाणून घेणे म्हणजेच आत्मानात्म-विवेक. त्रिगुणांपलीकडे असणारा जो ईश्वर तो अर्धनारीनटेश्वर. सृष्टीचा विस्तार तिथून झाला. नीट विचार केला तर तिथे स्त्रीपुरुष भेदाभेद नाही. मूळ मायेपासून शेवटपर्यंत ब्रह्मादी देवापासून अगदी किडामुंगीपर्यंत जेवढ्यांना शरीर म्हणून आहे त्या सर्वांच्या ठायी ज्ञात्याने नित्यानित्य विवेक पहावा. जे जड आहे ते अनित्य आणि सूक्ष्म आहे ते नित्य समजावे. याप्रमाणे आत्मानात्मविवेक सांगितला. त्यात आत्म्याची चंचलता अनुभवली.

।। जय जय रघुवीर समर्थ ।।

।। श्रीराम ।।

दिसेल तें नासेल । आणि येईल तें जाईल ।।
जें असतचि असेल । तेंचि सार ।।
क्षयचि नाहीं जो अक्षई । व्यापकपणें सर्वां ठाईं ।।
तेथें हेत संदेह नाहीं । निर्विकारीं ।।

हे जगाचे अवडंबर उभारले आहे त्यात विवेकाने सार किंवा असार कोणते हे ओळखावे. जे दिसते ते नासते म्हणजे नाहीसे होते आणि जे येते ते जाते, याशिवाय टिकणारे जे आहे ते सार होय. आत्मानात्मविवेक सांगताना अनात्मा ओळखून बाजूला टाकला. आत्म्याची जाणीव होता होता मूळ तंतू हाती लागला. वृत्ती जर मूळमायेपर्यंत गेली असेल तर तेथून तिला निवृत्त केले पाहिजे. सारासार विवेक केला पाहिजे. साध्याचा जर विचार केला तर ज्ञान आणि उपासना एकच आहेत. परंतु उपासनेमुळे जगाचा उद्धार होतो. द्रष्टा, साक्षी, जाणता, चैतन्यमय, ज्ञानधन, ज्ञान आणि देव सर्व अंतरात्म्याचीच नामाभिधाने आहेत. जे चंचल आहे ते नाशवंत आहे पण ज्याचा यावर विश्वास नाही तो ज्ञानाधिकारी नव्हे. अनात्मा नाशवंत आहे यावर वरकरणी विश्वास ठेवला पण मनात संशय उरला तर तो मृगजलाच्या पुरात वाहून गेला असे समजावे. जे क्षय नाही ते अक्षय. ते व्यापक आहे आणि निर्विकार आहे, अशा स्वरूपात कसला संशय ? ते निश्चळ परब्रह्म घनदाट, ते आरंभी, मध्ये आणि अखेरीस चंचल, अढळ आणि अतूट आहे. ते आकाशासारखे वाटते पण गगनापेक्षाही सघन आहे. एखाद्या स्थळी आकाश नसेल, एखादी जागा आकाशाविरहित असू शकेल पण ब्रह्मविरहित असू शकणार नाही. मीपणाचा त्याग केल्याशिवाय परब्रह्मस्वरूप होणे शक्य नाही, साधकाने तो करावा आणि शब्दांपलीकडे असलेल्या ब्रह्माचा अनुभव घ्यावा.

।। जय जय रघुवीर समर्थ ।।

।। श्रीराम ।।

ब्रह्म घन आणि पोकळ । आकाशाहून विशाळ ।।
निर्मळ आणि निश्चळ । निर्विकारी ।।
जे आपल्या प्रत्यया ये ना । ते अनुमानिक घ्यावे ना ।।
प्रत्ययाविण सकळ जना । वेवसाय नाही ।।

ब्रह्म हे पोकळ वाटले तरी ते घनदाट आहे आणि सर्व काही व्यापून राहिले आहे ते आकाशापेक्षा विस्तृत आहे, ते निर्मळ, निश्चल आणि निर्विकार आहे. अशा अवस्थेत बराच मोठा कालावधी गेल्यावर विश्वनिर्मितीची प्रक्रिया सुरू झाली. हा भूगोल निर्माण कसा होऊ लागला त्याची मूळ कथा सावधपणे ऐका. परब्रह्म निश्चल असताना जो चंचल असा जो संकल्प निर्माण झाला त्याला आदिनारायण अशी संज्ञा आहे. त्यालाच मूळ माया, षड्गुणेश्वर, जगदीश्वर असेही म्हटले जाते. मूळ मायेच्या अलीकडे गुणमाया तिच्यापासून सत्त्व, रज, तम हे त्रिगुण निर्माण झाले. मूळ ओंकाराची मांडणी तिथूनच समजावून घ्यावी. अकारउकार आणि मकार मिळून ओंकार होतो. पुढे पंचमहाभूतांचा विस्तार झाला. आकाश हाच अंतरात्मा, त्याच्यापासून वायु, वायुपासून तेज, थंड वाऱ्यापासून पाणी आणि पाणी गोठले की पृथ्वीची निर्मिती होते. पृथ्वीच्या पोटात कोट्यावधी बीजे असतात. साध्या पाण्याशी संयोग झाला की त्यातून अंकुर येतात. नाना प्रकारची पाने, फुले, फळे, झाडे, वृक्ष, अन्नधान्ये या अंकुराचीच उत्पत्ती. अन्नापासून वीर्यनिर्मिती, वीर्यापासून जीवनिर्मिती. अंडज, जारज, उद्भिज आणि स्वेदज हे चारही प्रकारचे जीव पृथ्वी व पाणी यांच्यापासून उत्पन्न होतात. सृष्टिरचनेचे हे एक मोठे नवलच म्हणावे ! जीव, प्राणी, पाणी नसेल तर मरतात. ज्याचा आपल्याला प्रत्यय किंवा अनुभव येत नाही ते अंदाजावर, अनुमानावर, विश्वासून मान्य करू नये. जीवनामध्ये व्यवहार प्रपंचाचा असो अथवा परमार्थाचा, निर्णय घ्यायचा असेल तर प्रत्यक्ष अनुभव पाहिजेच. विश्वरचना ऐकलीत आता विश्वसंहार ऐका.

।। जय जय रघुवीर समर्थ ।।

।। श्रीराम ।।

पृथ्वीस होईल अंत । भूतांस मांडेल कल्पांत ।।
ऐसा समाचार साद्यंत । शास्त्रीं निरोपिला ।।
दृश्य हलकालोळें नेलें । जड चंचल वितुळलें ।।
या उपरी शाश्वत उरलें । परब्रह्म तें ।।

पृथ्वीचा अंत होईल, पंचमहाभूतांचा कल्पान्त होईल याचा साद्यंत वृत्तान्त शास्त्रात सांगितला आहे. शंभर वर्षे पाऊस पडणार नाही त्यामुळे ही सृष्टि भस्म होईल, पर्वतही गिळू शकतील एवढ्या प्रचंड भेगा पृथ्वीला पडतील. अवघे सूर्यमंडळ पेटून निघेल, त्याच्या किरणांपासून ज्वाळा निघतील त्या शंभर वर्षे भूगोलाचे दहन करीत राहतील. पृथ्वीतून शेंदरी रंगाच्या ज्या ज्वाला निघतील त्या शेषाला स्पर्श करतील, मग भाजल्यामुळे तो विषवमन करील. त्या विषज्वालांमुळे पाताळ लोक भस्म होतील. मग पंचमहाभूते खवळतील, प्रलयवारे सुटतील, प्रलयाग्नि चारी दिशांनी पेटून उठेल, अकरा रुद्र खवळतील, बारा सूर्य कडाडतील, सर्व अग्नि एकवटतील. वायु आणि विजांच्या तडाख्याने पृथ्वी फाटून जाईल. तिचे काठीण्य विरघळेल. तिथे मेरुपर्वताचा काय पाड ? चंद्र, सूर्य, तारांगणे यांची एकच आटणी होईल. भाजलेला चुना जसा पाण्यात तत्काळ विरघळतो तशी पृथ्वी महावृष्टीनंतर विरघळून जाईल. शेष, कूर्म, वराह गेल्यामुळे पृथ्वी निराधार होईल. मग प्रलयमेघ उठतील, भयंकर गरजतील, विजांचे प्रचंड कडकडाट होतील. पर्वताप्राय गारा पडतील, पर्वत उडून जातील असा भयंकर वादळवारा सुटेल आणि अंधार तर एवढा घनदाट पसरेल की त्याला उपमाच देता येणार नाही. महाप्रलय होईल त्यात पर्वतप्राय कासवे, मासे, साप पडतील. सात समुद्र मर्यादा ओलांडून जातील. तप्तलोहासारखा विश्वाचा तप्त लोखंडाचा गोळा मग पाणी शोषून टाकील. या अशा संहाराच्या हलकल्लोळात दृश्य नाहीसे होईल. परब्रह्म तेवढे उरेल.

।। जय जय रघुवीर समर्थ ।।

।। श्रीराम ।।

कोणी येक दोघें जण । पृथ्वी फिरती उदासीन ।।
काळक्रमणें लागून । कथा आरंभिली ।।
नेमस्तपणें वंश वाढला । विस्तार उदंडची जाला ।।
ऐसा बहुत काळ गेला । आनंदरूप ।।

एकदा एका स्थळी दोन मित्र होते. कसलीही आसक्ती नसलेले हे दोघे. वेळ गमतीजमतीत जावा म्हणून त्यांपैकी एकाने दुसऱ्याला कथा सांगायला सुरुवात केली. तशी ऐकणारा सांगणाऱ्याला म्हणाला, अगदी छानपैकी गोष्ट सांगा. त्यावर सांगणारा म्हणाला, ''तशीच गोष्ट मी तुला सांगणार आहे, पण तू सावध चित्तानं लक्ष देऊन ऐकली पाहिजेस. एक नवरा – बायकोची जोडी होती. त्यांना शिवशक्ति म्हणा किंवा प्रकृती आणि पुरुष म्हणा, किंवा त्यांना मूळ पुरुष किंवा मूळ माया समजा. त्या दोघांचे परस्परांवर प्रगाढ प्रेम होते. जणू ती दोन नव्हतीच. एकच होते. काही काळानंतर त्यांना एक मुलगा झाला. त्याचे नाव विष्णु. तो बुद्धिमान आणि चतुर होता. कालांतराने त्यालाही मुलगा झाला तो ब्रह्मदेव. या ब्रह्मदेवाने पित्याच्या पुढे प्रगती केली, व्याप वाढवला. त्याला अनेक मुलगे झाले, कितीतरी मुली झाल्या. त्याचा ज्येष्ठ चिरंजीव रुद्र हा रागीट होता. तो तसा अज्ञानीही होता. कुणी काही चुकला की तो त्याचा किंवा तिचा संहारच करी. पुत्र विष्णु हा पालनकर्ता, ब्रह्मदेव हा निर्माता आणि रुद्र तथा शंकर हा संहारकर्ता अशी बाप, पुत्र, नातू झाले. वंशवृद्धी झाली तसा वंशक्षयही चाललेला होता. अशा प्रकारे मूळ पुरुषाचा उदंड वंशविस्तार झाला. काळ मोठ्या आनंदात जात होता. हळूहळू वंश इतका वाढला, इतका वाढला की त्याची मोजणी करणे अशक्य होऊन बसले. परिणामी वडिलांना कुणी मानेना.

।। जय जय रघुवीर समर्थ ।।

।। श्रीराम ।।

बाप लेंक नातु पणतु । सकळांचा जाला निपातु ।।
कन्या पुत्र हेतु मातु । अणुमात्र नाहीं ।।
ऐसी काहाणी निरंतर । विवेकें ऐकती जे नर ।।
दास म्हणे जगदुद्धार । तेचि करिती ।।

असा वंशविस्तार झाला, खरा परंतु वडील माणसांचा सन्मान कुणी करीनासे झाले. त्यांना कुणी मानीना. परस्परांविषयी प्रेम आटत गेले, भांडणे सुरू झाली. एकमेकांबद्दलचा विश्वास संपून संशय मनोमनी निर्माण झाले. मोठ्या माणसांचीही वादावादी सुरू झाली. अंदाधुंदी पसरून यादवांचा जसा नाश झाला तसा त्यांचाही शेवट झाला. बाप, लेक, पणतू सर्वांचा नि:पात झाला. कुणाची नावनिशाणीही उरली नाही. या कथेचा जो विचार करतो तो जन्ममृत्यूच्या चक्रातून मुक्त होतो. श्रोता आणि वक्ता दोघांनाही धन्य करणारी ही कहाणी आहे. आमची कहाणी सरो, तुमचे अंतरी भरो आणि या कहाणीचे कोणीतरी विवरण करो. चुकतमाकत जेवढे आठवले, लक्षात आले तेवढे सांगितले, काही राहिले असेल तर श्रोत्यांनी क्षमा करावी. ही अशी कहाणी जे विवेकबुद्धीने ऐकतात, स्वामींच्या मते तेच जगदुद्धार करतात. या जगद् उद्धाराचे नीट निरुपण करायला हवे, विवरण करायला हवे. विवरण करताना आपले अनुभव लक्षात घ्यावेत. अनेक तत्त्वरहस्याचा उलगडा करीत जावा आणि समजून घेता घेता नि:संदेह म्हणजे संशयरहित व्हावे. तत्त्वे इतके आहेत की, त्याचा गोंधळ होतो आणि त्या गोंधळात शांती कोठून मिळणार ? यासाठी गडबड गोंधळापासून दूर जावे. सूक्ष्म विषयावरील संभाषण वारंवार विवरण करीत जावे.

।। जय जय रघुवीर समर्थ ।।

॥ श्रीराम ॥

जें बोलिजेती पंचतत्त्वें । त्यांची अभ्यासाया नांवें ॥
तदुपरी स्वानुभवें । रुपें जाणावीं ॥
ऐसा पाच भुतांचा विस्तार । नासिवंत हा निर्धार ॥
शाश्वत आत्मा निराकार । सत्य जाणावा ॥

जी पंचतत्त्वे म्हणून म्हटली जातात त्यांचा आधी अभ्यास करावा, त्यानंतर अनुभवाशी मेळ जमवून त्याची रूपे जाणून घ्यावीत. या तत्त्वात शाश्वत कोणती झाली, अशाश्वत कोणती हे नीट जाणून घ्यावे. पंचमहाभूतासंबंधी आता मी सविस्तर सांगतो ते सावधपणे ऐका. पृथ्वी, आप, तेज, वायु आणि आकाश ही ती पंचमहाभूते. पृथ्वी म्हणजे साक्षात धरित्री किंवा धरणी, आप म्हणजे पाणी, तेज म्हणजे अग्नी, सूर्य, जे जे तेजस्वी आहे ते तेज. वायु म्हणजे वारा, आकाश म्हणजे सगळा पैस पोकळ पसारा अवकाश. आता यापैकी शाश्वत काय आणि अशाश्वत काय याचा मनाशी विचार करा. शितावरून भाताची परीक्षा होते, त्याप्रमाणे अनुभवाने वर्म जाणून घ्यावे. पृथ्वी रचते आणि खचते हे तर आपल्या अनुभवाला येते. या सृष्टीमध्ये तऱ्हेतऱ्हेच्या रचना सतत घडत असतात. म्हणून जे निर्माण होते ते नाहीसे होते. रचते ते खचते. पाणीही आटून जाते. सूर्य मावळतो. अग्नी विझतो. वारे वाहून जातात. आकाश नाममात्र आहे त्याचाही विचार करता ते टिकत नाही. एवढेच नव्हे तर, पंचभूते चिरकाल टिकतील असे घडणार नाही. असा हा पंचभूतांचाच विस्तार नाशवंत आहे. शाश्वत टिकणारा आहे, तो आत्मा, जो निराकार आहे. पण तो आत्मा ज्ञानाशिवाय कुणालाही कळत नाही, यासाठी संतांशी सल्लामसलत करावी. निराकारात आकार आणि आकारात निराकार असतो. पण नेमके काय हे विवेकबुद्धीलाच समजते.

॥ जय जय रघुवीर समर्थ ॥

।। श्रीराम ।।

विचारितां सज्जनांसी । ते म्हणती कीं अविनासी ।।
जन्म मृत्यू आत्मयासी । बोलोंच नये ।।
परमात्मा तो निराकार । जाणिजे हा विचार सार ।।
आणि आपण कोण हा विचार । पाहिला पाहिजे ।।

संतसज्जनांना जर आपण आत्मस्वरूपाविषयी विचारायला गेलो तर ते सांगतील, आत्मा अविनाशी आहे. आत्म्याच्या बाबतीत जन्म आणि मृत्यू ही भाषा बोलूच नये. निराकारात आकार आणि आकारात निराकार दिसतो, पण आकार कोणता आणि निराकार कोणता हे विवेकाने जाणावे. सारामध्ये असार भासते आणि असारात सार भासते असा हा सारासार विचार शोधून पाहावा. पंचमहाभूतात्मक सृष्टी ही मायिक, मिथ्या आहे. तरी ती नाना रूपात दिसते. पण आत्मा मात्र सर्व जगास व्यापून आहे. चारही भूतात घनदाट असे भरले आहे ते आकाश जसे सघन भरलेले आहे, तसे गगनात घनदाट निराकार ब्रह्म भरलेले आहे. अगदी बारकाईने विचार केला तर आकाश आणि ब्रह्म ही अभिन्न नाहीत. परमात्मा हा निराकार आहे हा विचार निरंतर मनात ठेवावा. ज्या वेळी शरीराचा शेवट होतो, मृत्यू होतो, त्यावेळी श्वास म्हणजे वायु जातो. यावर विश्वास नसेल, तर काही वेळ श्वास कोंडून बघा, जीव कासावीस होईल. श्वास थांबल्यावर देह पडतो, देह पडला की त्यास म्हणतात मढे. मढ्याकडून कधीही कसलेच कर्तृत्व घडत नाही. देहाशिवाय श्वास वा श्वासाशिवाय देह काहीच करू शकत नाही. वरवर पाहता मनुष्य देह दिसतो पण प्रत्यक्ष ते पंचमहाभूतांचे एक नाशवंत गाठोडे असते. अविचार हा अंधारासारखा तर विचार हा प्रकाशासारखा असतो. जिथे विचार नाही तिथे काही नाही. स्वत:ला कर्ता समजले तर सर्व काही आपल्या इच्छेप्रमाणे घडले पाहिजे. पण तसे होत नाही.

।। जय जय रघुवीर समर्थ ।।

।। श्रीराम ।।

जड अनेक आत्मा येक । ऐसा आत्मानात्मविवेक ।।
जगा वर्तविता जगन्नायक । तयास म्हणावें ।।
अर्थासारिखा आत्मा होतो । जिकडे नेला तिकडे जातो ।।
अनुमानें संदेहीं पडतो । कांहीयेक ।।

जे निश्चल, निर्मळ आणि निराभास आहे त्याला आकाशाचा दृष्टांत देता येईल. आकाश म्हणजे अवकाश, पोकळी, आधी पोकळी मग पदार्थ हे अनुभवाने हे समजते. अनुभवाशिवाय बाकी सर्व व्यर्थ आहे. ब्रह्म निश्चल तर आत्मा चंचल. ब्रह्माला घटाकाशाचा दृष्टांत देतात तर घटामध्ये आत्म्याला प्रतिबिंब असा दृष्टांत देतात. जे जे उत्पन्न झाले ते भूत ते सर्व नाशवंत. अज्ञान म्हणजे जड माया जणू कापूर, तर आत्मा हा अग्नि. दोन्ही जळतात आणि विझतात. जडातले अनेकत्व आणि आत्म्यातले एक तत्त्व ओळखणे म्हणजे आत्मानात्मविवेक. आत्मा हा जगाचे व्यवहार चालवित असल्याने त्याला जगन्नायक म्हणण्यास प्रत्यवाय नाही. जे निश्चल असते ते परब्रह्म असते. विमल ब्रह्म – हे भ्रमावेगळे असते. आत्मानात्मविचारापेक्षा सारासार विचार श्रेष्ठ, अर्थाची वरवरची पायरी लागली तर अंतरात्मा चढत परब्रह्माकडे जातो आणि उतरती दिशा लागली तर परत जन्ममरणाच्या फेर्यात अडकतो. अर्थाप्रमाणे आत्मा होत असतो, त्याला जिकडे न्यावे तिकडे तो जातो आणि अनुमान अंदाजाच्या मार्गाला लागला तर संशयी होतो. अर्थाच्या बर्यावाईटाप्रमाणे आत्मा होतो. अर्थात ओघ नवरसांनी युक्त असला तर श्रोते त्याच्याशी एकरूप होतात. जर चावटपणा असेल तर श्रोतेही चाट म्हणजे चावट बनतात. निसर्गाच्या बाह्यरूपाप्रमाणे सरडा हा प्राणी जसा रंग बदलतो तसे आत्म्याचेही आहे. म्हणून नेहमी उत्तम मार्गाचा अवलंब करावा.

।। जय जय रघुवीर समर्थ ।।

।। श्रीराम ।।

जें जें देखिलें आणि ऐकिलें । तें अंतरी सदृढ बैसले ।।
हित अनहित परिक्षिले । परीक्षवंती ।।
कर्त्यासी वोळखावें । यास विवेक म्हणावें ।।
विवेक सांडितां व्हावें । परम दुःखी ।।

उत्तम चविष्ट रूचकर पदार्थाविषयी किंवा अन्नाविषयी बोलणे निघाले तर मन त्याच्याशी एकरूप होते. एखाद्या लावण्यवती स्त्रीचे वर्णन केले तर मन तदाकार होते. अशा पदार्थांचे किती वर्णन करावे? पण प्रत्यक्षात असे आहे की नाही हे अनुभवाने समजून घ्यावे. आपण डोळ्यांनी जे पाहतो आणि जे ऐकतो ते मनात घट्टपणे रुजून बसते – यापैकी हिताचे काय आणि अहिताचे काय याची परीक्षा परीक्षकच करू जाणे. यासाठी बाकी सर्व सोडून देवाचा शोध घ्यावा. तरच काही मर्म ध्यानात येईल. परमेश्वराने अनेक सुखे निर्माण केली आहेत पण त्या विश्वनिर्मात्यालाच लोक विसरतात, आणि जन्मोजन्मी विसरतच जातात. अन्य सर्व गोष्टी सोडून केवळ माझा शोध घ्या असे ईश्वराने सांगितले आहे. पण देवाचा हा शब्द लोक पाळत नाहीत. त्यामुळे परिणामी त्यांना निरनिराळ्या प्रकारची दुःखे भोगावी लागतात, त्यांना कष्टात काळ घालवावा लागतो. त्यांना आपल्याला सुख प्राप्त व्हावे असे वाटत असते. परंतु ती त्यांची इच्छा पूर्ण होत नाही. खरं तर मानवाजवळ सुखाचा मोठा संचय आहे पण अज्ञानामुळे तो त्या सुखाला पारखा होतो. सुखाची आशा करीतच तो मरून जातो. शहाण्या माणसाने असे करू नये. देवाचा शोध घेण्यासाठी ब्रह्मांडापर्यंत पोचावे. ईश्वरप्राप्ती झाली की सुखाला काय कमी? अविवेकाने वागून दुःखाचे धनी न होता विवेकाने वागून सुख मिळवावे. जो या सृष्टीचा कर्ता आहे त्याला ओळखणे म्हणजे विवेक आणि त्यातच आपले कल्याण सामावले आहे.

।। जय जय रघुवीर समर्थ ।।

।। श्रीराम ।।

श्रोता म्हणे वक्तयासी । कोण कर्ता निश्चयेंसीं ।।
सकळ सृष्टि ब्रह्मांडासी । कोणें केलें ।।
तंव बोलिले सभानायक । जे बोलिके येकाहून येक ।।
या बोलण्याचें कौतुक । श्रोती सादरें ऐकावें ।।

श्रोत्यांपैकी एकाने वक्त्याला विचारले ही सृष्टी आणि ब्रह्मांड कोणी केले हे निश्चयपूर्वक सांगा. त्यावर त्या सभेत जमलेले एकापेक्षा एक चतुर श्रोते आपापली मते, कल्पना, विचार सांगू लागले. एकजण म्हणाला, "या सर्व सृष्टीचा कर्ता देव आहे." तशी दुसऱ्याने विचारले, "कोणता देव ?" तशी जो तो आपल्याला श्रद्धेप्रमाणे निष्ठेप्रमाणे उत्तम, मध्यम, कनिष्ठ देवांना कर्तेपण देऊ लागला. ज्याची उपासना, ज्या देवाची भक्ति जो माणूस करतो त्याला तोच देव श्रेष्ठ वाटतो यात शंका नाही. एकाने मत प्रदर्शित केले की या विश्वाचा कर्ता मंगलमूर्ती श्रीगणेश आहे, तर दुसरा उद्गारला, "छे, हे तर सरस्वतीचे कर्तृत्व." मग एकजण सरसावून म्हणाला, "नाही भैरव हा सृष्टिकर्ता" तर दुसरा ओरडला 'खंडेराव', तिसरा बोलला 'वीरदेव' तर चौथ्याला वाटले भगवतीच सृष्टीकर्ती. मग एक एक जण सांगू लागला. नरहरी, बनशंकर, नारायण, श्रीरामचंद्र, श्रीकृष्ण, केशवराज, श्रीरंग अशी एक एक नावे सृष्टिकर्त्याची म्हणून एक एक जण सांगू लागले. मग मात्र एकाने झोटिंग आणि मुंज्याला सृष्टीकर्ता केले, तर एकाने सूर्य, दुसऱ्याने अग्नी, लक्ष्मी, मारुती, तुकाई, यमाई, सटवाई, भार्गव, वामन, वीरण्णा, बसवेश्वर, रेवणसिद्ध, रवळनाथ, कार्तिकस्वामी, व्यंकटेश, गुरुदेवदत्त, ब्रह्मदेव, विष्णु, पर्जन्य, वायु, अशीही नावे घेतली, तर कुणी म्हणू लागले परमात्मा हाच केवळ कर्ता आहे.

।। जय जय रघुवीर समर्थ ।।

।। श्रीराम ।।

ऐसा कर्त्याचा विचार । पुसतां भरला बाजार ।।
आतां कोणाचें उत्तर । खरें मानावें ।।
केलें तें अवघेंचि लटिकें । तरी कर्ता हे बोलिणेंचि फिकें ।।
वक्ता म्हणे रे विवेकें । बरें पाहा ।।

आणखी एकजण म्हणाला, ब्रह्मदेव, विष्णु आणि महेश हेच कर्ते आहेत. तर एकाला काही सुचेना तो म्हणाला, ''कोण कर्ता आहे कोणाला माहीत ?'' सृष्टीकर्त्याविषयी प्रश्न विचारल्यावर उत्तराचा असा बाजार भरला. आता यापैकी कुणाचे उत्तर खरे समजायचे ? तो ज्या देवावर श्रद्धा ठेवतो, त्यालाच तो कर्ता मानतो अशी स्थिती आहे. पण अनेक देवांना मानणाऱ्यांच्या मनातला गोंधळ काही दूर होत नाही. आता कर्त्याचा विचार करताना एक गोष्ट लक्षात घेतली पाहिजे की कर्त्याने जे निर्माण केले ते आधी असता कामा नये. ब्रह्मदेवादिक देव हे पंचाभूतात्मक आहे. तेव्हा जे पंचभूतांचे अंश त्यांनीच पंचभूते केली हे सयुक्तिक नाही. निर्गुणाला कर्तेपण देता येत नाही. सगुण ही निर्मिती असल्याने त्याला कर्ता म्हणता येत नाही. तेव्हा या लटक्याचा कर्ता कोण हा प्रश्नच चुकीचा आहे. ही सृष्टीरचना स्वाभाविक, निसर्गक्रमाने झाली असे म्हणणेच योग्य ठरेल. ही पंचभूतात्मक सृष्टी जी आहे ती सगुण आहे. तर ब्रह्म निर्गुण. मग या दोघांपैकी कोणाकडे कर्तेपण द्यावे ? सगुणाने सगुण केले असे तर म्हणता येत नाही, निर्गुण कर्ता होऊच शकत नाही. सारांश इथे कर्ताच कळत नाही. अनुमान करावे लागते की दिसणारे विश्व खरे नाही. जे केले ते सगळे खोटे, लटके. त्याचा कर्ता कोण हे बोलणे निरर्थक आहे. याचा जर नीट विवेकाने विचार केला तर हेच उत्तर सापडते, मग मतामतांचा गलबला करू नये हेच खरे.

।। जय जय रघुवीर समर्थ ।।

।। श्रीराम ।।

आत्मयास शरीरयोगें । उद्वेग चिंता करणें लागें ।।
शरीरयोगें आत्मा जगें । हे तो प्रगटचि आहे ।।
नाडीद्वारा धांवे जीवन । जीवनामध्यें खेळे पवन ।।
त्या पवनासरिसा जाण । आत्माहि विवरे ।।

आत्म्याला शरीरामुळे उद्वेग, चिंता यांना तोंड द्यावे लागते. आत्म्याचे अस्तित्व शरीरामुळेच असते हे सर्वांना माहीत आहे. जर देहाने अन्न भक्षण केले नाही तर आत्मा कधीच जगू शकणार नाही आणि आत्म्याशिवाय देहाला चैतन्य कसे प्राप्त होणार ? आत्मा आणि शरीर परस्परावलंबी असतात. एकाशिवाय दुसऱ्याला अर्थ नाही. दोघांच्या एकत्रित येण्यानेच कार्य घडते. देही चैतन्याचा अभाव असेल तर आत्मा काही एखादी वस्तु उचलीत नाही. स्वप्नात भोजन केले तर पोट थोडेच भरणार ? आत्मा स्वप्नात गेला तरी देहाचे चलवनलन सुरू असल्याने झोपेत तो अंग खाजवतो. हा चमत्कारच नाही का ? अन्नरसाने शरीर आणि बुद्धि दोन्ही वाढते पण वृद्धपणी दोन्ही कमी होऊ लागतात. मादक पदार्थ खाण्याचे काम शरीर करते. त्याचा अंमल होऊन जीव भ्रमिष्ट होतो, तो बेभान आणि बेशुद्ध होतो. देहाने समजा विषप्राशन केले तर देहासंगे आत्माही निघून जातो. देहाच्या संगतीमुळे नाना सुखदु:खे शरीराला भोगावी लागतात. मुंग्यांच्या वारुळासारखे हे शरीर पोकळ आहे. शरीरात लहान मोठ्या नाड्यांची भाऊगर्दी आहे. नाड्या म्हणजे पोकळ वाट. शरीरातील नाड्यातून जीवन आणि पवन दोन्ही वाहात असते आणि या पवनाबरोबर आत्माही विहरत असतो. तहान लागली की आत्मा शरीराला उठवून पाण्याकडेच नेतो. भूक लागली हे आत्म्यालाच प्रथम कळते. पत्नीच्या शरीरातील आत्मा नवऱ्याला स्वयंपाक झाल्याचे सांगतो. मग तो सोवळे नेसून घाईघाईने येऊन पानावर बसतो. हाताने घास घेतो, दाताने चावतो, अन्नाची चव घेतो, खडा, केस लागला तर काढून टाकतो.

।। जय जय रघुवीर समर्थ ।।

॥ श्रीराम ॥

देहीं सुखदुःख भोक्ता । तो येक आत्माचि पाहतां ॥
आत्म्याविण देह वृथा । मडें होय ॥
येक अस्तां उदंड घडे । वेगळें पाहता काहींच न घडे ॥
विवेकें त्रैलोकीं पवाडे । देहात्मयोगें ॥

जेवता जेवता त्याला पदार्थ अळणी लागला तर बायकोला रागेजून म्हणतो, ''काय गं, मीठ नाही घातलंस वाटतं ?'' गोड लागलं की आनंदित होतो पण गोड लागलं नाही तर चिडतो. एखादी गोष्ट मनाविरुद्ध झाली तर त्याच्या आत्म्याला क्लेश होतात. नाना पदार्थांच्या नाना चवी घेतो, तिखट लागले की संतापून विचारतो, मिरपूड किती घातलीस ? तूप पोटात जास्त गेल्याने तहान लागली की तांब्या उचलून घटाघट पाणी पितो. यावरून एक गोष्ट लक्षात येईल की देहामधील सुखदुःखाचा भोक्ता आत्माच आहे. आत्म्याशिवाय शरीर म्हणजे निव्वळ, मढे, प्रेतच ! या त्रिभुवनात जेवढ्या व्यक्ती आहेत त्यांच्या अंतरंगात आत्माच आहे. जगात जगदात्मा, विश्वात विश्वात्मा आणि सर्व काही सर्वात्मा नाना रूपांनी चालवतो. वास घेतो, चव पाहतो, कानांनी ऐकतो, डोळ्यांनी पाहतो, मऊ काय घट्ट काय हे ओळखतो, त्याला थंडी ऊन कळते. सावधपणे जीवात्मा अनेक गोष्टी करीत असतो. वाऱ्याबरोबर येणारा सुगंध किंवा धूळ यथाकाल नाहीशी होते. वायुमुळे रोग, धूर, धुकटे येतात पण यातील काहीच टिकत नाही. शरीर सुस्थितीत तर आत्मा सुस्थितीत. देहामुळेच आत्म्याची जी वासना असते ती समाधान पावते. वायु आवाज करतो, आत्मा शांत असतो. आत्मा आणि देह एकत्र असले म्हणजे अनेक कार्ये होतात. आत्मा वायुपेक्षा चपळ आहे, कठीण नसूनही तो कशाचाही भेद करतो. देह हे आत्म्यापर्यंत पोहोचण्याचे माध्यम आहे. देह व आत्मा एकत्र असले की उदंड घडते, वेगळे असल्यास काही घडत नाही. त्यांच्या संयोगामुळे पुरुष त्रैलोक्यात गाजतो.

॥ जय जय रघुवीर समर्थ ॥

॥ श्रीराम ॥

रायापासून रंकवरी । अवघ्या मनुष्यांचिया हारी ॥
सगट समान सरी । कैसी करावी ॥
पुण्यात्मा आणि पापात्मा । दोहींकडे अंतरात्मा ॥
साधु भोंदु सीमा । सांडूंच नये ॥

पाने, फुले, फळे, खडे, हिरे, मोती, कवड्या यांच्या माळा दोऱ्याने करता येतात. सर्व प्रकारच्या माळा सुताने, दोऱ्याने करता येतात. पण हे दोर असेल तर होते. सूत नसेल तर हे सर्व इकडे तिकडे विस्कळीतपणे उरते. दोऱ्यात मणी ओवला तर दोरा जसा मण्यामध्ये राहतो त्याप्रमाणे आत्मा देहात राहतो. पण दोरा हा मण्यात फक्त मधे राहतो, आत्मा मात्र सर्वत्र भरून राहिलेला आहे. अनेक फुलवेलीत पाण्याचा अंश असतो, ऊसात रस असतो पण ऊस आणि चिपाड एक नव्हे. देह अनात्मा तर देहात राहाणारा आत्मा. त्यापेक्षा परमात्मा श्रेष्ठ आहे. राजापासून रंकापर्यंत सर्वच माणसे, पण म्हणून ती सर्वसमान नाहीत. या जगात देव, दानव, मानव, तीच योनी, हीन जीव, पापी, पुण्यवान् असे अनेक भेदाभेद आहेत. परमेश्वराच्या केवळ एक अंशाने जग चालले आहे. प्रत्येकाचे सामर्थ्य निराळे आहे. एखाद्याला सत्संगाने स्वर्ग मिळतो तर दुसऱ्याला कुसंगतीने नरक प्राप्त होतो. साखर आणि हिरे दोन्ही एकप्रकारे जमिनीद्वारेच मिळतात पण साखरेऐवजी हिरे खाता येत नाहीत. सापाचे विष आणि पाणी दोन्ही द्रवपदार्थ पण म्हणून विष कुणी पिईल काय ? अंतर एक खरे पण म्हणून मनुष्य आणि गिधाडे, राजहंस आणि कोंबडे, राजा आणि माकडे एकच कशी म्हणावीत ? गंगाजल आणि वस्त्र धुतलेले पाणी, दोन्ही पाणीच पण गंगाजल पिववते, घाण पाणी सहन होत नाही. एखादा पंडित, बुद्धिमान माणूस, अति चावट पोरे समान नव्हेत. यासाठी आपले आचरण शुद्ध असले पाहिजे. शुद्ध विचार, वैराग्य आणि समंजसपणा आपल्यापाशी असला पाहिजे.

॥ जय जय रघुवीर समर्थ ॥

।। श्रीराम ।।

तैसें निंद्य सोडून द्यावें । वंद्य तें हृदई धरावे ।।
सत्कीर्तीने भरावे । भूमंडळ ।।
याकारणे मनोगत । राखेल तो मोठा महंत ।।
मनोगत राखता समस्त । वोढोनी येती ।।

एखाद्या भित्र्या आणि घाबरट माणसाला शूर माणसांपेक्षा अधिक शूर समजले तर लढाईच्या वेळी चांगलाच फजितवडा होतो. एखाद्या धनिकाची सेवा करण्याऐवजी गरिबाची सेवा केली तर काय मिळणार ? एका पाण्यापासून सर्व काही निर्माण झाले हे जरी खरे असले तरी दिसेल ते खावे असे नाही, असे केले तर तो मूर्खपणाच होईल. पाण्यापासून अन्ननिर्मिती होते. तर वमन प्राशन कुणी करीत नाही. त्याप्रमाणे जे निंद्य आहे ते सर्व सोडून द्यावे आणि जे वंद्य आहे ते हृदयी धरावे. जे उत्तम असतात त्यांना उत्तम गोष्टी आवडतात. हीनपणा किंवा कनिष्ठता अवलंबणे म्हणजे करंटेपण होय. तेव्हा करंटेपणाचा त्याग करावा. हरिकथा, पुराणश्रवण, नीतीन्यायाने वागणे हे धरावे. विवेकबुद्धीने वागावे, सर्वांना राजी ठेवावे. संतुष्ट राखावे. त्यांना हळूहळू पुण्यशील करावे. मुलांना शिकवताना ज्याप्रमाणे आपण त्यांच्या चालीने चालतो, त्यांच्या बोलीने बोलतो, त्याप्रमाणे लोकांना त्यांचा वकूब लक्षात घेऊन शिकवावे. साम, दाम, दंड, भेद जाणून जो लोकमानस जाणतो तो चतुर म्हणावा लागेल. वेड्याला वेडा म्हणू नये. दुसऱ्याचा कमीपणा कधीही बोलून दाखवू नये, असे केले तरच नि:स्पृह पुरुषाला विजय प्राप्त होतो. काही वेळेस चमत्कारिक प्रसंग येतात. त्यावेळी नीट विचार करून गुंता सोडवावा. सर्वांशी मित्रभाव असावा. परस्परांचे मन जोडावे. तोडले तर वाईट अवस्था होते. यासाठी दुसऱ्याचे मन जाणून राखील तर तो मोठा महंत. मन सांभाळले तर लोक आपोआप येतात.

।। जय जय रघुवीर समर्थ ।।

।। श्रीराम ।।

ऐका निस्पृहाची सिकवण । युक्ति बुद्धि शहाणपण ।।
जेंणें राहे समाधान । निरंतर ।।
पोटीं चिंता धरू नये । कष्टें खेद मानू नयें ।।
समई धीर सांडू नये । कांहीं केल्या ।।

युक्ती, बुद्धी आणि शहाणपण ज्यामुळे निरंतर टिकून राहाते ती नि:स्पृहाची शिकवण ऐका. सोपा मंत्र पण नेमस्त, रामबाण ठरेल. जसे साधे सोपे औषध तसे माझे हे साधे बोलणे आहे. या शब्द औषधाने अवगुण तत्काळ जातात, उत्तम गुणांची प्राप्ती होते. तेव्हा श्रोत्यांनी त्याचे साक्षेपाने सेवन करावे. मनुष्याने शक्य तर नि:स्पृहतेचा अवलंब करू नये, केला तर ती सोडू नये आणि सोडली तर परिचितात संचार करू नये. स्त्री दृष्टीसमोर ठेवू नये, स्त्रीविषयी लोलुपता नसावी, भोगाची इच्छा धरू नये आणि वाकडे पाऊल पडलेच तर आपले तोंड कुणाला दाखवू नये. एका ठिकाणी फार काळ राहू नये, कानकोंडे होऊ नये, स्त्रिया आणि पैसा याच्याकडे आशाळभूतपणे पाहू नये. आचारभ्रष्ट होऊन कुणी पैसे दिले तर घेऊ नयेत. कुणी बोलेल असे वागू नये. भिक्षेची लाज नसावी, फार भिक्षा घेऊ नये. आपली ओळख सहसा सांगू नये. मळके वस्त्र नेसू नये, गोड अन्न खाऊ नये, प्रसंग पाहून वागावे. दुराग्रही असू नये. भोगात मन रमवू नये, शरीराला काही दु:ख झाले तर रडू चिडू नये, पुढच्या जन्माचा विचार करू नये. आलेली विरक्ति कमी होऊ देऊ नये. करुण रसाने भरलेले कीर्तन ऐकत रहावे. सगुणमूर्तीचा प्रेमतंतु मोडू नये. उगीच काळज्या करीत बसू नये, थोडे कष्ट झाले तर तणतणू नये, कसलाही कोणताही प्रसंग आला तरी धीर सोडू नये. कोणी अपमान केला तर खेद वा खंत करू नये, टोचून बोलले तरी दु:खी होऊ नये, कुणी धिक्कार केला तरी झुरत बसू नये, कुणी खिजविले तर खिजू नये.

।। जय जय रघुवीर समर्थ ।।

।। श्रीराम ।।

शुद्धमार्ग सोडू नये । दुर्जनासीं तंडों नये ।।
संबंध पडो देऊ नये । चांडाळासी ।।
कर्ममार्ग सांडू नये । वैराग्य मोडूं देऊं नये ।।
साधन भजन खंडू नये । कदा काळीं ।।

आपण नेहमी सन्मार्गाने चालावे. दुष्ट दुर्जनांशी भांडणतंटा करण्याच्या भरीस पडू नये. सतत मनात राग धरू नये. कुणी भांडण उकरून काढलेच तर भांडण टाळावे. कनिष्ठांशी संबंध पडू देऊ नये. आपली स्थिती आहे तशीच ठेवावी. कुणी हसविण्याचा प्रयत्न केला तर हसू नये. निष्कारण बडबड करू नये. दरवेळी कुणी कुठे चलण्याचा आग्रह केला तर जाऊ नये. एकाच पोषाखात सतत राहू नये, एकाच प्रकारची भूषा किंवा थाट करू नये. एका स्थळी सतत राहू नये. भ्रमण करावे. उगीच कुणाशी अधिक मैत्री करू नये, कुणाचे दान स्वीकारू नये, फार वेळ सभेत बसू नये. उगीच भलतेसलते नियम करू नयेत, नित्याचा जो अभ्यास असेल तो बुडू देऊ नये. काही झाले तरी कुणाचे दास्य पत्करून स्वातंत्र्य गमावू नये. आपण नेहमी निरपेक्ष राहावे. आपल्याला वैभव प्राप्त व्हावे अशी मनात इच्छा प्रकट होऊ नये यासाठी कुणाचे वैभव पाहू नये. उपाधीच्या सुखात गुरफटू नये, एकांताचा भंग करू नये. मर्यादा सोडून वागू नये, लोकांची लाज धरू नये. कशाचीही आसक्ती बाळगू नये. जी काही परंपरा असेल तिचा भंग करू नये आणि ज्ञानमार्गापासून वंचित होऊ नये. आपला जो कर्ममार्ग असेल तो सोडू नये, वैराग्य उणावू देऊ नये, साधना आणि भजन यात खंड पडू देऊ नये. कुणाशीही अति वादावादी करू नये, अनीतीने वागू नये, रागेजून भलतेच काहीतरी करून बसू नये. ज्याला आपले काही ऐकायचे नाही त्याला ऐकविण्याचा अट्टहास धरू नये, दुसऱ्याला कंटाळा येईल अशी बडबड करीत राहू नये. एका स्थळी फार काळ वास्तव्य करू नये.

।। जय जय रघुवीर समर्थ ।।

।। श्रीराम ।।

स्वतंत्रता मोडूं नये । निरापेक्षा तोडूं नये ।।
परापेक्षा होऊ नये । क्षणक्षणा ।।
सावधपण सोडूं नये । व्यापकपण सांडूं नये ।।
कदा सुख मानू नये । निसुगपणाचें ।।

एखादी उपाधी मागे लावून घेऊ नये. घेतली तर तीत गुंतू नये, तिची आसक्ती बाळगू नये. उगीच स्वतःला मोठा, शहाणा समजू नये. आपल्याला काही मानसन्मान मिळावा अशी अपेक्षा करू नये. साधेपण सोडू नये. स्वतःकडे नेहमी कमीपणा घ्यावा. निष्कारण अंगी अभिमान बाळगू नये. आपल्याला कुठलाही अधिकार नसताना उपदेश करू नये. तसेच ज्याला उपदेश नको आहे त्याला उपदेश करण्याच्या फंदात पडू नये. परमार्थाला मिंधेपण आणू नये. कठीण अशा वैराग्याचा त्याग करू नये, अभ्यासाला पारखे होऊ नये. कुणालाही कठोर शब्द वापरून दुखवू नये किंवा जी आज्ञा अंमलात आणणे कठीण आहे अशी आज्ञा करू नये. कृतीवाचून बोलू नये, कुठेही आसक्त होऊ नये. शिष्यांकडे काही मागू नये. विषयवासनेपासून दूर रहावे. उर्मटपणे बोलू वागू नये. स्वच्छंदी बनू नये, ऐश्वर्य प्राप्त झाले तर गर्विष्ठ होऊ नये. कोणतेही काम हलके समजू नये, रागाच्या आधीन होऊ नये. स्वतःला मोठे समजून चुकीच्या मार्गाने जाऊ नये. कोणतीही गोष्ट नीट कळल्याशिवाय बोलू नये. उगीच अनुमान अंदाज बांधत बसू नये. आपल्या अज्ञानात आनंद मानावा. सावधपणा कदापि सोडू नये. व्यापकपण असावे आणि अकस्मात सुख मानू नये. मनात संशय धरू नये. स्वार्थासाठी कोणास कसली आज्ञा करू नये आणि ती करावी लागली तर केवळ स्वतःचा फायदा पाहू नये. प्रसंग पडल्याशिवाय निष्कारण बोलू नये, उगीचच गात सुटू नये. विचार न करता अविचारी मार्गाचा अवलंब करू नये.

।। जय जय रघुवीर समर्थ ।।

।। श्रीराम ।।

परोपकार सांडू नये । परपीडा करूं नये ।।
विकल्प पडो देऊ नये । कोणी येकासी ।।
सोइरिकींत पडों नये । मध्यवर्ती घडो नये ।।
प्रपंचाची जडों नये । उपाधी आंगी ।।

आपली परोपकारी वृत्ती सोडू नये. इतरांना त्रास, पीडा देऊ नये. दुसऱ्याच्या मनात आपल्याविषयी शंकाकुशंका निर्माण होतील असे वर्तन असू नये. स्वत:ला शहाणे समजू नये. पैशासाठी कीर्तने करीत दारोदारी हिंडू नये. उगीच संशय येईल असे बोलू नये. न झेपणारे निश्चय करू नयेत आणि ग्रंथांतर्गत गोष्टीची नीट माहिती असल्याशिवाय ग्रंथ सांगण्यास धजावू नये. माहीत असताना प्रश्न विचारू नयेत, अहंभाव असू नये. मी सांगेन असे कुणालाच म्हणू नये. ज्ञानाचा गर्व करू नये, कुणाचा छळ करू नये. उगीच कुणाशी वितंडवाद करू नये. स्वार्थ बुद्धी जडू देऊ नये, कुणाच्या भानगडीत पडू नये, राजकारणात भाग घेऊ नये. कुणालाही शब्द देऊ नये, कुणाला ओझे होईल अशी भिक्षा मागू नये, भिक्षेसाठी परमार्थाचा बाजार करू नये. कुणाची लग्ने जमवू नयेत. सोयरिकी करण्याच्या फंदात पडू नये किंवा मध्यस्थाची भूमिकाही करू नये. कोणत्याही कारणामुळे प्रपंचाची उपाधी लावून घेऊ नये. जिथे मेजवान्या किंवा जेवणाच्या पंगती उठत असतील तिथे जाऊ नये. पाहुणा आला असेल तर त्याच्याबरोबर आमंत्रण घेऊ नये. लग्न, श्राद्ध, पक्ष, षष्ठीपूजन, शांती, गर्भाधान, बारसे, ब्राह्मणभोजने, नवस व व्रते यांची उद्यापने अशा ठिकाणी भोजनाच्या निमित्ताने नि:स्पृहाने न गेलेले बरे किंवा जाऊच नये. वार लावून जेवू नये, पैसे घेऊन यात्रा करू नयेत.

।। जय जय रघुवीर समर्थ ।।

।। श्रीराम ।।

लग्नमुहुर्ती जाऊं नये । पोटासाठी गाऊं नये ।।
मोलें कीर्तन करूं नये । कोठेंतरी ।।
हे सिकवण धरितां चित्तीं । सकळ सुखे वोळंगती ।।
आंगी बाणे महंती । अकस्मात ।।

निःस्पृह माणसाने लग्नप्रसंगी बोलाविल्याशिवाय जाऊ नये. कुणी पैसे देतात म्हणून गाणे म्हणू नये किंवा कीर्तन करू नये. भिक्षेच्या व्रताची सांगता करू नये. पुजाऱ्याचे काम पगार घेऊन करू नये. पैसे घेऊन कुणासाठी सुकृत, पुण्यकर्म करू नये. कुठेही मठ बांधून तिथे राहून मठपती वगैरे होऊ नये. निःस्पृहाने सर्व काही करावे पण स्वतः त्यात सापडू नये. परस्पर भक्तिमार्ग उभारावा. कुणी काही बक्षिशी दिली तर ती घेऊ नये. मात्र प्रयत्न कधीही सोडू नये. आळस तर दृष्टीसमोरही आणू नये. उपासनेत खंड पडू देऊ नये. भजनमार्ग सोडू नये. उपाधीमध्ये पडू नये. पण पडल्यास ती अंगाला चिकटवून घेऊ नये. कोणत्याही गोष्टीचा अतिरेक करू नये. फार धावपळ करू नये. एका ठिकाणी फार काळ राहू नये. फार कष्ट करू नयेत पण आयतेपणा, ऐदीपणाही नसावा. फार बोलू नये किंवा अगदी घुमेपणाने, न बोलता राहू नये. फार अन्न खाऊ नये आणि उगीचच पाठोपाठ उपास करीत बसू नये. सारखं माणसात किंवा सतत अरण्यात राहू नये. संतसंग सोडू नये. विषयांचा फार भोग घेऊ नये किंवा पूर्ण त्यागही करू नये. वेगवेगळे अनुभव घेण्यासाठी धडपडू नये. किंवा अनुभवहीनही असू नये. स्वरूपाकडे बुद्धी नेण्याच्या सतत प्रयत्नात राहावे. बुद्धी नसेल तर सर्वत्र अंधार असतो. ज्ञातेपणा धरू नये पण ज्ञान घेतल्याशिवाय राहू नये. धर्माचा त्याग करू नये पण अति धर्माभिमानही खोटा. ग्रंथ नीट लिहावा, नीट वाचावा. निःस्पृहाने वक्तृत्व सोडू नये, तसेच भांडूही नये. ही शिकवण अंगी आणली तर सर्व सुखे लाभून महंतपण प्राप्त होते.

।। जय जय रघुवीर समर्थ ।।

।। श्रीराम ।।

भिक्षा मागोन जो जेविला । तो निराहारी बोलिला ।।
प्रतिग्रहावेगळा जाला । भिक्षा मागतां ।।
भिक्षा म्हणजे अमरवल्ली । जिकडे तिकडे लगडली ।।
अवकाळीं फळदायिनी जाली । निर्लज्जासी ।।

भिक्षानिरुपण नावाच्या समासात श्रीस्वामी समर्थ रामदास भिक्षेचे महत्त्व सांगतात. भिक्षा ही सर्वोत्तम असते. ब्राह्मणाची मुख्य दीक्षा म्हणजे भिक्षा मागणे. 'ॐ भवति भिक्षां देहि' या मंत्राचे अनुकरण केले पाहिजे. जो भिक्षा मागून जेवतो तो निराहारीच समजावा. भिक्षा मागितल्यामुळे दानाच्या दोषापासून तो मुक्त होतो. सज्जनांकडून भिक्षा घेऊन भक्षण केलेले असो वा दुर्जनांकडून, ते अमृतप्राशनच होय. असा हा भिक्षेचा महिमा आहे. भिक्षा ही सर्वोत्तम असते. प्रत्यक्ष परमेश्वरानेही भिक्षा मागितली आहे. श्रीदत्तात्रेय, गोरक्षनाथ वगैरे सिद्ध पुरुष, देवस्वरूप भिक्षा मागतात. भिक्षा मागण्यातून नि:स्पृहता प्रकट होते. वार लावून जेवणारा किंवा रोज एकाच घरी जेवणारा पराधीन होतो. एकदम आठवड्याची भिक्षा एकाच दिवशी मागणे कंटाळवाणे होते, रोज भिक्षा मागण्यात जे नावीन्य असते ते अशामुळे नष्ट होते. जो सतत भिक्षा मागतो त्याने नित्य नव्या ठिकाणी जावे, देशाटन करावे. मग त्याला परदेशही स्वदेश वाटतो. भिक्षा मागताना कटकट किंवा कुरकुर करू नये, लाजू नये, दमून जाऊ नये, फिरत राहावे. भिक्षा ही कामधेनु आहे. तिचे सदैव फळ मिळते. भिक्षेने ओळखी होतात, गैरसमज दूर होतात आणि सर्वजण आनंदाने भिक्षा घालतात. भिक्षा म्हणजे निर्भयता, स्वतंत्रता आणि ईश्वरप्राप्तीचा मार्ग. भिक्षा मागून जेवतो तो सदैव स्वतंत्र असतो. भिक्षा ही अमरवल्ली किंवा कल्पवेल असून तिला सर्वत्र फळे लागली आहेत. तिच्यामुळे अनेक लाभ होतात. निर्लज्जाला ती फलदायिनी असते. व्यापार आणि शेती यापेक्षा भिक्षेला अधिक प्रतिष्ठा आहे.

।। जय जय रघुवीर समर्थ ।।

।। श्रीराम ।।

कवित्व शब्दसुमनमाळा । अर्थ परिमळ आगळा ।।
तेणे संतषट्पदकुळा । आनंद होय ।।
कवित्व नसावे धीटपाठ । कवित्व नसावे खटपट ।।
कवित्व नसावे उद्धट । पाषांडमत ।।

कवित्व म्हणजे शब्दसुमनांचा सुगंधी हार आहे. तिच्यातून अर्थरूपी परिमल, सुगंध प्रकट होतो. त्यामुळे संतरूपी भ्रमरांना आनंद होतो. असा हार किंवा माळ अंत:करणपूर्वक गुंफून श्रीरामचरणी अर्पण करावी. या मालेतील दोरा हा ओंकार आहे तो तोडू नये. परोपकारासाठी अवश्य कवित्व करावे. भगवद्भक्ती होईल आणि वैराग्य घडेल अशी कवित्वाची युक्ती प्रथम वाढवावी. कृतीशिवाय ब्रह्मज्ञानाला संतसज्जन मानत नाहीत. यासाठी प्रथम अनुतापानें देव प्रसन्न करून घ्यावा. अशारीतीने देव प्रसन्न झाल्यावर जे जे बोलणे घडते ते प्रासादिक असते. धीट, पाठ आणि प्रासादिक असे कवित्वाचे तीन प्रकार असतात. धीट कवित्व म्हणजे जे जुलुमजबरदस्तीने केले, जे मनात आले ते रचले ते धीट काव्य म्हणून ओळखावे. ''दुसरा काव्य प्रकार म्हणजे पाठ म्हणजे निरनिराळे ग्रंथ वाचून पाठांतर करून त्यांच्यासारखी रचना आपणही केली म्हणजे पाठ. शीघ्र कवित्व म्हणजे जे पाहिले ते काव्यात वर्णिले, आणि भक्तिवाचून रचना केली तिलाही धीटपाठ म्हणावे, किंवा कामुक शृंगारिक, विनोदी, वीररसात्मक काव्य म्हणजेही धीटपाठच. मन कामासक्त झाले की तसेच लेखन होते त्याला धीटपाठ म्हणतात. पण धीटपाठाने परमार्थ होत नाही. पोट भरण्यासाठी एखाद्याच्या स्तुतीपर काव्यरचना म्हणजे धीटपाठ. कवित्व असे धीटपाठ नसावे, खटपटीने केलेले नसावे, उद्धट किंवा पाखंड नसावे. कवित्व हा वादाचा मुद्दा होऊ नये तसेच ते रसभंग करणारे, बेरंग करणारे, उपमा, उत्प्रेक्षा दृष्टांत नसलेले असू नये.

।। जय जय रघुवीर समर्थ ।।

।। श्रीराम ।।

व्युपत्तीहीन, तर्कहीन । कळाहीन शब्दहीन ।।
भक्तिज्ञानवैराग्य हीन । कवित्व नसावे ।।
जया अंतरीं भगवंत । अचळ राहिला निवांत ।।
तो स्वभावें जें बोलत । ते ब्रह्मनिरुपण ।।

कवित्वात निष्कारण पाल्हाळ असू नये. बाष्कळपणा नसावा तसेच ते दुर्जनांना उद्देशून केलेले नसावे. त्याचा दर्जा हीन नसावा. जे आपण बोलले असू ते कवितेत गुंफू नये. ते छंद आणि मात्रा याचे भान ठेवणारे असावे. ते व्युपत्तीहीन, तर्कहीन, कळाहीन, शब्दहीन, भक्ति वैराग्यहीन नसावे. भक्ति नसलेले काव्य म्हणजे मूर्खाचे प्रलाप. ते कंटाळवाणे असते. भक्तिशिवाय केलेली काव्यरचना म्हणजे केवळ मनोरंजन. ईश्वरावर प्रेम असल्याशिवाय त्याच्याशी संवाद कसा होईल ? धीटपाठ काव्य हे असे नसत्या अहंकाराच्या वेडाने लडबडलेले असते. आता प्रासादिक काव्य म्हणजे काय हे सांगतो. ज्याच्या अंत:करणात परमेश्वराचे ध्यान लागले आहे, वैभव, स्त्री आणि संपत्ती ज्याला वमनाप्रमाणे, ओकारीप्रमाणे वाटते, क्षणोक्षणी जो भगवंताकडे ओढला जातो आणि भगवद्‌भजनाची ज्याला चढती वाढती गोडी लागली, जो ईश्वराच्या भजनाशिवाय एक क्षणही जाऊ देत नाही आणि ज्याचे अंत:करण भक्तिरसाने ओथंबलेले आहे, ज्याच्या हृदयात परमेश्वर निवांतपणे निवास करून राहिलेला आहे, जो सहज काही बोलतो ते ब्रह्मनिरुपण असते, भक्तिशिवाय जो दुसरं काही जाणत नाही, त्याची हृदयस्थ जी आवड आहे तीच त्याच्या मुखातून बाहेर येते. तो प्रेमभावाने करुणामय कीर्तन करतो आणि नाचतो. त्याला देहभान नाही, तो ईश्वरस्वरूपी रंगला, शंकाकुशंका दूर गेल्या. तो प्रेमरंगाने रंगला, भक्तिमदाने मातला, अहंभाव त्याने पायातळी चुरडून टाकला, तो नि:शंकपणे गातो, नाचतो. त्याच्या दृष्टीत त्रैलोक्यनायक येऊन बसलेला आहे. त्याला लोक, दुसरे काही दिसत नाही.

।। जय जय रघुवीर समर्थ ।।

॥ श्रीराम ॥

त्याचे भक्तिचें कौतुक । तया नांव प्रासादिक ॥
सहज बोलतां विवेक । प्रगट होय ॥
जेणें देहबुद्धी तुटे । जेणे भवसिंधु आटे ॥
जेणे भगवंत प्रगटे । या नाव कवित्व ॥

असा ईश्वर स्वरूपात रंगला, त्याला मग दुसरे काही नको असते. आपल्या इच्छेनुसार देवाची विविध ध्याने, नाना मूर्ती, नाना प्रताप, देवाची कीर्ती वर्णू लागतो. माणसाची स्तुती त्याला त्याच्यापुढे तृणतुल्य वाटते. अशा संसारमुक्त भगवद्भक्ताला साधुजन मुक्त समजतात. तो प्रेमभराने जे ईश्वर वर्णन करील, जे त्याच्या भक्तिचे कौतुक असेल, आणि तो जे सहज बोलतो ते विवेकपूर्ण असते त्याचे नाव प्रासादिक. श्रोत्यांचे अंतःकरण शांत होईल असे कवित्वाचे लक्षण ऐका. कवित्व निर्मळ, सरळ आणि प्रांजळ असावे. संदर्भ असलेले असावे. कवित्व भक्तिशक्तीने परिपूर्ण असावे, विशेष अर्थ असलेले व अहंकाररहित असावे. कवित्वात ईश्वराची भरपूर कीर्ती असावी. ते रम्य आणि गोड असावे. कवित्वात भगवंताच्या प्रतापाचे वर्णन असावे. कवित्व सोपे, अल्पाक्षरी असावे. ते कठीण नसावे आणि कवितेच्या पंक्ती बांधीव असाव्यात. कवित्व हे मृदु, मंजुळ, कोमल, अद्भुत, भव्य, गोड, मधुर आणि भक्तिरसपूर्ण असावे. कवित्व कशाला म्हणावे ? ज्यात नानाविध साहित्य दृष्टांत, नाना तर्क, कथा, कहाण्या, आधारभूत वचने, अनेक गती, व्युत्पत्ती, नाना धारणा, नाना धैर्याचे प्रकार, नाना प्रसंग, नाना विचार, नाना योग, नाना विवरणे, नाना तत्त्वचर्चांचे सार, नाना साधने, अनेक पुरश्चरणे, नाना तपे, तीर्थाटने, अनेक संदेह जिथे फिटतात ते कवित्व. ज्यामुळे ज्ञानलालसा वाढते, वैराग्य निर्माण होते, भक्तिमार्ग कळतो, देहबुद्धी सुटते, भवसिंधु आटतो, भगवंत प्रकटतो आणि ज्याने समाधान होते त्यास कवित्व म्हणावे.

॥ जय जय रघुवीर समर्थ ॥

।। श्रीराम ।।

कलीयुगीं कीर्तन करावे । केवळ कोमळ कुशळ गावें ।।
कठीण कर्कश कुर्टे सांडावे । येकीकडे ।।
नाना नेटक नागर । नाना नम्र गुणागर ।।
नाना मधुर । तंतगाणे ।।

कलियुगात कीर्तनाची महती असते. तेव्हा कलियुगात कीर्तन करावे, कोमल कुशल गावे, कठीण कर्कश सोडावे. वादविवाद करू नये. दुर्जनांना विरोध करू नये. खऱ्या खोट्याच्या फंदात पडू नये. उगीच गर्वाने गाऊ नये, गाता गाता दमून जाऊ नये. कुणाच्या गुप्त गोष्टी सांगू नयेत, केवळ गुणगान करावे. सारखा घसा खाकरत जाऊ नये. अंगात आल्यासारखे बोलणे नसावे. परमेश्वराची अनेक नावे, सगुण घ्यावे आणि त्याच्या कीर्तीची कीर्तने करावीत. दुसऱ्याच्या मनाला लागेल असे बोलू नये. कुणाला निष्कारण छळू नये. कुणापुढे लांगूलचालन करू नये. जो जागे राहून कीर्तन ऐकतो त्याला ईश्वरप्राप्ती होते. देवनामाचा निरंतर जप करावा. झरे आणि झरपे यातून पाणी पाझरते. त्याची चमक दुरून दिसते. तेथे प्राणी पाणी पिण्यासाठी गोळा होतात. त्यांना या या म्हणून निमंत्रण द्यावे लागत नाही. तसेच कीर्तनासाठी सुबुद्ध आणि शहाणे आपोआप जमतात. सतत कटकट किंवा टाळाटाळी करू नये, कंटाळवाणी बडबड करू नये. अज्ञानी, अडाणी माणसापासून दूर राहावे. बाहेरचा थाटमाट केला तरी मूर्तीचे ध्यान ठसतेच असे नाही. मन चंचल आणि डळमळीत असू नये. कीर्तनात नीटसपणा, सुसंस्कृतपणा असावा. गुणी व नम्र असावे. साथीला वाद्ये असावी म्हणजे श्रोते तल्लीन होतात. सभोवतालचे वातावरण सुखद असावे.

।। जय जय रघुवीर समर्थ ।।

।। श्रीराम ।।

पाप पळोनि गेलें दुरी । पुण्य पुष्कळ प्रगटे वरी ।।
परतरतो परे अंतरीं । चटका लागे ।।
सारासार समस्तांला । सिकऊं सिकऊं जनाला ।।
साहित संगीत सज्जनाला । बरें वाटे ।।

पाप दूर पळून गेले, पुण्याचा उदय झाला, तरीसुद्धा मनात कसली तरी हुरहुर उरतेच. काही कीर्तनकार नृत्य करतात. त्यांच्या स्वरांनी श्रोते रोमांचित होतात. असे नृत्य पुष्कळ काळ चालते. मग कीर्तनरंगात श्रोते पूर्णपणे रंगून जातात. त्यांच्या मनात आदर कोंदाटतो. सर्वांचे अंतरंग कीर्तनघोषाने दुमदुमू लागते. असे कीर्तन चाललेले असता एक धूर्त धटिंगण कीर्तनस्थळी येतो, दंगा करू लागतो. आता कीर्तनाचा बेरंग होणार की काय असे वाटू लागते. तोच श्रोत्यांच्या लक्षात येते की, कीर्तनातीलच हे एक नाटक आहे. मग श्रोते कौतुकाने डोलतात. पुन्हा कीर्तनात रंगून जातात. कीर्तनामुळे पापक्षय होतो. सुकृताची जोड होते आणि लोकांमध्ये कीर्तनाची आवड निर्माण होऊन ते पुन:पुन्हा कीर्तनाला येतात. उत्तम कीर्तनात फसवाफसवी, निंदा, फुगड्या, पिंगा हे प्रकार नसतात. लोक कीर्तनकाराचे 'बाबा – बाबा' म्हणून कौतुक करतात. त्याला कीर्तनासाठी बोलावतात. असा 'कीर्तनकार' लोकांच्या प्रशंसेस पात्र होतो. त्याच्या भक्तिभावामुळे त्याला भलेपण मिळते. तो परोपकारी असल्याने भाविकांना भूषणास्पद वाटतो. कीर्तनात रंग भरतो, रागयुक्त भजन करतो, रत्नपारखी अशा रत्नांची पारख करतात. श्रोते गहिवरतात, डोळे पुसतात, चित्ते प्रफुल्लित होतात, मग दाटीवाटीने श्रोते जमतात. कीर्तनकार वावगे बोलत नाही, श्रोत्यांना सारासार शिकवतो. खऱ्या खोट्याचे मिश्रण सर्वत्र पसरलेले आहे. त्यातील सत्य उमजले की जीवनातले ताण नाहीसे होतात. श्रोत्यांच्या दाटीला भुलणाऱ्या कीर्तनकाराला परलोकी सुख मिळत नाही. अलक्ष अशा परमात्म स्वरूपाकडे लक्ष ठेवावे. देहबुद्धीच्या पल्याड जाऊन विहंगम मार्गाने त्या स्वरूपाला पाहावे.

।। जय जय रघुवीर समर्थ ।।

।। श्रीराम ।।

तैसा हरिदास आणि विरक्त । ज्ञाता आणि प्रेमळ भक्त ।।
वित्पन्न आणि वादरहित । तरी हेही अपूर्वता ।।
मूर्ती नसता सगुण । श्रवणीं बैसले साधुजन ।।
तरी अद्वैत निरुपण । अवश्य करावें ।।

श्रोत्यांनी प्रश्न विचारले हरिकथेचे लक्षण कोणते ? हरिदास कसा असावा ? सोन्याला सुगंध प्राप्त झाला किंवा ऊसाला गोड मधुर फळे लागली तर ती अपूर्वाईच म्हणावी लागेल. तसा हरिदास विरक्त ज्ञानी, प्रेमळ व्युत्पन्न आणि वाद न करणारा लाभला तर ती अपूर्वाईच समजावी. त्याला रागांचे, तालाचे ज्ञान असेल, ब्रह्मज्ञानी, अंगी नाना कळा असलेला असेल, आणि निगर्वी असेल तर तीही अपूर्वाईच. हरिदास कसा असावा ? निर्मत्सरी, लोकप्रिय, ज्ञान, विज्ञान, कला अशा चतुरंग ज्ञानाने युक्त, अंतरनिष्ठ. तीर्थक्षेत्री देवाधिदेव सामर्थ्यरूपाने राहतो. पण अशा तीर्थांना जे मानीत नाहीत त्यांना श्रीपती कसा लाभेल ? पुढे सगुणमूर्ती असताना जे निर्गुणाची महती गातात त्यांना पढतमूर्खच म्हणायला हवे. सगुण आणि निर्गुण दोन्ही सुटू नयेत म्हणून अशी हरिकथा करू नये. सगुणमूर्तीपुढे श्रद्धापूर्वक, करुणामय कीर्तन करावे. देवाचे प्रताप सांगावे. त्याची कीर्ती गावी, देवाच्या नानाविध ध्यानांचे वर्णन ऐकवावे. संकोच न करता, पैशाची हाव न बाळगता नित्य नव्या विषयावर कीर्तन करावे. असे स्वाभाविक रसाळ कीर्तन केले की, सर्वांच्या हृदयात प्रेमसुख ओथंबून येते. देवाचे वैभव आणि महत्त्व सांगत सगुणावर श्रद्धा ठेवून कथा सांगावी. ज्या देवासमोर कीर्तन असेल त्याचीच कथा सांगावी. मारुतीच्या देवळात गणपतीची गोष्ट सांगू नये. मूर्ती नाही पण विद्वान श्रोते आहेत, असे असेल तर अद्वैताचे निरुपण करावे.

।। जय जय रघुवीर समर्थ ।।

।। श्रीराम ।।

नाही मूर्ती नाही सज्जन । श्रवणीं बैसले भाविकजन ।।
तरी करावे कीर्तन । प्रस्ताविक वैराग्य ।।
मन ठेवून ईश्वरी । जो कोणी हरिकथा करी ।।
तोचि ये संसारी । धन्य जाला ।।

काही वेळेस असा प्रसंग येतो की समोर मूर्तीही नाही, ऐकायला साधुसज्जन नाहीत, पण श्रवण करण्यासाठी भाविक जमले आहेत. अशा वेळी वैराग्य विचार सांगणारे कीर्तन करावे. कीर्तनात शृंगार, वीर, हास्य, अद्‌भुत वगैरे नवरसांचे मिश्रण असावे पण स्त्रियांचे कौतुक करू नये. स्त्रीसौंदर्याचे वर्णन केल्यास श्रोते विकारवश होतात आणि त्यांचा संयम ढळण्याची शक्यता असते. म्हणून ते करू नये. स्त्रियांचे वर्णन केले तर श्रोत्यांच्या मनात त्यांचेच ध्यान सजते. स्त्रीवर्णनात जो गुरफटला तो परमेश्वरापासून दूर गेला असे समजावे. राग आणि ताल याचे ज्ञान, स्वरज्ञान, योग्य संदर्भ असे हरिकीर्तन ज्याला करता येते तो धन्य होय. अनेक भाषांचे ज्ञान, कोकिळेसारखे कंठमाधुर्य हे सगळे असले तरी भक्तिमार्ग निराळा आहे याची भक्तांना जाणीव असते. कलावंताचे मन जसे कलेत रमलेले असते त्याप्रमाणे भक्त देवात रमलेले असतात. त्यांना देवावाचून दुसरे काही सुचत नाही. पण श्रीहरिशिवाय कला म्हणजे अवकळा ! यासाठी मन सदैव ईश्वराकडे लावावे, असे ईश्वराधीन मन करून जो हरिकथा करील तोच या संसारात धन्य झाला असे समजावे. ज्याला हरिकथेची ओढ लागली त्याला नित्य नवी आवड निर्माण होते. त्याला ईश्वरप्राप्ती झालीच असे समजावे. ज्या स्थळी हरिकथा चालली आहे तिथे हातचे काम टाकून जो जातो, स्वकल्याणासाठी हरिकथा ऐकतो, हरिभक्ताची हलकी कामे करतो, त्यांना साहाय्य करतो. नामस्मरणात ज्याचा विश्वास आहे तोच खरा हरिदास.

।। जय जय रघुवीर समर्थ ।।

।। श्रीराम ।।

रुप लावण्य अभ्यासितां नये । सहजगुणासी न चले उपाये ।।
कांहींतरी धरावी सोये । अगांतुक गुणाची ।।
मान्यता आवडे जिवीं । तरी का उपेक्षा करावी ।।
चातुर्येवीण उंच पदवी । कदापि नाही ।।

रूप आणि लावण्य काही अभ्यास करून मिळत नाही. अंगचे जे मूळ, सहज गुण आहेत त्यावर कुठलाच उपाय चालत नाही. तेव्हा अभ्यासाने साध्य होणाऱ्या अगांतुक गुणांना अंगी आणण्याचा प्रयत्न करावा. काळा माणूस गोरा होत नाही, तोंडावर व्रण आहेत पण प्रयत्न करूनही जात नाहीत. मुका बोलका होत नाही, पांगळा स्वत:च्या पायांवर उभा राहू शकत नाही. अशा कुरूपतेची किती लक्षणे सांगावीत ? रूप लावण्य काही बदलत नाही. अवगुणांचा त्याग करता येतो, सद्गुण संपादन करता येतात म्हणून शहाणी माणसे कुविद्या सोडून सुविद्या शिकतात. प्रयत्नाने मूर्खपणातून बाहेर येता येते. लोकांनी आपल्याला भले म्हणावे, लोकांची मान्यता मिळवावी असे वाटत असेल तर गुणांची उपेक्षा करू नये. चातुर्याशिवाय श्रेष्ठत्व कधीही प्राप्त होत नाही. सज्जनांना सन्मार्गाने जाणारे लोक आवडतात. उत्तमोत्तम वस्त्रालंकारांनी देह शृंगारला पण शहाणपण नसेल तर सर्व व्यर्थ आहे. चातुर्याने अंतरंगाचा शृंगार करावा, भरपूर संपत्ती मिळवावी आणि ती सावकाश उपभोगावी. आपण जसे लोकांशी वागतो तसेच लोक आपल्याशी वागतात. न्यायाने वागेल तो शहाणा, अन्यायाने वागेल तो करंटा, मूर्ख. पुष्कळ लोक आपल्या बाजूने ठेवायचे की विरोधात ठेवायचे हे आपल्याच हाती असते. समाधानाने समाधान जोडावे. भलेपणा काय एका क्षणात मोडू शकतो.

।। जय जय रघुवीर समर्थ ।।

।। श्रीराम ।।

म्हणोनि दुसऱ्यांस सुखी करावें । तेणें आपण सुखी व्हावें ।।
दुसऱ्यांसी कष्टवितां कष्टावें । लागले स्वयें ।।
बहुतांचे मुखीं उरावें । बहुतांचें अंतरी भरावें ।।
उत्तम गुणी विवरावें । प्राणीमात्रांसी ।।

समाधानाने समाधान सतत वाढत जाते. मैत्री जोडली जाते. अहो म्हटले तर काहो आणि अरे ला कारे असे ऐकू येते. हे जर समजत असेल तर शहाणपण मिळवावे. चातुर्याने अंतरंग शृंगारले जाते, तर वस्त्रांनी शरीर. या दोन्हीमध्ये श्रेष्ठ काय हे तुम्हीच ठरवा. बाह्य शरीराच्या नटवण्यामुळे काय मिळते ? चतुरपणामुळे मात्र नाना प्रकारे अनेकांचे रक्षण केले आहे. खावे प्यावे, चांगले चुंगले ल्यावे, सर्वांनी भले म्हणावे अशी भावना असेल तर शरीर आणि मन थोडे अधिक कष्टवावे म्हणजे भलेपणा नक्की मिळेल. एखाद्याचे काम अडले आणि ज्याच्यामुळे ते सिद्धीस जाते, त्याच्याकडे लोक साहजिकच धाव घेतात. म्हणून इतरांना सुखी करावे म्हणजे आपल्याला सुख मिळते. इतरांना त्रास दिला तर आपल्यालाही त्रास होतो. जे परिस्थिती समजून घेतात व त्याप्रमाणे वागतात ते पुरुष भाग्यवंत ठरले. उरले ते करंटे. मैत्रीने कामे होतात वैराने मरण ओढवते, हे खरे की खोटे हे प्रत्येकाने अनुभवाने जाणून घ्यावे. ज्याला शहाणपणाने वागावे हे कळत नाही, इतरांशी मैत्री करणे जमत नाही त्यांचे सर्वांशी भांडण असते. हाच अज्ञानी माणूस होय. असा माणूस या जगात एकटाच उरणार. तो सर्वांशी तंडत राहिला तर त्याला यश कसे मिळेल ? अनेकांच्या तोंडी आपले नाव राहावे, अनेकांच्या मनात आपण ठसावे, आपल्या गुणांनी इतरांना विचारप्रवृत्त करावे, शहाणे करावे, पतितांना पावन करावे आणि भगवंताचे भजन वाढवावे.

।। जय जय रघुवीर समर्थ ।।

।। श्रीराम ।।

नाना वेष, नाना आश्रम । सर्वांचें मूळ गृहस्थाश्रम ।।
जेथें पावती विश्राम । त्रैलोक्यवासी ।।
राजे राज्य सांडून गेले । भगवंताकारणें हिंडले ।।
कीर्तीरुपें पावन जाले । भूमंडळी ।।

नाना तऱ्हेचे पोषाख आणि वेगवेगळे आश्रम आहेत. परंतु सर्वांचे मूळ गृहस्थाश्रम आहे. त्रैलोकातील प्राणीमात्रांना या आश्रमात विश्रांती मिळते. देव, ऋषी, मुनी, तापसी, वैरागी, पितर, अभ्यागत अतिथी गृहस्थाश्रमातच निर्माण झाले. पण पुढे त्यांनी जरी गृहस्थाश्रम सोडला तरी कीर्तीरूपाने गृहस्थांच्या घरीच हिंडत फिरत असतात. यासाठी गृहस्थाश्रम हा सर्वोत्तम आश्रम होय. पण गृहस्थाश्रमाचे पालन करताना दयाबुद्धी आणि स्वधर्माचरण सोडू नये. गृहस्थाश्रमात यजन, याजन, अध्यापन, अध्ययन, दान आणि प्रतिगृह ही षट्कर्मे चालतात. सर्व क्रिया स्वधर्मानुसार विधीयुक्त होत असतात. बोलणे गोड असते आणि घरातील सर्व मंडळी भक्तिमार्गावर श्रद्धा ठेवून असतात. पुरश्चरण करणारे, शरीराला कष्ट देणारे दृढ व्रती, प्रयत्नशील आणि परमेश्वरापेक्षा कोणी श्रेष्ठ नाही हे समजून आहेत, ते गृहस्थाश्रमी होत. कायेने, वाचेने, मनाने जर परमेश्वरासाठी कष्ट घेणारा, विरक्त वृत्तीचा असेल, तर तो मुक्त झाला समजावे. मनाने जो पूर्ण वैराग्यशील झाला आहे, अनासक्त आहे, ज्या नृपतींनी भूपतींनी राज्यत्याग करून ईश्वरप्राप्तीसाठी तपःश्चर्या केली त्यांची कीर्ती मागे राहिली. हृदयामध्ये आत्मविचार जागृत आहे, प्राणीमात्रांचे अंतर जो जाणतो अशा योगेश्वराच्या नुसत्या दर्शनाने समाधान मिळते. कारण तो आत्मज्ञानी असतो. त्याचे हृदय अखंड ईश्वरस्वरूप झालेले असते. तो अनेकांना उद्धाराचा मार्ग दाखवतो.

।। जय जय रघुवीर समर्थ ।।

।। श्रीराम ।।

जनासी दिसे हा दुश्चित । परि तो आहे सावचित्त ।।
अखंड जयाचें चित्त । परमेश्वरी ।।
जो दुसऱ्याचें अंतरजाणे । देश काळ प्रसंग जाणे ।।
त्या पुरुषा काय उणें । भूमंडळीं ।।

त्याचे कुठेच लक्ष नाही असे लोकांना वाटते खरे. पण तो अत्यंत सावधचित्त असतो. त्याचे चित्त अखंड परमेश्वरापाशी असते. तो आपल्या उपासनमूर्तीच्या अनुसंधानात असतो. ध्यानात गुंतलेला असतो. किंवा श्रवण मननात असतो. पूर्वजांची अनंत पुण्याई असेल तर अशांची भेट होते. ज्या ज्ञानाला अनुभवाची जोड नाही तो केवळ तर्क होय. तिथे परलोकसाधन कसे असणार ? म्हणून अनुभवाला अपार महत्त्व आहे. अनुभवासारखा उपयुक्त मित्र नाही. विचार न करता एक खुळा संसार सोडून गेला, त्याला केवळ कष्ट पडले. परिणामी धड ना इहलोक ना परलोक. कुणी एक रागारागाने निघून गेला, तो भांडता भांडता मेला. अनेकांना त्याने दुःख दिले. अज्ञानीने गृहत्याग केला, त्याच्या भोवती काहीजण जमले. म्हणजे गुरूही अज्ञानी, शिष्यही अज्ञानी. घरात राहून पोटभर जेवण मिळत नाही म्हणून दुःखी होऊन तो घर सोडून गेला. त्याच्यावर चोरीचा आरोप आला. ठिकठिकाणी त्याने मार खाल्ला. संसार मिथ्या आहे हे नीट समजून जो निघून गेला, तो स्वतः तर पवित्र झालाच पण इतरजनांनाही त्याने पवित्र केले. दुसऱ्याची मने जाणणाऱ्याला, वेळ काळ ओळखणाऱ्याला या जगात काही कमी नाही. ब्राह्मण आचारभ्रष्ट झाले, गुरूपणाचा त्यांनी त्याग केला, मुस्लीम धर्मानुयायी झाले, मुस्लिमांनी क्षत्रिय धर्माचा स्वीकार करून राज्ये जिंकीली. वाडवडील ग्रामण्य माजवून गेले. वर्णसंकर झाला. ब्राह्मण अन्नाला मोताद झाले. ब्राह्मण असूनही हे बोलावे लागते याचे दुःख होते. सगळ्या नशिबाच्या गोष्टी !

।। जय जय रघुवीर समर्थ ।।

।। श्रीराम ।।

आधीं देवास वोळखावें । मग अनन्यभावें भजावें ।।
अखंड ध्यानचि धरावें । सर्वोत्तमाचें ।।
हें आपणाकडेच येतें । राजी राखिजे समस्तांते ।।
देहाची बरें करावें ते । आत्मयास पावे ।।

झाले ते होऊन गेले आता तरी ब्राह्मणांनी शहाणे व्हावे. पवित्र होऊन देवपूजा केल्याने भाग्योदय होतो. जे मूर्ख, नास्तिक आणि अव्यवस्थित असतात त्यांना गरिबी भोगावी लागते. प्रथम देवाला ओळखावे, त्याची अनन्यभावे भक्ति करावी, त्या सर्वोत्तमाचे अखंड ध्यान करावे. सर्वांमध्ये जो उत्तम तो सर्वोत्तम. विवेकाने त्याचे वर्म समजून घ्यावे. आत्मा द्रष्टा आणि अंतरसाक्षी असतो. तो जाणीवपूर्वक देहाचे रक्षण करतो, सर्व पदार्थांची परीक्षा करतो. सर्व देहांमध्ये तो अस्तित्वात असतो, इंद्रियांच्या या ग्रामाकडून तो कामे करून घेतो. प्राणीमात्रात याचा अनुभव येतो. आपले अंतर हेच जगाचे अंतर आहे म्हणून सर्वांचे मन सांभाळावे. जगाच्या अंतरात तो ईश्वर आहे तोच आपल्या हृदयात आहे. तिन्ही लोकातील प्राणीमात्रात तोच असतो. मुळात पाहणारा तो एकटाच आहे. पण प्रत्येक प्राणीमात्राच्या देह स्वभावामुळे तो निराळा भासतो. प्रत्येक प्राणीमात्राच्या देहाकारानुसार तो निराळा वाटला तरी देहापलीकडचे अंतःकरण सर्वांचे एकच आहे. आपले बोलणे चालणे तोच करतो. आपले, परके, जलचर, भूचर, खेचर, वनचर हे सर्वजण जाणिवेने वागत असतात. याचा रोकडा अनुभव घ्यावा. जाणीवरूप अंतरात्मा जगाचा स्वामी आहे. त्याला वश करून घेण्याची कला आपल्याकडे आहे. त्या स्वामीला प्रसन्न ठेवावे, सर्वांना प्रसन्न ठेवावे. दुसऱ्याच्या देहाचे कल्याण केले, बरे केले की ते आत्म्यापर्यंत पोहोचते. दुर्जनांशी भांडण करू नये, प्रसंग पडल्यास त्यांना सोडून जावे.

।। जय जय रघुवीर समर्थ ।।

।। श्रीराम ।।

नयनेंचि पहावा नयन । मनें शोधावें मन ।।
तैसाचि हा भगवान । सकळां घटीं ।।
देह देऊळ आत्मा देव । कोठें धरूं पाहतां भाव ।।
देव वोळखोन जीव । तेथेंचि लावावा ।।

अमृत आणि विष यांचे रंग, रूप, स्वाद भिन्न असतात पण त्यातील द्रवता समान असते. तसे आत्म्याकडे पाहिले पाहिजे. अंतर्निष्ठ पुरुष विश्वव्यापी जगदीशाला ओळखतो. आपण आपल्या डोळ्यांत दुसऱ्याचे डोळे पाहतो, मनाने मन शोधतो, त्याप्रमाणे सर्वत्र भरून राहिलेला भगवंत पाहावा. त्याच्याशिवाय कोणतेही कार्य पूर्ण होत नाही. सर्व काही त्याच्यामुळेच घडत असते. प्राण्याला विवेकबुद्धी तोच देतो. जागेपणी, स्वप्नात जे जे घडते ते ते त्याच्यामुळे. यासाठी अखंड ध्यानाचा यत्न करावा. सतत देवाचे स्मरण करावे. पण ध्यानात व्यत्यय येतात. देह हे एक देऊळ आहे आणि आत्मा हा त्यातील देव आहे. तेव्हा देवाला ओळखून त्याच्यावर श्रद्धा ठेवावी. ध्यान करायचे ते देवाचे की देवळाचे हे ठरवावे. देवाला देहधारी समजू नये, मग तिथे नाना विकल्प येतात. ध्यान धरल्यावर काय दिसते ते सांगणे शक्य नसते. ध्यान धरणारा आणि ज्याचे ध्यान करावयाचे त्यांच्यात एकरूपता हवी. ध्यानासाठी एकाने मुकुटधारी मूर्ती निवडली. मूर्तीच्या गळ्यातला हार लहान वाटला, तेव्हा दुसरा म्हणाला मुकुट काढून हार घाल. जिथे मनानेच कल्पना करायची तिथे हे कशाला ? मानसिक ध्यान करताना फुले, दोरा आणणे, हार गुंफणे हे कष्ट वाचतात. अखंड ध्यानाने ज्याचे कल्याण होत नाही तो पापीच ! ज्याने जितका व जसा परमार्थ केला असेल त्याचा संप्रदाय रूढ होऊन त्याला शिष्य, अनुयायी मिळतात. अनुभवावाचून गर्वाने नुसताच उपदेश करणे म्हणजे औषधाचा गुण न आल्याने रोगी झाकून मारण्यासारखे आहे.

।। जय जय रघुवीर समर्थ ।।

।। श्रीराम ।।

पिंडाचें पाहिले कौतुक । शोधिला आत्मानात्मविवेक ।।
पिंड अनात्मा आत्मा येक । सकळ कर्ता ।।
उदंड कल्पांत जाला । तरी नाश नाहीं तयाला ।।
मायात्यागें शाश्वताला । वोळखावे ।।

आपण पिंडाची रचना पाहिली. ती कौतुकास्पद तर आहेच. त्यात आत्मा आणि अनात्मा याचा शोध घेतल्यावर असे आढळून आले की, पिंड अनात्मा असून सकळ कर्ता आत्माच आहे. विवेक बुद्धीमुळे सर्वत्र एकच आत्मा आहे हे समजले. आता ब्रह्मांडरचना समजली पाहिजे. ब्रह्मांडाचा विचार करावयाचा असेल तर सारासार विचाराची आवश्यकता आहे. जे नाशवंत आहे ते असार तर सार म्हणजे शाश्वत, ज्याचा कल्पांत म्हणजे शेवट होईल ते सार नव्हे. पृथ्वीची निर्मिती पाण्यापासून झाली आणि ती पाण्यात मिसळून गेली. पाण्याची उत्पत्ती तेजापासून झाली. ते पाणी तेजाने शोषून घेतले. महातेजाने सगळे विरून गेले. तेज वायुपासून झाले. वायु तेजाला विझवतो. मग तेज नाहीसे होऊन सर्वत्र वायुच पसरून राहतो. वायुची निर्मिती आकाशापासून होते आणि तो तिथेच नाहीसा होतो. वेदांतात कल्पान्ताचे वर्णन असे आहे. मूळ माया आणि गुण माया दोन्हीचे परब्रह्म विलीनीकरण होते. उपाधींची अखेर म्हणजे परब्रह्म. तिथे काहीही दृश्य नाही. घनदाट ब्रह्म सर्वत्र भरून राहिलेले. कल्पांत मग तो केवढाही, कितीही होवो परब्रह्माला शेवट किंवा नाश नाही. यासाठी मायेचा त्याग करावा व शाश्वताला ओळखावे. खरा देव सगुण अंतरात्मा. त्याच्या आश्रयाने निर्गुणापर्यंत पोहोचता येते. निर्गुणाचे ज्ञान होताच विज्ञानाचे होते. निर्मळ ब्रह्म कल्पनेच्या पलीकडे आहे. त्याला मायेचा मळ नाही.

।। जय जय रघुवीर समर्थ ।।

।। श्रीराम ।।

जें होतें आणि सर्वेचि जातें । तें तें प्रत्ययास येतें ।।
जेथें होणें जाणें नाही तें । विवेकें ओळखावें ।।
पाहों जातां दुरीच्या दुरी । परब्रह्म सबाह्य अंतरीं ।।
अंतचि नाही अनंत सरी । कोणास द्यावी ।।

जे उत्पन्न होते ते जाते याचा अनुभव येतो. ज्या ठिकाणी उत्पन्न होणे आणि नाश पावणे नाही ते विवेकबुद्धीने ओळखावे. ज्ञान, विपरीत ज्ञान आणि अज्ञान हे तिन्ही ज्या ठिकाणी नष्ट होतात ते विज्ञान होय. वेदांत, सिद्धान्त आणि धादांत या दृष्टीकोनातून निर्विकार परब्रह्म सर्वत्र भरलेले आहे. दृश्य पाहिले की दिसते, भासही होतो. पण परब्रह्म हे दृश्य आणि आभास याच्या पलीकडचे आहे. तसे पाहायला गेले तर ते दूर आहे. पण सर्वांच्या आत आणि बाहेर तेच आहे. त्याच्या अस्तित्वाला अंत नाही, ते अनंत आहे. तेव्हा त्याला उपमा तरी कसली देणार ? ढग येतात आणि जातात, पण आभाळ जसेच्या तसे असते. त्याप्रमाणे परब्रह्म अस्थिर आणि निश्चल आहे. वाढणे, मोडणे, तुटणे, फुटणे वगैरे विकार ज्याला असतात त्याला शाश्वत कसे म्हणावे ? वाढणारे, मोडणारे जे काही असते ते कल्पांताचे वेळी नष्ट होते. ज्यांच्या अंतरी भ्रम दाटला आहे, जे मायेच्या लीलांमुळे संभ्रमित झाले आहेत त्यांना हे उलटसुलट फिरणारे चक्र कसे उलगडेल. भ्रमामुळे आकलन होत नाही, व्यवहार जमत नाही, देव कळत नाही. एखाद्या वैद्याचे औषध घेतले पण गुण नाही. त्याला कसे दुखवावे म्हणून औषध घेत राहिले, तर रोग्याची इहलोकीची यात्रा संपत आली असेच समजावे. जे खोटे आहे त्याचा त्याग करावा, ते सोडून द्यावे, अनुभवान खरे काय ते ओळखावे. मायेच्या त्यागानंतर परब्रह्म प्राप्त होते.

।। जय जय रघुवीर समर्थ ।।

।। श्रीराम ।।

दसऱ्याचे सुवर्णाचे लाटे । लोक म्हणती परी ते कांटे ।।
परि सर्वत्र राहाटे । तैसी माया ।।
मुळी बालविधवा नारी । तिचे नांव जन्मसावित्री ।
कुबेर हिंडे घरोघरीं । तैसी माया ।।

माया दिसते पण ती नाहीशी होते. माया खरी वाटते पण प्रत्यक्षात ती खोटीच असते. एखादा करंटा उताणा झोपून नाना प्रकारच्या कल्पना करतो. श्रीमंत झालो आहे, सुंदर स्त्रीचा पती झालो आहे, मुलाबाळांनी घर भरलेले आहे अशा अनेक कल्पना करतो. पण त्या खोट्या असतात, कारण तसे काही घडत नाही, ही माया होय. स्वप्नातले वैभव त्या वेळी खरे वाटते. पण जागृती आल्यावर सर्व काही नाहीसे होते. तशी ही माया. आभाळात ढगांचे नाना आकार दिसतात त्याला गंधर्व नगरी म्हणतात. पण ते आकार टिकत नाहीत. तशी माया. बहुरूपी सोंगामध्ये लाखा दोन लाखाच्या गोष्टी करतो, दसऱ्याचे सोने म्हणून आपट्याची पाने देतो. तशी ही माया. प्रेताची थाटात यात्रा काढावी, गर्भवतीचा अकाली गर्भपात होऊ नये म्हणून तिच्या पोटाला मंतरलेली दोरी बांधतात तिचे नाव लक्ष्मी, केरसुणीलाही लक्ष्मी म्हणतात. पण यातली एकही खरी लक्ष्मी नसते. दशावतारातील खेळात कृष्ण द्रौपदीला वस्त्रे पुरवतो. पण खेळ संपल्यावर जुने कपडे मागतो. सरस्वती नावाची मुलगी गोवऱ्या थापते. देव्हाऱ्यात अन्नपूर्णेची मूर्ती पण घरात अन्नाची वानवा. बालविधवेचे नाव जन्मसावित्री, कुत्र्याचे नाव वाघ्या. नदीचे नाव पीयूष्णा म्हणजे अमृताची नदी पण तिच्यात असते पाणी. माणसाचे तळहात, बोटे उन्हात धरली तर लाल भासतात. पण तो रंग खरा नव्हे. तशी ही माया. कावीळ झालेल्या माणसाला सर्व काही पिवळे दिसते. तशी ही माया खोट्याचे खरे दाखवते.

।। जय जय रघुवीर समर्थ ।।

।। श्रीराम ।।

अस्थिमांसांची शरीरे । त्यांत राहिजे जीवेश्वरें ।।
नाना विकारी विकरें । प्रवीण होईजे ।।
मूर्खास वाटे मी शाहाणा । परी तो वेडा दैन्यवाणा ।।
नाना चातुर्याच्या खुणा । चतुर जाणे ।।

अस्थिमांसयुक्त शरीरे. या शरीरात जीवेश्वर राहतो पण शरीराला होणाऱ्या निरनिराळ्या विकारात राहून विकारात प्रवीण होतो. घनदाट कोणते, पोचट कोणते याचा विचार करून आपल्याला काय हवे नको ते जीव जाणतो. एखाद्याला सारखे मागून मिळवावे लागते तर एखाद्याला न मागताच मिळते. दुसऱ्या जिवात आपला जीव मिसळावा आणि अशा रीतीने दुसऱ्याचे मन जाणण्याचा सतत प्रयत्न करावा. जे काही असेल ते व्यवस्थित ठेवावे. तरच उत्तम दिसते. तसे आपले मन दुसऱ्याच्या मनाशी एकरूप करून टाकावे म्हणजे संशयाला जागा राहात नाही. संशयाने संशय वाढतो. भीड धरली तर काम बिघडते म्हणून आधी अनुभव काय तो पाहावा. दुसऱ्याचे मन जर नीट जाणून घेतले नाही, तर लोकसंग्रह कसा करता येईल ? काहीजण वशीकरण विद्येचा आश्रय घेतात, पण त्यांनाही पूर्ण यश मिळत नाही. फसगत होते. मग त्या माणसाचे वजन कमी होते, उणावते. परमेश्वर हा सगळ्यांच्या अंत:करणात भरून राहिलेला आहे. मग चेटके कशाला करावी ? जो श्रेष्ठ काम करतो तो श्रेष्ठ. कृत्रिम किंवा कनिष्ठ कामे करतो तो कनिष्ठ. प्राणी कर्मानुसार श्रेष्ठ कनिष्ठ असतात. राजांसाठी राजमार्ग असतो. चोर चोरवाटेने पळतात. मूर्खाला वाटते आपण फार शहाणे आहोत, पण प्रत्यक्षात तो दैन्यवाणा वेडा असतो. जो जगाच्या अंतरंगाशी एक झाला त्याला इहलोकी आणि परलोकी काहीच उणे पडत नाही.

।। जय जय रघुवीर समर्थ ।।

।। श्रीराम ।।

बुद्धि देणें भगवंताचें । बुद्धिवीण माणूस काचें ।।
राज्य सांडून फुकाचें । भीक मागे ।।
वेष धरावा बावळा । अंतरी असाव्या नाना कळा ।।
सगट लोकांचा जिव्हाळा । मोडू नये ।।

बुद्धि ही परमेश्वराची देणगी आहे. ज्याला बुद्धि नाही त्या माणसाचा काय उपयोग ? त्याला जरी राज्यपद मिळाले तरी तो राज्य सोडून भीक मागत हिंडेल. आपण जिथे जन्मतो, वाढतो तेच स्थळ आपल्याला आवडते. त्याबद्दल अभिमान वाटतो. आपणच शहाणे, आपणच देखणे असे अनेकांना वाटते. म्हणजे स्वतःला कोणी लहान किंवा कमी समजत नाही. पण विवेकी माणसाला मात्र तसे वाटत नाही. न्याय आणि अन्याय हे दोन्ही सारखेच नाहीत. न्याय हा शाश्वत आहे तर अन्याय हा अशाश्वत आहे. एकजण उघडपणे आपल्या भाग्याचा भोग घेतात तर तस्कर, चोर चोरटेपणाने घेतात. बाजारबुणग्यांचे धूर्त माणसापुढे काही चालत नाही. धूर्तालाच धूर्त आवडतो, धूर्तच धूर्तात मिसळतो पण हे गुप्तपणे करावे. जो पुढारी, समर्थ त्याचे मन राखावे म्हणजे सामान्य लोकसुद्धा वश होतात. ओळखीने ओळखी वाढवाव्या. आपल्या बुद्धीने दुसऱ्या बुद्धिवंताला जागृत करावे. वेष असावा बावळा, पण अंतरात नाना कळा असाव्यात. इतर लोकांच्या मनात आपल्याविषयी असलेला प्रेमभाव तोडू नये. नीती न्यायाचा मार्ग धरून नास्तिकपणाला अव्हेरावे. निःस्पृह आणि नित्य नूतन असे अनुभवाचे ब्रह्मज्ञान ज्याच्याजवळ आहे असा माणूस या जगात दुर्मीळ असतो. पण तो एका जागी लोकांची मने शांत करतो. अशा माणसाला पुनः पुन्हा भेटत राहावे.

।। जय जय रघुवीर समर्थ ।।

।। श्रीराम ।।

पृथ्वीमध्यें मानवी शरीरें । उदंड दाटली लहानथोरें ।।
पालटती मनोविकारें । क्षणक्षणा ।।
त्याहीमधे हरिकीर्तन । तेथें वोढले कित्येक जन ।।
प्रत्ययाचें ब्रह्मज्ञान । कोण पाहे ।।

या पृथ्वीवर लहान थोर मानवी शरीरांची प्रचंड गर्दी झाली आहे. आपल्या मनोविकारांप्रमाणे त्यांच्यात सतत बदल, पालट होत असतो. व्यक्ति तितक्या प्रकृती. त्यांचे आधीचे आणि नंतरचे वागणे यात फरक असतो. कित्येकजणांनी धर्म बदलला, काही मुसलमान झाले, काही बाटून ख्रिस्ती झाले, कित्येक जण निरनिराळ्या प्रांतभेदामुळे व भाषाभेदांमुळे जागच्या जागीच राहिले आहेत. त्यातल्या त्यात महाराष्ट्रात अजून थोडीफार जागृती आहे. पण इथले लोक राजकारणात इतके गुंतले आहेत की त्यांना जेवायला वेळ नाही. कित्येक लढायात गुंतून उन्मत्त झाले. ते रात्रंदिवस युद्धाचीच भाषा, लढाईबद्दलच बोलत असतात. जे व्यापारी आहेत ते आपल्या व्यवसायात गर्क आहेत. त्यांना सवड नाही. बाकीच्यांच्या मागे पोट लागले आहे. षड्दर्शने, नाना मते त्यामुळे नास्तिकता वाढली. सर्वत्र उपदेश दिसतो. त्यातून जे उरले त्यांना वैष्णव आणि स्मार्त लोकांनी उरले सुरले आपल्याकडे ओढून घेतले आहेत. कित्येकजण सकाम व्रते आचरित आहेत. त्यात बरे वाईट पाहतो कोण ? या गोंधळात कुणी आपल्या पंथाचा प्रचार चालविला तर वैदिकांना ते सहन होईना. काहीजण हरिकीर्तनाकडे आकर्षित झाले. पण अनुभवाचे ब्रह्मज्ञान कोणापाशी आहे ? ब्रह्मज्ञान दुर्लभ आहे. जर पुण्याई असेल तरच तो अलभ्य लाभ होतो. कित्येकांना सद्विचार कळला तरी सांगता येत नाही. तीक्ष्ण बुद्धीचे लोक एक क्षणही वाया जाऊ देत नाहीत. सर्वांना ते आवडतात.

।। जय जय रघुवीर समर्थ ।।

।। श्रीराम ।।

नाना जिनस उदंडपाठ । वदों लागला घडघडाट ।।
अव्हाटचि केली वाट । सामर्थ्यबळें ।।
ठाईं ठाईं भजन लावी । आपण तेथून चुकावी ।।
मत्सरमतांची गोवी । लागोंच नेदी ।।

तर जो बुद्धिमान आहे तो आपला प्रत्येक क्षण सार्थकी लावतो. त्याला अनेक विषय पाठ असतात. तो एकदा धडाधड बोलू लागला की आपल्या सामर्थ्याच्या बळावर वाकडी वाट सरळ करतो. लोकांना जागृत कसे करावयाचे याचे अनेक मार्ग त्याला माहीत असतात. तो सर्वांची मने जाणून असतो. आपल्या निरुपणाने तो लोकांना चटका लावतो. आपल्या अनुभवाच्या, ज्ञानाच्या बळावर तो इतरांना निरुत्तर करतो. त्यांची मते पार सपाट करून टाकतो. अंधश्रद्धा, चमत्कारिक समज लोकांच्या मनातून काढून, तो समाजाला नीट मार्गाला लावतो. पण आपले बोलणे झाले की लोकांना चटका लावून तो निघून जातो. त्याला भेटण्याची लोकांना तळमळ असते, पण तो कुठे दिसत नाही, सापडत नाही. त्याचा वेष अगदी साधा हीनदीनासारखा असतो. पण त्याचे यश, कीर्ती आणि प्रमाण चतु:सीमा ओलांडून जातात. तो ठिकठिकाणी लोकांना हरिभजनाला लावतो पण तिथे थांबत नाही. मत्सर आणि मतामतांच्या गलबल्यात तो सापडत नाही. तो अवघड जागी जाऊन राहतो, त्यामुळे त्याला पाहायला कुणी येत नाही. पण तो चिंता मात्र सर्वांची करीत असतो. त्याच्यापुढे कोणाचे चालत नाही, तो लोकांना राजकारणाकडे वळवतो. त्याचा शिष्यसमुदाय सतत वाढत असतो. परमार्थाचा तो प्रसार करतो, उपासनेचा गजर करवितो. लोकांना शहाणे करतो. अशी कीर्ती केली तर जन्माला येण्याचे सार्थक होते.

।। जय जय रघुवीर समर्थ ।।

।। श्रीराम ।।

थोर लहान बुद्धीपासी । सगट कळेना लोकांसी ।।
आधीं उपजलें तयांसी । थोर म्हणती ।।
व्याप आटोप करिती । धके चपेटे सोसिती ।।
तेणें प्राणी सदेव होती । देखतदेखतां ।।

मूळ मायेपासून सगळा पंचमहाभूतांचा पसारा पसरलेला आहे. साक्षीत्वाचा दोरा तत्त्वासारखा आहे. राजा उंच सिंहासनावर बसतो. भोवती सैन्यदल असते. तसा हा विचार समजावा. सैनिकांप्रमाणेच राजाचेही शरीर अस्थिमांसाचे असते. सत्ता राजाची चालत असली तरी सैन्य व राजा पंचभूतात्मकच आहेत. राजा सत्ताधीश असतो. त्याच्या इच्छेनुसार सैन्य चालते. त्याप्रमाणे अंतरात्म्याच्या इच्छेनुसार जग चालते. मी शरीर नसून आत्मा आहे हे ज्यांनी विवेकबुद्धीने जाणले ते अवतारी, चक्रवर्ती ठरले. ज्यांच्या ठायी उदंड जाणीव असते ते भाग्यवान असतात. जिथे अशा जाणीवेचा अभाव असतो ते दुर्दैवी असतात. जी माणसे आपला व्याप वाढवतात, व्यवसाय वाढवतात, धक्के चपेटे सोसतात ती माणसे पाहाता पाहाता भाग्यवान ठरतात. मानवी जीवन हे असेच असते. पण मूर्खांना ते कळत नाही. माणसाचे मोठेपण त्याच्या बुद्धिमत्तेवर असते. पण जो आधी जन्मला त्याला लोक थोर समजतात. राजा वयाने लहान असला तरी मानाने मोठा असतो. म्हणून वृद्ध माणसे त्याला नमस्कार करतात. सर्वसामान्यांचे ज्ञान अनुमानावर आधारित असते. काय खरे नि काय खोटे हे किती लोकांना सांगत बसायचे ? वयाने लहान माणसाचा भाग्योदय झाला तरी त्याला तुच्छ मानतात. ज्या माणसाला निश्चित ज्ञान नाही, ज्याला कोणी मानत नाही. तो केवळ आधी जन्मला म्हणून कोणी वडील मानीत नाहीत.

।। जय जय रघुवीर समर्थ ।।

।। श्रीराम ।।

वडिलां वडीलपण नाहीं । धाकुट्यां धाकुटपण नाही ।।
ऐसें बोलती त्यास नाहीं । शाहाणपण ।।
शाहाण्यास कोणीतरी बाहाती । मूर्खास लोक दवडून देती ।।
जीवास आवडे संपत्ती । तरी शाहाणे व्हावें ।।

लहान वयाच्या माणसाने एखाद दुसरे शहाणपणाने काही सुचवले तर वयोवृद्ध किंवा वडील माणसे म्हणतात, आता लहान मोठे काही राहिलेच नाही. वडिलांचे वडीलपण राहिले नाही. लहानांचे लहानपण उरले नाही. गुण नसतील तर नुसते वय वाढले म्हणून मोठेपणा मिळत नाही. तरीही वडील माणसांना सन्मानाने वागवावे व वडील माणसांनीही खरे मोठेपण कशात आहे हे समजून घ्यावे, नाहीतर म्हातारपणी कष्ट सोसावे लागतील. थोडक्यात वडील हा अंतरात्मा आहे. तो जिथे जागृत झाला तेथील महात्म्य वाढत जाते, हे सर्वज्ञात आहे. यासाठी प्रत्येकाने शिकले पाहिजे. शिकले नाही तर महत्त्व राहाणार नाही. मग सगळे संपलेच ! जन्माला येऊन उपयोग काय ? न शिकून पुरुष आपली किंमत कमी करून घेतो. अशा माणसाला बायकासुद्धा शिव्या देतात. तेव्हा कोणी असे वागू नये, शिकल्यावाचून राहू नये. शिकल्यामुळे शहाणपण येते. जन्माचे सार्थक करावे, काही कळले नाही तर वाचन करावे, ग्रंथ धुंडाळावेत. जो शहाणा असतो त्याला लोक आपणहून बोलावतात, मूर्खाला मात्र हाकलून देतात. ज्याला संपत्ती हवी असेल त्याने शहाणे व्हावे. शहाणपण शिकण्यासाठी अनेक कष्ट करावे लागतात, अभ्यास करावा लागतो, झगडावे लागते. पण तरीही शहाणपण शिकणे हे सर्वोत्तम आहे. ज्याला अनेकजण मानतात तो शहाणा समजावा. न शिकणारा मूर्ख समजावा. शिकून जो स्वत:चे हित करीत नाही तो आत्मघातकी असे म्हणण्यास प्रत्यवाय नाही.

।। जय जय रघुवीर समर्थ ।।

।। श्रीराम ।।

पृथ्वीपासून जालीं झाडें । झाडांपासून होती लांकडें ।।
लांकडें भस्मोन पुढें । पृथ्वीच होय ।।
उत्पत्तिस्थितीसंव्हारतें । तें तें पृथ्वीस मिळोन जातें ।।
जितुकें होतें आणि जातें । पुन्हां पृथ्वी ।।

पृथ्वीपासून झाडे झाली, झाडापासून लाकडे झाली, लाकडे जळून भस्म झाली, त्यांची परत पृथ्वी म्हणजे मातीच झाली. पृथ्वीपासून निरनिराळ्या वेली होतात. त्यांना फुले येतात. ती वाळतात, कुजतात. शेवटी त्यांची मातीच होते. नाना प्रकारच्या धान्यांपासून माणसे अन्न तयार करतात, त्याचे भोजन करतात. त्याची विष्ठा, मूत्र, वमन सर्व काही मातीलाच मिळते. निरनिराळे पक्षी आपले भक्ष्य खातात तरी त्याची विष्ठाच होते. ती वाळून, जाऊन परत तिची माती होते. माणसे मरतात त्याचे दहन केले तर राख उरते. ती मातीच होते, दफन केले तरी मातीच होते. अशा प्रकारे अनेक शरीरे मातीत मिसळतात. गवत, झाडपाला कुजतो, कितीतरी किडे मरतात या सर्वांची माती होते. या पृथ्वीवर असंख्य पदार्थ आहेत. त्यांचा विस्तार किती सांगावा ? पृथ्वीवाचून कोणासही अन्य आश्रय नाही. झाडे, पाने, गवत, पशुपक्षी खातात. त्यांचे शेण, मूत्र, भस्म मिळून पुन्हा मातीच. कित्येक झाडे खूप उंच होतात, पण शेवटी पृथ्वीला मिळतात. उत्पत्ती, स्थिती आणि संहार यांचे चक्र फिरत असते. जे उत्पन्न होते ते ते पृथ्वीला मिळून जाते. मृत्तिकामय होते. काही लोक धातु पुरतात, कालांतराने त्याचीही माती होते. मातीपासून सुवर्ण मिळते. मातीचेच मोठमोठे पाषाण होतात. भडकत्या ज्वालात त्यांचे भस्म होते. सुवर्णाची जर होते ती कुजून मातीला मिळते. जरीचा रस काढून वितळवतात म्हणजे ती माती.

।। जय जय रघुवीर समर्थ ।।

।। श्रीराम ।।

जितुका कांहीं जाला आकार । तितुक्यास पृथ्वीचा आधार ।।
होती जाती प्राणीमात्र । सेवट पृथ्वी ।।
माया नि:शेष नासली । पुढें स्थिती कैसी उरली ।।
विचक्षणें विवरिली । पाहिजे स्वयें ।।

पृथ्वीपासून निरनिराळ्या धातूंची निर्मिती होते. अग्नीमुळे त्यांचा रस होतो. तो रस घट्ट झाला म्हणजे परत त्याची मातीच होते. पाणी दुर्गंधीयुक्त होते. आटते. परत त्याची मातीच. पाणी हे पृथ्वीचेच रूप आहे. झाडांना पाने, फुले, फळे येतात. कित्येक जीव ती खाऊन जगतात, मरतात पुन्हा त्यांची मातीच होते. जेवढे म्हणून जन्मतात, मरतात पुन्हा त्यांची मातीच होते. याबद्दल किती सांगावे ? विवेकाने जाणावे, या विश्वाची उभारणी आणि विनाश दोन्ही मातीच. पाणी आटून माती झाली पुन्हा ती पाण्यातच विरघळली. कारण ती आगीत भस्म झाली. आप हे तेजापासून झाले. पुढे तेजाने ते शोषून घेतले. तेज वायुपासून झाले, वायुने तेज विझवून टाकले. वायु आकाशात निर्माण झाला आणि आकाशातच विरला आणि विश्वाची उत्पत्ती. संहाराचा क्रम असा जाणावा. जे जे जिथे जिथे निर्माण होते ते ते तिथेच लय पावते. अशाच प्रकारे पंच महाभूते नाश पावतात. जे निर्माण झाले ते भूत नष्ट झाले, उरले ते केवळ शाश्वत परब्रह्म. जो पर्यंत ते परब्रह्म समजत नाही, तो पर्यंत जन्ममृत्यू चुकत नाही. चारी खाणीमध्ये नाना रूपाने पुन:पुन्हा जन्म घ्यावा लागतो. माया नि:शेष नष्ट झाली की स्थिती उरेल. तिचा विचक्षण बुद्धिमान पुरुषाने विचार केला पाहिजे.

।। जय जय रघुवीर समर्थ ।।

।। श्रीराम ।।

देव देवालयामध्यें लपाला । देऊळ पूजितां पावे त्याला ।।
सृष्टीमध्यें ज्याला त्याला । ऐसेंचि आहे ।।
वल्लीमध्यें जळ संचरे । कोरडेपणें हें वावरे ।।
वोलेवांचून न थिरे । कांहीं केल्या ।।

शक्तिमय प्रकृती आणि जाणीव असलेला पुरुष यांच्या नेतृत्वाने तीन गुण चालतात. परब्रह्माचे ठायी अष्टधा प्रकृती – तीन गुण आणि पंचमहाभूते सहज स्फुरण पावली. इंद्रधनुष्य आकाशात जसे भासमय असते. त्याप्रमाणे अष्टधा प्रकृती निर्गुणाच्या ठायी असते विश्वाचा राजा परब्रह्म. त्याचा मुलगा सत्त्वगुण म्हणजे विष्णु, नातू रजोगुण म्हणजे ब्रह्मदेव तर पणतू शंकर किंवा तमोगुण. अंतरात्मा हा पणजोबा आहे. तो ज्ञानी आहे. जीवनात अज्ञानामुळे आपल्याला आपली ओळख पटत नाही. अशा पद्धतीने तमोगुण म्हणजे अज्ञान अंतरात्म्यास म्हणजे ज्ञानाला झाकून टाकतो. पणतू पणजोबाला खातो. रजोगुण वाढला की सत्त्वगुण लोपतो. रजोगुण म्हणजे वासना. मुलगा बापाचा वध करतो. अशा या मारामारीत परब्रह्म हरवते. देवाचा विसर पडतो. देव देहरूपी देवळात लपला आहे. त्याची म्हणजे देहाची पूजा केली की त्याला पावते. सृष्टीमध्ये असाच नियम असतो. प्रकृती आणि पुरुष, शिव आणि शक्ति इत्यादी जोडनावे खरं तर एकच तत्त्वाची आहेत. परब्रह्माची आहेत. पण लोकांनी द्वैताची कल्पना करून जोडनावे ठेवली आहेत. ते तत्त्व धड स्त्रीही नाही आणि पुरुषही नाही. ही केवळ लोककल्पना आहे. त्याचा जर नीट शोध घेतला, तर हे द्वैत नाही असे लक्षात येईल. वेलीत पाणी असते पण बाहेरून वेल कोरडी दिसते. पण ओलेपणा नसेल तर वेल जगणार नाही.

।। जय जय रघुवीर समर्थ ।।

।। श्रीराम ।।

होणार तितुकें आधीच जाले । मग कल्पकल्पून बोलिलें ।।
जाणतयासी समजलें । सकळ कांहीं ।।
सर्वत्रांचा वडिल कोण । हेचि पहावी ओळखण ।।
भेटे आपणासी आपण । जगदंतरें ।।

झाडाला पाणी पोचावे म्हणून झाडाभोवती आळे करून त्यात पाणी भरतात. मग झाडे आकाशाकडे धाव घेतात. काही इतकी उंच जातात की त्यांचे वरचे टोक दिसत नाही. ती जमिनीशी चिकटून आकाशाकडे झेप घेत असतात. त्या झाडात अंतरात्मा असतो. म्हणून ती वाढतात. तो नसता तर ती केवळ लाकडेच राहिली असती. झाडापासून झाडे वाढतात पण त्यांच्या मुळांनी जमीन फाडली आहे असे होत नाही. झाडांना झाडांचेच खतपाणी घालतात. बोलकी झाडे म्हणजे माणसे परस्परांशी संवाद करून विचारांचे आदानप्रदान करतात. जे व्हायचे ते आधीच होऊन गेले आहे, पण निरनिराळ्या विद्वानांनी आपापल्या परीने सृष्टिनिर्मितीची कथा सांगितली आहे. जे जाणते आहेत ते सर्व काही जाणतातच. कुणाला समजलं तर उमजत नाही, उमजलं तर सांगता येत नाही. अनुभवाशिवाय काही अंदाज करता येत नाही. सर्वांचा परमपिता कोण आहे याची ओळख करून घ्यावी म्हणजे जगदांतरामध्ये आपणच भरलेले आहोत असे लक्षात येईल. अंतर्मुख उच्च कोटीचे असतात. बहिर्मुख मूर्ख असतात. आपण सर्वांना राजी ठेवावे. नाहीतर भाजीसुद्धा खायला मिळणार नाही. दुसऱ्याच्या मनाशी आपले मन मिळाले, एक झाले, तर निरंजन परब्रह्माचे दर्शन घडते. जिथे सारासार विचार नसतो तिथे सर्व अंधारच असतो. आपले चंचल मन शरीरामध्ये अखंड चळवळ करीत असते. मात्र ज्याला आपण परब्रह्म म्हणतो ते सर्वांचे ठायी निश्चल असते.

।। जय जय रघुवीर समर्थ ।।

।। श्रीराम ।।

सकळांसी जे मान्य । तेंचि होतसे सामान्य ।।
सामान्यास अनन्य । होईजेत नाहीं ।।
उदंडाचे उदंड ऐकावें । परि ते प्रत्ययें पाहावें ।।
खरें खोटें निवडावें । अंतर्यामीं ।।

दिव्याची पिवळी ज्योत. तिच्यापासून काजळी निर्माण झाली. काजळीपासून शाई. शाईमुळे ग्रंथलेखन शक्य झाले, शाईशिवाय ज्ञानप्राप्ती नाही. काजळ अगदी सामान्य पण काजळामुळे ज्ञानाची साठवण करता येते. शाईमुळे बरे वाईट गुण सांगता येतात, लिहिता येतात. बोरू तासून चिरला, त्यामुळे लेखनक्रिया करणे शक्य होते. पांढरा कागद, पिवळा बोरू आणि काळी शाई यांची गाठभेट झाली. परिणामी लेखन होऊन इहलोकी सार्थकता प्राप्त होईल. एकूण लिहिल्याबद्दलचा हा विचार समजला की मूर्खालाही शहाणपण येते. परलोकीचा साक्षात्कार सोपा होतो. सर्वसामान्यांना जे मान्य होते तेच प्रचलित होते. पण शहाणेजन ते मान्य करतातच असे नाही. रेषा किंवा रेखा एकूण चार आहेत. उत्तम, मध्य आणि कनिष्ठ आणि चौथी अदृष्टाची अदृश्य रेखा. पण सर्व ज्योतिषांचा सारखा अनुभव येत नाही. अनेकांच्या अनेक कथा कहाण्या ऐकाव्यात, पण अनुभव घेऊन खरे खोटे ठरवावे. कोणी काही विचारले किंवा मागितले तर नाही म्हणून, नकार देऊन दुखवू नये. मात्र योग्यायोग्य विचार करून ठरवावे. एखादा माणूस हट्टी, हेकट, कच्चा असला तरी त्याचे काय जे म्हणणे असेल ते एकूण मान्य करावे. कुणाबद्दल मनात अढी ठेवू नये. वेड्याला शहाणे करण्यातच जीवनाची सार्थकता आहे. उगीच वादावादी करणे शहाणपणा नव्हे. इतरांशी समरस व्हावे, प्रसंगी पड खाऊन मात करावी, आपले मन गुप्त ठेवावे.

।। जय जय रघुवीर समर्थ ।।

।। श्रीराम ।।

आधी अंतर हातीं घ्यावें । मग हळुहळु उकलावे ।।
नाना उपावें न्यावें । परलोकासी ।।
जैसे जयास पाहिजे । तें तें तत्काळचि दीजे ।।
तरी मग श्रेष्ठचि होइजे । सकळां मान्य ।।

दुसऱ्याच्या चालीने चालणे हिताचे असते, त्यासाठी त्याच्यासारखेच बोलणे करावे. त्याचे मनोगत जाणावे. जो दुसऱ्याचे हित करू इच्छितो तो कधीही कुणाचे वाईट करीत नाही. दुसऱ्याला पटेल अशा रीतीने आपले विचार ऐकवतो. आधी त्याला वश करून घ्यावे मग आपले विचार त्याच्या मनावर पक्के ठसवावे आणि हळूहळू त्याला परमार्थ शिकवावा. दोन आडमुठे एकत्र आले तर तिथे भांडणेच होतील. यात चातुर्य कुठे आहे ? पुष्कळजण पुष्कळ बोलतात पण प्रत्यक्षात तशी कृती करणे अवघड असते. दुसऱ्याचे मन जाणून घेणे, वश करणे सोपे नाही. टक्के टोपणे खावे, अपमान सहन करावा, शिव्या खाव्या म्हणजे मग प्रतिपक्षाला पश्चात्ताप होऊन ते शरण येतात. प्रसंगानुसार बोलावे, स्वत:ला फार शहाणे समजू नये. भिक्षेच्या निमित्ताने गावातील वा नगरातील सर्व घरे फिरावे आणि लहानमोठ्यांची परीक्षा करावी. पुष्कळ भ्रमंती केल्यावर काही शहाणेसुरते भेटतातच. उगीच घरी बसून हे होत नाही. सावधपणे सर्वत्र वावरावे. सद्य:परिस्थितीचे, वर्तमानाचे अवलोकन करावे. जिकडे जायचे असेल, तिकडची माहिती काढून जावे. अनेक जिनसांचे गुण पाठ असावेत. दुसऱ्याला ते लिहून दिले की त्याच्यावर उपकार होतात. ज्याला जे जे हवे ते ते द्यावे, असे केल्याने सर्वमान्य असे श्रेष्ठत्व प्राप्त होते. जो सर्वमान्य असतो त्याला सामान्य म्हणू नये.

।। जय जय रघुवीर समर्थ ।।

।। श्रीराम ।।

नाना विकारांचें मूळ । ते हे मूळमायाच केवळ ।।
अचंचळी जे चंचळ । सूक्ष्मरूपें ।।
तैसी मूळमाया जाण । पंचभूतें आणि त्रिगुण ।।
मूळ आहेत हे प्रमाण । प्रत्ययें जाणावें ।।

या जगात नाना विकार आढळतात. त्याचे कारण अर्थातच केवळ मूळमाया आहे. निश्चल अशा परब्रह्मात ती चंचलपणे परंतु सूक्ष्मरूपात राहते. मूळमाया ही जाणीवेची झालेली असते. रूप, यश, औदार्य, होम, वैराग्य, ऐश्वर्य हे सहा गुण ज्याच्याजवळ आहेत, त्या ईश्वराची ओळख इथेच होते. प्रकृती पुरुष, शिवशक्ती, अर्धनारी नटेश्वर अशी आणखी नावे त्याला आहेत. पण सर्वांचे मूळ जगत् ज्योतीच आहे. वेलीची मुळे खोल असतात. वर वेलीला पाने, फुले, फळे असतात. पण त्या सर्वांचे मूळ मुळाशीच असते. याशिवाय वेलीचा रंग, फुलांचा रंग, फळांचा स्वाद त्याचे मूळ मुळांमध्ये असते. त्या मुळ्या ठेचल्या तर त्यात काही आढळणार नाही. पण वेल जशी जशी वाढत जाईल तसे तसे एकएक अंग प्रकट होऊ लागेल. पाने, फुले आणि फळे. कडेकपारी वेल उगवला, अधोमुखी होऊन वाढत गेला, जमिनीपर्यंत पोहोचला तशी ही मूळमाया. जशी पाने फुले, फळे, वेलीच्या मुळात अदृश्य रूपाने असतात, त्याप्रमाणे पाच महाभूते आणि सत्त्व, रज, तम हे तीन गुण मूळ मायेत आहेत. तो वेल पुढे वाढतच गेला. अनेक विकारांनी युक्त असा झाला, त्या विकारात आणखी असंख्य विकार निर्माण झाले, त्याला फांद्या फुटल्या, त्याचा विस्तार झाला, त्याची अनेक फुले, फळे, जमिनीवर पडली. त्यातून आणखी निर्माण झाली. एक वेल वाळला, दुसरा प्रकट झाला. पाने गळून जातात. नवी पाने येतात, पुन्हा त्या नव्या वेलाला फुले फळे येतात, पुन्हा तो वेल करपला असे सृष्टिचक्र चाललेले असते.

।। जय जय रघुवीर समर्थ ।।

।। श्रीराम ।।

मूळ खाणोन काढिलें । प्रत्ययज्ञाने निर्मळ केलें ।।
मग वाढणेंचि राहिले । सकळ कांहीं ।।
जातो येतो पुन्हां जातो । ऐसा प्रत्यावृत्ति करितो ।।
परंतु आत्मज्ञानी जो तो । अन्यथा न घडे ।।

वेल काढली की कालांतराने ती झुकते. पुन्हा उगवते, वाढते असे चक्रच मग फिरत रहाते. पण वेलाचे मूळच खणून काढले, आपल्या अनुभवाच्या जोरावर त्याला निर्मूळ केले तर त्याचे वाढणे थांबते. आधी बीज, मध्ये जलरूपाने बीज, शेवटी फलरूपाने बीजच. हे विश्व मूळमायेत विलय पावते. अज्ञानी जीव जन्मतो, मरतो. पुन्हा जन्मतो, पुन्हा मरतो. पण जो आत्मज्ञानी असतो त्याची या जन्ममरणाच्या फेऱ्यातून सुटका होते. असे घडत नाही असे तरी कसे म्हणावे ? ज्याला आत्मज्ञानी व्हावयाचे आहे त्याला ज्ञान मिळविण्यासाठी प्रयत्न करावे लागतातच. खरे तर आत्मवस्तु अंतरातच आहे पण ते सगळ्यांना कसे माहीत असणार ? त्या आत्मज्ञानाच्या उजेडातच सर्वजण आपापला कार्यभाग करीत असतात. पण त्या आत्मज्ञानाची त्यांना जाणीव नसते, ज्ञान नसते. त्याला ते बिचारे लोक काय करणार ? जो विषयोपभोग माणसे घेतात तो त्याच्यामुळेच घडतो. खरं तर त्याच्याशिवाय काहीच घडत नाही. स्थूल सोडून सूक्ष्मात शिरेल असा माणूस त्यासाठी हवा. आपल्या अंतरी जे आत्मतत्त्व आहे तेच सर्व प्राणीमात्रात आहे. केवळ शरीराचे भेद आहेत. त्यामुळे वेगवेगळे विकार निर्माण होतात. ज्या बोटाला लागलेले असते तेच बोट दुखते. इतर बोटांना त्याचा पत्ता नसतो. एका अवयवाचे दुसऱ्याला कळत नाही. एक माणूस दुसऱ्याचे अंत:करण नीट जाणून घेत नाही.

।। जय जय रघुवीर समर्थ ।।

।। श्रीराम ।।

स्मरण म्हणिजे देव । विस्मरण म्हणिजे दानव ।।
स्मरण-विस्मरणें मानव । वर्तती आता ।।
तुर्या जाणावी स्मरण । सुषुप्ति जाणावी विस्मरण ।।
उभयतां शरीरीं जाण । वर्तती आता ।।

आपण पाहतो एकाच पाण्याने सर्व वनस्पतींना जीवन लाभते. त्या वनस्पतींची आपण एखादी डहाळी खुडली तर ती सुकते, बाकीचे रोपटे मात्र टवटवीत रहाते. याच प्रकारे एका माणसाला जे आत्मज्ञान होते किंवा जे कळते ते दुसऱ्याला कळेलच असे नाही. निरनिराळ्या देह प्रकृतींमुळे आत्म्याच्या ठिकाणी भेदभाव दिसतो. ऐकून, पाहून, धूर्त दुसऱ्याच्या अंतःकरणाची पारख करतात. आधी दुसऱ्याचे मनोगत पहायचे आणि मग त्याच्यावर विश्वास ठेवायचा अशी प्राणीमात्रांची वागण्याची रीत असते. स्मरणापाठीमागे विस्मरण याचा आपण अनुभव घेतो. आपणच ठेवलेली वस्तू आपण कुठे ठेवली आहे हे विसरून जातो. आपलेच आपल्याला आठवत नाही, आपण काय बोललो हे लक्षात रहात नाही. आपल्या मनात असंख्य विचारतरंग उठत असतात, ते सगळे कुठे आपल्याला समजतात ! रंक असो वा इंद्र स्मरण विस्मरणाच्या खेळात तो सापडतोच. चंचल मायेचे हे चक्र कधी सरळ चालते कधी वाकडे. नित्य स्मरण म्हणजे देव व विस्मरण म्हणजे दानव. स्मरण विस्मरण यांचे मिश्रण म्हणजे मानव. इथे स्मरणाला ज्ञान किंवा विस्मरणाला अज्ञान असेही म्हणता येईल. अविरत स्मरण म्हणजे देव, विस्मरण म्हणजे दानव. पुढे शिकतो, मागचे विसरतो. पुढे उजेड मागे अंधार. पुढचे आठवते मागचे विसरतो. तुर्या ही ज्ञानमय अवस्था म्हणून स्मरण, तर सुषुप्ति ही अज्ञानमय अवस्था म्हणजे विस्मरण. शरीरात या दोन्ही अवस्था असतात.

।। जय जय रघुवीर समर्थ ।।

॥ श्रीराम ॥

ते मुंगीसमान शरीरें । उदंड असती लहानथोरें ॥
समस्तांमध्ये जीवेश्वरें । वस्ती कीजे ॥
ऐसीं अवघें विवरोन पाहे । ऐसा प्राणी कोण आहे ॥
आपल्यापुरते जाणोन राहे । किंचितमात्र ॥

आपल्या आसपास धूळ असते. त्या धुळीमध्ये रेणुहूनही सूक्ष्म किडे असतात. त्यांचे आयुष्यही अल्प असते. त्यांच्यात युक्ति व बुद्धि अल्प प्रमाणात असते. असे असंख्य जीवजंतू आहेत की ते उघड्या डोळ्यांनी दिसत नाहीत. पण अंतःकरण पंचक त्यांच्यातही असते. त्यांचे ज्ञान त्यांच्या पुरते असते. विषय आणि इंद्रिये तशीच असतात. पण त्यांच्या सूक्ष्म शरीरांचा कोण विचार करतो ? ते किडे इतके सूक्ष्म असतात की त्यांच्या शेजारून एखादी मुंगी गेली तर त्यांना जवळून हत्ती गेल्यासारखे वाटते आणि त्या मुंगीला मुताचा महापूर अशी म्हण आहे. त्या मुंगीसारखी असंख्य लहान मोठी शरीरे आहेत आणि सर्व शरीरात आत्म्याचे वास्तव्य आहे. अशा किड्यांचा संभार उदंड विस्तारला आहे. एखादा माणूसच कष्टपूर्वक त्याचा अभ्यास करून, त्याचे निरीक्षण करून ज्ञान मिळवतो. निरनिराळ्या ग्रहांवर, नक्षत्रांवर नाना प्रकारचे किडे असतात. पृथ्वीवरील किडा मुंग्यांच्या मानाने पर्वतप्राय असतात. त्या प्रमाणे त्यांना आपले आयुष्यही दीर्घ वाटते. पक्षी, साप आणि मासे यांच्यातही लहानथोर आकार आहेत. मुंगीपासून प्रचंड शरीरापर्यंत अनेक चढती वाढती शरीरे आहेत, त्यांचे मनोगत जाणून घ्यावयाचे असेल तर सूक्ष्म निरीक्षण करावे लागते. नाना रंग, नाना रूपे, काही सुकुमार, तर काही कठीण, काही झगमगीत, तर काही काळीकुट्ट. निरनिराळे आहार, निरनिराळे आवाज पण सर्वां ठायी एकच परमात्मा. अशा सगळ्यांचा कोण विचार करतो, जो तो आपल्यापुरते पाहतो.

॥ जय जय रघुवीर समर्थ ॥

।। श्रीराम ।।

नवखंड हे वसुंधरा । सप्तसागरांचा फेरा ।।
ब्रह्मांडा बाहेरील नीरा । कोण पाहे ।।
ऐसे भगवंताचें करणें । किती म्हणोनि सांगणें ।।
विचित्र मायेच्या गुणें । होत जातें ।।

ही प्रचंड नवखंड पृथ्वी तिच्या भोवती सात समुद्रांचा वेढा, तरीही ब्रह्मांडाबाहेरही विपुल उदक, पाणी आहे ते कोण पाहतो. त्या पाण्यातही असंख्य जीव असतात. त्या लहानमोठ्या जिवांची स्थिती कोण जाणतो ? जिथे जिथे म्हणून पाणी आहे तिथे जिवांचे अस्तित्व असायचेच. हा सृष्टीचा स्वभाव आहे. याचा विस्तार आणि विचार आजही पुष्कळ करता येण्याजोगा आहे. पृथ्वीच्या पोटात अनेक स्थळी पाणी असून त्या पाण्यात लहानमोठी असंख्य शरीरे आहेत, ते कोण जाणतो ? काही पक्षी तर असे आहेत की जे पंख फुटल्यावर आकाशामार्गे निघून जातात. त्यांना पृथ्वी कधी दृष्टीस पडत नाही. आकाशात उडणारे, खेचर, भूचर, वनचर, जलचर इत्यादी चौऱ्याऐंशी लक्ष योनीतील सर्व जीव कुणाला नेमके माहीत आहेत ? कोणी उष्ण आणि तेज निराळे करून प्रत्येक ठिकाणी जीवसृष्टी आहे, कितीएक इच्छेपासून होतात. कोणी शापामुळे शापदेह घेतात किंवा शापदग्ध झालेले उ:शापाने परत जिवंत होतात. काही जादूटोण्याने, काही राक्षसी मायेने, तर काही देवदेवताही प्रसंगानुरूप देहधारी होतात. कोणी रागापासून तर कोणी तपापासून जन्म घेतात. काहींना उ:शापाच्या सामर्थ्यामुळे जो त्यांचा पूर्वदेह असेल तो प्राप्त होतो. अशा भगवंताची, परमेश्वराची करणी आहे. ही भगवंताची लीला विचित्रच म्हणावी लागेल. अशा भगवंताच्या लीला किती म्हणून सांगाव्यात, किती म्हणून ऐकाव्यात ? ही सर्व घडामोडी जी होते ती मायेमुळे होते.

।। जय जय रघुवीर समर्थ ।।

।। श्रीराम ।।

आपल्या देहांतील न कळे । मां ते अवघें कैचें कळे ।।

लोक होती उतावळे । अल्पज्ञानें ।।

थोडें जिणें, अर्धपुडी काया । गर्व करिती रडाया ।।

शरीर आवघें पडाया । वेळ नाहीं ।।

भगवंताचे कुर्तृत्व, मोठेपणा, त्याची लीला विलक्षण, अतर्क्य, अलौकिक आहे. तिचे वर्णन करता येणे शक्य नाही. कारण भगवत्करणी वर्णनापलीकडे आहे. मायेची ही करणी नानाविध मायेच्या चित्रविचित्र गुणांमुळे होते आणि नाश पावते. ही सगळी करणी कुणी कधी पाहिली नाही, कधी ऐकली नाही. मायेची ही विचित्र करणी सर्व समजावून घेतली पाहिजे. ज्याला थोडे फार ज्ञान झाले, थोडे फार शिकला, पोटापुरती विद्या शिकला त्या प्राण्याला लगेच आपण फार ज्ञानी आहोत असे वाटू लागते आणि त्याच्या या गर्विष्ठपणामुळे तो वाया जातो. जो जगाचा अंतरात्मा आहे, तोच खरा ज्ञानी आहे, हे समजण्याजोगी बुद्धि सहसा आढळत नाही. पंचमहाभूते, अहंकार, महत्तत्त्व ही एकूण ब्रह्मांडाची सात आवरणे आहेत आणि त्या पिंडात अगणित प्राणी वस्ती करून आहेत. आपल्या स्वतःच्या शरीरातील घडामोडी आपल्याला कळत नाहीत. मग ते सगळेच कसे समजेल ? अल्पज्ञानाने लोक उतावळे होतात. अणुरेणूसारखा जिवांच्या दृष्टीने आम्ही विराट पुरुष आणि आमचे आयुष्यही प्रदीर्घ. परमेश्वराची लीला अतर्क्य आहे. जीवन लहान, शरीर क्षणभंगुर, शरीर पडायला वेळ लागत नाही. हे शरीर घाणेरड्या जागी जन्मते, तशाच रसाने वाढते. मग याला थोर का म्हणावे बरे ? तरी अहंकार आणि गर्व या अहंपणाची पुंडाई अगदी मोडून काढून विवेकबुद्धीने देवाला शोधावे हे उत्तम.

।। जय जय रघुवीर समर्थ ।।

।। श्रीराम ।।

चौखाणींचे प्राणी असती । अवघे उदकेंची वाढती ।।
ऐसे होती आणि जाती । असंख्यात ।।
फळामध्यें बीज आले । तेणें न्यायें तेथें जालें ।।
ऐकतां देखतां उमजलें । सकळ कांहीं ।।

चारी खाणीतून जन्मणारे सर्व जीव पाण्यामुळेच व पाण्यापासून वाढतात. चारी खाणी कोणत्या तर स्वेदज म्हणजे घामापासून उत्पन्न होणारे जीव कृमिकीटक वगैरे, अंडज म्हणजे अंड्यातून निर्माण होणारे पक्षी, जारज म्हणजे वारेपासून गर्भाशयातून ज्यांचा जन्म होतो ते आणि उद्‌भिज म्हणजे वनस्पती, वृक्ष वगैरे. पाच भूते, तीन गुण आणि अंतरात्मा यांचे मिश्रण म्हणजे शरीर. जे जलरूपच आहे. शरद ऋतूत एखादे रोपटे पिळून पाहिले तर त्यातून पाणी निघते. मानवी शरीरे पुरुषाचे रेत व स्त्रीचे रक्त मिळून तयार होतात. रक्तरेत या द्रव पदार्थांच्या एकरूपतेत जीव येतो व वाढतो. वाढता वाढता कोमल कठीण होतो. नाना अवयवात उदक पसरत जाते व संपूर्ण शरीर स्त्रीदेहातून बाहेर येते व लगेच रडू लागते. शरीर वाढते तशी दुर्बुद्धी वाढते. मुळापासून हे घडते आणि मोडते. शरीर मोठे झाले की विचार सुचू लागतात. फळात जसे बी येते त्याच न्यायाने इथेही घडते. ऐकून आणि पाहून सर्व काही उमजू लागते. पाण्यापुढे बीज अंकुरते. पाणी नसेल तर बी वाळून जाते. माती आणि पाणी यांच्या बीजाबरोबर संयोग झाला तर बीजाला ते उत्तम ठरते. ते त्यात भिजते वाढते आणि त्यात उदंड आनंद मिळतो. मूळ जमिनीत तर फांद्या आकाशात असतात. नाना तऱ्हेची फुले, फळे यांनी झाडे बहरून जातात. मुळे जमिनीत जशीजशी घट्ट रुतून बसतील तशी तशी फांद्यांची वाढ आकाश दिशेने होते. दोन्हीही एका बीजापासून होतात.

।। जय जय रघुवीर समर्थ ।।

२५८

।। श्रीराम ।।

सकळांवडील अंतरात्मा । त्यासि नेणे तो दुरात्मा ।।
दुरात्मा म्हणिजे दुरी आत्मा । अंतरला तया ।।
तया नारायणाला मनीं । अखंड आठवावें ध्यानीं ।।
मग ते लक्ष्मी तयापासूनी । जाईल कोठें ।।

फळांपेक्षा फुले वडील, फुलांपेक्षा पाने वडील, पानांहून काष्ठ वडील, काष्ठाहून मुळ्या वडील तर मुळ्यांहून पाणी वडील. पाण्यामुळे वृक्ष विस्तारतात म्हणजे पृथ्वीला वडील आपोनारायण म्हणजे पाणी आहे. आपोला वडील अग्निदेव, अग्निदेवाला वडील वायुदेव. त्यालाही वडील म्हणजे अंतरात्मा होय. या अंतरात्म्याला जो जाणत नाही तो दुरात्मा म्हणजे ज्याला अंतरात्मा दुरावला आहे असा. जो जवळ असून तो सापडत नाही. कारण त्याचा अनुभव घ्यावा असे कोणास वाटत नाही. देवाने जन्माला घातले म्हणून जन्मले. आयुष्याचा शेवट झाला की मरून जातात. म्हणून सर्वांत वडील, ज्येष्ठ देव आहे. त्याचा भक्तिभाव केला की आयुष्य पालटू लागते. तो पुरुष व्यवसाय करीत असला तरी त्याचे अनुसंधान ध्यान भंगत नाही. बोलण्या चालण्यात व्यंग दिसत नाही. वडिलांनी निर्माण केलेले जसे पहावे. तसे अंतरात्म्याने निर्माण केलेलेही पहावे. तो वडील अंतरात्मा ज्याचे ठायी जागा झाला तो भाग्यवान. त्या नारायणाला मनात घ्यावे, त्याचे ध्यान अखंड करावे मग लक्ष्मी कशी दूर जाईल ? विश्वामध्ये नारायणाचे अस्तित्व असतेच. त्याची नित्य पूजा करावी. विश्वावर आपुलकीने प्रेम करावे. आत्म्याची लीला कुणाला कळत नाही. त्याची परीक्षा करता येत नाही. हे केवळ देवच करू शकतो ? सर्व शास्त्रे आणि मते देवापासूनच निर्माण झाली आहेत. त्याच्याच प्रेरणेने सर्व काही घडते पण आपल्या कुवतीप्रमाणे पेलवेल तेवढेच घ्यावे. आपले सामर्थ्य लक्षात घ्यावे.

।। जय जय रघुवीर समर्थ ।।

।। श्रीराम ।।

विवरतां विवरतां सेवटी । निवृत्तिपदीं अखंड भेटी ।।
जालियानें तुटी । होणार नाहीं ।।
महावाक्याचा विचारू । तेथें संन्याशास अधिकारू ।।
दैवी कृपेचा जो नरू । तोहि विवरोन पाहे ।।

आभाळात निरनिराळ्या घटना घडत असतात पण त्या आकाशाप्रमाणे टिकाऊ नसतात. निश्चल आत्म्यामध्ये, ब्रह्ममध्ये अनेक रूपांची चंचलता टिकून रहात नाही. आकाशात अंधार पसरला की आकाश काळे वाटते, सकाळच्या सूर्यकिरणात ते पिवळे वाटते. खूप थंडी पडली की आकाशही थंड झाले असे वाटते, तर ऐन उन्हाळ्यात ते वाळून गेल्यासारखे भासते, असे जे जे वाटले ते ते गेले, पण आकाश टिकून राहिले. शुद्ध जाणीव ही सर्वोत्तम होय. पाणी आणि वारा व्यापक होतात. अंतर्यामी एकच तत्त्व व्यापकपणे पसरलेले असते. काय शाश्वत आणि काय अशाश्वत हे आपल्याला कळते आणि याचा विचार करता करता निवृत्तीपदाची भेट झाली की ती अखंडच. मग तिचा कधी वियोग व्हावयाचा नाही. तिथे ज्ञानाचे विज्ञान आणि मनाचे उन्मन होते. सर्व तत्त्वांचे निरसन झाल्याने विवेकाने परब्रह्माशी एकरूपता साधते. वडील जो आहे तो अंतरात्मा. त्याचा शोध घ्यायला गेल्यास चंचलाचे निश्चल होते. मग देव आणि भक्त वेगवेगळे उरत नाहीत. ठावठिकाण म्हणावयाचे तर तिथे पदार्थ नाही, मग काय बोलणार ? अज्ञानरूपी शक्ति निरास पावली, ज्ञानशक्ति अस्तावली, वृत्ती शून्य झाली, चंचलता भोवऱ्यातून जीव बाहेर पडतो आणि निर्विकारी रूपात निवांतपणे स्थिर होतो. चंचल आटले की भ्रम संपला. तत्त्वज्ञानाच्या महावाक्यांचा विचार करण्याचा अधिकार संन्याशाला आणि ज्याला ईश्वर प्रसन्न झाला आहे एवढ्यांनाच आहे, असतो.

।। जय जय रघुवीर समर्थ ।।

।। श्रीराम ।।

जे जे विचारी समजले । ते तो नि:संगे होऊन गेले ।।
देहाभिमानी जो उरले । ते देहाभिमान रक्षिती ।।
शाश्वतास शोधीत गेला । तेणे ज्ञानी साच झाला ।।
विकार सांडून मिळाला । निर्विकारी ।।

मनातील षड्रिपुंवर, सहा विकारांवर जो मात करतो तो खरा संन्यासी होय. विचारवंत पुरुषांना संन्यासी समजण्यास हरकत नाही. आपर जितकी आणि जेवढी साधना करावी तेवढी निश्चितपणे आपल्या उपयोगी पडते. एकदा प्रत्यक्ष परमेश्वरच प्रसन्न झाल्यावर आत्मस्वरूपाच्या प्राप्तीबद्दल तर्क कोण करील ? ज्या विचारवंतांना ही गोष्ट समजली ते नि:संग झाले पण जे देहाभिमान धरून राहिले ते त्याचे रक्षण करीत बसले. अलक्ष्य ब्रह्मात चित्ताला स्थैर्य आल्यावर माया नाहीशी झाली. वासनेच्या रूपाने राहणारा आंतरसाक्षीही मावळला. आकाश काय आणि पाताळ काय दोन्ही अंतराळेच आहेत. दृश्याचा मधला पडदा काढून टाकला की सर्व एकच आहे. परब्रह्म हे आकाशाप्रमाणे शब्द व कल्पना यांच्या पलीकडचे असून मन व बुद्धि यांना अगम्य आहे. सतत विचार करून त्याचा अनुभव घ्यावा. पण असा विचार करताना लक्षात येते की जे आपल्याला कळले असे वाटले ते कळलेच नाही. ज्याने सतत शाश्वताचा शोध घेतला त्यालाच ब्रह्मज्ञान प्राप्त झाले. झोपेत खूप वाईट स्वप्न पडले, पण जाग आल्यावर ते खोटे होते हे लक्षात येते. अगदी पुन्हा त्या स्वप्नाची आठवण आली तरी ते खोटेच ! साधकाने बुद्धि निश्चल करावी, निश्चल बुद्धीच आत्मज्ञानाकडे नेते. निश्चलाचे ध्यान करणारा निश्चल. तर चंचलाचे ध्यान करणारा चंचल. जो परब्रह्मापर्यंत जाऊन पोहोचला त्याच्यावर दृश्याचा परिणाम होत नाही हे सत्य.

।। जय जय रघुवीर समर्थ ।।

।। श्रीराम ।।

भविष्य आणि शतकोटी । हे तों नाहीं देखिलें दृष्टी ।।
धांडोलितां सकळ सृष्टि । श्रुत नव्हे ।।
ऋषि होते थोर थोर । बहुती केला कवित्वविचार ।।
परि वाल्मिकासारखा कवीश्वर । न भूतो न भविष्यती ।।

सर्व ऋषिवर्यांमध्ये पुण्यश्लोक असणारा वाल्मिकी ऋषि धन्य होय. त्याच्यामुळे हे त्रैलोक्य पवित्र झाले. भविष्य काळात घडणारे शतकोटी रामायण वाल्मिकीने रचले हे कधी कुणी पाहिले नाही की ऐकले नाही. सर्व वाङ्मय सृष्टीतील ही एक अपूर्व घटना आहे. कुणी सांगितलेले भविष्य खरे झाले तर इथल्या लोकांना केवढे आश्चर्य वाटते. रामचंद्राचा अवतार झाला नसताना, कोणताही शास्त्राधार नसताना ज्याने रामायणाची रचना केली, रामकथेचा विस्तार केला असा ज्याचा वाग्विलास तो ऐकून भगवान शंकर संतुष्ट झाले आणि त्याने ते शतकोटी रामायण तिन्ही लोकात विभागून दिले. त्याच्या कवित्वशक्तिची कल्पना सामान्यांना नव्हती पण शंभूला होती. राम उपासकांना त्यामुळे समाधान मिळाले. किती ऋषी होऊन गेले त्यांनी कवित्व केले. पण वाल्मिकीसारखा कवीश्वर झाला नाही, होणार नाही. पूर्वायुष्यात त्याने दुष्ट कर्म केली पण रामनामाने तो पावन झाला. रामनामाचा जप केल्याने त्याची पर्वतप्राय पापे भस्म झाली. ब्रह्मांडापलीकडे त्याने आपले सुकृताचे झेंडे रोविले. वाल्मिकीने जिथे जप केले तिथे कोरड्या लाकडांना अंकुर फुटले. वारुळाला लोक वाल्मीक म्हणत म्हणून त्याला वाल्मिकी नाव शोभले. तपामुळे त्याच्या शरीराभोवती वारूळ निर्माण झाले होते. तो तापसात श्रेष्ठ, कवीश्वरात वरिष्ठ. त्याचे बोलणे स्पष्ट. वाल्मिकीने रामकथा गायिली नसती तर आम्हाला कळली पण नसती. त्याने रघुनाथची कीर्ती वाढवली. त्यामुळे त्याचाही महिमा वाढला आणि भक्त केवळ श्रवणाने सुखसमाधान पावले.

।। जय जय रघुवीर समर्थ ।।

।। श्रीराम ।।

धन्य धन्य हा सूर्यवौंश । सकळ वौंशामध्ये विशेष ।।
मार्तंडमंडळाचा प्रकाश । फांकला भूमंडळीं ।।
ऐसा हा सविता सकळांचा । पूर्वज होय रघुनाथाचा ।।
अगाध महिमा मानवी वाचा । काय म्हणोनि वर्णावी ।।

सर्व राजवंशामध्ये सूर्यवंश हा धन्य होय. श्रेष्ठ होय. या सूर्यमंडळाचा प्रकाश जगभर पसरलेला आहे. चंद्रावर कलंक आहे. एक पंधरवडा तो कळाहीन होत जातो, एवंच सूर्याला दुसरी उपमाच नाही. या सृष्टीमध्ये उत्तम, मध्यम, कनिष्ठ अशी कर्मे चालतात. अनेक धर्म अस्तित्वात आहेत. वेद, शास्त्रे, पुराणे, मंत्र, यंत्रे, स्नान, संध्या, विधाने ही आहेत. पण सूर्याशिवाय ती बापुडवाणी आहेत. नाना योग, नाना मते, तसं पहायला गेलं तर असंख्य आहेत. पण सूर्योदय झाल्यावरच ते आपल्या मार्गाने जातात. प्रापंचिक वा पारमार्थिक काम कुठलंही असो सूर्यप्रकाशाशिवाय ते निरर्थक आहे. सर्वांच्या डोळ्यात सूर्य सामावलेला आहे. तो नसेल तर सर्व आंधळे. सूर्य प्रकाश हा उष्ण तर चंद्रप्रकाश थंड. उष्णता नसेल तर जग चालणार नाही. सूर्याशिवाय जग कसे चालेल? हरिहरांचे कितीतरी अवतार झाले, शिवशक्ति अनेकदा प्रकटली. सूर्य तेव्हाही होता आणि आताही आहे. जेवढे म्हणून जीव जन्मले त्यांनी सूर्यप्रकाशात आयुष्य वेचले आणि सूर्यप्रकाशातच देह त्यागून गेले. चंद्र हा अलीकडचा, चौदा पैकी एक, क्षीरसागरातून मंथनातून आलेला, लक्ष्मीचा भाऊ. पण सूर्य हा जगाचा नेत्र आहे. अपार आकाशमार्ग चालून प्रतिदिवशी त्याने यावे आणि जावे अशी प्रभूची आज्ञा आहे. सूर्याला दुसरी उपमा नाही असा हा सूर्यनारायण सूर्यवंशाचा पूर्वज. सूर्यनारायणाला नमस्कार केला तर सर्व दोषांपासून मुक्ति मिळते. सूर्यदर्शनाने निरंतर स्फूर्ति मिळते.

।। जय जय रघुवीर समर्थ ।।

।। श्रीराम ।।

धन्य धन्य हे वसुमती । इचा महिमा सांगों किती ।।
प्राणीमात्र तितुके राहाती । तिच्या आधारें ।।
बरे वाईट सकळ कांहीं । पृथ्वीविण थार नाहीं ।।
नाना धातु द्रव्य तेंहि । भूमीचे पोटीं ।।

ही पृथ्वी, धरित्री धन्य होय. हिचा महिमा किती सांगू? हिच्या आधाराने सर्व प्राणीमात्र रहातात. तसे अंतरिक्षातही जीव रहातात, पण तेही पृथ्वीच्या स्वभावामुळे. जर जड देह नसेल तर प्राण्यांना कसे जगात येईल? या धरित्रीला माणसे भाजतात, पोळतात, खणतात, नांगरतात, उकरतात. तिच्यावर मलमूत्र, वमन, विसर्जन करतात. नासके, कुजके म्हातारे शरीर अंत:काळानंतर पृथ्वीवरच पडते. बरे वाईट सगळ्याला पृथ्वीचाच आधार असतो. नाना प्रकारचे धातू, द्रव्य तेही पृथ्वीच्या पोटातच आणि एकमेकांच्या उरावर बसणारे प्राणीही पृथ्वीवरच रहातात. तिला सोडून ते कुठेच जाऊ शकत नाही. निरनिराळे गड, कोट, किल्ले, नगरे, शहरे हे सगळं फिरल्यावरच कळतं. देह असोत, दानव असोत वा मानव सर्वांची वस्ती पृथ्वीवरच. पृथ्वीच्या पोटात काय काय गुप्तरुपाने दडलंय. नाना प्रकारची रत्ने, हिरे माणिक, परीस, सोने, लोह, रुपे आणि कितीतरी खनिजे. त्यांच्यासाठी पृथ्वीसारखे स्थान नाही. मेरू पर्वत, मंदार पर्वत, हिमालय, विंध्य, आठ कुलाचल पर्वत, तऱ्हेतऱ्हेचे लाखो पक्षी, मासे, साप या सर्वांचे आश्रयस्थान केवळ पृथ्वी आहे. अनेक समुद्रांपलीकडे पृथ्वीच्या भोवती जे आवरण, वेष्टन आहे त्याच्यापलीकडे पृथ्वीचे अनेक तुटलेले कडे आहेत. त्या कड्यांमध्ये लहान मोठी गुप्त विवरे आहेत, त्या विवरात निबिड अंधार आहे.

।। जय जय रघुवीर समर्थ ।।

।। श्रीराम ।।

नाना पदार्थांच्या खाणी । धातुरत्नांच्या दाटणी ।।
कल्पतरु चिंतामणी । अमृत कुंडें ।।
बहुरत्न हे वसुंधरा । ऐसा पदार्थ कैचा दुसरा ।।
अफाट पडिलें सैरावैरा । जिकडे तिकडे ।।

पृथ्वीसभोवती जे आवरणोदक आहे ते अपार भरलेले आहे. त्याचा पार कोण जाणे ! त्या पाण्यात ज्याची कल्पनासुद्धा करता येणार नाही असे भयंकर जलचर विहार करीत आहेत. त्या जीवनास घनदाट वायूचा आधार असल्याने ते पाणी कुठूनही फुटून जाऊ शकत नाही. अनेक पदार्थांच्या खाणी, नानाविध धातु आणि रत्ने, कल्पतरू, चिंतामणी, इतकेच नव्हे तर अमृतकुंडे या पृथ्वीच्या गर्भात आहेत. इतकेच नव्हे तर अनेक द्वीप-बेटे, खेडे, ओसाड मैदाने व गर्दीने गजबजलेली अनेक स्थळे, जलाशये पृथ्वीवर आहेत. त्याच्याजवळ मैनाक पर्वत आहे, लोकालोक पर्वत आहे. त्याच्याभोवती सूर्यचक्र फिरत असते. निरनिराळ्या देशात नाना प्रकारचे दगड, खाणी, निरनिराळ्या रंगरुपाची माती, नाना विभूती आणि बंद खाणी आहेत. ही वसुंधरा बहुरत्ना आहे. हिच्यासारखा पदार्थ अन्यत्र कुठे आढळणार नाही. ही पृथ्वी चारही दिशांना अस्ताव्यस्त पसरली आहे. हिच्यावर अनेक वृक्षवेली, पिके देशोदेशी निरनिराळी आहेत. नाना वेलींची आणि बीजांची खाण असलेली ही पृथ्वी म्हणजे परमेश्वराची अद्भुत रचना आहे. ही जमीन माझी आहे असं म्हणणारे कित्येक मरून गेले. या पृथ्वीवर अनेक जीव येतात आणि जातात. देवाचे दहा अवतार इथेच झाले. अशा या पृथ्वीला उपमा देणेच शक्य नाही. ब्रह्मदेवापासून आम्हापर्यंत तिचाच आश्रय आहे.

।। जय जय रघुवीर समर्थ ।।

।। श्रीराम ।।

आता सकळांचें जन्मस्थान । केवळ जीवांचे जीवन ।।
जयासी आपोनारायण । ऐसें बोलिजे ।।
नाना तीर्थांची पुण्योदकें । नाना स्थळोस्थळी सीतळोदकें ।।
तैसींच नाना उष्णोदकें । ठाईं ठाईं ।।

आता सर्व प्राणीमात्रांचे जन्मस्थान आणि सर्व जीवांचे जीवन ज्यावर अवलंबून आहे त्यास आपोनारायण असे म्हणतात. पाणी हे नारायण स्वरूप म्हणजे साक्षात् ईश्वरच आहे. आवरणोदकाचा पृथ्वीला आधार आहे. शिवाय सात समुद्रांचे पाणी, आभाळातून धरित्रीवर मेघाद्वारे उतरणारे पाणी, सर्व देशात नद्या आहेत. त्या वाहत वाहत शेवटी समुद्रास मिळतात. नद्या म्हणजे आमच्या दृष्टीने पुण्याच्या राशीच आहेत. त्यांचा महिमा अगाध आहे. निरनिराळ्या पर्वतांवरून डोंगरावरून टेकड्यांवरून पाणी खाली कोसळते. ते अनेक अडीअडचणी पार करून खळखळाट करीत जोराने वाहत जाते. आड, विहिरी, सरोवरे, अनेक तळी, तलाव, निर्मळ पाण्याने उचंबळत नाना देश-प्रदेशातून वाहत आहेत. गायमुखातून पाणी येते, पाट, कालवे, झरे झिरपतात. डबकी, विहीरी, तर काही पाझर पर्वत फोडून वाहत येतात असे पाण्याचे या भूमीवर अनेक प्रकार आहेत. प्रत्येक डोंगरावरून, पर्वतावरून पाणी भयंकर रीतीने खाली कोसळत असते. ओढे वाढतात शिवाय जमिनीतून पाणी वर उसळ्या घेत असते. शिवाय कित्येक पर्वतांवर डोह, टाक्या, खबदाडे पाण्याने भरलेली आहेत. नाना तीर्थांचे पुण्यकारक पाणी, त्यांचा अगाध महिमा विद्वानांनी, शास्त्रात वर्णिला आहे. तीर्थस्थानी असलेले पुण्योदक, कित्येक स्थळी शीतल, तर कित्येक तीर्थस्थानी उष्ण पाण्याचे झरे आहेत.

।। जय जय रघुवीर समर्थ ।।

।। श्रीराम ।।

उदकाचे देह केवळ । उदकाचेंची भूमंडळ ।।
चंद्रमंडळ सूर्यमंडळ । उदकाकरितां ।।
उदक तारक, उदक मारक । उदक नाना सौख्यदायक ।।
पाहतां उदकाचा विवेक । अलौकिक आहे ।।

सर्व प्रकारच्या वेलींमध्ये, पानाफुलात, फळात, वृक्षास पाणी असते, तर काही कंदमुळात असणाऱ्या पाण्यात औषधी गुण असतात. खारट पाणी, गोड पाणी, अमृततुल्य पाणी, विषासमान पाणी, मचूळ पाणी, कोमट पाणी, गार पाणी, गरम पाणी नाना स्थळींचे नाना प्रकारचे पाणी. उसाचा रस, तऱ्हेतऱ्हेच्या फळांचे रस, गाईचे, म्हशीचे, शेळीचे अशी नाना प्राण्यांच्या माद्यांचे दूध, मातृदुग्ध, मद्य, नारळातील पाणी, पारा, राब, काकडी असे आणखी रस. मोत्याचे पाणी, रत्नावर तळपणारे पाणी, तलवारीचे पाणी, गुणांचे पाणी, रेत, रक्त, मूत्र, लाळ, घाम हे शरीरातून बाहेर पडणारे आणि आत असणारे पाणी. शरीरे पाण्यापासूनच होतात. चंद्रसूर्य पाण्यापासून झाले. समुद्र तरी किती ? दुधाचा समुद्र, मद्याचा समुद्र, तुपाचा, दह्याचा, शुद्ध पाण्याचा, उसाच्या रसाचा समुद्र. असा हा जळाचा प्रचंड विस्तार. काही ठिकाणी प्रकट तर काही ठिकाणी अप्रकट. ज्यात ज्यात ते मिसळले त्यात त्यात स्वाद निर्माण झाला. उसामध्ये तर अतिशय मधुर होऊन येते. पाणी तारक आहे आणि मारकही आहे. पाणी नाना प्रकारे सुख देणारे आहे, पाण्याचा विवेक अलौकिक आहे. काही नद्या पालथ्या वाहतात, त्यांच्याजवळ जमिनीत पाणी असते. भूगर्भात कित्येक अज्ञात डोह पाण्याने भरलेले असतात. या पृथ्वीतत्त्वाचे मूळ पाणी, पाण्याचे मूळ अग्नितत्त्व, त्याचे मूळ वायुतत्त्व, ते सर्वश्रेष्ठ, पण त्याहीपेक्षा श्रेष्ठ परमेश्वर आणि त्याहूनही श्रेष्ठ परब्रह्म.

।। जय जय रघुवीर समर्थ ।।

।। श्रीराम ।।

अग्नीकरितां सृष्टी चाले । अग्नीकरितां लोक धाले ।।
अग्निकरितां सकळ ज्याले । लहान थोर ।।
देवदानव मानव । अग्नीकरितां चाले सर्व ।।
सकळ जनांसी उपाव । अग्नी आहे ।।

श्री रामचंद्राचा श्वशुर, जानकीचा म्हणजे सीतेचा पिता, विश्वव्यापक विश्वंभर असलेला अग्नी धन्य होय. त्याच्या मुखाने सर्व देवादिकांना यज्ञातील हाविर्भाग पोहोचतो. जे ऋषी तप करतात त्यांना त्या तपाचे फळ अग्नी देतो. अंधार, थंडी आणि रोगराईपासून तो जीवांना वाचवतो, तोच सांभाळतो, वाढवतो. त्या पृथ्वीवर आणि देवादिकात अनेक भेद असले तरी अग्नी अभेद आहे. म्हणजे सर्वांना सारखाच आहे. अग्नीच्या अस्तित्वामुळे सृष्टी चालते. अग्नीमुळे लोक तृप्त होतात, संतुष्ट होतात. शरीरात अग्नी आहे म्हणून तर सर्व प्राणीमात्र जगत आहेत. अग्नीमुळे हा भूगोल आटून राहण्यायोग्य झाला. दिवे, दिवट्या, मशाली, पणत्या,समई वगैरे नाना प्रकारचे प्रकाश लोकांना अग्नीमुळेच मिळतात. पोटात जठराग्नी असतो त्यामुळे भूक लागते आणि अग्नी आहे म्हणून भोजनात रुची येते. अग्नी हा सर्वांगी व्यापून राहिलेला आहे. शरीरातील उष्णता संपली की देह पडतो. मृत्यू यावयाचा असेल तर आधी भूक मंदावते. मग प्रकृती बिघडून माणूस इहलोकीची यात्रा संपवतो. दारुगोळा म्हणजे अग्नी, त्याचे बळ असेल तर युद्ध जिंकता येते. नाना प्रकारचे औषधीरस अग्नीमुळे सिद्ध झाले असून त्या औषधांमुळे अनेक रोगी रोगमुक्त झाले आहेत. सूर्य सर्वश्रेष्ठ प्रकाशदाता आहे, पण तो नसेल तेव्हा अग्नी प्रकाश देतो. अग्नीहोत्रे आणि यज्ञयाग यामुळे अग्नी प्रसन्न होतो, तृप्त होतो. देव, दानव, मानव यांचे व्यवहार अग्नीमुळे चालतात. तोच तारक आहे.

।। जय जय रघुवीर समर्थ ।।

।। श्रीराम ।।

अग्नीकरितां नाना उपाये । अग्नीकरितां नाना अपाय ।।
विवेकेंविण सकळ होये । निरर्थक ।।
अष्टधा प्रकृती लोक तिन्ही । सकळ व्यापून राहिला वन्ही ।।
अगाध महिमा वदनी । किती म्हणोनि बोलावा ।।

देव, दानव आणि मानव या सर्वांचे जीवन अग्नीमुळेच शक्य होते. अग्नी हा सर्वांना सहाय्य करणारा आहे. मोठ्या माणसांच्या घरी लग्नकार्ये होतात. त्यावेळी शोभेची दारू उडवतात. या भूमंडळी अनेक यात्रांनाही दारू कामामुळे शोभा येते. कितीतरी रोगी निरोगी होतात. ब्राह्मणांची दोन दैवते सूर्य आणि अग्नी याबद्दल शंका घेण्याचे कारण नाही. मानवी शरीरात जठरातील, सागरात वडवानल, भूगोलाबाहेर आवरणात जल तर शंकराचे नेत्री विद्युल्लता वास करीत असते. काष्ठांचे मंथन आणि चकमक यातूनही अग्नी प्रकटतो. तो सर्व ठिकाणी घर्षणाने निर्माण होतो. आग्या सर्पाच्या दाहक विषाने पर्वतावरील वने जळून जातात. या पृथ्वीवर सर्वांना अग्नी हाच आधार आहे. अग्नीमुखाने ईश्वर संतुष्ट होतो. जिवंतपणी अग्नी माणसाला सुखी करतो, मरण पावल्यावर तोच अग्नी कलेवराचे भस्म करतो. सर्वभक्षक अग्निची थोरवी किती वर्णन करावी ? जेव्हा प्रलय होतो तेव्हा अग्नी सर्व काही भस्म करतो. अनेकजण होम करतात, वैश्वदेव करतात, देवापुढे दीप उजळतात. दीपारधने, निरांजने यांनी देवाला ओवाळतात. अग्नीदिव्यामुळे खरे-खोटे कळते. अष्टधा प्रकृतीचे असलेले तिन्ही लोक या सर्वांना अग्नीने व्याप्त केले आहे. त्या अग्नीचा महिमा सांगावा तितका थोडाच आहे. अग्नीला चार शिंगे, तीन पाय, दोन मस्तके आणि सात हात आहेत असे त्याचे शास्त्रात वर्णन केले आहे, ते अनुभवाशिवाय थोडेच असेल ?

।। जय जय रघुवीर समर्थ ।।

।। श्रीराम ।।

धन्य धन्य हा वायोदेव । याचा विचित्र स्वभाव ।।
वायोकरितां सकळ जीव । वर्तती जनीं ।।
शेषास पवनाचा आहार । आहारें फुगे शरीर ।।
तरी मग घेतला भार । भूमंडळाचा ।।

हा वायुदेव धन्य होय. त्याचा स्वभाव विचित्र आहे. वायूमुळे सर्व जीव जगत असतात. वायूमुळे श्वसनक्रिया होते, निरनिराळ्या विद्यांचा अभ्यास करता येतो. या वायूमुळेच शरीराची हालचाल होत असते. चलन, वलन, प्रसारण, निरोधन आणि आकुंचन या गोष्टी वायूमुळे होतात. प्राण, अपान, व्यान, उदान, हे पाच मुख्य प्राण वायूमुळे शरीरात फिरत असतात. नाग, कूर्म, कृकल, देवदत्त आणि धनंजय ही पाच उपप्राणांची नामावली आहे. अशा या वायूचे उदंड स्वभाव आहेत. आधी वायू ब्रह्मांडात प्रकट झाला, मग तो वेगवेगळ्या रूपांनी पिंडात प्रकटला. स्वर्गातले देव, पुरुषार्थी दानव, मृत्यूलोकातील मानव, विख्यात नृपती, नानाप्रकारचे नरदेह, तऱ्हेतऱ्हेची श्वापदे, वनचरे, जलचरे, पक्षीसमुदाय हे सर्व वायूमुळेच हालचाल करू शकतात. वायूमुळे आग भडकते. वायू मेघांनी आकाश आच्छादित करतो आणि मग त्यांना एका अंगाला ढकलून देतो. आत्म्याची सत्ता खरे तर शरीरात चालते पण वायूशिवाय काय ? लोककल्याणासाठी डोंगरावर गच्च, दाट मेघांच्या फौजा येतात, त्यातून विजा कडकडतात, चमकतात, हे सगळं वायूमुळे होतं. वायूमुळेच पंचमहाभूते कालवली गेली. ती वेगळी करता येतात, कालवता येतात. वादळी वारा सुटला की धरित्रीवर गारांची अतोनात वृष्टी होते. त्या जलधारांसमवेत असंख्य जीवजंतु पृथ्वीवर येतात. पवनाचा आधार असल्यामुळेच शेष मस्तकावर पृथ्वीचा भार सहन करू शकतो. कारण शेषाला वायूचाच आहार लागतो. त्यामुळे त्याचे शरीर विस्तारते.

।। जय जय रघुवीर समर्थ ।।

।। श्रीराम ।।

ब्रह्मा विष्णु महेश्वर । चौथा आपण जगदेश्वर ।।
वायोस्वरूप विचार । विवेकी जाणती ।।
हनुमंत वायोचा प्रसीध । पित्यापुत्रास नाहीं भेद ।।
म्हणोनि दोघेहि अभेद । पुरुषार्थविषयी ।।

कूर्मावतारातील महाकूर्माने प्रचंड ब्रह्मांड जणू पालथे घातले आहे असे वाटावे, पण तेही वायूमुळेच. वराहाने आपल्या दातावर पृथ्वी पेलून धरली. ती शक्ती वराहाला वायूमुळेच प्राप्त झाली. विवेकी लोकांना हे नेमके ठावे आहे की, ब्रह्मा, विष्णु, महेश्वर आणि चौथा जगदीश्वर हे सर्व वायूस्वरूपच आहेत. नऊ कोटी कात्यायनी, तेहतीस कोटी देवगण, अठ्याऐंशी हजार ऋषी, लक्षावधी सिद्ध आणि योगी, छपन्न कोटी चामुंडिणी, आणि साडेतीन कोटी भूतयोनी वायूमुळे आहेत. भुते, देवता, नानाविध शक्ती त्यांचे अस्तित्व वायूमुळे आहे, शिवाय वायूमुळे या भूमंडळी किती जीव जगत आहेत हे कुणाला माहीत ! पिंड आणि ब्रह्मांड याच्या पलीकडे असलेल्या आवरणापर्यंत वायू पोहोचला आहे. तनमनात श्रीराम स्मरणात गुंतलेला श्री हनुमान अशा या वायूचा पुत्र. या दोघांच्या पुरुषार्थविषयी मतभेद नाहीत. दोघेही एकरूप आहेत. या हनुमंताला प्राणनाथ म्हणतात कारण मागे एकदा मृत्यू हनुमंताला स्पर्श करण्यासाठी आला होता तेव्हा वायूने सर्वांचे श्वासोच्छ्वास थांबवले. प्राणंतिक प्रसंग आला तेव्हा देवांनी वायूचे स्तवन केले, वायू प्रसन्न झाला आणि परत सर्वसंचारी झाला. रावणाच्या कारागृहात देव आहेत हे पाहिल्यावर हनुमंताने लंकेचा विध्वंस केला. रावण सिंहासनावर बसला होता तिथं जाऊन त्याला ठोसे मारले, लंकेला पाणी पाणी करायला लावले. मारूतीचे हे वीरकृत्य पाहून श्रीरामाची प्रार्थना केली. दैत्यसंहार करून त्याने देव मुक्त केले.

।। जय जय रघुवीर समर्थ ।।

।। श्रीराम ।।

त्यामध्यें मुख्य आकाश । चौ भूतांमध्यें विशेष ।।
याच्या प्रकाशें प्रकाश । सकळ कांहीं ।।
आत्मा शरीरीं वर्ततो । इंद्रियग्राम चेष्टवितो ।।
नाना सुखदुःखे भोगतो । देह्यात्मयोगें ।।

पृथ्वीचे मूळ पाणी, पाण्याचे मूळ अग्नी, आणि अग्नीचे मूळ वायू. वायूचे मूळ आता ऐका. वायूचे मूळ अंतरात्मा असून तो अतिशय चंचल असतो. तो येतो, जातो, दिसत नाही आणि एका ठायी स्थिरही रहात नाही. त्याच्या रूपाचे अनुमान करणे वेदांना आणि श्रुतींनाही जमले नाही. ब्रह्माचे ठिकाणी जो आदिसंकल्प झाला तोच अंतरात्मा होय. तोच जगदीश्वर, त्याच्यामुळेच सत्त्व, रज, तम हे त्रिगुण झाले. पंचमहाभूतात मुख्य आकाश. या आकाशाच्या प्रकाशाने सर्व काही होते. अंतरात्मा वायूपेक्षाही चपळ आहे तो दिसत नाही, सापडत नाही, हाती लागत नाही. पण तो असतो, कारण त्याच्याशिवाय एकही काम सिद्धीस जात नाही. मात्र स्वत: तो अदृश्य असतो, पण तरीही तऱ्हेतऱ्हेचे विचार तो करतो. तो आत्मा पिंड आणि ब्रह्मांड यांना व्यापून राहिला आहे. तो प्रत्येकाच्या शरीरात असतो पण विवेकी लोकांना जगदांतरी भासतो. सप्तकंचकांनी वेढलेल्या ब्रह्मांडात आहे. पिंड: पिंडही सात आवरणात असतो. त्यात असणारा आत्मा अतिसूक्ष्म असतो. तो विवेकाने जाणावा. आत्मा हा शरीरात वास्तव्य करून असतो. शरीर म्हणजे इंद्रियांचा गाव. आत्मा त्याच्याकडून कर्मे करवितो, नाना सुख दु:खे भोगतो. तो कानांना शब्द ऐकतो, समजतो आणि प्रत्युत्तर किंवा उत्तर देतो. तो त्याचेद्वारे मऊ काय, कठीण काय, उष्ण काय, शीतल काय हे जाणतो.

।। जय जय रघुवीर समर्थ ।।

।। श्रीराम ।।

ऐसे व्यापार परोपरी । त्रिभुवनीं येकलाचि करी ।।
त्याची वर्णावया थोरी । दुसरा नाहीं ।।
पिंडावरून ब्रह्मांड पहावें । प्रचीतीने प्रचीतीस घ्यावें ।।
उमजेना तरी उमजावें । विवरविवरो ।।

हाच आत्मा डोळ्यांनी सर्व काही पाहतो त्याची पारख करतो. कमी अधिक, श्रेष्ठ, कनिष्ठ समजून घेतो. जिथे ते गोड, तिखट, कडू, आंबट हे तो जाणून घेतो आणि व्यक्त करतो. क्रौर्य, दया, क्षमा, कपट हे वृत्तीभेद त्याला समजतात. पक्वान्नांचे, सुगंधी, पदार्थांचे, फळांचे, फुलांचे वास घाणेंद्रियाद्वारे तो ओळखतो. शरीराच्या सर्व क्रिया मग ती उपभोगाची असो वा उत्सर्जनाची सर्व काही हा अंतरात्माच करतो. हातापायांनी निरनिराळी कामे हाच करतो. त्रिभुवनात हा असे अनेक प्रकारचे व्यापार करतो, त्याचे वर्णन करणे शक्य नाही, त्याला कोणती उपमा नाही. त्याचे वर्णन करू लागेल असा सृष्टीत कोणी नाही. चौदा विद्या, चौसष्ट कला, युक्त्या, वेदशास्त्र पुराणे ही आत्म्याची उत्पत्ती. इहलोक परलोकाचे प्रशासन तोच करतो. नाना भेद, नाना मते, नाना निश्चय आत्माच करतो. लिहिणे, वाचणे, पाठांतर करणे, शिकवणे, सांगणे, गाणे, वाद्यवादन, नृत्य हे सर्व आत्म्यामुळे घडते. सुखांनी तो सुखी होतो, दुःखांनी तो दुःखी होतो. खरे तर हा एकटा, पण निरनिराळे देह धारण करतो, बहुरुप्याप्रमाणे सोंगें घेतो. स्त्री पुरुषांमधील आकर्षण हा निर्माण करतो. पुरुषांना तो जीव आणि स्त्रियांची ती जीवी असे समजले जाते. देह स्त्रीचा लाभायचा की पुरुषांचा हे सूक्ष्म देहाच्या गुंतागुंतीवर अवलंबून असते. स्त्रीला पुरुष आणि पुरुषाला स्त्री ही संबंधाची क्रिया सूक्ष्मातच रूप घेते. पिंडावरून ब्रह्मांडाची कल्पना करावी, म्हणजे योग्य तो बोध होईल.

।। जय जय रघुवीर समर्थ ।।

॥ श्रीराम ॥

नमूं गणपती मंगळमूर्ती । जयाचेनि मतिस्फूर्ती ॥
लोक भजती, स्तवन करिती । आत्मयाचे ॥
आत्म्याविण वेडें कुडें । आत्म्याविण मडें बापुडें ॥
आत्म्याविण थडें रोकडें । शरीराचें ॥

मंगलमूर्ती गणपतीला मी नमस्कार करतो. त्याच्यामुळेच लोकांच्या बुद्धीमध्ये स्फूर्ती निर्माण होते. त्या स्फूर्तीमुळे लोक आत्म्याचे भजन आणि स्तवन करतात. आता वैखरी म्हणजे सरस्वती तिला नमन करू. अनेक विद्यांची रहस्ये उलगडून ती अंतरंगात प्रकाशाची उधळण करते. सर्व लोकांत सर्वोत्तम नाम कोणते असेल तर ते रामनाम. चंद्रमौळी श्रीशंकराचे सर्व कष्ट दूर होऊन या नामामुळे तो विश्राम पावला. त्याच्या नामाचा महिमा थोर आहे. त्याचे रूपही अप्रतिम सुंदर आहे. तो त्रैलोक्याला धारण करणारा परात्पर परमेश्वर आहे. तो आत्माराम सर्वत्र भरून राहिला आहे. त्याच्या अस्तित्वामुळेच जगाचा व्यवहार चाललेला आहे. तो आत्मा नसेल तर शरीर संपते. जीवात्मा, शिवात्मा, परमात्मा, जगदात्मा, विश्वात्मा, गुप्तात्मा, देव, दानव, मानव यामधील आत्मा सर्वत्र अंतरात्मा सूक्ष्मरूपाने आहे. तो आत्मा नादरूप, ज्योतीरूप, साक्षरूप, सत्तारूप, चैतन्यरूप, स्वत्वरूप, स्वरूप, द्रष्टारूप ओळखावा. आत्मा आहे म्हणून ब्रह्मादिक येतात व जातात. नरोत्तम, वीरोत्तम, पुरुषोत्तम, रघुत्तम, सर्वोत्तम, उत्तमोत्तम, त्रैलोक्यवासी ही सर्व आत्म्याची नावे आहेत. जगात, विश्वात नित्य घडणाऱ्या घटना, खटापटी आणि लटपटी, युक्त्या आणि प्रयुक्त्या, गर्दी, एक अंतरात्मा नसेल तर शून्य होऊन जाईल. आत्मा नसेल तर देहात काहीच अर्थ नाही. आत्म्याशिवाय ते बिचारे मढे. आत्मा नसेल तर शरीराचे केवळ थडगे होईल. दुसरे काही नाही.

॥ जय जय रघुवीर समर्थ ॥

॥ श्रीराम ॥

रंक अथवा ब्रह्मादिक । येकचि चालवी अनेक ॥
पाहवा नित्यनित्यविवेक । कोणी येकें ॥
आत्मा दिसेना भासेना । बाह्याकारें अनुमानेना ॥
नाना मनाच्या कल्पना । आत्मयाचेनी ॥

आत्मज्ञानी माणूस लोकांमध्ये आत्माच पहातो. त्रिभुवने असोत वा भुवने ती आत्म्याशिवाय ओस आहेत. हा आत्मा अतिशय सुंदर आणि चतुर आहे. सर्व सारासाराची त्याला जाणीव आहे. आत्म्याच्या अभावी सर्वत्र अंधार पसरेल. रंक असो वा ब्रह्मादिक सर्वांना हा एकटा चालवतो. नित्यानित्य विवेकानेच हे समजू शकेल. ज्याची पद्मिनी आहे, पण तिच्यात जोपर्यंत आत्मा आहे तोपर्यंत नवऱ्याच्या मनात तिच्याविषयी प्रेम असते. एकदा आत्मा हरवला की शरीरातलं तेज संपले ! आत्मा डोळ्यांना दिसत नाही, भासत नाही, बाह्यात्कार त्याचे अनुमान करता येत नाही. मनाच्या ज्या विविध कल्पना असतात त्या आत्म्यामुळेच असतात. मनाच्या अनंत कल्पना, अनंत वृत्ती, अनंत प्राणी त्यांचे मनोगत कसे जाणावे ? अंतरात्म्यामुळे अनंत राजकारणे करणे, कुबुद्धी, सुबुद्धी, कुणास काही कळू न देणे, एकमेकांना जपणे किंवा दुसऱ्याला मारण्यासाठी टपणे, लपणे, फसवणे आणि परोपकार करणे हे सर्व अंतरात्म्यामुळेच घडते. ज्या प्राण्याचा जो आहार तोच आहार तो तो प्राणी घेतो, पशुपक्ष्यांच्या आहारात माणसाला गम्य नसते. असा हा आहारातील, देहातील, प्रकट, गुप्त, भेदाभेद. जळांमध्ये शरीरे असतात त्यातील काही विशाल असतात. सूक्ष्म दृष्टीने विचार करता शरीराचा अंत लागत नाही. आणि अंतरात्म्याचे अनुमानही करता येत नाही.

॥ जय जय रघुवीर समर्थ ॥

।। श्रीराम ।।

पृथ्वीमध्यें लोक नाना । त्यांस नाना उपासना ।।
भावार्थे प्रवर्तले भजना । ठाईं ठाईं ।।
वरिष्ठ आणि कनिष्ठ । भ्रष्ट आणि अंतरनिष्ठ ।।
सारासार विचार स्पष्ट । कळला पाहिजे ।।

शिष्याने सद्गुरुंना प्रश्न केला, ''पृथ्वीवर निरनिराळ्या प्रकारचे लोक आहेत, भावार्थामुळे ते उपासना करण्यास प्रवृत्त झाले आहेत. ते आपल्या प्रिय देवतांची उपासना, पूजन, भजन, स्तवनाने करतात आणि याला निर्गुणाची उपासना म्हणतात हे कसे ?'' सद्गुरु स्वामी उत्तरले, ''अरे निर्गुण म्हणजे पुष्कळ गुण. अंतरात्म्याचे ठायी गुणसमुच्चय आहे. सर्व देवदेवता, ज्यांची भक्ती केली जाते त्या अंतरात्म्याचेच अंश आहेत. जे सर्वमान्य असते ते अंतरात्म्यास पावते. मुळाशी पाणी घातले तर ते पानांपर्यंत पोहोचते, पण मोठ्या वृक्षाला पाणी घालावयाचे तर शेंड्यापर्यंत भांडे कसे न्यावयाचे ? पावसाचे पाणी मुळापर्यंत जाते पण सर्वांनाच मूळ सापडते असे नाही. केवळ साधुंनाच मूळ मिळते. चंचलतेमुळे ज्याचे ठिकाणी विकार निर्माण झाले, त्याला सगुण म्हणतात, ''उरलेले जे गुणातीत ते निर्गुण. राज्याचा जो प्रमुख तो राजा. नोकराचे नाव राजा असले तरी तो राजा नव्हे. कल्पांतानंतर उरले ते निर्गुण. पावसाळ्यात मध्यरात्री पाऊस थांबल्यावर अनेक जीव ओरडतात ते कसे ओळखावे ? पावसानंतर अनेक अंकुर उगवतात ते कसे निवडावे ? दृश्य आकाराला आले आहे, विकार पावले, सर्वत्र पसरले त्यात निवड कशी करावी ? आकाशात मेघांचे नाना आकार दिसतात ते कसे निवडावे ? न्याय आणि अन्याय यातील नेमके निवडण्यासाठी विवेक लागतो. वरिष्ठ, कनिष्ठ, भ्रष्ट, आंतरानिष्ठ हा सारासार विचार स्पष्टपणे कळायला हवा.

।। जय जय रघुवीर समर्थ ।।

।। श्रीराम ।।

पंचभूतें चाले जग । पंचभूतांची लगबग ।।
पंचभूतें गेलियां मग । काय आहे ।।
ऐसे येकामागे येक केलें । विलेनें नेमस्त लाविलें ।।
येणेकरितां जगले । प्राणिमात्र ।।

पंचमहाभूते हे जग चालवतात. ही सगळी लगबग या पंचभूतांची आहे. ती पाच भूते गेली तर उरते काय? यावर श्रोता विचारतो, ‘‘भूतांचे महात्म्य आपण वाढवलेत, मग त्रिगुण कोठे गेले?’’ अंतरात्मा हे पाचवे भूते, त्रिगुण त्यांचे अंगभूतच आहे. चित्त सावध करून ऐका. भूत म्हणजे होऊन गेले ते. भूतकाळ. त्रिगुण त्यातच आहे. भूतावेगळे काही नाही, भूतांपासून सर्व काही घडले आहे. आत्म्यापासून वारा, वाऱ्यापासून अग्नी, अग्नीपासून पाणी निर्माण झाले असे म्हणतात. आधी पाणी सर्वत्र पसरले होते, पण सूर्यामुळे ते आटले, अग्नी आणि वायूमुळे भूमंडळ निर्माण झाले. अग्नी, वायू आणि सूर्य नसतील तर सर्वत्र थंडच झाले असते. सूर्याने थंडी दूर केली, उष्णता निर्माण केली. केवळ थंडी असती तर सर्व प्राणीमात्र मरून गेले असते. नुसती उष्णता असती तर करपून, भाजून मेले असते. भूमी गोठली थंडीने तर रवीकिरणांनी आळून गेली असती. असे घडू नये म्हणून देवाने एक उपाय योजला. त्याने पाऊस – पावसाळा निर्माण केला. त्यामुळे अवघे भूमंडळ शीतल झाले – थोडी थंडी आणि थोडी उष्णता म्हणजे हिवाळा. थंडीने पानगळ झाली – मग आला उन्हाळा. त्यातही सकाळ, दुपार, संध्याकाळ असे तीन काळ निर्माण झाले. काही थंड काही उष्ण परमेश्वराने उन्हाळा, पावसाळा, हिवाळा अशी रचना केली. त्यामुळे प्राणीमात्रांना जगणे सुसह्य झाले. या ऋतूकाळात रोगराई निर्माण झाली तर पुन्हा आरोग्यप्राप्ती व्हावी म्हणून नाना औषधी वनस्पती निर्माण केल्या.

।। जय जय रघुवीर समर्थ ।।

।। श्रीराम ।।

सकळांसी मूळ जीवनबांधा । जीवनें चाले सकळ धंदा ।।
जीवनेविण हरिगोविंदा । प्राणी कैंचे ।।
उपासनेचा मोठा आश्रयो । उपासनेविण निराश्रयो ।।
उदंड केलें तरी जाये । प्राप्त नाहीं ।।

शरीराचे मूळ रक्त आणि रेत. ज्या जलांशाने दातांची रचना होते. सर्वांचे मूळ म्हणजे पाणी. पाण्यानेच जगरहाटी चालते, पाणी नसेल तर रामा-शिवा-गोविंदा. पाणी नसेल तर प्राणीच जगणार नाहीत. पाण्यापासून शुक्रासारखे सुढाळ म्हणजे सुंदर हिरे माणके अशी तेजस्वी रत्ने निर्माण झाली. सर्व महाभूतांचा चिखल झाला आहे तेव्हा एकाचे महात्म्य सांगणे शक्य नाही. कोणीही सर्वज्ञ नसतो, मनाला विवेक कळावा म्हणून थोडेफार बोलावे लागते. प्रत्येक शास्त्र काहीतरी वेगळे सांगते त्यामुळे अंदाजपंचे काही निश्चित करता येत नाही. त्या सर्वेसर्वा परमेश्वराचे गुण कितीही वर्णिले तरी अपुरेच आहेत. तो गुणनिधी आहे. सहस्रजिव्हा असलेला शेषही त्याचे पूर्ण वर्णन करू शकणार नाही. वेद आणि ब्रह्मदेवही अंतरात्म्यापुढे हतबल आहेत. आत्माराम सर्वांचा सांभाळ करतो. त्रैलोक्यरूपी तोच पालन करतो. तो जर नसेल तर सर्व काही धुळीस मिळेल. आत्माराम जर नसेल तर कुणाचे अस्तित्वच उरणार नाही. त्याच्याशिवाय त्रैलोक्यातील सर्व प्राणी जणू प्रेतच होतील. आत्मा नसेल तर मरण अटळ आहे. आत्म्याशिवाय जीवन अशक्य आहे. हा विचार नीट समजावून घ्यावा. विवेकाने समजून घ्यावयाचे तरी आत्मा हवा. यासाठी ईश्वराचे भजन करावे. उपासनेचा फार मोठा आश्रय असतो. उपासनेच्या पाठिंब्याशिवाय कितीही प्रयत्न केले तरी यश मिळणार नाही.

।। जय जय रघुवीर समर्थ ।।

।। श्रीराम ।।

निश्चळ ब्रह्मीं चंचळ आत्मा ।। सकळां पर जो परमात्मा ।।
चैतन्यसाक्षी ज्ञानात्मा ।। षड्गुणैश्वरु ।।
जें जें जेव्हां आक्षेपिले । तें तें तत्काळचि दिधलें ।।
त्रैलोक्य भजों लागलें । येणे प्रकारें ।।

परब्रह्म निश्चळ आहे यात असतो तो चंचळ आत्मा. चैतन्य, साक्षी, ज्ञानात्मा, षड्गुणैश्वर ही सर्वश्रेष्ठ परमात्म्याची नावे होत. तो जगाचा ईश्वर म्हणून त्या जगदीश्वर म्हणावे. हा विस्तार त्याच्यामुळेच. मूळ मायेची आणखी नावे कोणती तर, शिवशक्ति, जगदीश्वरी, परमेश्वरी, मूळ माया गुणेश्वरी, गुणक्षोभिणी. जाणता साधु कोणाला म्हणावे ? तर जो क्षेत्रज्ञ, द्रष्टा, साक्षी, कूटस्थ, अंतरात्मा, सर्वलक्षी, शुद्ध सत्त्व, महतत्त्व हे उत्तम रीतीने जाणतो त्याला. ब्रह्मा, विष्णु, महेश्वर, नाना पिंडात असणारा जीवेश्वर हे सर्व लहानथोर प्राणी साधु पहातो पण त्याचे लक्ष मात्र अंतरात्म्याकडे असे. हे देहाचे मंदिर त्यात अंतरात्मा आहे. त्याची भक्ति केली नाही तर तो देह संपवतो म्हणून भयाने लोक त्याचे भजन करतात. भजतात. जर कुचराई केली, चूक केली तर तो लगेच शिक्षा करतो म्हणून लोक आवडीने भजन करतात. त्याच्याकडे जे जे मागावे ते ते तो देतो. म्हणून तो ज्या ज्या वेळी जे जे मागेल ते ते त्याला द्यावे लागते. पाच विषयांचा नैवेद्य त्यास हवा असतो, तो जर त्याला दाखवला नाहीतर शरीर रोगांनी ग्रासले जाते. नैवेद्य वेळेवर मिळाला नाही तर देव देवळात रहात नाही. भाग्य, वैभव नाना तऱ्हेचे पदार्थ सर्व काही सोडून जातो. देह सोडून जातो हे अज्ञान रहाते, देवालाच फक्त ते समजते. देवाचे दर्शन व्हावे म्हणून देवळांचा शोध घ्यावा लागतो म्हणजे कुठेतरी देवळामध्येच देव भेटतो.

।। जय जय रघुवीर समर्थ ।।

।। श्रीराम ।।

देउळें म्हणिजे नाना शरीरें । तेथें राहिजे जीवेश्वरें ।।
नाना शरीरें नाना प्रकारें । अनंत भेदें ।।
मननसीळ लोकांपासी । अखंड देव अहर्निशी ।।
पाहतां त्यांच्या पूर्वसंचितासी । जोडा नाही ।।

देवळे म्हणजे नाना शरीरे. या शरीरात जीवेश्वर राहतो. शरीरे नाना प्रकारची असतात, त्यात भेद पुष्कळ असतात. चालती बोलती हलती देंवळे, त्यामध्ये देव रहातो. जितकी देवळे आहेत, ती आपल्याला माहीत हवीत. भूगोल तोलून धरणारे मत्स्य, कूर्म, वराह ही देवाचीच देवळे आहेत. काही देवळे भयंकर तर काही सौम्य आहेत. समुद्राला भरती यावी असे सुख तो काही देवळात भोगतो पण ते टिकत नाही. ज्याने ही सर्व निर्मिती केली तो अशाश्वताचा मस्तकमणी आहे. तो दिसला नाही तरी त्यास धनी म्हणावे. अशा या अगाध परमात्म्याचे महात्म्य कोणाला समजणार नाही. त्याची लीला तोच जाणे. ज्याच्याजवळ नित्यानित्य विवेक आहे त्याचा संसार सार्थकी लागला. मग त्याने इहलोक आणि परलोक दोन्ही साधले असे समजावे. ते सतत मनन करणारे आहेत. त्यांच्याजवळ देव अखंड असतो. त्यांच्या पूर्वसंचिताला, पूर्वपुण्याईला तोड नाही. ज्यास परमेश्वराचे सान्निध्य लाभले तो योगी, ज्याला मिळाले नाही तो वियोगी, पण एखादा वियोगी सतत चिंतन, तप करून योगी होऊ शकतो. सज्जन इतरांना सन्मार्गाला लावतात. आपल्याला पोहता येत असेल तर निदान एखादा बुडत असेल तर त्यास वाचवावे. स्थूल आणि सूक्ष्म तत्त्वांचा झाडा घेऊन ब्रह्मांड आणि पिंड यांचा निवाडा करू शकणारा एकुणात दुर्मीळच. विवेकी जनांची संगती धन्य होय. त्याच्या समीप श्रवण केले तरी सद्‍गती प्राप्त होतो. सत्कीर्त पुरुष म्हणजे परमेश्वराचे अंशच. तेच धर्मस्थापनेचा यत्न करतात.

।। जय जय रघुवीर समर्थ ।।

।। श्रीराम ।।

ब्रह्म निर्मळ निश्चळ । जैसें गगन अंतराळ ।।
निराकार केवळ । निर्विकारी ।।
फळ फोडितां बीज दिसते । बीज फोडितां फळ नसे ।।
तैसा विचार असे । पिंडब्रह्मांडी ।।

आभाळाप्रमाणे ब्रह्म निर्मळ आणि निश्चळ आहे, ते निराकार आणि निर्विकार आहे. ते अनंत, शाश्वत आणि सदोदित असणारे आहे. परब्रह्म अविनाशी आहे, अवकाशपूर्व आकाश जसे असते तसे ते तुटत नाही, फुटत नाही. तिथे ज्ञान नाही, अज्ञान नाही, स्मरण नाही, विस्मरण नाही, ते अखंड निर्गुण आहे. तिथे नाही चंद्र, नाही सूर्य, अंधार नाही, उजेड नाही, उपाधीरहित ते निरुपाधिक ब्रह्म असते. नि:श्चलामध्ये स्मरणाला जाग आली तर ते चैतन्य, आदिशक्ति, शिवशक्ति या शक्ति सर्वांचे मूळ समजावे. सर्व पदार्थ त्यानंतर निर्माण झाले. ज्यात रज आणि तम हे दोन्ही गुण अदृश्यपणे वास करतात ते शुद्ध तत्त्व. ब्रह्मांडाची ओळख करून घ्यावी. स्थूलाकडून सूक्ष्माकडे आणि सूक्ष्माकडून स्थूलाकडे जावे. फळे फोडल्यावर बीज दिसते. पण बी फोडल्यावर फळ दिसत नाही. तसा पिंडी ब्रह्मांडी विचार असतो. तसा हा प्रकार आहे. स्त्री आणि पुरुष हे भेद पिंडीत दिसतात. हे सर्वश्रुत आहे, प्रसिद्ध आहे. पण मूळ मायेत जर हे भेद नसते तर पिंडीत कोठून आले नसते. तसे बीज रूपाने मूळ मायेत, कितीतरी कल्पना असतात. पण त्या सूक्ष्म असल्याने समजत नाहीत.

।। जय जय रघुवीर समर्थ ।।

।। श्रीराम ।।

कल्पनेची सृष्टी केली । ऐसी वेदशास्त्रें बोलिलीं ।।
दिसेना म्हणोन मिथ्या केली । न पाहिजेत कीं ।।
मूळीं शिवशक्ती खरें । पुढें जालीं वधूवरें ।।
चौऱ्यांसि लक्ष विस्तारें । विस्तारली जें ।।

जे आपल्याला स्थूल दृश्य दिसते त्याचे मूळ शोधू गेल्यास वासनेत आढळते. पण वासना सूक्ष्मरूपाने असल्यामुळे ती दृष्टिपथात येत नाही. सृष्टी केवळ कल्पनेतून निर्मिली गेली असे वेदशास्त्राचे मत आहे. ती कल्पना स्थूलपणाने दिसत नाही म्हणून ती न मानणे योग्य नाही. ब्रह्म आणि जीव यांच्यामध्ये प्रत्येक जन्माचा पडदा असतो. त्यामुळे सूक्ष्म ब्रह्म समजून येत नाही. परंतु हे गूढत्व हा निसर्गनियमच आहे. नवरीला नवरा आणि नवऱ्याला नवरी हवी असते. पिंडातील या भेदावरून कल्पना करा, ब्रह्मांडाचे बीज कसे असेल त्याची. वासनेची ही परी मुळातून पहावी. वासना ही खरं तर एक असते. पण देहामुळे आपल्याला फरक दिसतो. बाळाला आई वाढवते. पण पुरुषाला हे जमतच नाही. आई मुलाचा कधी कंटाळा करीत नाही, आळस करीत नाही, चिडत, रागवत नाही, त्रास करून घेत नाही. आईची माया अतुलनीय आहे. तशी माया कुठेच आढळत नाही. स्त्रीच्या जीवनात अशा प्रकारच्या उपाधी मायेमुळे निर्माण होतात. तिला प्रपंचाबद्दल प्रेम निर्माण होते. पुरुषाला स्त्रीबद्दल विश्वास वाटतो. तर स्त्रीला पुरुषामुळे संतोष प्राप्त होतो. वासनेने दोघांना एकत्र बांधून टाकले आहे. स्त्री-पुरुषांची एकमेकांबद्दलची ही प्रीती मोठी मधुर असते. ती शतकानुशतके चालत आली आहे. आधी होती शिवशक्ति तीच पुढे नवरानवरी झाली आणि त्यापासून चौऱ्यांशी लक्ष योनी विस्तारल्या.

।। जय जय रघुवीर समर्थ ।।

।। श्रीराम ।।

श्रवणामध्यें सार श्रवण । तें हें अध्यात्म निरूपण ।।
सुचित करून अंत:कर्ण । ग्रंथामध्यें विवरावें ।।
जें थें आत्मा नाहीं दाट । तेथें अवघें सरसपाट ।।
आत्म्याविण बापुडे काष्ठ । काय जाणे ।।

आपण अनेक गोष्टी ऐकत असतो. श्रवण करीत असतो. पण सर्वात उत्तम अध्यात्म निरूपण होय. ग्रंथ वाचताना चित्त सावध ठेवावे व मनन करावे. जे जे ऐकले त्याचे पुन:पुन्हा मनन चिंतन करावे आणि त्याचा ध्यास घेऊन मोक्ष मिळवावा. ज्या वेळी रत्नांची परीक्षा करावयाची असेल किंवा सोने मुशीत घालवायचे असेल तेव्हा अतिशय सावध असावे. वस्तुंची वजने करतानाही सावधपण हवेच. त्याचप्रमाणे नाणी मोजून घेताना, परीक्षा करताना किंवा विवेकी व्यक्तीशी बोलताना जागृत असावे, सावध असावे. देवाला धान्य वहावयाचे तर ते नीट निवडून पारखून घेतले, तर वाहिल्यानंतर देवाला मान्य होते. सरसकट वाहिले तर देव ते मान्य करीत नाही, उलट रागावतो. एकांती नाजुक कारभार करताना तत्पर असावे तर अध्यात्मग्रंथ वाचताना अतितत्पर असावे. कथा, कादंबऱ्या, गोष्टी, पोवाडे, निरनिराळ्या थोर व्यक्तींची चरित्रे या सर्वापेक्षा अध्यात्मविद्या श्रेष्ठ आहे. इतिहास ऐकून काही पुण्यलाभ होत नाही, हाती काही लागत नाही. अध्यात्म हा अनुभवाचा विचार आहे. ते जसे जसे कळत जाते तसे तसे कल्पनाविश्व नाहीसे होत जाते. जगात अनेक थोर पुरुष होऊन गेले. ते या अंतरात्म्यासाठी श्रमले. त्या आत्म्याचे वर्णन कुणाला करता येणार आहे ? युगानुयुगे ह्या तिन्ही लोकांचे प्रशासन एकटाच करतो. जिथे सूक्ष्म घनदाट आत्म्याचे अस्तित्व नाही, तिथे चैतन्य नसते. अशा उरलेल्या काष्ठवत् शरीराला ज्ञान होणार नाही.

।। जय जय रघुवीर समर्थ ।।

।। श्रीराम ।।

ऐसें वरिष्ठ आत्मज्ञान । दुसरें नाहीं या समान ।।
सृष्टीमध्यें विवेकी सज्जन । तेचि हें जाणती ।।
अष्टांगयोग पिंडज्ञान । त्याहून थोर तत्त्वज्ञान ।।
त्याहून थोर आत्मज्ञान । तें पाहिलें पाहिजे ।।

या सृष्टीमध्ये आत्मज्ञान वरिष्ठ आहे, विवेकी सज्जन हे जाणतात. पृथ्वीतत्त्वात आप आणि तेज यांना सामील करून घ्यावे. याचे बीज जो अंतरात्मा तो याहून निराळा आहे. आत्मा आणि अनात्मा यांचा विवेक करून जो कोणी वायूपलीकडे जातो त्याहून आत्मा जवळ सापडतो. वायू, आकाश, गुणमाया, प्रकृतीपुरुष, मूळमाया आदि सूक्ष्म रूपे असून त्यांचा अनुभव येणे अवघड आहे. मूळमायेच्या गोंधळात सापडलेले जीव सूक्ष्मात कशाला लक्ष घालतील? पण जो समजून उमजून सूक्ष्मात प्रवेश करील त्याचे संशय फिटतील. वैचारिकदृष्ट्या जे उंच जातात त्यांना ऊर्ध्व गती प्राप्त होते, बाकीच्यांना केवळ पदार्थाचे ज्ञान असल्यामुळे साहजिकच ते अधोगतीला जातात. पदार्थ नाशिवंत असतात, रमणीय दिसले म्हणून त्यांना शाश्वत समजू नये. पदार्थज्ञान म्हणजे एक प्रकारे संशय होय. त्याचा त्याग करून निर्मळ, निरंजन परब्रह्माचा शोध घ्यावा. मूळमायेच्या पलीकडे जे परब्रह्म आहे, तिथे ईश्वरसंकल्प उत्पन्न होतो. उपासनामार्गाने त्याच्याशी एकरूप झाले पाहिजे. त्याच्यापलीकडे निर्मळ, निश्चल, परब्रह्म आहे ते आकाशासारखे आहे आणि ते सर्वत्रास व्यापून उरले आहे. अष्टांगयोग आणि शरीरविज्ञान ही खरी ज्ञाने पण तत्त्वज्ञान त्याहून थोर आहे आणि आत्मज्ञान त्याहून मोठे आहे. त्याचा शोध घेतला पाहिजे. त्यासारखे थोर दुसरे काही नाही ते सूक्ष्माहून सूक्ष्म आहे. पिंड ब्रह्मांडाचे निरसन झाले म्हणजे त्याचा विचार कळतो.

।। जय जय रघुवीर समर्थ ।।

।। श्रीराम ।।

बहुतजनांसी उपाये । वक्तयास पुसतां त्रासों नये ।।
बोलतां बोलतां अन्वयें । सांडूं नये ।।
नाना पाल्हाळीं पडेना । बोलिलेंचि बोलावेना ।।
मौन्यगर्भ अनुमाना । आणून सोडी ।।

अनेकांच्या उद्धाराचा मार्ग कोणता असे एखाद्या श्रोत्याने शंका विचारली तर वक्त्याने चिडू नये, तसेच बोलता बोलता संदर्भ विसरू नये. श्रोत्याने कसलीही शंका विचारली तरी तिचे निरसन केले पाहिजे. आपले पहिले बोलणे आणि दुसरे बोलणे यात फरक असू नये. नाहीतर वक्ता पेचात सापडतो, शंका तशाच रहातात. पोहणाराच जर गटांगळ्या खाऊ लागला तर तो बुडणाऱ्यांना कसा वाचवणार? आपण म्हणायचे सर्वांचा संहार होतो आणि मग म्हणायचे सार आपणच सर्वांचे – असे बोलू नये. आपली भाषा अशी असावी की, ही दुस्तर मायानदी पार करता आली पाहिजे. ज्या तत्त्वाचे विवरण करावयाचे ते तत्त्व नीट समजावून देणाऱ्यालाच उत्तम वक्ता अशी संज्ञा मिळते. ब्रह्म म्हणजे काय, त्याचे स्वरूप कसे आहे, मूळमाया, अष्टधाप्रकृती, शिवशक्ती, षड्गुणेश्वर, अर्धनारीनटेश्वर, प्रकृतीपुरुष गुणक्षोभिणी, त्रिगुण हे सर्व सविस्तर ज्याला समजावून सांगता आले तो साधु धन्य होय. जो वक्ता चतुर असतो तो उगीच लांबण लावत नाही, जे एकदा ऐकवले तेच तेच पुन्हा सांगत नाही आणि ब्रह्मस्वरूप लोकांपर्यंत पोचवतो. नाहीतर एखादा वक्ता, एका क्षणी विमल ब्रह्माबद्दल बोलतो तर दुसऱ्या क्षणी सर्व काही ब्रह्म म्हणतो. एकदा ज्यास तो निश्चल म्हणतो, त्यासच तो चंचल म्हणतो अशी परस्परविरुद्ध विधाने करतो त्याला विपरीत म्हणायला पाहिजे.

।। जय जय रघुवीर समर्थ ।।

।। श्रीराम ।।

भ्रमास म्हणे परब्रह्म । परब्रह्मास म्हणे भ्रम ।।
ज्ञातेपणाचा संभ्रम । बोलोन दावी ।।
प्रत्ययज्ञाता सावधान । त्याचें ऐकावें निरूपण ।।
आत्मसाक्षात्काराची खूण । तत्काळ बाणें ।।

एकदा ज्या ब्रह्माचे वर्णन त्याने निश्चल म्हणून केले त्यालाच वक्ता जरा वेळाने चंचल म्हणतो. परस्परविरोधी विधाने करून उगीच गोंधळ करतो. तो काय लोकोद्धार करणार ? तो कधी भ्रमाला परब्रह्म म्हणतो तर परब्रह्माला भ्रम. स्वत:ला ज्ञानी समजून तो सांगत सुटतो, अनुभवाशिवाय निरूपण करतो. एखादा वैद्य आपल्या औषधाची स्तुती करतो. पण गुण म्हणाल तर शून्य ! कारण अनुभवाचा अभाव. एकदा सर्व ब्रह्म आहे असे प्रतिपादन केले की तिथे पाप, पुण्य, स्वर्ग, नरक, विवेक, अविवेक यांना अवसर नसतो. पाप पुण्य एकत्र होतात. सार आणि असार एकाकार झाले तर अविचार वाढणार. वंद्य आणि निंद्य एक झाले तर हाताला काय लागणार ? जो उन्मत्त मद्यपान करतो तो भलतेच बोलतो. तो अज्ञानाने भ्रमाला ब्रह्म म्हणू लागतो, पापी आणि पुण्यशील दोघांना समान समजू लागतो. जो भेद परमेश्वराने केला आहे. त्यात कुणालाच भेद करता येणार नाही किंवा तो मोडता येणार नाही. ज्या इंद्रियासाठी जो भोग दिला आहे, तो त्या इंद्रियाद्वारेच घेता येतो. सर्व ब्रह्म आहे असे म्हणणे म्हणजे भ्रांतीची भुताटकी आहे. अनुभवाशिवाय सर्व व्यर्थ आहे. ज्याने अनुभव घेतलेला आहे, जो सावध आहे त्याचे निरूपण ऐकावे. म्हणजे आत्मसाक्षात्काराची खूण लगेच बाणते. जे वेडेवाकडे आहे ते जाणून घ्यावे. आंधळ्या माणसांची पावले कळतात त्याप्रमाणे तोंडाला येईल ते जो बोलतो त्याचा त्याग करावा.

।। जय जय रघुवीर समर्थ ।।

।। श्रीराम ।।

येकवीस सहस्र साहशें जपा । नेमूनी गेली ते अजपा ।।
विचार पाहतां सोपा । सकळ कांहीं ।।
ऐसी हे अजपा सकळांसी । परंतु कळे जाणत्यासी ।।
सहज सांडून सायासीं । पडोंच नये ।।

एका संपूर्ण दिवसात माणूस एकवीस हजार वेळा श्वासोच्छश्वास करतो. तो निसर्गत: स्वाभाविक अजपा जप आहे. या श्वासोच्छश्वासाकडे एकाग्र चित्त होऊन लक्ष ठेवणे या क्रियेला अजपा म्हणतात. तोंडातून आणि नाकातून प्राणाचे येणे जाणे सतत चाललेले असते. त्याचा बारकाईने विचार करावा. मुळात पाहता एकच स्वर असतो. पण तार, मंद्र, घोर असे त्याचे प्रकार असतात. त्या घोरापेक्षा बारकाईचा विचार अजपाचा आहे. संगीतात सा रे ग म प ध नी सा असे सप्तस्वर आहेत. जर स्वरांचा उच्चार करायला गेले तर नाभी आणि हृदय यांच्यामध्ये स्वरांचे उत्पत्ती स्थान आहे. एकांतात एखाद्या निवांत स्थळी बसून याचा अनुभव घ्यावा. मौन धरावे आणि श्वासावर लक्ष ठेवावे म्हणजे सोहं सोहं असा शब्दोच्चार झाल्याचा भास होतो. वास्तविक हा भास असतो, प्रत्यक्ष उच्चार नसतो. याला सहज शब्द असे म्हणतात. श्वास आत घेताना सो व बाहेर सोडताना हं असा जप अखंड चालू असतो. चार खाणींमध्ये स्वेदज, जारज, अंडज, उद्भिज जेवढे म्हणून देहधारी प्राणी आहेत ते सर्व श्वासोच्छश्वास करतात. श्वास नसेल तर ते कसे जगतील? असा हा अजपा सगळ्यांचा सतत चाललेला असतो. जो जाणकार असतो त्याला तो कळतो. हा सहज जप अवलंबावा, उगाच कष्टप्रद जप करू नये. आपले स्वत:च स्वाभाविक रूप असलेला देव असतोच. पण यत्नपूर्वक केलेले देव फुटतात, भंगतात. अशा अशाश्वत देवावर कोणी विश्वास ठेवावा? जो जगदीश्वर आहे त्याचे सहज दर्शन घडते, त्याच्याच इच्छेने जग चालते.

।। जय जय रघुवीर समर्थ ।।

।। श्रीराम ।।

सहज देवजपध्यानें । सहज चालणें स्तुती स्तवनें ।।
सहज घडे तें भगवानें । मान्य कीजे ।।
अंतरी वसतां नारायणें । लक्ष्मीस काय उणें ।।
ज्याची लक्ष्मी तो आपणें । बळकट धरावा ।।

अंतरात्मा समाधान पावेल असेच खाणे-पिणे प्रत्येक प्राण्याचे चाललेले असते. जे सांडते, लवंडते, हरवते तेही सर्व अंतरात्म्यालाच समर्पण होते. प्रत्येकाच्या पोटात जठराग्नीच्या रूपात अग्निनारायणच असतो. त्या जठराग्नीस आहुती म्हणजे अन्नभक्षण सर्वच प्राणी करतात. भुकेची भावना झाली की अंतरात्मा आहार मागतो, प्राणी त्याचे आज्ञापालन करतो. याप्रमाणे सहज जो परमेश्वर त्याच्यासाठी जो जप, ध्यान आपल्या हातून घडते ते त्याला मान्य होते. जे हे सहजपणाने होते त्याच्यासाठी हटयोगादी साधने करतात, तरीसुद्धा ते समजेल असे नाही. एखाद्या माणसाने समजा द्रव्य एका ठिकाणी पुरून ठेवलेले आहे. कालांतराने त्याला द्रव्याची आवश्यकता वाटली व तो पुरून ठेवलेले द्रव्य शोधू लागला. दुर्दैवाने अनेक ठिकाणी खणूनही त्याला पुरलेले द्रव्य सापडले नाही तर घरात लक्ष्मी, संपत्ती, द्रव्य असूनही त्याला गरीबीस सामोरे जावे लागते. दारिद्र्य भोगावे लागते. एखाद्याने आपल्या घराच्या तळघरात उदंड द्रव्य ठेवलेले असते. तळघराच्या भिंतीत, खांबात, तुळयात सर्वत्र सोने, नाणे, हिरे, मोती असे नाना प्रकारचे द्रव्य त्याने ठेवलेले असते. पण ज्याने ठेवले असते, त्याने पुढील पिढ्यांना ते सांगितले नाही तर बैठकीखाली अमाप द्रव्य असूनही त्यांना करंटेपणा येतो. परमात्म्याचा हा चमत्कार आहे. एक दरिद्री तर दुसरा धनिक. अंत:करणात नारायण साठवला तर लक्ष्मीला काय उणे ? यासाठी नारायण बळकट धरावा, घट्ट धरावा.

।। जय जय रघुवीर समर्थ ।।

।। श्रीराम ।।

आत्मा देहामध्यें असतो । नाना सुखदु:खे भोगितो ।।
सेवटी शरीर सांडून जातो । येकायेकीं ।।
चौऱ्यांसि लक्ष उत्पत्ती । येकांस येक भक्षिती ।।
नाना पीडा दुखणीं किती । म्हणोनी सांगावेठ ।।

अंतरात्मा हा देहात रहातो आणि अनेक प्रकारची सुखदु:खे भोगतो आणि शेवटी अचानक सोडून जातो. तरुणपणी शरीरात रक्त आहे तोपर्यंत माणूस नाना प्रकारची सुखे भोगतो. पण वार्धक्य, म्हातारपण आले की त्याला दु:ख भोगावे लागते. म्हातारपणी माणसाला अनेक दु:खे होतात. त्याला मरण्याची मुळीच इच्छा नसते. पण हातपाय घाशीत त्यास प्राण सोडावा लागतो. देह आणि आत्मा यांच्या संगतीत प्राणी काहीकाळ सुखोपभोग घेतात. शेवटी चरफडून चरफडून मरतात. असा हा आत्मा दु:ख भोगत असतो. काही प्राणी व माणसे एकमेकांच्या उरावर बसतात. शेवटी फलप्राप्ती काहीच नाही. असा हा जो आत्मा दोन दिवसांचा भ्रम आहे. पण दु:ख गोड करून घ्यावे त्याप्रमाणे भ्रमरूपी आत्म्यासच परब्रह्म म्हणतात. दु:खाने चरफडून गेल्याने कोणते समाधान ? थोडा काळ सुख भोगले की पाठोपाठ दु:ख येतेच. सुखदु:खाचा पाठशिवणीचा खेळ आयुष्यात चाललेला असतो. दु:खाची काय गणती करणार ? जन्मापासून आठवावे म्हणजे आपण किती दु:ख भोगली हे लक्षात येईल. आत्म्याच्या संगतीने प्राण्यांना दु:ख भोगावी लागतात. त्यामुळे ती अगदी दीनवाणी होऊन जातात. झोपेत डास, ढेकूण, पिसवा त्रास देतात. त्यावर उपाययोजना केली तर आपण त्यांना त्रास देतो असे होते. जेवताना माशा सतावतात, उंदीर घरातील पदार्थ बिळात नेतात, उवा, गोचीड, गांधीलमाशा, साप एकमेकांना त्रास देतात. विंचू, साप, सुसरी, लांडगे, माणसे कोणी एकमेकांना सुखी संतोषाने जगू देत नाहीत. एकंदर चौऱ्यांशी लक्ष योनीचे प्राणी आहेत. पण ते सर्व एकमेकांच्या जिवावर उठलेले असतात.

।। जय जय रघुवीर समर्थ ।।

।। श्रीराम ।।

सृष्टीमध्यें सकळ जीव । सकळांस कैचे वैभव ।।
या कारणे ठायाठाव । निर्मीला देवे ।।
अंतकाळ आहे कठीण । शरीर सोडीना प्राण ।।
बराड्यासारिखें लक्षण । अंत:काळी ।।

अंतरात्म्याची अशी ही करणी आहे. भूमीवर असंख्य जिवांची दाटी झाली आहे. ते एकमेकांचे शत्रू आहेत. ते रडतात, चरफडतात, विव्हळत विव्हळत मरून जातात आणि जीवात्म्यास परब्रह्म संबोधतात. माणसे एकमेकांना कितीतरी वाईटसाईट शिव्या देतात. त्यांचा हिशोब करता येणार नाही. परंतु यापैकी एकही शिवी परब्रह्मापर्यंत पोहोचत नाही. स्पर्श करीत नाही. पृथ्वीवर असंख्य प्राणी आहेत, या सर्वांना वैभव कसे मिळेल? प्रत्येकाचे नशीब निराळे असते. बाजार सुरू झाला की अनेकजण खरेदीसाठी येतात. जे जे विक्रीसाठी आलेले असेल ते सर्व खपते. पण त्यातील पारखी आणि भाग्यवंत जे असतात ते त्यातील उत्तम माल तेवढा घेतात. यानुसारच प्रत्येकाचे अन्न, वस्त्र, देवतार्चन, ब्रह्मज्ञान हे सर्व काही आपल्या नशिबावर अवलंबून आहे. सर्वजण आहे ते गोड मानून संसार करतात. पण राजे, महाराजे जे वैभव भोगतात ते करंट्यास कसे मिळणार? पण अंतकाळी अनेक दु:खाना सामोरे जावे लागते. सर्वांनाच ती भोगणे क्रमप्राप्त असते. तोपर्यंतचे आयुष्य सुखात काढले असल्यामुळे अंतकाळच्या वेदना सोसवत नाहीत. प्राण मात्र शरीर सोडायला विलंब लावतो. काही जणांना भयंकर अपघात होऊन त्यांचा एखाददुसरा अवयव तुटतो, मोडतो किंवा रोगामुळे अवयव काढावा लागतो. ते दु:ख भोगावे लागते. अंतकाळ हा सर्वांना सारखाच, समान असतो. प्राण शरीर सोडून जायला तयार नसतो आणि मरावेसे वाटत असते. एखाद्या भिकाऱ्यासारखी त्यांची अवस्था होते.

।। जय जय रघुवीर समर्थ ।।

।। श्रीराम ।।

मूळीं उदक निवळ असते । नाना वल्लींमध्यें जातें ।।
संगदोषें तैसे होते । आम्ल, तीक्ष्ण कडवट ।।
इहलोक आणि परलोक । जाणतो तो सुखदायक ।।
नेणत्याकरिता अविवेक । प्राप्त होतो ।।

मुळात पाणी निव्वळ किंवा निर्मळ असते. पण ते जेव्हा अनेक वेलींमध्ये किंवा वनस्पतीत शिरते तेव्हा संगदोषाने ते आंबट, कडू किंवा तिखट होते. तसा आत्मा मूळ शुद्ध असतो. पण देहाच्या संगतीने तो विकारी होतो, अभिमानाने तो भलत्या भरीस पडतो. पाण्याला जर सुसंगती लाभली तर ते ऊसात गोड रस निर्माण करतो. पण विषवल्लीत ते गेले तर प्रसंगी प्राण्यांना प्राणघातक ठरते. अठराभार वनस्पतींचे गुण किती सांगावे, नाना देहांच्या संगतीने आत्म्यास तसे होते. जे भले निघाले त्यांनी संतसंग धरून विवेकबुद्धी प्रकट केली. ते देहाभिमानापलिकडे गेले. मात्र पाणी आणि आत्मा समान नाहीत. पाणी आटते, नाश पावते. आत्मा आत्मानात्म विवेकाच्या जोरावर शरीराबाहेर पडतो. ज्याला ज्याला प्रत्येकाला आपले हित कळले पाहिजे. तो स्वत:ला सांभाळतो तो आपला मित्र समजावा आणि जो आपला नाश करतो तो आपला शत्रू समजावा. ज्याला स्वत:चे अहित करावयाचे आहे त्याला कोण अडवणार? जो एकांतात जाऊन आत्महत्या करतो, जो स्वत:चा घात करतो तो आत्महत्त्यारा पापी. पण जो विवेकी असतो त्याला सत्संग लाभतो. पाप्याला दुर्जनांची संगत मिळते. उत्तम गती किंवा अधोगती संगतीवर अवलंबून असते. यासाठी उत्तमाची संगती धरावी, आपण आपली काळजी घ्यावी. इहलोक आणि परलोक जो जाणता आहे, त्याला सुखदायक होतो. जो नेणता आहे तो दोन्हीकडे अविवेक दाखवतो.

।। जय जय रघुवीर समर्थ ।।

।। श्रीराम ।।

साक्षपी शहाण्याची संगती । तेणे साक्षपी शाहाणे होती ।।
आळसी मूर्खाची संगती । आळसी मूर्ख ।।
देहें जैसें केलें तैसें होतें । येत्न केल्यां कार्य साधतें ।।
तरी मग कष्टावें तें । काय निमित्य ।।

जाणकार, जाणता हा देवाचा अंश तर नेणता हा राक्षस समजावा. जाणता हा सर्वमान्य होतो, तर नेणता अमान्य होतो. त्यातून ज्यामुळे हित होईल त्याची संगती धरली तर माणूस उद्योगी आणि शहाणा होतो आणि आळसी, मूर्खाची संगत धरली तर आळशी आणि मूर्ख होतो. उत्तम संगतीचे फळ सुख तर अधम संगतीचे फळ दु:ख. विवेकी व्यक्तीच्या संगतीने कामे सफल होत जातात, तर मूर्खाच्या संगतीने सगळे कुयोग येतात. अवचित एखादे संकट समोर आले आणि त्यातून सुखरूप सुटका झाली तर समाधान वाटते. दुर्जनांच्या संगतीत मनोभंगाचे, अपमानाचे प्रसंग येतात. यासाठी आपले महत्त्व घालवू नये, सांभाळून रहावे. शहाणपणाने प्रयत्नशील राहिले तर सुखसंतोष प्राप्त होतो. जगात सर्वत्र हेच आढळते. जो समजून वागेल तसे त्याला फळ मिळते. ही पृथ्वी वसुंधरा बहुरत्ना आहे. समजावून घेऊन नीट विचार केला तर काय ते समजावे. एक दुबळा, एक बलशाली, एक रंक, एक राव, एक पंडित, एक मूर्ख अशी परिस्थिती पूर्वीपासून चालत आली आहे. एखाद्याचे भाग्य लयास जाते तर दुसऱ्याचे उदयास येते. विद्येच्या बाबतीत असेच घडते, एक पात्र रिकामे होते दुसरे भरते. संपत्ती ही दुपारची सावली आहे. वय वाढत जाते. शरीराला जशी सवय लावावी तसे ते होते. प्रयत्नाने कार्य साधते हे खरे आहे तर उगीच कष्ट करू नयेत.

।। जय जय रघुवीर समर्थ ।।

।। श्रीराम ।।

करीनचि अथवा न करी । ऐसा निश्चयोचि करी ।।
तेचि बुद्धि हे अंतरी । विवेकें जाणावी ।।
ऐसे हे पंचवीस गुण । मिळोन सूक्ष्म देह जाण ।।
याचा कर्दम बोलिला श्रवण । केलें पाहिजे ।।

नाभीपाशी जी उगम पावते तिला परावाणी म्हणतात. हृदयात येऊन जी ध्वनीरूप होते ती पश्यन्ती वाणी, तीच कंठात येऊन नादरूप होते तिला मध्यमा अशी संज्ञा आहे, तर तिचा जिभेने प्रत्यक्ष उच्चार होतो तिला वैखरी वाणी असे संबोधिले जाते. सहज, अचानक एखादी आठवण यावी ती जाणीव म्हणजे अंतःकरण, तर अंतःकरणात स्फुरले पण करू की नको असे ज्याच्यामुळे वाटते ते मन. पण शेवटी जी निश्चयाचे, निर्णयाचे रूप घेते ती बुद्धी. जो निश्चय केला त्याचे चिंतन व मनन करते ते चित्त. आरंभलेल्या कार्याचा अभिमान म्हणजे अहंकार, असे हे अंतःकरणपंचक आहे. पाचही प्राण वेगवेगळे म्हटले तरी वायुरूप आहेत. सर्वांगात व्यान, नाभीमध्ये समान, गुदामध्ये अपान, मुख आणि नाक यात प्राण असे हे पंचप्राण असा ज्ञानेंद्रिय पंचक जाणून घ्या. शब्द ऐकतात ते कान, स्पर्श जाणते ती त्वचा, पाहतात ते डोळे, चव घेते ती जिव्हा, गंध जाणते ते नाक. आता कर्मेंद्रिये सांगतो, वाचा शब्द प्रकट करणारी, हात पदार्थ वा काहीही उचलणारा, पाय चालणारे, पळणारे, मूत्रत्याग व रतिभोग घेणारे शिश्न, मलत्याग करणारे गुदद्वार असे हे पंचवीस गुण मिळून सूक्ष्म देह. त्या सर्वांचा काला किंवा मिश्रण यापुढे सांगणार आहे. अंतःकरण सर्व शरीरभर असणारा व्यान, श्रवण, वाणी आणि शब्द हे आकाशाचे धर्म आहेत. तर मन, समान, त्वचा, हात, स्पर्श हे वायू विषय आहेत.

।। जय जय रघुवीर समर्थ ।।

।। श्रीराम ।।

ऐसा हा सूक्ष्मदेहे । पाहतां होईजे नि:संदेह ।।
येथे मन घालून पाहे । त्यासीच हे उमजे ।।
विवेकें चुकला जन्ममृत्यू । नरदेही साधले महत्कृत्य ।।
भक्तियोगे कृतकृत्य । सार्थक जालें ।।

बुद्धी, उदान, डोळे, पाददेवता व रूप हे तेजाचे अंश, तर चित्त, अपान, शिश्न, जिव्हा व रस आपाचे म्हणजे पाण्याचे अंश आहेत. तर अहंकार, प्राण, घ्राण, गुद व गंध हे पृथ्वीचे अंश आहेत. आतापर्यंत सूक्ष्म देहाबद्दल सांगितले आता स्थूल देहाबद्दल सांगतो. काम, क्रोध, शोक, मोह आणि भय हे आकाशाचे अंश आहेत. चलन, वलन, प्रसारण, निरोध आणि कुंचन हे वायूचे अंश. क्षुधा, तृषा, आळस निद्रा आणि मैथुन हे तेजाचे पाच गुण आहेत. तर शुक्र, शोणित, लाळ, मूत्र, स्वेद हे पाण्याचे विषय तर अस्थि, मांस, त्वचा, नाडी आणि रोम हे पृथ्वीचे विषय पृथ्वी, आप, तेज, वायू, आकाश यांचे पंचवीस गुण मिळून स्थूल देह होतो. तिसरा देह कारण देह, अज्ञानरूप व चौथा देह महाकारण ज्ञानरूप असते. या चारही देहांचा विलय झाला म्हणजे जे होते ते परब्रह्म. विचाराने आत्म्याला चारही देहांहून निराळे किंवा वेगळे केले. तत्त्व निरसनाबरोबर मीपणाचा निरास झाला की जीव परब्रह्माशी एकरूप होतो. ही एकरूपता किंवा हा अनन्यपणा म्हणजे आत्मनिवेदन होय. या विवेकामुळे जर जन्ममृत्यूच्या चक्रातून सुटका झाली तर नरदेहाची प्राप्ती होते व जन्माचे सार्थक होते. इथे पंचीकरण समाप्त झाले. लोखंडाला परिसाचा स्पर्श झाला की लोखंडाचे सुवर्ण होते त्याप्रमाणे पंचीकरण विवरणाने जीव ब्रह्मस्वरूप होतो, पण हेही म्हणजे बरोबर नाही. खरे तर साधुसंतांना शरण गेल्यानेच भाविक संतपदी पोहोचतो.

।। जय जय रघुवीर समर्थ ।।

॥ श्रीराम ॥

स्थूळ, सूक्ष्म, कारण, महाकारण । ऐसे हे चत्वार देह जाण ॥
जागृति, स्वप्न, सुषुप्ति पूर्ण । तुर्या जाणावी ॥
ब्रह्मांडीं देह कल्पिले । विराट हिरण्यगर्भ बोलिलें ॥
तें हें विवेकें निरसलें । आत्मज्ञानें ॥

स्थूळ, सूक्ष्म, कारण, महाकारण असे चार देह आहेत. जागृती, स्वप्न, सुषुप्ती आणि तुर्या या चार अवस्था आहेत. विश्व, तेजस, प्राज्ञ आणि प्रत्यगात्मा हे चार देहाचे चार अभिमान आहेत. नेत्र, कंठ, हृदय आणि मस्तक ही त्याची चार स्थाने आहेत. स्थूलभोग, स्वप्नभोग, आनंदभोग व आनंदावभासभोग हे देहाचे चार भोग आहेत. आकार, उकार, मकार, अर्धमात्रा म्हणजेच ईश्वर या चार देहांच्या चार मात्रा आहेत, तर सत्त्व, रज, तम आणि शुद्ध सत्त्व हे देहाचे चार गुण आहेत. क्रियाशक्ती, ज्ञानशक्ती, इच्छाशक्ती आणि द्रव्यशक्ती या चार देहांच्या चार शक्ती आहेत. अशी ही एकूण बत्तीस तत्त्वे, त्यात स्थूल देहाची पंचवीस, सूक्ष्म देहाची पंचवीस, शिवाय ज्ञान आणि अज्ञान याची गणती केली तर चौऱ्यांशी तत्त्वे होतात. अशी ही तत्त्वे आहेत ती ओळखावी. ही सर्व माया आहे जाणून घ्यावे आणि ज्ञानाने म्हणजे साक्षित्वाने त्याचे निरसन करावे. पिंड देहावरून ब्रह्मांडाच्या देहाची कल्पना येते, त्यांना विराट आणि हिरण्यगर्भ म्हणतात. आत्मज्ञानामुळे तेही विलय पावतात. स्थूल शरीर हे पंचवीस तत्त्वांचा विस्तार आहे. वायूतत्त्व, जलतत्त्व, पृथ्वीतत्त्व, तेजतत्त्व आणि आकाशतत्त्व यांचे गुण आपण जाणून घेतले. सूक्ष्म देहाचे सर्व भेदाभेद आपण माहीत करून घेतले. गुरुशिष्य संवादातील हे तनुचतुष्टय या नावाने प्रसिद्ध आहे.

॥ जय जय रघुवीर समर्थ ॥

।। श्रीराम ।।

जें आपणांस नव्हे ठावें । जे जाणतयास पुसावें ।।
मनोवेगें तनें फिरावें । हे तों घडेना ।।
जे दृष्टीस न पडे ठावें । तें ऐकोन जाणावें ।।
श्रवणमननें पडे ठावें । सकळ कांहीं ।।

पृथ्वीभोवती सप्तसमुद्रांचे आवरण आहे. हे सप्तसमुद्र दूध, मध, तूप, दही, ऊसाचा रस, खारे आणि शुद्ध पाणी या सप्तद्रवांचे बनलेले आहेत. या आवरणोदकात हाटकेश्वर नावाचे शंकराचे पाताळलिंग आहे. परंतु तिथे जाऊन त्याचे प्रत्यक्ष दर्शन घेणे शक्य नसल्याने येथूनच त्याला नमस्कार केला तरी पोचतो. केवळ अनुमानाने ज्या पातळलिंगाचा थोर महिमा आहे. त्याच्याबद्दल कल्पना करता येते. पृथ्वीभोवती सप्तसागरांचे वेढे त्याच्यापलीकडे ही अफाट भूमी आहे आणि भूमंडळाचे शेवटी तुटके कडे आहेत. तर हे सप्तसागर ओलांडून हाटकेश्वराला जाणे अशक्य असल्याने सत्पुरुषांची संगती धरावी. जे आपल्यास ठाऊक नाही ते जाणकाराला विचारावे. मनाच्या वेगाने फिरणे देहाला शक्य नसते. जे चर्मचक्षूंना, डोळ्यांना दिसत नाही ते ज्ञानचक्षूंनी पहावे आणि बसल्या ठायी ब्रह्मांडाचे विवरण करावे. भूमीचा हा पडदा आहे त्यामुळे आकाश आणि पाताळ असे दोन भेद झाले आहेत. एरवी सगळे एकच अंतराळ आहे. जे स्वाभाविक उपाधीविरहीत आहे, दृश्य मायेच्या नावे शून्याकार आहे तेच परब्रह्म. दृष्टीला दिसते ते दृश्य, मनाला जाणवतो तो भास, मनाच्या पलीकडे असणारे निराभास ब्रह्म विवेकाने जाणून घ्यावे. पंचमहाभूते आणि त्रिगुण यापासून असंख्य पदार्थ निर्माण झाले. पण ते सर्वसमान मानू नयेत नाहीतर तोंडाला चव नसल्याने नानाविध अन्ने एकत्र कालवावीत तसे होईल.

।। जय जय रघुवीर समर्थ ।।

।। श्रीराम ।।

ईश्वरें नाना भेद केलें । भेदें सकळ सृष्टी चाले ।।
आंधळे परीक्षवंत मिळाले । तेथें परीक्षा कैंची ।।
म्हणोनी संतसंगेचि जावें । सच्छास्त्रचि श्रवण करावें ।।
उत्तम गुणास अभ्यासावें । नाना प्रयत्नें ।।

आपण जर सर्व पदार्थ सरसकट सारखे समजलो तर चांगले वाईट असा भेद करण्यास वावच उरणार नाही. ज्या माणसाच्या तोंडाला रुचि नाही तो सर्व अन्न कालवतो, त्यास प्रत्येक पदार्थाची वेगळी रुचि उरत नाही. मूर्ख किंवा टोणगा हा गुणग्राहक नसतो. विवेक आणि अविवेक असे लोक समान समजतात. उच्चनीच ज्याला कळत नाही तो कसला कर्माचा अभ्यास करणार? हे कळले तर परमार्थापर्यंत पोचता येते. वेड्या माणसाजवळ तारतम्य नसते. तो चांगले वाईट सारखेच समजतो. ज्यांना शाश्वत आणि अशाश्वत यातला फरक समजत नाही. त्यांना अज्ञानीच म्हणायला हवे. ज्या वस्तूचा नाश होतात दिसतो त्यालाच हे मूर्ख अविनाशी म्हणतात. असल्या अडाणी लोकांना काय म्हणावे ? ईश्वराने नाना भेद केले आहेत. त्या भेदांवरच सगळी सृष्टी चालते, परीक्षक जर आंधळे मिळाले तर ते कसली परीक्षा करणार? जिथे परीक्षाच नाही तो मूर्खांचा समुदाय समजावा. जिथे परीक्षकाचा गुण नाही तिथे त्यांचे कौतुक कसे करता येईल? आधी कृती करावी मग विचार करावा, आचार विचारांच्या सहाय्याने भवसागर पार करता येतो. एकनिष्ठपणे अभ्यास करणाऱ्यालाही अंतरात्मा समजत नाही मग मूर्खांना तो कसा कळणार? जे विष अमृतासमान मानतात, त्यांनी विष घेतले तर त्यांचे प्राण जातात. इहलोकाचा आणि परलोकाचा जे सर्वांगीण विवेक करीत नाहीत त्यांचे जीवन व्यर्थ. म्हणून यत्नपूर्वक सत्संग करावा. सच्छास्त्र श्रवण करावे उत्तम गुणांचा नाना प्रयत्न करून अभ्यास करावा.

।। जय जय रघुवीर समर्थ ।।

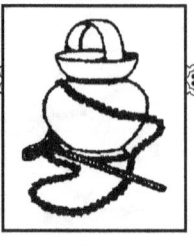

।। श्रीराम ।।

तुज नमूं गजवदना । तुझा महिमाचि कळेना ।।
विद्या बुद्धि देसी जनां । लहानथोरांसी ।।
धन्य धन्य तूं गा खंडेराया । भंडारें होय पिंवळी काया ।।
कांदे भरीत रोटगे खाया । सिद्ध होती ।।

लहान मोठ्यांना बुद्धी आणि विद्या देणाऱ्या गजानना, तुझा महिमा काही समजत नाही. सरस्वतीदेवी, मी तुला वंदन करतो. चारही वाणींना तुझ्यामुळे स्फूर्ती मिळते. तुझे सत्य स्वरूप ओळखणारे असे थोडेच आहेत. हे ब्रह्मदेवा तू धन्य आहेस, तू सृष्टीरचनाकार आहेस. वेद आणि शास्त्र यातील भेद तू व्यक्त केलेस. हे विष्णु, तूही धन्य आहेस. तू तुझ्या एकाच अंशाने जिवांना वाढवतोस. हे भोळ्या शंकरा तुझ्या दातृत्वाला पार नाही. तू निरंतर रामनामाचा जप करीत असतोस. इंद्रदेवा तू धन्य आहेस, तू देवांचाही देव, इंद्रलोकीचे वैभव काय म्हणून सांगावे? हे यमधर्मा तू धन्य आहेस. धर्म काय आणि अधर्म काय हे तू नेमकेपणाने जाणतोस. प्राणीमात्रांच्या वर्तणुकीचा, पाप-पुण्याचा हिशेब तू करतोस. व्यंकटेशांचा महिमा काय वर्णावा? तो तर अपार आहे. तिथे भले सज्जन जन उभ्या उभ्याच भोजन करतात. ते वडे, धिरडी आणि न तळलेल्या स्वादिष्ट पदार्थांचा आस्वाद घेतात. हे बनशंकरी देवी तू धन्य आहेस. तुझ्या नैवेद्याला कितीतरी, अगणित भाज्या लागतात, त्या सर्व भाज्यांची रुचि घेऊन भोजन करील असा कोण आहे? वानररूपी बलभीमा तू धन्य आहेस. उडदाचे वडे करून त्याच्या माळा तुझ्या गळ्यात घालतात. तुझा प्रसाद म्हणून दहीवडे खाताना भक्तांना समाधान लाभते. हे खंडेराया, तू धन्य आहेस, तुझ्या भक्तांची शरीरे तुझ्या भंडाऱ्याने पिवळी होतात, ते भक्त कांदे, भरीत आणि रोडगे खायला सिद्ध होतात.

।। जय जय रघुवीर समर्थ ।।

।। श्रीराम ।।

धन्य तुळजाभवानी । भक्तां प्रसन्न होतें जनीं ।।
गुण वैभवासी गणी । ऐसा कैंचा ।।
प्राणी साभिमानें भुलले । देहाकडे पाहात गेले ।।
मुख्य अंतरात्म्यास चुकलें । अंतरीं असोनी ।।

हे तुळजाभवानी, तू लोकांना प्रसन्न होतेस तू धन्य आहेस. तुझ्या गुणवैभवांची गणती करणारा कोण आहे. पांडुरंगा तू धन्य आहेस. तुझ्यासमोर तालमान रागरंग इत्यादींनी युक्त हरिकथेचा गजर अखंड चाललेला असतो. भैरवदेवा, क्षेत्रपाला तू धन्य आहेस. तुझी भक्तिभावाने आराधना केली, तर तू त्यांना चांगले फळ देण्यास विलंब लावीत नाहीस. पण कुणी तुझी सेवा चुकवली तर त्यांना तू वेडेच करून टाकतोस ! रामकृष्णादि अवतारांचा महिमा अपार आहे. त्यांच्या उपासनेत अनेकजण मग्न झाले आहेत. या सर्व उपास्य देवतांचे मूळ अंतरात्माच आहे. कोणत्याही देवाची, कोणीही, कुठेही उपासना केली तरी त्यालाच पोचतो. त्याने अनेक देवांची व शक्तींची रूपे घेतली आहेत. सर्वांचे अधिष्ठान अंतरात्माच आहे. सर्व वैभवाचा व भोगांचा तोच कर्ता आहे, तोच भोक्ता आहे. असा विचार कुठवर करावा? देव आणि भक्त कित्येक होतात त्यांची मोजणी कोण करील? या सर्वांची कीर्ती, अपकिर्ती, निंदा, स्तुती सर्व काही अंतरात्म्यापर्यंत पोचते. अहंकाराने प्राणी देहालाच भोगी म्हणू लागले. मुख्य अंतरात्मा आत असून त्याला विसरले. आत्म्याची क्रिया पाहू शकेल असा या भूमंडळी कोण आहे? पुण्यवान् व्यक्तींचेच अनुसंधान राहू शकते. या अनुसंधानाने पाप भस्म होते, म्हणून अंतरनिष्ठ ज्ञानी अंतर्यामाचे विवरण करतात. अंतर्भ्रष्ट मात्र भरकटत जाऊन बुडतात.

।। जय जय रघुवीर समर्थ ।।

।। श्रीराम ।।

जाणत्याची संगती धरावी । जाणत्याची सेवा करावी ।।
जाणत्याची सद्बुद्धि घ्यावी । हळुहळू ।।
जाणत्याचा साक्षेप घ्यावा । जाणत्याचा तर्क जाणावा ।।
जाणत्याचा उल्लेख समजावा । न बोलतांचि ।।

आपल्या अडाणीपणामुळे जे झाले ते होऊन गेले. आता यापुढे शहाणपणाने व नियमाने वागले पाहिजे. जो शहाणा आणि जाणता आहे त्याची संगती धरावी त्याची सेवा करावी आणि त्याच्या सद्बुद्धीचे हळूहळू अनुकरण करावे. अशा जाणत्या माणसाजवळ लिहायला, वाचायला शिकावे. काही आपल्या शंका असतील तर त्याला विचाराव्यात. त्याच्यावर उपकार करावा, त्याच्यासाठी शरीर झिजवावे, त्याच्या मनात काय आहे हे जाणून घ्यावे. जाणत्याच्या सांगतीने भजन करावे, शरीर झिजवावे त्याच्या संगतीने राहून वारंवार विवरण व विचार करीत रहावे. गाणे गाण्यास, वाद्ये वाजवण्यास आणि संगीताचे ज्ञान करून घेण्यास त्याचा आधार घ्यावा. तो सांगेल, तसे पथ्यपाणी करावे, त्याच्या विचारानुसार औषध घ्यावे. परीक्षा कशी करावी हे जाणत्यापासून शिकावे, तालीम कशी करावी, पोहावे कसे हे जाणत्याकडून जाणून घ्यावे. त्याच्या बोलण्यानुसार बोलावे, तो सांगेल त्याप्रमाणे चालावे, त्याचे ध्यान करावे, त्याच्याकडून निरनिराळ्या गोष्टी समजावून घ्याव्यात, युक्त्या समजावून घ्याव्यात. तो जे जे काही करतो त्या सर्व गोष्टींचा नीट सावधपणे विचार करावा. तो माणसांची मने कशी सांभाळतो हे जाणून घ्यावे. त्याच्या वागण्याचा अभ्यास करावा. त्याने कसे प्रयत्न केले हे पहावे. त्याचे अनुकरण करावे – तो कशाकशाचा उल्लेख करतो तो समजून घ्यावे. त्याचे धूर्तपण, राजकारण, निरुपण समजावून घ्यावे.

।। जय जय रघुवीर समर्थ ।।

।। श्रीराम ।।

जाणत्याचा भक्तिमार्ग । जाणत्याचा वैराग्ययोग ।।
जाणत्याचा अवघा प्रसंग । समजोन घ्यावा ।।
उपासनेचे सेवटीं । देवां भक्तां अखंड भेटी ।।
अनुभवी जाणेल गोष्टी । प्रत्ययाची ।।

जाणता पीळ पेच कसे उकलतो हे जाणून घ्यावे. जाणत्याची उद्यमशीलता आणि तर्कबुद्धी शिकावी. तो गद्य किंवा पद्यरचना कशी करतो, ग्रंथांचा अर्थ कसा लावतो, ग्रंथ कसे लिहितो. मधुर भाषणे कशी करतो हे जाणून घ्यावे. जाणत्याचे लेखन पहावे, तो कसा बोलतो, संवाद कसे करतो हे समजावून घ्यावे. तो प्रसंगी कसा कडक तर प्रसंगी कसा लोण्याहून मऊ होतो हे पहावे. त्याचे औदार्य शिकावे. त्याची विचार करण्याची पद्धती, त्याची दूरदृष्टी, कल्पकता समजून घ्यावी. तो आपला वेळ कसा सार्थकी लावतो. त्याचा अध्यात्मविवेक कसा कसा असतो. त्याचा भक्तीमार्ग, वैराग्ययोग्य अशा सर्व गोष्टी शिकून घ्याव्यात. त्याचे ज्ञान, त्याचे ध्यान आणि बारीकसारीक गोष्टींचे नीट अवलोकन करावे. खरा जाणता एक अंतरात्मा आहे त्याचा महिमा किती सांगावा? त्याची विद्या, कला, गुण याची सीमा कशी समजावी? परमेश्वराचे गुण अखंड गावे म्हणजे मनाला समाधान होते, अपार आनंद होतो. ईश्वराने जे जे निर्माण केले आहे ते ते आपण पहात असतो. तो परमात्मा लोकांना उत्पन्न करतो पण पहायला गेले तर तो कुठं दिसत नाही. विवेकबुद्धीने त्याला जाणायला शिकावे. त्याचे सतत स्मरण ठेवले म्हणजे तो आपल्याला सांभाळतो आणि भूक भागवतो. तो भक्तांना संसारभयापासून मुक्त करतो. उपासनेच्या शेवटी देवाची भेट होते. हा अनुभव ज्याने त्याने घ्यावा.

।। जय जय रघुवीर समर्थ ।।

॥ श्रीराम ॥

दुर्लभ शरीरी दुर्लभ आयुष्य । याचा करूं नये नास ॥
दास म्हणे सावकास । विवेक पहावा ॥
अखंड येकांत सेवावा । ग्रंथ मात्र धांडोळावा ॥
प्रचीति येईल तो घ्यावा । अर्थ मनी ॥

श्री स्वामी समर्थ रामदास म्हणतात, हा देह दुर्लभ, दुर्मीळ आहे. आयुष्यही दुर्लभ आहे याचा नाश करू नये. विवेकाने वागावे. जर विवेकाने वागले नाही तर सर्व अविवेक होतो, अविवेकामुळेच प्राणी रंक दिसतो. आपण आपली हानी करतो. उदासीन माणूसही आळसाने नागवला जातो, वाईट संगतीने माणूस पाहता पाहता बुडतो. मूर्खपण अंगी बाणला त्यात आचरटपणाची भर पडली आणि कामज्वराने ग्रासला. असा तरुण मूर्ख, आळशी आणि दीनवाणा असतो. त्याला काही मिळवता येत नाही. माणसाला जे जे हवं ते ते त्याच्याकडे नाही, अन्न नाही, वस्त्र नाही, अंगात कोणताही गुण नाही. नीट बोलता येत नाही, धड बसता येत नाही. अभ्यासाकडे मन वळत नाही, लिहिणे नाही, वाचणे नाही, विचारणे नाही, शिकवले तर ऐकत नाही आणि भल्याभल्यांना तो बोल लावतो. त्याच्या ओठात एक आणि पोटात एक असते, त्यांना परमार्थ कसा घडणार ? आपला संसार नासला, मग पश्चाताप झाला हे होऊ नये असे वाटत असेल तर विवेक केला पाहिजे. मन एकाग्र करावे, प्रयत्नपूर्वक साधना करावी, आळसापासून दूर रहावे. अवगुणांचा त्याग करावा. सद्गुण अंगिकारावे, कोणत्या प्रसंगी कसे वागावे हे शिकून घ्यावे. श्रोत्यांचे मन जाणावे. ज्याची उपासना असेल त्याच देवाचे भजन वा गाणे म्हणावे. साहित्य, संगीत, पाठांतर याबद्दल जाणून घ्यावे. सतत एकांतात रहावे. निरनिराळ्या ग्रंथांचा अभ्यास करावा. ज्याचा अनुभव येईल तोच अर्थ नेमका मनामध्ये ठसवून घ्यावा.

॥ जय जय रघुवीर समर्थ ॥

।। श्रीराम ।।

देहाकरितां गणेशपूजन । देहाकरितां शारदा वंदन ।।
देहाकरितां गुरुसज्जन । संत श्रोते ।।
देहाकरिता नवविधा भक्ती । देहाकरिता चतुर्विधा मुक्ती ।।
देहाकरिता नाना युक्ती । नाना मते ।।

या देहासाठी सर्व काही चाललेले असते. गणेश पूजन, शारदा, वंदन, गुरू, सज्जन, संत आणि श्रोते हे असतात. देहासाठी कवित्व करतात, अध्ययन आणि अभ्यास करतात. ग्रंथ, लेखन, नाना लिप्यांचा अभ्यास, तऱ्हेतऱ्हेच्या पदार्थांचे संशोधन हे देहासाठीच चालते. मोठमोठे विद्वान, महाज्ञानी सिद्धी, साधू, ऋषी, मुनी हे देहामुळेच होतात. तीर्थाटने लोक देहामुळेच करतात. श्रवण व मनन देहामुळे होते इतकेच नव्हे तर परमात्म्याची प्राप्ती देहातच होते. कर्म, उपासना व ज्ञानमार्ग या भूमंडळी देहामुळेच चालतात. योगी, विरक्त, तपी, इत्यादी नाना सायास करणारे देहामुळेच आहेत. देहामुळेच आत्म्यास प्रकट व्हावे लागते. इहलोकाचे आणि परलोकाचे सार्थक देहामुळेच होते. देह नसेल तर सर्व काही निरर्थक आहे. पुरश्चरणे, अनुष्ठाने धूर पिऊन तप करणे, पोत घेणे, पंचाग्निसाधन हे सर्व काही देहामुळेच असतात. कोणी पुण्यवान तर कोणी पापी, कोणी स्वच्छाचारी, तर कुणी पवित्र, हे सर्व देहामुळेच असतात. या देहासाठीच लोक अवतारी किंवा विषधारी होतात, कडे किंवा पाखंडे करतात ती देहासाठीच. विषयांचा उपभोग घेणे, किंवा सर्वस्वाचा त्याग करणे, रोगी होणे आणि बरे होणे हे सर्व देहामुळे घडते. दानधर्म करणे, अनेक रहस्य अवगत होणे हे जसे देहामुळे त्याचप्रमाणे नवविधा भक्ती, चारही मुक्ती अनेकानेक युक्त्या आणि मते व मतांतरे देहामुळेच.

।। जय जय रघुवीर समर्थ ।।

।। श्रीराम ।।

देहाकरितां नाना कळा । देहाकरितां उणा आगळा ।।
देहाकरितां जिव्हाळा । भक्तिमार्गाचा ।।
देह ब्रह्मांडाचें फळ । देह दुर्लभचि केवळ ।।
परि या देहास निवळ । उमजवावे ।।

या देहासाठी नाना स्वार्थ, देहाकरिताच अर्थसंपादन, देहामुळेच आयुष्ये सार्थ किंवा व्यर्थ होतात. देहामुळेच नाना युक्त्याप्रयुक्त्या, देहासाठीच कमीपणा किंवा अधिकपणा आणि भक्तिमार्गाचा जिव्हाळा तोहि देहाकारणेच. मानसन्मान मिळविण्याची साधने, देहासाठी कित्येकांना तोडले जाते. अनेक बंधने संपतात, देहामुळेच मोक्षाचाही लाभ आत्मनिवेदनामुळे होतो. कीर्ती असो वा अपकिर्ती तो लाभ देहामुळेच होतो. सर्वांमध्ये देह हा सर्वोत्तम. देहात आत्मारामही आहे आणि पुरुषोत्तम पण आहे. हे विवेकीजनांना ठाऊक असते. देहामुळेच मस्तकामनात नाना भ्रम निर्माण होते. संभ्रम उपजतात आणि देहामुळेच उत्तमोत्तम पदे भोगायला मिळतात. जे काही आहे ते सर्व काही देहाकरिताच आहे. देह नसेल तर काही नाही. देहात वास्तव्य करणारा आत्मा देह नसेल, देह पडला की नाहीसा होते, जणू काही नव्हताच. देह ही परलोकीची नौका आहे, नाना गुणांचे आगर आहे. देहामुळेच निरनिराळ्या कलांचा विचार करणे शक्य होते. गायनकला, वादनकला, संगीतकला इतकेच नव्हे तर निरनिराळ्या जीवनकला या देहामुळेच माहीत होतात, शिकता येतात, अवगत करता येतात. ब्रह्मांडाचे मूळ कोणते जर असेल तर ते देह आहे. देह हा महादुर्लभ आहे. दुर्मीळ आहे. तेव्हा देहाला आप्त शहाणपण प्राप्त करून घ्यावे. देहामुळेच लहानमोठे आपापले व्यापार करू शकतात, त्या व्यापारात लहानथोर असे कितीतरी भेद असतात.

।। जय जय रघुवीर समर्थ ।।

।। श्रीराम ।।

आत्म्याकरितां देह जाला । देहाकरिता आत्मा तगला ।।
उभययोगें उदंड चालिला । कार्यभाग ।।
परमेश्वराचे अनंत गुण । मनुष्यें काय सांगावी खूण ।।
परंतु अध्यात्म ग्रंथश्रवण । होतां उमजे ।।

जे देहाद्वारे इहलोकी आले ते काहीतरी करून गेले. पण ज्यांनी हरिभजन केले ते मात्र पवित्र झाले. अष्टधा प्रकृतीचे मूळ संकल्प त्यातून जे लहान लहान संकल्प उत्पन्न होतात ते ते देहरूपी फळ घेऊन येतात. मूळचा हरिसंकल्प होता. कोणत्याही वेलीच्या मुळाशी बी असते. त्या वेलाला पाणी मिळाले की त्याला पाने, फुले, फळे येतात. त्या फळांमध्ये बी प्रकट होते, ते मुळांमुळे होते. फळांमुळे पुन्हा मूळ निर्माण होते. याच पद्धतीने या भूमंडळी घटनाक्रम चाललेला असतो, तर जर आपल्याला काही करावयाचे असेल तर देह हा हवाच तेव्हा देहप्राप्ती झाल्यावर देहाचे सार्थक करणे शहाणपणाचे ठरेल. देह आणि आत्मा हे परस्परावलंबी आहेत. आत्मा आणि देह झाला आणि देहामुळे आत्मा तगला. दोघांमुळे उदंड कार्यभाग चालला. काही चोरून गुप्तपणे करावयाचे म्हटले तरी ते आत्म्याला समजते. आत्मा हा देहामध्ये असतो देहाचे कौतुक केले तर आत्मा संतुष्ट होतो. देहाला त्रास दिला तर प्रत्यक्ष आत्माच प्रक्षुब्ध होतो. देह नसेल तर आत्म्याला पूजा पोचत नाही, आत्म्याची पूजा करता येत नाही. सर्व जनतेत जनार्दन भरलेला आहे म्हणून जनतेला संतोष द्यावा, संतुष्ट करावे, थोर विचार आणि आत्मज्ञानाचा प्रसार तो देह पुण्यशील आहे. ईश्वराचे अनंत गुण आहेत, तो गुणाधीशच आहे. माणसाला ते उमजून घ्यावयाचे असेल तर अध्यात्म ग्रंथाचे श्रवण आणि वाचन केल्यास थोडेफार उमजेल.

।। जय जय रघुवीर समर्थ ।।

।। श्रीराम ।।

धान्य उदंड मोजिलें । परी त्या मापें नाही भक्षिलें ।।
विवरल्याविण तैसें जालें । प्राणीमात्रासी ।।
शुद्ध सोनें पाहोन घ्यावे । कसी लावूनी तावावें ।।
श्रवण मननें जाणावे । प्रत्ययासी ।।

मापाने धान्य उदंड, पुष्कळ मोजले पण माप काही धान्य खात नाही. खूप ऐकले, खूप वाचले, पण त्याचे विवरण मनन केले नाही तर त्याची तशीच अवस्था होते. मोजले पण खाल्ले नाही, वाचले पण रुजले नाही, खूप पाठांतर केले, पण एकदा गाडी सुरू झाली की थांबत नाही. आणि अर्थ, मुळीच माहीत नाही. अनुभव तर शून्यच. ग्रंथ वाचताना शब्द रत्नांची परीक्षा करून ती स्वीकारावी, त्यात जी अनुभवांची असतील तेवढीच घ्यावीत. बाकीची सोडून द्यावीत. नामरूपाने जे दृश्य भरलेले आहे ते टाळावे आणि अनुभवाचा मागोवा घ्यावा. सार आणि असार एकत्र करणे हा मूर्खपणा आहे. लेखकाने जे लिहिलेले आहे तेवढेच वाचून श्रोत्यांना समजावून सांगावे. ग्रंथकाराने जे सांगितलेले नाही ते उगाच सांगत बसू नये. जिथे समजून घेणे किंवा देणे याची समज नाही, तिथे काही शंका विचारली तर सांगणारा वसकन् अंगावर येतो. पुष्कळ शब्दसंभार केला पण त्यामागे अनुभवाची शक्ती नसेल तर शब्दांची कसरत वाया जाते. जात्यात पसाभर धान्य घेतले आणि घाईघाईने ओढले तर बारीक पीठ येत नाही. तोंडात बोकाणे भरले, चावायला जागा ठेवली नाही तर कसे होईल ? वक्त्याने क्षणही रिकामा जाऊ देऊ नये, सर्वांचे मन सांभाळून रहावे. अध्यात्मशास्त्रातील बारकावे श्रोत्यांना समजावून सांगावेत. श्रोत्यांचे शंकासमाधान झाले म्हणजे ते संतुष्ट होतात आणि वक्त्याला क्षणोक्षणी वंदन करतात. अन्यथा निंदा करतात. शुद्ध सोने कसावर लावून पारखून घ्यावयाचे असते. त्याप्रमाणे श्रवण मननाचा अवलंब करून ब्रह्मानुभव घ्यावयाचा असतो.

।। जय जय रघुवीर समर्थ ।।

।। श्रीराम ।।

जे प्रचीतीस आले खरें । तेंचि घ्यावें अत्यादरें ।।
अनुभवेंविण जीं उत्तरें । ती फलकटें जाणावीं ।।
पिंडी नित्यनित्य विवेक । ब्रह्मांडीं सारासार अनेक ।।
सकळ शोधुनिया येक । सार घ्यावे ।।

एखाद्या वैद्याचे रोगासाठी औषध घेतले आणि गुण आला नाही तर लोकांवर काय कारणाने राग काढावा ? लिहायला येत नसताना व्यापार केला. तो काही दिवस चालला, पुढे हिशेब तपासणारा भेटला, तेव्हा खोटेपणा उघडकीस आला. हिशेबामुळे सर्व काही समजते. हिशेबाच्या साक्षीने बोलावे. अंगात शक्ती नसताना युद्धास गेला, तो नागवला मग दोष कुणाचा ? जे अनुभवाचे बोल आहेत, जो अनुभव आहे तो आदरपूर्वक स्वीकारावा. पण अनुभवाशिवाय असेल ते फोलपट म्हणून टाकून द्यावे. खरे टाकून खोटे स्वीकारणाऱ्याची निंदा होते. त्रिभुवनात नारायणाने हा न्याय करून ठेवला आहे. तो न्याय नाकारणाऱ्याला जग त्रास देते. भांडणाने दुःख वाट्यास येते. अन्यायाने कधी कुणाचे भले झाल्याचे ऐकलेले नाही. असत्य हे पाप आहे तर सत्य हे ईश्वरस्वरूप आहे. यातले काय निवडायचे ते ज्याने त्याने ठरवावे. शब्दाचा अर्थ नीट समजावून घ्यावा, वाच्यांश टाकून लक्ष्यांश घ्यावा म्हणजे मूळ जो निःशब्द स्वरूप त्यात गोंधळ होत नाही. अष्टधा प्रकृती हा पूर्वपक्ष विवेकबुद्धीने त्याचा त्याग करून अलक्ष्य ब्रह्माच्या ठिकाणी लक्ष लावावे. चिंतन मनन करणारालाच ते कळेल. भूस व धान्याचे कण सारखे कोण म्हणेल ? तो वेडेपणा ठरेल. शहाणा माणूस रस व चोयट्या यापैकी काय घेईल ? पिंडासंबंधी नित्यानित्यविवेक व ब्रह्मांडासंबंधी सारासार विचार करून योग्य ते घ्यावे.

।। जय जय रघुवीर समर्थ ।।

।। श्रीराम ।।

नाना वस्त्रें, नाना भूषणें । येणे शरीर शृंगारणें ।।
विवेकें विचारें राजकारणें । अंतर शृंगारिजे ।।
सकळकर्ता तो ईश्वरू । तेणें केला अंगिकारू ।।
तया पुरुषाचा विचारू । विरळा जाणे ।।

अनेक प्रकारची वस्त्रे, अलंकार यांनी शरीर सजवतात, नटवतात त्याप्रमाणे विवेक आणि विचार यांनी अंतरंग सजवावे, शृंगारावे, शरीर सतेज आणि सुंदर आहे. वस्त्राभूषणांनी नटले आहे. पण चातुर्य अंगी नसेल, तर सर्व व्यर्थ आहे, शरीराला शोभा येणार नाही. तोंडाळ, कठोर भाषा करणारा, हट्टी, अहंकारी, तऱ्हेवाईक, शीघ्रकोपी, कोणतेही यमनियम न पाळणारा, कुठेही कुणाशीही मिळतेजुळते न घेणारा, खोटारडा, पापी, कृतघ्न अशी बेईमानी माणसे म्हणजे दैत्यच. त्यांच्या वाऱ्यालाही उभे राहू नये. सारखी सारखी वेळ सतत येत नाही. त्यामुळे नेम मोडतात, फार बंधनात राहू नये. विवेकी माणसाने अतिरेक कुठेही करू नये. ईश्वर विशेषत: तुळजाभवानी तुमची पाठराखी आहे, तरी कोणतेही कार्य विचारपूर्वक करावे. दुष्ट म्लेंच्छांचा धिंगाणा चाललेला आहे यासाठी सावध असावे. सकळकर्ता तो परमेश्वर आहे, त्याने ज्याच्यावर कृपा केली, ज्याच्या अंगीकार केला, त्याचा विचार विरळाच जागतो. धैर्य धरणे, अचाट कामे करणे ही देवाची देणगी आहे. यश, कीर्ती, प्रताप आणि अंगी अगणित उत्तम गुण हे देणे ईश्वराचेच आहे. देवा ब्रह्मणाविषयी आदर बुद्धी, अनेकांना आधार, परोपकार, प्रपंच आणि परमार्थ दोन्हींचा विचार ही ईश्वराची देणगी. धर्मस्थापना करणारे ईश्वराचे अवतार असतात. पूर्वी झाले पुढेही होतील. ज्या विचाराने आणि विवेकाने भवसागर तरून जाता येतो, तो विचार आणि ती विवेकबुद्धी म्हणजे सर्व गुणांचे नवनीत.

।। जय जय रघुवीर समर्थ ।।

।। श्रीराम ।।

कष्टेंविण फळ नाहीं । कष्टेविण राज्य नाहीं ।।
केल्याविण होत नाहीं । साध्य जनीं ।।
जेहीं उदंड कष्ट केले । ते भाग्य भोगून ठेले ।।
येर ते बोलतचि राहिले । करंटे जन ।।

लोकस्वभाव हा लोभी असतो, देवाचे काही केले म्हणजे देवाने आपल्याला काहीतरी द्यावे अशी प्रत्येकाची भावना असते. देवाची जरासुद्धा भक्ती न करता देव प्रसन्न व्हावा अशी इच्छा करतात. काम न करता एखाद्या नोकराने हात पसरावा तसे हे वाटते. कष्टाशिवाय राज्य नाही, कष्टाशिवाय फळ नाही. लोककार्य केल्याशिवाय फळ मिळत नाही. आळसामुळे कार्यनाश होतो, याचा अनुभव येतोच. क्षुद्र माणसे कष्ट करणे टाळतात. आधी जे कष्टाचे दुःख सोसतात, त्यांना पुढे सुखाचे फळ मिळते. जे आळसामुळे आधी सुखी असतात त्यांना पुढे दुःख भोगावे लागते. इहलोकी वा परलोकी विवेक सोडू नये, दूरदृष्टीने जे योजना आखतात, त्यांचे कौतुक केले पाहिजे. इहलोक सुखासाठी पैसा मिळवावा लागतो, परलोकी सुख हवे असेल, तर परमार्थ करावा. जो हे करीत नाही, तो जिवंत असून मृतवत् होय. एकदा मेल्याने सुटका होत नाही, जन्मोजन्मी यातना भोगाव्या लागतात. परमार्थ न करता जो स्वतःला मारतो तो आत्मघातकीच होय. प्रत्येक जन्मात असा आत्मघात केला तर त्याचे गणित कसे मांडावे ? जन्ममृत्यूच्या चक्रातून मग सुटका कशी होणार ? देव सगळे काही करतो असे सर्वजण म्हणतात, पण त्याची भेट अवचित होते. खरं तर देव एक आहे पण सामान्य लोक अनेक देव आहेत असे म्हणतात. विवेक असेल तर परमात्मा भेटतो. आपले शहाणपण दाखविण्यासाठी उगीच काहीतरी बोलत सुटू नये, भूक लागली तर जेवण घ्यावे, इतर उपाय करू नयेत. ज्यांनी उदंड कष्ट केले ते भाग्याचे धनी झाले. बाकी करंटे बोलूनच दमले. विचाराने इहपरलोक साधतो. जन्माचे सार्थक होते. विचाराने नित्यनित्य विवेक शोधावा.

।। जय जय रघुवीर समर्थ ।।

।। श्रीराम ।।

ब्रह्म निराकार निश्चळ । आत्मा सविकार चंचळ ।।
तयास म्हणती सकळ । देव ऐसे ।।
काही अनुमानलें विचारें । देव आहे जगदंतरें ।।
सगुणाकरिता निर्धारें । निर्गुण पाविजे ।।

ब्रह्म हे निराकार आणि निश्चल आहे, आत्मा हा विकारी आणि चंचल आहे. त्यालाच सर्वजण देव म्हणतात. देवाचा ठावठिकाणा समजत नाही. एक देव कोणता हे नेमकेपणाने कळत नाही. यासाठी विचारपूर्वक देवाचा शोध घ्यावा. कोणी एका माणसाने एका तीर्थक्षेत्री असलेली देवाची मूर्ती पाहिली मग त्याने तशीच धातूची करवून घेतली. या जगात असेच चालले आहे. देवाच्या अनेक मूर्तींचे मूळ क्षेत्रातील मूर्तीत आहे. क्षेत्रातील देव पाषाणमूर्तीत असतो त्याचा विचार करता कोणत्या तरी अवतारापर्यंत पोचतो. अवतारी देह देहधारी झाले, आपले कार्य करून गेले. ब्रह्मा, विष्णु, महेश हे त्यांच्यापेक्षा थोर आहेत. या तिन्ही देवांची अंतरात्म्यावर सत्ता आहे; तोच कर्ता आणि भोक्ता आहे. युगानुयुगे हा अंतरात्मा एकट लोकजीवन चालवतो. जो देव आत्मा चालवतो तोच शरीर चालवतो. त्या अंतर्देवाकडे दुर्लक्ष करून लोक तीर्थक्षेत्राकडे धाव घेतात. खऱ्या देवाला न ओळखता वृथा कष्ट घेतात. तिथे धोंडा आणि पाषाण असतो, उगीच वणवण कशाला, त्यापेक्षा सत्संग बरा. जो अंतर्वेधी आहे तो अंतर जाणणारा असतो, बहिर्मुखीला हे कळत नाही. अनुभवाशिवाय जे जे केले ते वाया गेले. विचार केला तर असे लक्षात येते की देव जगदांतरी आहे आणि सगुणोपासना काही काल केली म्हणजे निर्गुण उपासनेकडे वळता येते. सगुणाचा शोध घेता घेता निर्गुण ब्रह्माचा लाभ होतो. परमात्म्याचे अखंड अनुसंधान हाच पावन होण्याचा, ईश्वर प्राप्तीचा मार्ग आहे. नित्यानित्यविवेक श्रवणाने उद्धार होतो.

।। जय जय रघुवीर समर्थ ।।

।। श्रीराम ।।

वंदुनियां आदिपुरुष । बोलो निद्रेचा विळास ।।
निद्रा आलियां सावकास । जाणार नाहीं ।।
येक मडकीं उतरिती । येक भोई चांचपती ।।
येक उठोनि वाटा सांगति । भलतींकडे ।।

आदि पुरुषाला वंदन करून निद्रेचा विलास सांगतो. एकदा निद्रा किंवा झोप आली की ती सहसा जात नाही. निद्रेने एकदा शरीर व्यापले की, आळस येतो, अंग मोडून येते, जांभया येतात, बसावेसे वाटत नाही, झोपून रहावे असेच वाटते. कडकडा जांभया येतात, चटचटा चुटक्या वाजतात आणि झोपेने घेरलेले लोक सावकाशपणे डकडका डुलक्या घेऊ लागतात. कोणाचे डोळे मिटू लागतात, कोणाला डुलक्या येतात, कोणी दचकून जागे घेऊन इकडेतिकडे पाहू लागतात. कोणी उलथून पडतात, त्यामुळे वाद्यांची मोडतोड होते पण त्याची त्यांना शुद्ध नसते. काहीजण जिथे टेकून बसतात तिथेच घोरू लागतात. कोणी हातपाय ताणून उताणे पसरतात. कोणी गुडघ्यात डोके घालून झोपतात. कुशी कुशीवर झोपतात तर कुणी झोपेत चाकासारखे फिरतात. कोणी हात हलवतात कोणी पाय हलवतात तर काहीजण करकरा दात खातात. कोणाकोणाला वस्त्राचे भान नसते, तर कुणाकुणाची पागोटी सुटतात. कोणी अव्यवस्थितपणे झोपलेले असतात, कुणी मेल्यासारखे झोपतात. तर दाताड उघडे पडल्याने काही झोपलेले भुतासारखे दिसतात, कोणी झोपेत बरळत चालू पडतात. अंधारात फिरू लागतात किंवा उकिरड्यावर जाऊन झोपतात. कोणी झोपेतच भिंतीच्या कडेला लावलेल्या मडक्यांच्या उतरंडी उतरतात, तर कोणी उगाचच जमीन चाचपून चाचपून पहात असतात, तर कोणी झोपेतच चालत भलत्या वाटेला लागतात.

।। जय जय रघुवीर समर्थ ।।

।। श्रीराम ।।

येक दुस्वप्नें निर्बुजले । येक सुस्वप्नें संतोषले ।।
येक ते गाढमुढीं पडिले । सुषुप्तिमध्यें ।।
ज्ञाता तत्त्वें सांडून पळाला । तुर्येपलिकडे गेला ।।
आत्मानिवेदनें जाला । ब्रह्मरूप ।।

कोणी ओरडत ओरडत उठतात, कुणी झोपेतच एकदम मोठमोठ्याने हसू लागतात. किंवा स्फुंदून स्फुंदून रडू लागतात. कुणी एकदम कुणाला तरी हाकाच मारत सुटतात. तर कुणी बोंबलत उठतात. काहीजण झोपेत एवढे घाबरतात की, भिऊन एका जागी गप्प होतात. कोणी खुरडत खुरडत चालू पहातात, कोणी कण्हतात, कोणाकोणाची झोपेत लाळ गळते, कोणी थुंकतात तर कोणी झोपेतच अंथरूण ओले करतात. काहीजण अपानवायू पुन:पुन्हा सोडतात, ढेकरा देतात, खाकरून खाकरून कोठेतरी थुंकतात. कोणाला झोपेतच शौचास होते, कोणी ओकतात, तर कोणी पाणी मागू लागतात. काही जणांना वाईटसाईट स्वप्ने पडतात, त्यामुळे ते घाबरतात तर कोणाकोणाला चांगली स्वप्न पडल्याने ते संतोषित होतात. काहीजण झोपेत अगदी गाढमूढ होऊन पडलेले असतात. उजाडण्याची वेळ आली की कुणी कुणी प्रात:स्मरणे म्हणू लागतात. तर कुणी देवाच्या स्तुतीला आरंभ करतात. तर कुणी हरि कीर्तन मांडतात. कुणी परमेश्वराचे ध्यान करतात, तर कोणी कोणी जपजाप्य करू लागतात. तर कोणी केलेल्या पाठांतराची उजळणी करू लागतात. निरनिराळ्या विद्या व कलांचे अभ्यासक तो अभ्यास करू लागतात. गाणारे, गाऊ लागतात. पण ज्ञानी पुरुष अशाश्वत तत्त्वांचा त्याग करून तुर्येच्या पलीकडे जाऊन ब्रह्मस्वरूप होतात.

।। जय जय रघुवीर समर्थ ।।

।। श्रीराम ।।

कोणीयेका कार्याचा साक्षेप । कांहीं तरी घडे विक्षेप ।।
काळ साहें ते आपेंआप । होत जातें ।।
जें जें काहीं श्रवणीं पडिलें । तितुकें समजोन विवरलें ।।
तरीच काही सार्थक जाले । निरुपणीं ।।

एखाद्या कार्याचा आरंभ केला, त्यात काही विक्षेप निर्माण झाला पण काळ वेळ चांगली असेल तर कार्य शेवटास जाते. कार्यभाग होऊ लागला तर उत्साह वाटतो. नवे नवे विचार सुचू लागतात. एखादा प्राणी जन्मतो, त्याला काही काळ चांगला काही काळ वाईट जातो. देव कृपाळू होऊन त्यास दुःखानंतर सुख देतो. सर्व काळ जर अनुकूल राहिला तर सर्वच राजे होतील. अनुकूल प्रतिकूल दोन्ही असते. एखाद्याला इहलोकी परलोकाची साधना करताना विवेकबुद्धी होते. हा अद्भुत चमत्कार आहे, हे ईश्वराचे देणेच म्हणायला हवे. ऐकल्याशिवाय कुणास काही कळेल, न शिकवताच शहाणपण आले, असे या भूमंडळी कधी ऐकले नाही. श्रवणानेच सर्व काही समजते, वृत्ती निवळते, सार असार कळू लागते. श्रवण म्हणजे ऐकणे, मनन म्हणजे मनात ठसवून घेणे, श्रवणात नाना अडथळे येतात. त्याचे किती प्रकार सांगावे. मनुष्य सावध असेल तर त्याला त्याचा प्रत्यय येतो. जे लोक पहिल्यापासून श्रवणाला बसतात ते एकाग्र होतात. पण जे नवीन लोक श्रवणासाठी येतात ते चटकन् एकाग्र होत नाहीत. एखाद्याने निरनिराळ्या ठिकाणचे खूप ऐकले तर त्याचा गोंधळ होतो, पण ऐकल्याशिवाय स्वस्थ राहवत नाही. प्रसंग पाहून वागणारे लोक थोडेच असतात. काही लोक श्रवणासाठी बसल्यावर त्याचे अंग अवघडते, झोप अनावर होते. जांभया येऊ लागतात. मनात इतरच विचार येऊ लागतात. श्रवणाद्वारे जे कानावर आले त्याचाच विचार केला तर निरुपणाचे सार्थक समजावे. मन जर दिसले असते तर ज्याने ते विवेकाने स्थिर केले असते.

।। जय जय रघुवीर समर्थ ।।

।। श्रीराम ।।

निरूपणीं येऊन बैसला । परी तो उदंड जेऊन आला ।।
बैसतांच कासाविस जाला । तृषाक्रांत ।।
कोणी निरुपणी बैसती । सावकाश गोष्टी लाविती ।।
हरिदास ते रें रें करिती । पोटासाठीं ।।

श्रवणातले विक्षेप, अडथळे अजूनही कितीएक आहेत. एकजण पोटभर जेवून निरुपणास येऊन बसला आणि लगेच त्याला मरणाची तहान लागली. मग त्याने पाणी मागवून घटघटा प्राशन केले, मग मळमळायला लागले म्हणून उठून गेला. कुणी करपट ढेकरा देतात. कुणाला उचकी लागते तर कुणाचा अपान वायू सरतो व फजिती होते. तर काही जणांना सारखे लघवीसाठी उठावे लागते. तर काहीजणांना घाईची शौचाला लागल्याने मन तिथेच रेंगाळते. एकजण श्रवणाला बसला आणि विंचवाने नांगी मारली, तर तळमळत तो मंत्रिकाकडे धावतो. पोटात कळ आली, पाठीवर उसण भरली, तर कुणाला फोड आल्याने आणि चिखल्या झाल्याने बसवत नाही. तर बाहेरची गडबड ऐकून एखादा प्रवचन सोडून जातो, तर काहीजण निरुपणाला येऊनही एकमेकांशी बोलत असतात. विषयी लोक बायकांकडे पहात बसतात, तर चोरटे जोडे घेऊन पळत असतात. तिकडे पोटभऱ्या हरिदासाचे रे रे चाललेलेच असते. जाणते श्रोते मिळाले तर सगळे शंका विचारण्यासाठी पुढे पुढे करतात. माझे खरे, तुझे खोटे असे म्हणतात, वाद करतात, त्यामुळे लोकांच्या शंकांना उत्तरे देणे राहून जाते. एखादा आपणच शहाणे किंवा थोर आहोत हे दाखवण्यासाठी काहीबाही बडबडू लागतो. त्याचे बोलणे न्यायाचे नसते त्यामुळे शेवटी ते अन्यायाचे ठरते. श्रोत्यांपैकी एकजण गर्विष्ठपणाने बोलतो तर दुसरा भयंकर संतापतो अशा वेळी खोटे कोण आणि खरे कोण हे ठरवणे अवघड जाते.

।। जय जय रघुवीर समर्थ ।।

।। श्रीराम ।।

आपणाहून देव थोर । ऐसा जयास कळला विचार ।।
सकळ काही जगदांतर । तेहिं राखावें ।।
येकांती विवेक ठाई पडे । येकांती यत्न सापडे ।।
येकांती तर्क वावडे । ब्रह्मांडे गोळी ।।

यासाठी जे विवेकी आणि विलक्षण आहेत, ते आधीच आपण अज्ञानी, मूर्ख टोणपे आहोत असे सांगून टाकतात. ज्याला देव आपल्याहून थोर आहे हे कळले तो सर्वांना राजी ठेवीत असतो. सभेत जर वादवितंड झाला तर जो जाणता असतो तो दोषी धरला जातो आणि ज्याने दुसऱ्याचे मन जाणले नाही तो कसला योगी ? वैराने वैर वाढतो. अंती: दु:ख वाट्याला येते. यावरून शहाणपणाची किल्ली कोणती हे समजेल. शहाणे नित्य स्वत:ला सांभाळतात. दया, क्षमा, शांती जेथे आहे तिथेच थोरपण असते. जो दुर्जनांच्या संगतीला लागला, अवगुणांनी वेढला तो विवेकी कसा म्हणावा ? मूर्खाला न्याय, अन्याय, उपाय यातले काहीच कळत नाही. अशांमुळे सभेचा विस्फोट होतो. मग शहाणेजन तो गोंधळ स्वत: सहन करून निस्तरतात. लोकांची मदत घेतात. या पृथ्वीवर उदंड माणसे आहेत. त्यातील काही सज्जन आहेत, त्यांच्यामुळे सर्वत्र समाधानाची वस्ती आहे. मनाचे बारकावे जाणणारा, संतप्तांना शांत करणारा असा जो जाणता पुरुष असतो, तो खरा विवेकी असतो. अनेकांना तो मार्गदर्शन करतो, अनेकजणांना तो कामाला लावतो. त्याच्या विवेकी वागण्याचा परिणाम म्हणून तो लोकमानसात समर्थ या पदवीला पाहोचतो. एकांतात विवेक करावा तो एकांतात हाती येतो, प्रयत्न हस्तगत होतो, एकांतात तर्क अवघ्या ब्रह्मांडाला फेरी मारून येतो. ज्याला एकांत आवडतो त्याला दूरदृष्टी प्राप्त होते. आतापर्यंत जे जे महात्मे होऊन गेले त्यांनी एकांताचीच वाट अनुसरली.

।। जय जय रघुवीर समर्थ ।।

॥ श्रीराम ॥

पहिलें अक्षर जें काढिलें । ग्रंथ संपेतों पाहात गेलें ॥
येका टांकेंचि लिहिलें । ऐसें वाटे ॥
ऐसा ग्रंथ जपोनी ल्याहावा । प्राणीमात्रास उपजे हेवा ॥
ऐसा पुरुष तो पाहावा । म्हणती लोक ॥

लिहिणाऱ्याने, बाळबोध मराठी अक्षर असे घोटून सुंदर करावे की ते पहाणाऱ्या चतुरांना आनंद वाटावा. वाटोळे, सरळ, मोकळे, अक्षर काळ्याभोर शाईने लिहावे. जणू काही मोत्याच्या माळा. प्रत्येक अक्षर नीटनेटके काढावे, काना, मात्र, रफार, वेलांट्या हे सर्व नीटनेटके असावे. पहिले अक्षर जसे काढले असेल तसेच शेवटपर्यंत काढावे. म्हणजे पहिल्या पासून शेवटपर्यंत ग्रंथ पहात गेले तर एकाच टाकाने सर्व ग्रंथ लिहिला आहे, असे वाटावे. अक्षराचे काळेपण, टाकाचा टोकदारपणा, वळणे, वाकणे, जाडी सर्वत्र समान असावी. ओळीला ओळ चिकटू देऊ नये. अति लांबट किंवा अति उभट अक्षर काढू नये. आधी शिसाने रेघा आखून घ्याव्यात व त्यावर अंतर ठेवून शब्द लिहावेत. प्रत्येक ओळ सारखी असावी. क्वचित नंतर काही घालण्याचा प्रश्न आला तर वाईट दिसणार नाही असे शब्दाशब्दातील अंतर असावे. अक्षर असे काढावे की कुणालाही वाचता येईल. ज्याने लिहिले आहे, त्याला बोलावण्याची गरज पडू नये. लहान मुलांनी तर इतके जपून लिहावे जे पहाताच वाचण्याचा मोह होईल. तरुणपणात बारीक अक्षर लिहिले तर म्हातारपणी ते वाचण्यास त्रास होतो म्हणून फार बारीक नाही, फार मोठे नाही असे अक्षर लिहावे. भोवती पुरेशी जागा सोडून लिहावी. मध्यभागी नेमके लिहावे, कागद खराब झाला तरी अक्षर टिकून रहावे.

॥ जय जय रघुवीर समर्थ ॥

।। श्रीराम ।।

काया बहुत कष्टवावी । उत्कट कीर्ति उरवावी ।।
चटक लाउनी सोडावी । काही येक ।।
नाना गोप, नाना वासने । मेणकापडे सिंदुरवर्णे ।।
पेट्या कुलूपें जपणे । पुस्तकाकारणे ।।

ग्रंथलेखनासाठी काया झिजवावी कष्टवावी. आपल्यानंतर मागे कीर्ती राहील आणि आपण लोकांना हवेहवेसे वाटावे अशी आपली वागणूक असावी. लिहिण्यासाठी चांगला घट्ट आणि जाड कागद आणावा, नंतर त्याला तुरटीच्या पाण्याने चांगले घोटावे. लेखन करताना पुष्कळ सामान हाताशी लागते ते ठेवावे. सुरी, कात्री, समास आखण्यासाठी फळी, घोटा, खळीसाठी कुंचला, रंग आणि त्याची मिश्रणे असावीत. निरनिराळ्या देशांचे बोरू आणावे, त्यापैकी जे घट्ट बारीक आणि सरळ असतील तेवढेच घ्यावेत, त्यात निरनिराळे रंग आणि प्रकार असावेत. शिशाच्या लेखण्या संग्रही असाव्यात. हिंगुळ, आळते कापसाचा रंगीत बोळा, शाईत भिजवलेल्या चिंध्या या गोष्टी तयार ठेवाव्यात. शायांचे निरनिराळे प्रकारही संग्रही असावेत. ग्रंथ संपला की शेवटच्या पानावर 'इतिश्री' असे ठसठशीत अक्षरात लिहावे. वाचणाराला ग्रंथसमाप्ती झाल्याचे त्यावरून कळेल. निरनिराळ्या बंदरांवरून उत्तमोत्तम सागवानाच्या फळ्या मागवाव्यात, नंतर त्या फळ्या योग्य आकारात कापून घेऊन चांगल्या घोटाव्यात, फळ्या घोटून झाल्या की हाती असलेल्या निरनिराळ्या रंगाच्या शायांचा वापर करून त्या फळ्यांवर उत्तमोत्तम चित्रांचे रेखाटन करावे. कपहाताक्षणी प्रेक्षकाला आनंद झाला पाहिजे अशी देखणी चित्रे काढावीत. ग्रंथ गुंडाळण्यासाठी उत्तम रेशमी कापड, उत्तम गोफ, रंगीत मेणकापड, पेट्या, कुलुपे इत्यादी साधने मिळवून ग्रंथाची मन:पूर्वक जपणूक करावी.

।। जय जय रघुवीर समर्थ ।।

॥ श्रीराम ॥

मागां बोलिले लेखनभेद । आतां ऐका अर्थभेद ॥

नाना प्रकारींचे संवाद । समजोनि घ्यावे ॥

प्रसंग जाणावा नेटका । बहुतांसी जाजु घेऊं नका ॥

खरे असतांचि नासका । फड होतो ॥

मागे लेखनभेद सांगितले, आता अर्थभेद सांगतो. नाना प्रकारचे संवाद, संभाषणे समजून घ्यावीत. वेगवेगळे शब्द, निरनिराळे अर्थ, मुद्राभेद, अनेक तऱ्हेचे प्रबंध यातील शब्दांचे विविध अर्थ समजावून घ्यावेत. नाना आशंका, उत्तरे प्रत्युत्तरे, प्रचीतीच्या साक्षात्काराच्या गोष्टी श्रोत्यांना अशा खुलवून सांगाव्यात की त्यांना चमत्कारच वाटला पाहिजे. निरनिराळे पूर्वपक्ष, उत्तरपक्ष, सिद्धान्त स्पष्ट ऐकवावेत. शक्य तितके अनुभवजन्य ज्ञान सांगावे. बाष्कळ आणि पाल्हाळिक बोलू नये. प्रपंच असो अथवा परमार्थ अनुभवाशिवाय ज्ञानाग्नी चेतवला जात नाही. दुसऱ्याच्या मनात काय आहे, त्याचा हेतु काय हे जाणून घेऊन बोलणे हे चातुर्याचे लक्षण आहे. चातुर्याशिवाय इतर खटपटीची विद्या फुकट. सभेमध्ये नुसती बडबड, आटापिटा करून कसे चालेल ? एखादा पुष्कळ बोलत असेल तर त्याचे बोलणे ऐकून घ्यावे, थोडक्यात सांगणाऱ्याच्या मनातील भाव समजून घ्यावा. फालतू लोकांच्या संगतीत राहू नये, उद्धट माणसाबरोबर हुज्जत घालू नये. आपल्यासाठी दुसऱ्याचे मन मोडू नये. स्वतःकडे नेहमी कमीपणा घ्यावा, जाणतेपणाचा अभिमान करू नये. प्रेमळ शब्दांनी लोकमानस उकलावे. प्रसंग काय आहे, तो नीट समजावून घ्यावा. अनेकांशी वादविवाद करू नये. आपले तेच खरे असले तरी आग्रहाने तेच तेच सांगून सभा, फड, नासवू नये. त्यामुळे लोकांचे मत विपरीत होते.

॥ जय जय रघुवीर समर्थ ॥

॥ श्रीराम ॥

शोध घेतां आळसो नये । भ्रष्ट लोकीं बैसों नये ॥
बैसलें तरी टाकूं नये । मिथ्या दोष ॥
धूर्तपणे सकळ जाणावें । अंतरी अंतर बाणावें ॥
समजल्याविण सिणावे । कासयास्वी ॥

विचार करताना आळस, कुचराई किंवा कसूर करू नये. भ्रष्ट मंडळीत आपली बैठक नसावी आणि एखादे वेळी प्रसंग आलाच तर कुणावरही खोटेनाटे आरोप करू नयेत किंवा काही बोलू नये. उत्सुक वा पीडित माणसाचे मत जाणावे आणि त्याला मानसिक समाधान देण्यासाठी थोडेफार वाचावे. आपल्या गुणांनी सज्जनांना आकर्षित करावे. भल्याभल्यांना चटक लावावी. सभेमध्ये मुख्य जागी बसू नये. मुक्तद्वार किंवा भांडार असेल तिथे भोजनासाठी जाऊ नये, कारण असे केल्याने आपले जिणे केविलवाणे होते. आपल्या अंगीचे उत्तम गुण प्रकट करावे. हवे त्याच्याशी बोलावे मैत्र मात्र सज्जनांशीच करावे. उपासनेनुसार किंवा उपासना जशी शिकवतात किंवा ज्याची जशी उपासना असेल त्याप्रमाणे बोलावे, वागावे व सर्वांना सुखसमाधान द्यावे. कोणीही कसेही असे आपण चांगुलपणा सोडू नये. सर्वांशी भलेपणाने वागावे. एखाद्या गावात प्रवेश करण्यापूर्वी गावाची माहिती काढावी, शोध घ्यावा. आपण सर्वांशी आप्तेष्टांशी जसे वागतो तसेच बोलावे. लहान मोठा, गरीब श्रीमंत असा भेद मनात आणू नये. प्राणीमात्रांशी प्रेमाची वागणूक ठेवावी. संध्याकाळी भलतीकडे कोठे जाऊ नये. गोड बोलून मने जिंकावीत. कथा कीर्तनास जावे पण मागे शांतपणे बसावे. सर्वांत थोर श्रवण, त्याहून थोर मनन. धूर्तपणाने सर्व जाणून घ्यावे. मनाला मनाची ओळख परतून द्यावी, घ्यावी, समजल्याशिवाय त्रास करून घेऊ नये.

॥ जय जय रघुवीर समर्थ ॥

।। श्रीराम ।।

सुचित करूनी अंत:करण । ऐका करंट लक्षण ।।
हें त्यागितां सदैव लक्षण । आंगी बाणे ।।
जनासीं मित्री करीना । कठीणा शब्द बोले नाना ।।
मूर्खपणें आवरेना । कोणीयेकासी ।।

आता मन सूचित सावध करून करंट्याची लक्षणे ऐका. एक करंटेपण सोडले की सुदैव आपल्याकडे वळते. पापामुळे गरिबी वाट्याला येते आणि गरिबी माणसाला पाप करायला प्रवृत्त करते, असे सतत घडत जाते. यासाठी करंट्याची लक्षणे ऐकून ती सोडून द्यावीत. करंटा आळशी असतो, तो यत्न करण्यास अनुकूल नसतो, त्याला अधर्मी वासनेचे वेड असते. तो नेहमी भ्रमिष्ट व बेसावध असतो. काहीबाही बडबडत असतो. दुसऱ्याचे मन तो जाणत नाही. लिहिणे, वाचणे यापासून तो दूर असतो, व्यापार त्याला जमत नाही. तो वस्तू हरवतो, सांडतो, मोडतो, फोडतो, विसरतो, चुकतो, नाना खोडी त्याच्या अंगी असतात. भल्या माणसांची संगत त्याला नकोशी वाटते, यावर आणि दृष्ट, नाटकी, चोऱ्या करणारे, पापी, अशांशी त्याची मैत्री असते. तो स्वत: तर चोरटा असतोच पण घातकी आणि भांडखोरही असतो. आडदांडपणा करणे, वाटमाऱ्या करणे हे त्याचे नेहमीचे उद्योग असतात. त्याला दूरदृष्टी नसते. न्याय नीतीच्या मार्गापासून तो दूर असतो. दुसऱ्याच्या वस्तूची तो नेहमी अभिलाषा बाळगतो. त्याची वासना तिकडेच वळलेली असते. आळसाने त्याचे शरीर जणू पोळलेले असते. त्याला पोटाला अन्न मिळत नाही. पांघरायला वस्त्र मिळत नाही. असा करंटा आळसात डुंबत असतो, कूस खाजवीत सदासर्वदा झोपलेला असतो. तो लोकांशी मैत्री करीत नाही, नेहमी कठोर बोलतो, त्याचा मूर्खपणाचा अनावर होतो.

।। जय जय रघुवीर समर्थ ।।

।। श्रीराम ।।

कोणीयेकास विश्वास नाहीं । कोणी येकासीं सख्य नाहीं ।।
विद्या वैभव कांहींच नाहीं । उगाचि ताठा ।।
या कारणें अवगुण त्यागावे । उत्तम गुण समजोन घ्यावे ।।
तेणे मनासारिखें फावे । सकळ कांहीं ।।

सज्जनांच्या संगतीचे करंट्याला वावडे असते. पण ओंगळ माणसात तो सहज वावरतो. ज्याची लोक निंदा करतात अशा गोष्टी करणे त्याला मनापासून आवडते. तो परोपकार करत नाही, तो तर पापी, विसराळू, कुबुद्धीचा असतो. शब्द सांभाळून बोलत नाही, तसं बोलू नको म्हटलं तर ऐकत नाही, आणि कुणालाच त्याचे म्हणणे पटत नाही. कुणाशी त्याचे सख्य नसते, कुणावर विश्वास नसतो, विद्यावैभवाच्या नावाने शून्य, आणि उगीचच ताठा असतो. अनेकांची मने राखली तर भाग्योदय होतो हे त्याला मान्य नसते. स्वत:ला कळत नाही आणि कुणी शिकवायला गेलं तर शिकायचं नाही अशी त्याची वृत्ती असते. त्याच्याजवळ तऱ्हेतऱ्हेच्या कल्पना असतात पण त्यातून त्याला मिळत काहीच नाही. सदासर्वदा तो संशयानं गुरफटलेला असतो. त्याने पुण्यमार्ग सोडलेला असतो मग त्याचे पाप कसे कमी होणार ? त्याला पुरते असे काही कळत नाही पण सभेत बोलल्याशिवाय त्याला राहवत नाही. तो लबाड आणि बाष्कळ आहे हे सर्वांना माहीत असते. ज्याचे जीवन नियमबद्ध असते त्यालाच लोकमान्यता मिळते. शरीराची झीज केल्याशिवाय कीर्ती कशी प्राप्त होईल ? मान्यता काही उगीच मिळत नाही. त्याच्या अवलक्षणांमुळे त्याची सर्वत्र छी: थू होते. अवगुण असणे हे करंटेपणाचे लक्षण. आपण काही काम केले तर लोक विचारतील. ज्याने लोकांसाठी काहीच केले नाही तो दु:ख प्रवाहात वहात जातो. यासाठी अवगुणांचा त्याग करावा. सद्गुण अंगी बाणवावेत तरच सर्व काही मनासारखे होते.

।। जय जय रघुवीर समर्थ ।।

।। श्रीराम ।।

मागां बोलिलें करंट लक्षण । ते विवेकें सांडावे संपूर्ण ।।

आता ऐका सदैवलक्षण । परम सौख्यदायक ।।

चौदा विद्या, चौसष्टि कला । जाणे संगीत गायनकला ।।

आत्मविद्येचा जिव्हाळा । उदंड तेथें ।।

करंट्याचे लक्षण ऐकवले ते विवेकबुद्धीने सोडावे. आता सुदैवाचे, परम सौख्यदायी असे लक्षण सांगतो. या सुदैवी व्यक्तींना सदैव म्हणावे. त्यांच्या अंगी अनेक गुण जन्मापासून असतात. सदैव परोपकारी आणि लोकप्रिय असतो. त्याचे अक्षर सुंदर असते. त्याचे वाचन चपळ आणि शुद्ध असते. ग्रंथाचा अर्थ तो उलगडून सांगू शकतो. तो कुणाचे मन मोडत नाही, सज्जनांची संगत सोडत नाही. भाग्यवंताच्या अंगी कोणते गुण असतात हे त्याला माहीत असते. सर्व जनांना तो हवाहवासा वाटतो. नेहमी तो नवाच असतो, मूर्खासारखा गोंधळ घालणे त्याच्याजवळ नसते. नाना उत्तम गुणांमुळे तो सत्पात्र असतो, तो जगन्मित्र असतो. तो कुणाचे सहाय्य अपेक्षित नाही. तो पराधीन नसतो, त्याची गुणकीर्ती स्वतंत्र असते. सर्वांची मने तो सांभाळतो. त्याचे पाठांतर उत्तम असते, त्याच्या वागण्यात नियमितपणा असतो. तो काहीही विचारावयाचे असेल तर नम्रपणे विचारतो, नेमका अर्थ सांगतो. त्याचे बोलणे तसेच चालणे असते. तो सर्वमान्य असतो, त्याला कोणी विरोध करीत नाही. तो महापुरुष तेजोमय पुण्यराशी असतो. तो सदान्कदा परोपकार करीत असतो. त्यामुळे प्रत्येकाला तो हवाहवासा वाटतो. त्याला या जगात काय कमी पडणार ? अनेकजण त्याची प्रतीक्षा करीत असतात. पण वेळ मिळताक्षणी तो तिथे उपस्थित होतो. कुणी आपल्याला नावे ठेवावी हे त्याला पटत नाही. चौदा विद्या, चौसष्ट कला, संगीत कला हे सर्व त्याला माहीत असते. आत्मविद्येचा उदंड जिव्हाळा त्याच्याजवळ असतो.

।। जय जय रघुवीर समर्थ ।।

।। श्रीराम ।।

उत्तम गुणें शृंगारला । तो बहुतांमध्यें शोभला ।।
प्रगट प्रतापें उगवला । मार्तंड जैसा ।।
लोकीं अत्यंत क्षमा करिती । आलिया लोकांचे प्रचीती ।।
मग ते लोक पाठी राखती । नाना प्रकारी ।।

जो सर्वांशी नम्रपणे वागतो, प्रत्येकाचं मन राखून बोलतो, कुणाचे कधी काही उणे पडू देत नाही. न्यायनीतीने वागून भजनपूजनात आपला वेळ सार्थकी लावतो, त्याला दारिद्र्य येणारच नाही. जो उत्तमोत्तम गुणांनी शृंगारलेला असतो, त्याचा प्रकाश सर्वत्र पसरतो, जणू काही सूर्यच ! असा सत्पुरुष ज्या समाजात असेल तेथे भांडणतंटे होणारच नाहीत. असे उत्तमोत्तम गुण ज्याच्याजवळ नाहीत तो करंटा. प्रपंचात राजकारण जाणतो, परमार्थात विवरण करतो आणि उत्तमोत्तम गुणांचा जो भोक्ता असतो त्याला भाग्यशाली म्हटले पाहिजे. मनात एक, ओठात एक, मागे एक, पुढे एक असा दुटप्पीपणा त्याच्याजवळ नसतो. त्यामुळे सर्वांच्या स्तुतीस तो पात्र होतो. दुसऱ्याच्या दुःखाने हा दुःखी होतो व दुसऱ्याच्या सुखाने संतोष पावतो. अनेक गुणांची अनेक मुले असली तरी वडिलांचे सर्वांवर प्रेम असते. त्याप्रमाणे हा सर्वांची चिंता करतो. ज्याला कुणाचे कमीपण सहन होत नाही, जो निर्लोभी असतो आणि कोणी कितीही निंदा केली तरी ज्याच्यावर परिणाम होत नाही त्याला महापुरुष म्हटले पाहिजे. तो देहबुद्धीच्या पलीकडे पोहोचलेला असतो. क्षमाशील माणसाची लोक आपुलकीने पाठराखण करतात. आपणच थोर आहोत असे अनेकांना स्वत:बद्दल वाटते. पण सर्वांनी थोर म्हणावा असा धीरगंभीर महापुरुष तोच सदैव असतो. तात्पर्य काय तर जेवढे म्हणून सद्गुण आहेत ते भाग्यवंताचे लक्षण तर अवगुण हे करंटेपणाचे लक्षण समजावे.

।। जय जय रघुवीर समर्थ ।।

।। श्रीराम ।।

मातीचे देव, धोंड्याचे देव । सोन्याचे देव, रुप्याचे देव ।।
काशाचे देव, पितळेचे देव । तांब्याचे देव चित्रलेपें ।।
मूळीं द्रष्टा देव तो येक । त्याचे जाहले अनेक ।।
समजोन पाहतां विवेक । उमजों लागे ।।

देवाचे अनेक प्रकार आहेत. कशाकशापासून देव बनवितात ते पाहिले म्हणजे चकित व्हायला होते. दगडाचे म्हणजे पाषाणाचे देव तर करतातच. पण त्या मूर्ती मोठमोठ्या मंदिरात प्राणप्रतिष्ठा करून उभ्या केलेल्या असतात. घरी देवपूजेसाठी शाळिग्राम सोडला तर पाषाणमूर्ती सहसा नसते. परंतु जे श्रीमंत, धनिक आहेत. त्यांच्याकडे सोन्याचांदीचे देव असतात, तर मध्यमवर्गीयांकडे तांबे, पितळ यांचे देव असतात. शिवाय काही देव काशाचे, लाकडाचेही असतात. पोवळ्यांचेही देव असतात. शिवाय सोमकांत, सूर्यकांत मणी पूजेत ठेवतात. काहीजण सोन्याची, चांदीची किंवा तांब्याची नाणी यांची पूजा करतात. तर चक्रतीर्थाहून आणलेल्या चक्रचिन्हांकित पाषाणाचीही पूजा केली जाते. असे उपासनेच्या देवांचे अनेक प्रकार आहेत. उपासनेचेही अनेक प्रकार आहेत. प्रत्येकजण आपल्या आवडीच्या देवाचे पूजन, भजन करतो. पण हा जो सगळा विस्तार झाला आहे त्याच्या मुळाशी नामस्मरण आहे. त्या परमश्रेष्ठ अशा नामस्मरणाचे अंश म्हणजे ही निरनिराळी देवदैवते आहेत. जर विवेक बुद्धीने विचार केला तर एक गोष्ट लक्षात येईल की मूळचा देव सर्वेश्वर तो एकच आहे आणि त्याचीच ही नानाविध रूपे आहेत. कोणत्याही देवाला नमस्कार केला तरी तो केशवालाच पोचतो असे यासाठीच म्हणतात.

।। जय जय रघुवीर समर्थ ।।

|| श्रीराम ||

देहावेगळी भक्ती फावेना । देहावेगळा देव पावेना ।।
या कारणे मूळ भजना । देहचि आहे ।।
म्हणोनी देहाविण आडते । अवघें साकडेंचि पडतें ।।
देहाकरितां घडतें । भजन कांहीं ।।

देवाच्या पूजनामध्ये देहाचे महत्त्व आहे. देह आहे म्हणून भक्ती आहे. देहाशिवाय देव पावत नाही. देहाच्या अस्तित्वाशिवाय भक्ती करता येत नाही आणि ईश्वरप्राप्तीही होत नाही. भजन होते ते देहामुळेच. देह असल्यामुळे तर देवांचा गुणगौरव करणारी भजने म्हटली जातात. देहच मिथ्या किंवा खोटा ठरवला तर भजनाला वावच रहाणार नाही. देह आणि आत्मा हे एकत्र आल्यामुळेच भजन होऊ शकते. देह नसेल तर देवाची पूजा आणि देवाचा उत्सव साजरा करता येणार नाही. देवाला स्नान घालावयाचे, हळदीकुंकू, गंध, फुले, धूपदीप, निरांजन हे सगळे सोपस्कार देह नसेल तर करता येणार नाहीत. देवाला स्नान घातलेले जे पाणी म्हणजे तीर्थ. ते तीर्थ, देहाशिवाय घेता येणार नाही. देवाला गंध लावायचे, मंत्र पुष्पांजली वहायची, देवाची आरती करायची हे सगळे देहाशिवाय करणार कसे ? म्हणजे देहावाचून सगळे अडते – जी काही अडचण होते ती देहामुळेच. निरनिराळे देव, वेगवेगळ्या देवता, दैवत, प्रसंगी भुते, यांच्याजवळ मूळ पुरुषाचे सामर्थ्य, किंवा मूळ पुरुषांची शक्ती असते म्हणून त्यांच्या अधिकारानुसार त्यांचे भजन करीत जावे. अनेक देवांचे भजन केले तरी ते मूळ पुरुषास पोचते, यासाठी सर्व देवांचा आदर करावा.

|| जय जय रघुवीर समर्थ ||

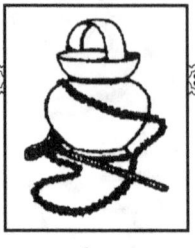

।। श्रीराम ।।

येक ब्रह्माविष्णुमहेश । ऐकोनि म्हणती हे विशेष ।।
गुणातीत जो जगदीश । तो पाहिला पाहिजे ।।
नसतां देवाचें दर्शन । कैसेन होईजे पावन ।।
धन्य धन्य ते साधुजन । सकळही जाणती ।।

या मायारूप वेलीला हजारो, लाखो देहफळे लागली तरी जी जाणीव मूळ पुरुषामध्ये साकारली आहे. तीच जाणीव देहरूपी फळाच्या रूपाने साकारली आहे. यासाठी अंतरात्म्याचा जो शोध घ्यावयाचा तो देहातच घ्यावा. देवासाठी काहीजण प्रपंचाचा त्याग करतात. घरदार, मुले, बाळे सर्व काही सोडून देतात आणि देवाचा शोध घेण्यासाठी रानावनात जाऊन रहातात, किंवा तीर्थयात्रा करीत देवाचा शोध घेतात. काहीजण देवांच्या निरनिराळ्या अवतारांच्या कथा, कहाण्या ऐकून त्यांची भक्ती करू इच्छितात. पण ते हे विसरतात की हे सर्व अवतार होऊन गेले आहेत, जन्म घेऊन पुन्हा स्वलोकी परत गेले आहेत. काहीजण ब्रह्मदेव, विष्णु आणि महेश्वर यांचे महात्म्य ऐकतात आणि त्या त्रिदेवात काहीतरी वेगळे आणि विशेष आहे. म्हणून त्यांची भक्ती करू लागतात. पण तसे न करता त्याचा शोध घेतला पाहिजे. देव सर्व ठिकाणी असतो. देवाचे दर्शन झाले नाहीतर आपले कसे होईल असे अनेकांच्या मनात येते. पण ही गोष्ट ज्यांना नेमकी माहीत आहे त्या साधुसज्जनांना विचारणा करावी व मुख्य देव जाणून घेऊन त्याची आराधना करावी. एकदा का सद्गुरूकृपा झाली तर सद्गती मिळण्यास उशीर लागत नाही.

।। जय जय रघुवीर समर्थ ।।

।। श्रीराम ।।

परमार्थी आणि विवेकी । त्याचें करणें माने लोकीं ।।

का जे विवरविवरो चुकी । पडोच नेदी ।।

पहिले दिसे परी नासे । विवेकी मान्य करिती कैसे ।।

अविवेकी ते जैसे तैसे । मिळती तेथें ।।

महंतांविषयी श्री स्वामी समर्थ रामदास बुद्धिवाद निरूपण नामक समासात सविस्तर सांगत आहेत की, जो परमार्थी वारंवार, पुन्हा पुन्हा विवरण करतो, स्वतःच्या हातून चूक घडून देत नाही. अशाच विवेकी परमार्थी पुरुषाच्या कृतीला लोकमान्यता मिळते. लोकांना ज्या गोष्टींविषयी शंका किंवा संदेह आहे असे कृत्य तो कधीही करीत नाही. प्रत्येक गोष्टीचा त्याला पूर्ण अंदाज असतो. अनुमान असते. आदि आणि अंत त्याला ज्ञात असतात. निःस्पृहता हा एक फार मोठा गुण आहे. जी माणसे, ज्या व्यक्ती निरपेक्ष किंवा निःस्पृह असतात त्या जनमान्य होतात. पण जे निःस्पृह नसतात त्यांचे बोलणे समाज मनावर घेत नाही. जनता जनार्दनास नेहमी राजी राखणे हे एक अवघड काम आहे. उपदेशाच्या बाबतीत काहीजण जबरदस्ती करतात, तर कुणाकुणाला त्यासाठी मध्यस्थाची गरज भासते. पण अशा लोकांचा लोभी स्वभाव उघडकीस आला की ते हळूहळू मागे पडतात. ज्याला विवेक ऐकवायचा तो विरूद्ध उभा राहिला की सगळा कारभार संपुष्टात येतो. कुठेकुठे भाऊ भावाला उपदेश करतो. मग पुढे फजितीला तोंड द्यावे लागते. आपल्या परिचयाच्या मंडळीत महंतपणा मिरवू नये. पहिल्या पहिल्यांदा गुरूपणाचा जो थाटमाट मांडलेला असतो तो टिकतो. विवेकी व्यक्तींना त्यातील पोकळपणा जाणवतो व ते हा थाट टिकणार नाही हे लक्षात घेऊन दूर जातात. पण अविचारी किंवा अविवेकी लोक मात्र त्याच्या नादी लागतात.

।। जय जय रघुवीर समर्थ ।।

।। श्रीराम ।।

कोणास काहींच न मागावे । भगवद्भजन वाढवावे ।।
विवेकबळें जन लावावे । भजनाकडे ।।
उत्कट भव्य तेंचि घ्यावें । मळमळीत अवघेंचि टाकावें ।।
निस्पृहपणें विख्यात व्हावें । भूमंडळीं ।।

काही ठिकाणी तर स्त्री म्हणजे पत्नी ही गुरू आणि तिचा नवरा हा शिष्य हाही एक निंद्य प्रकार आहे. या जगात भ्रष्टाचाराचे अनेक प्रकार आहेत. त्यातलाच हा एक प्रकार. काहीजण तर असे असतात की लोकांना तर आपल्या कच्छपि लावायचे. पण त्यांना विवेक शिकवायचा नाही, सांगायचा नाही. मग आत्मज्ञान तर दूरच ! स्वत:च्या मनाप्रमाणे, मर्जीप्रमाणे तो वागतो, कोणी काही सांगितले तर ऐकत नाही. त्यांच्याजवळ दूरदृष्टी नसते हे साधू नव्हेतच. महंताने कोणाजवळ काहीही मागू नये, कसलीही याचना करू नये, आपल्या विवेक विचाराने लोकांना भजनाकडे वळवावे, स्वत: भगवंताचे भजन वाढवीत रहावे. सद्वर्तनी ब्राह्मणांचे वा व्यक्तींचे समुदाय गोळा करावीत, भक्तांना आणि संतसज्जनांना मानाची वागणूक द्यावी. जे जे उत्कट आणि भव्य असेल ते ते घ्यावे. मळमळीत अवघे टाकावे, आपल्या निरपेक्ष आणि नि:स्पृह वृत्तीने जगात नाव मिळवावे. ज्यामध्ये उत्कटता आहे, भव्यता आहे तेच स्वीकारावे, तेच अवलंबावे. जे मिळमिळीत, बावळट असेल ते सोडून द्यावे. जगात नाव मिळवण्यासाठी जी निरपेक्ष आणि नि:स्पृह वृत्ती लागते ती अंगी वागवावी. जो विवेकी असतो त्याच्याबद्दल जेवढे सांगावे तेवढे थोडेच आहे. त्याचे हस्ताक्षर उत्तम असते, त्याचे वाचणे उत्तम असते. इतकेच नव्हे तर तो जो अर्थ सांगतो तोही उत्तम असतो. त्याचे गाणे आणि पाठांतर हेही प्रशंसनीय असते.

।। जय जय रघुवीर समर्थ ।।

।। श्रीराम ।।

अखंड हरिकथेचा छंदु । सकळांस लागे नामवेधु ।।
प्रगट जयाचा प्रबोधु । सूर्य जैसा ।।
नाहीं देहाचा भरंवसा । केव्हा सरेल वयसा ।।
प्रसंग पडेल कैसा । कोण जाणे ।।

जो राजकारणात प्रवीण असतो, त्याची मैत्री सुखकारक असते आणि तरीही एक प्रकारचा अलिप्तपणा त्यांच्यात मुरलेला असतो. त्याला हरिकथेचा अखंड छंद असतो. लोकांना तो नामस्मरणाचे महात्म्य सांगतो, नामस्मरणाकडे वळवतो, त्याचा उपदेश सूर्यप्रकाशासारखा तेजस्वी असतो. दुर्जनांना कसे समजवावे व सज्जनांना कसे समाधानी ठेवावे, हे तर तो जाणतोच. पण सर्वांचे मनोगत जाणून मने राखण्यात तो कुशल असतो. त्याच्यामुळे लोकांच्या स्वभावात पालट घडतो, जे अभ्यासापासून दूर असतात ते त्याच्या उपदेशामुळे नेहमी अभ्यासाला लागतात. जिथे जिथे जाईल तिथे तिथे तो लोकप्रियता मिळवतो. तेथील लोकांना नित्य, नवा आणि हवाहवासा वाटतो. पण तो स्वत: सगळ्या गुंतागुंतीपासून दूर असतो. शक्ती, ज्ञान, चातुर्य, भजन, याग, अनुष्ठान हे सर्व तो दर्शवीत असतो. कारण त्यात तो पारंगत असतो. त्याची भक्ती, नि:स्पृहता, उत्कटता जनसामान्य आनंदित होतात. त्याची कीर्ती दशदिशा ओलांडून जाते. देहाचा भरवसा नाही म्हणून सावधान असावे आणि जेवढे शक्य होईल तेवढे सत्कर्म करीत रहावे. आपलं आयुष्य अशाश्वत तर आहेच पण अनिश्चितही आहे. हे देहाचे मुटकुळे कधी राम म्हणेल हे सांगता येत नाही. यासाठी जेवढे शक्य होईल तेवढे सत्कर्म करावे आणि ईश्वरकीर्ती गात गात अवघे विश्व भरून टाकावे. आपल्याला जे जे करणे अनुकूल असेल ते ते तत्काळ करावे. जे होण्यासारखे नसेल त्याबद्दल विचार करावा.

।। जय जय रघुवीर समर्थ ।।

।। श्रीराम ।।

कथेचें घमंड भरून द्यावें । आणि निरूपणी विवरावे ।।
उणें पडोचि नेदावें । कोणी येकविषी ।।
जिकडेतिकडे कीर्ती माजे । सगट लोकांस हव्यास उपजे ।।
लोक राजी राखोन कीजे । सकळ कांहीं ।।

महंत हा उत्तम कथाकीर्तनकार असलाच पाहिजे. श्रीरामचंद्र चरित्र कथेने त्याने सभोवार भरून आणि भारून टाकावे. निरूपणाचे जेवढे शक्य असेल तेवढे सविस्तर विवरण सोप्या भाषेत करावे. निरूपणात एखादा विषय राहून जाऊ देऊ नये किंवा कमी पडू नये. भजन सांगता सांगता एखाद्याने चूक केली तर ते सांगणाराच चूक समजू शकतो. ज्यांना काहीच समजत नाही ते नुसते पहात रहातात. काही वेळेस श्रोते वक्त्याला प्रश्न विचारतात. श्रोत्याने प्रश्न विचारला की त्याचे समाधान होईल असे उत्तर अविलंबे देता आले पाहिजे. अन्यथा जो वक्ता आहे त्याच्या ज्ञानाबद्दल श्रोत्याच्या मनात किल्मिष निर्माण होते. उत्तर थोडक्यात देऊन श्रोत्यांचे समाधान करावे. रागावले तर त्यांनी मनधरणी करून त्यांना शांत करावे, श्रोत्याला आपल्याकडे खेचून घ्यावे. श्रोत्याने काही विचारले म्हणून चिडचिड केली तर वक्त्याची तामसवृत्ती दिसते. त्यामुळे वक्ता श्रोत्यांच्या मनातून उतरतो. कोणते श्रोते आपल्यावर संतुष्ट आहेत आणि कोणते नाराज आहेत याची परीक्षा केली पाहिजे. शिष्याच्या मनात गुरूविषयी शंका येते आणि तो अरण्यात, रानात निघून जातो. मग गुरू त्याच्यापाठी धावतो. सगळेच विचित्र, आशाळभूत, निष्क्रिय, चातुर्यहीन महंताची पिछेहाट होते. ते स्वत:च कष्टी होतात. त्यामुळे लोकांना सुखी करू शकणार नाहीत. सर्वत्र आपली कीर्ती पसरेल, सर्वत्र लोकप्रियता मिळेल. यासाठी जे जे करता येईल ते ते लोकांना संतुष्ट ठेवून करावे.

।। जय जय रघुवीर समर्थ ।।

।। श्रीराम ।।

जिकडे जग तिकडे जगन्नायेक । कळला पाहिजे विवेक ।।
रात्रंदिवस विवेकी लोक । सांभाळीत जाती ।।
अभ्यासें प्रगट व्हावें । नाहींतर झांकोन असावें ।।
प्रगट होऊन नासावें । हें बरें नव्हे ।।

आपण ईश्वरचिंतनात आत्ममग्न असावे. लोकनिरीक्षण करीत रहावे. कोणामागे मागण्यांचा तगादा लावू नये. जिकडे जग असते तिकडे जगन्नाथच असतो, हे विवेकाने जाणून घ्यावे. जो जो भेटेल तो माणूस वाईट आहे, य:कश्चित् आहे असे समजू नये आणि सगळे जर वाईट तर तू एकटा चांगला कसा ? ओसाड प्रदेशात काय पहायला मिळणार ? तिथे पहाण्यासारखे काही नसतेच. म्हणून महंताने लोकसंगत सोडू नये. नेहमी पडते घ्यावे, तऱ्हेवाईकपणाने वागू नये. ज्याला चार लोकात नीट वागता येत नाही त्याने महन्तपणा पत्करू नये, त्याने स्वत:साठी परमार्थसाधना करावी, श्रवण भक्तीचा मार्ग धरावा आणि स्वस्थ रहावे. ज्याला स्वत:ला पोहता येत नाही त्याने इतरांना पोहोणे शिकवण्याच्या फंदात पडू नये. कारण त्यामुळे शिकणारा बुडण्याचीच शक्यता जास्त. आपल्या अभ्यासाने लोकांची मने जिंकावी, अभ्यास नसेल तर दूर रहावे, व्यक्त करून फजिती होऊ नये. एखादा माणूस चालण्यात मंद असेल तर त्याला वेगाने पळणारा माणूस कसा पकडता येईल ? जो मनुष्य अरबी घोडा फिरवतो तो मनुष्य तसाच हुशार आणि ताकदवान असला पाहिजे. ही सगळी कामे अवघड, सोपी नसलेली, धकाधकीची आहेत. त्यासाठी कुशाग्र बुद्धीची आवश्यकता असते. भोळ्या भावनेचा हा खेळ नव्हे. शेत घेतले पण पिकवीत नाही. जवाहिरांचा व्यापार सुरू केला तर विक्रीसाठी फिरत नाहीत, महंताने लोक गोळा केले पण त्यांची मने सांभाळली पाहिजेत.

।। जय जय रघुवीर समर्थ ।।

।। श्रीराम ।।

जरी चढती वाढती आवडी उठे । तरी परमार्थ प्रगटे ।।
घसघस करितां वटे । सगट लोकु ।।
आतां हे आपणचिपासी । बरें विचारावें आपणासीं ।।
अनुकूळ पडेल तैसी । वर्तणूक करावी ।।

लोकांमध्ये आपल्याविषयी जे प्रेम आहे, जो लोभ आहे तो चढत्या वाढत्या प्रमाणात असेल तरच परमार्थाचे प्रगटीकरण होते. लोकांचे आपल्याला पटत नाही आणि लोकांना आपले पटत नाही. अशी स्थिती जर असेल तर मग समाधानाचे नावच काढू नये. जर धसफस केली तर लोकांना आपला वीट येतो, ते कंटाळतात. ज्या ठिकाणी गुरूची दीक्षा अयोग्य असेल, नासकी असेल, तिथे विवेकाचे वास्तव्य असणारच नाही. अशा ठिकाणी रहाणे निरर्थक असते. बरेच दिवस श्रम केले, कष्ट उपसले, पण ते फुकटच गेले. एखादी गोष्ट सुसंगत सुरळीत चालली तर तो व्याप, नाहीतर संतापच, क्षणाक्षणाला विक्षेप आणि विघ्ने यांची दाटी. मूर्ख लोक जे असतात ते आपल्या जन्मजात मूर्खपणामुळे अवनत होतात, घसरतात. तर शहाणे लोक स्वत:स शहाणे समजून गर्व करतात आणि इतरांशी भांडत बसतात. वाद, कलह निर्माण करतात, त्रागा करतात. परिणामी मूर्खांची तर फजिती होतेच पण शहाण्यांचाही फजितवडा होतो. जे कार्य हाती घेतले आहे त्याचा कारभार नीट करता येत नाही आणि स्वस्थ, निमूटपणे बसून रहाताही येत नाही. अशा लोकांना काय म्हणावे ? यासाठी पर्यटन करीत हरिभजन करावे किंवा हरिभजन करीत देशोदेशी फिरावे. आपले कल्याण करावयाचे की अकल्याण हे आता प्रत्येकावर अवलंबून आहे. तेव्हा काय करावयाचे ते ज्याने त्याने ठरवावे.

।। जय जय रघुवीर समर्थ ।।

।। श्रीराम ।।

सृष्टिमध्यें बहुलोक । परिभ्रमणें कळे कौतुक ।।
नाना प्रकारीचे विवेक । आडळों लागती ।।
चुकोन उदंड आडळतें । भारी मनुष्य दृष्टीसी पडतें ।।
महंताचें लक्षणसें वाटतें । अकस्मात ।।

या जगातील माणसांविषयी बोलावे तेवढे थोडेच. या सृष्टीमध्ये हजारो लाखो कोट्यावधी माणसे आहे. त्यांच्यात प्रचंड विविधता आहे. पण हे सर्व कळते परिभ्रमण किंवा प्रवास केल्यानंतर. या जगात विवेकबुद्धी असलेलेही अनेक लोक आढळतात. अनेकजण प्रपंचात असूनही स्थितप्रज्ञासमान आहेत. त्यांची वृत्ती अशी आहे की, सुख येवो वा दुःख, आनंद वा असंतोष, त्यांच्या समाधानात व्यत्यय येत नाही. त्यांच्या बोलण्या, चालण्यात, वागण्यात स्वाभाविक सहजता असते. त्यांच्या बोलण्यात वेगवेगळेपणा असतो आणि लोकांना तो आवडतो. संगीतातील ताल व राग यांचे त्यांना ज्ञान असते व ते अचूक असते. न्याय आणि नीती याबद्दलचे त्यांचे विचार सहज कळत जातात. एखादा पराक्रमी पुरुष असा आढळतो की लोक सदैव त्याला अनुकूल असतात. सर्वांना तो नित्य नूतन आणि प्रिय वाटत असतो. काही वेळेस काही गोष्टी अवचित नजरेस पडतात. एखादी गुणसमुच्चय असलेली व्यक्ती अकस्मात आढळते आणि त्याच्या ठायी महंताची लक्षणे आढळतात, असा कुणी भेटला तर तो मोठा गुणग्राहक असतो. त्याचे बोलणे नेमके आणि अनुभवाचे असते. काहीजणांना आपले अवगुण हेच गुण वाटतात. हाच मोठा दुर्गुण आहे, हे तसं म्हटलं तर पापच आहे. अशा माणसाला करंटाच म्हणावा लागेल. स्वतःच्या अवगुणांचे गुण म्हणून कौतुक करणाऱ्याला दुसरे काही आपण म्हणू शकत नाही.

।। जय जय रघुवीर समर्थ ।।

।। श्रीराम ।।

येकासी अभ्यासितां न ये । येकासी स्वभावेचि ये ।।
ऐसा भगवंताचा महिमा काय । कैसा कळेना ।।
अवघे फडचि नासती । लोकांची मनें भंगती ।।
कोठें चुकते युक्ती । कांहीं कळेना ।।

काही पुरुषांना, व्यक्तींना अवघड कामे अगदी साधून जातात आणि दुसऱ्याला मात्र
खूप काळजी करून, जपून जपून करूनही ती कामे जमत नाहीत. एखाद्याला ते काम पार
पाडताना पीळ, पेच, लुच्चेपणा, लबाडी वगैरे अडचणी येत नाहीत. एखाद्याला खूप अभ्यास
करूनही जमत नाही तर दुसऱ्याला थोड्या अभ्यासाने अगदी सहज जमून जाते. भगवंताचा
हा काय महिमा आहे हे कळत नाही. एखाद्याला सहज जमावे आणि दुसऱ्याला मात्र शर्थीने
प्रयत्न करूनही जमत नाही. ही भगवंताची काय लीला आहे, समजत नाही. एखादा मनुष्य
राजकारणी आहे पण राजकारण करता करता त्याने एखादी चूक केली तर ती अनेकांना
भोवते, अनेकजण अडचणींनी वेढले जातात आणि त्याने राजकारणात जर आणखी चुका
केल्या तर फजितीला पारावर रहात नाही. यासाठी राजकारणी माणसाने सहसा चूक करू
नये. प्रमादापासून दूर रहावे. अर्थात चूक झाली तर निस्तरण्यासाठी त्याच्याजवळ बरेच
उपाय असतात. पण ते उपाय करतानाही तो जर चुकला तर उपायांचा अपाय होतो. यासाठी
राजकारणी माणसाने सतत सावध असावे. पुष्कळदा आपले नेमके काय चुकले हे त्या
राजकारणी माणसाला कळत नाही, प्रतिस्पर्ध्याचे मन वळवता येत नाही. कारण दोघेही
अभिमानाने गर्विष्ठ झालेले असतात, लोकसंग्रह नष्ट होतो, लोकांची निराशा होते, लोकांची
मने भंग पावतात. आपले नेमके कुठे काय चुकले हे कळत नाही. मग अगदी कावरेबावरे
होऊन जाते.

।। जय जय रघुवीर समर्थ ।।

।। श्रीराम ।।

शुद्ध विश्रांतीचें स्थळ । तें येक निर्मळ निश्चळ ।।
तेथें विकरचि सकळ । निर्विकार होती ।।
उपाधी कांहीं राहात नाहीं । समाधानाएवढें थोर नाहीं ।।
नरदेह प्राप्त होत नाहीं । क्षणक्षणा ।।

कोणत्याही गोष्टीची डोळसपणे पूर्वयोजना किंवा आखणी केली नसेल तर केल्या बेताचा विरस होतो. व्यापाशिवाय आटोप केला, त्याला अकलेचा बांध घातला नाही. त्यामुळे सर्व काही घसरतच जाते. एखादा पारोसा, शेळपट, बावळट माणूस उगीच संशयाची जाळी निर्माण करतो. त्याला ते जाळे सोडवता येत नाही आणि दुसऱ्यालाही सोडवता येत नाही. त्याच्या मनातील गुप्त कल्पना इतरांना कशा समजणार ? त्या त्यानेच घट्ट बुद्धीने आवरल्या पाहिजेत. यासाठी कोणतीही उपाधी लावून घेताना अनेकदा विचार करावा. अर्थात उपाधी लावून घेतली की काही कामे नीटपणे होतील, तर काही कामात वाकडेपणा येईल, हे समजून असावे. लोकांना भावार्थ म्हणजे काय हे माहीत नसते, त्यांच्याजवळ भावार्थ नसतोच. भावार्थ म्हणजे देवाविषयी श्रद्धा किंवा निष्ठा. ती आपण निर्माण करावयाची असते. शेवटी कुणाचीही फजिती होता कामा नये, होणार नाही याची दक्षता घ्यावी. उपाधी लावून घेणारा स्वत: तर कष्टी होतोच. पण इतरांनाही त्रास देतो. असले काम अगदी उपयोगाचे नाही. जे जे चंचलामध्ये घडते ते अंतरात्म्यापर्यंत जाते. चंचलात धोके असतात. एक निर्मळ आणि निश्चल परब्रह्म हे शुद्ध विश्रांतीचे स्थळ आहे, तिथे सर्व दु:खाचा परिहार होऊन मनाला विश्रांती मिळते. जगातील कोणतीही गोष्ट आपल्यासाठी अडून रहात नाही. मनाचे समाधान ही सर्वश्रेष्ठ गोष्ट आहे. हा देह पुन:पुन्हा प्राप्त होत नाही. यासाठी समाधान टिकवून धरावे.

।। जय जय रघुवीर समर्थ ।।

।। श्रीराम ।।

ज्ञानी आणि उदास । समुदायाचा हव्यास ।।
तेणे अखंड सावकाश । येकांत सेवावा ।।
उदंड उपासनेचीं कामें । लावीत जावीं नित्यनेमें ।।
अवकाश कैंचा कृत्रिमें । करावयासी ।।

एखादा ज्ञानी पण उदास असतो आणि त्याला लोकसंग्रहाची आवड असते. त्याने शक्य तितके एकांतात रहावे. हा एकांत कशासाठी तर अशा एकांतात अखंड चिंतन व मनन चाललेले असते. त्यामुळे अनेक युक्त्या आणि पर्याय सुचतात, वर्तमानात प्राणीमात्रांची परिस्थिती कशी आहे हे समजून येते आणि पुढे काय होणार याचेही अनुमान काढता येते. जर त्याने असा विचार केला नाही तर एखाद्या दिवाळखोरासारखी त्याची स्थिती होईल. दिवाळखोरांना हिशेबाचे ज्ञानही नसते आणि मानही नसते. कोणी भूखंड मिळवतात, कोणी भूखंड घालवतात. सतत लोकांच्या संगतीत राहू नये. असे सतत रहाण्याचे काही तोटेच आहेत. लोकांत सदैव राहिल्यामुळे सलगी वाढते आणि वाढलेल्या सलगीचा व्हायचा तोच दुष्परिणाम होतो. अति परिचयामुळे अवज्ञा होते. यासाठी एका स्थळी नेहमी राहू नये. फिरावे, हिंडावे, परिभ्रमण करावे. आळस केला तर आळसाने आळस वाढत जातो. कार्यनाश होतो आणि लोकसंग्रह करून शिष्यपरिवार वाढवण्याचा विचार विफल ठरतो. देवाची, उपासनेची, भक्तीची, भजनाची एवढी कामे लोकांच्या मागे लावून द्यावीत की त्यांना अन्य विचार करायला वेळ आणि वाव रहाणार नाही. खुद्द चोरालाच खजिनदार करून त्याच्याजवळ किल्ल्या द्याव्यात आणि तो घसरला की त्याला सांभाळून घ्यावे, शहाणे करावे.

।। जय जय रघुवीर समर्थ ।।

।। श्रीराम ।।

जो दुसऱ्यावरी विश्वासला । त्याचा कार्यभाग बुडाला ।।
जो आपणचि कष्टत गेला । तोचि भला ।।
मुख्य सूत्र हातीं घ्यावें । करणें तें लोकांकरवीं करवावें ।।
कितेक खलक उगवावे । राजकारणामध्यें ।।

कोणालाही न दुखवता मोठ्या खुबीने आणि खुषीने आपल्या कार्यामध्ये सामावून घ्यावे. वाईट माणसांचा प्रतिकार करण्यासाठी वाईट माणसांनाच नेमावे, वाचाळांची तोंडे गप्प करण्यासाठी वाचाळांचीच योजना करावी आणि हे सर्व इतक्या अलिप्तपणे करावे की कुणालाही समजून येणार नाही. तसेच युक्तीने काट्याने काटा काढावा आणि काय केले हे कळू देऊ नये, स्वतःकडे बावळटपणा घ्यावा म्हणजे संशयालाही जागा उरणार नाही. कुणालाही समजून देता कार्य केले की ते तत्काळ होते. पण षट्कर्णी झाले, चार लोकांना समजले तर त्यातील नाविन्य हरवून जाते. कोणतेही काम करू करू म्हणून लांबणीवर टाकू नये. ते लगेच करावे म्हणजेच होते. याबाबतीत ढिलेपणा अगदी उपयोगाचा नाही. दिरंगाई, चालढकल या गोष्टी टाळाव्या. एकंदर कारभाराचे मुख्य सूत्र आपल्या हाती ठेवावे आणि इतरांकडून कामे करवून घ्यावी. ज्याने दुसऱ्यावर विश्वास टाकला, त्याचे काम होत नाही, कार्यनाश होतो. पण दुसऱ्यावर अवलंबून न रहाता जो स्वतः कष्ट करून कार्य पूर्ण करतो त्यालाच भला माणूस म्हणावे. राजकारणात जे भांडखोर, दुष्ट, दुर्जन असतील त्यांच्याशी झुंज घ्यावी, त्यांना नामोहरम करावे. त्यांना नष्ट न करता त्यांनाच आपलेसे करून घेऊन त्यांचा आपल्या भल्यासाठी उपयोग करून घ्यावा.

।। जय जय रघुवीर समर्थ ।।

।। श्रीराम ।।

दुर्जन प्राणी समजावे । परी ते प्रगट न करावे ।।
सज्जनापरीस आळवावे । महत्त्व देऊनी ।।
जैशास तैसा जेव्हां भेटे । तेव्हां मजालसी वरी थाटे ।।
इतुके होतें परी धनी कोठें । दृष्टीस न पडे ।।

ग्रामकंटक आणि गावगुंड असतील त्यांचा अगदी व्यवस्थित बंदोबस्त करावा आणि नंतर गोड बोलून त्यांना आपल्यात सामील करून घ्यावे. त्यांची पार विल्हेवाट लावू नये. दुष्टांना, दुर्जनांना भिऊन राजकारण सोडले असा जर बभ्रा झाला तर तो बरा नव्हे. मोठ्या लोकसंग्रहाची हौस असेल तर आपण बलदंड असायला हवे. उगाच मठ करून ताठा धरू नये. कोण चांगले, कोण वाईट हे नेमके ओळखावे. पण वाईटांना आपण ओळखले आहे असे दाखवू नये. उलट सज्जनांसारखीच त्यांचीही मनोधरणी करावी. दुर्जनांची दुर्जनता लोकांमध्ये एकदा का प्रकट झाली की ती कटकट सदाचीच मागे लागली. यासाठी वेळीच त्यांना नि:पात करावा, त्यांची वाट बुजवून टाकावी. गनिमांच्या पलटणी पाहिल्यावर जे शूरवीर असतात त्यांचे बाहु स्फूरण पावू लागतात. केव्हा एकदा शत्रूला जाऊन भिडतो असे त्यांना होते. राजाही असाच शूरवीर असला पाहिजे. पण तो परमार्थीही असावा. दुर्जनांना त्याचा धाक असला पाहिजे, त्यांना त्याच्या तडाख्यांचा अनुभव यावा, राजाविरुद्ध होणारी बंडे, पाखंडे मोडून काढावीत. ही कामे धूर्तपणाची आहेत. ती निर्धाराने करावीत. त्यात ढिलाई असू नये. महंताने आपल्या वाणीने, बोलण्याने लोकांना आकर्षित करून घेतलेले असावे. धटिंगणास धटिंगपणा दाखवावा. अशा रीतीने जशास तसे अशी वागणूक ठेवावी म्हणजे मग सभेत रंग भरतो.

।। जय जय रघुवीर समर्थ ।।

।। श्रीराम ।।

जेथें अखंड नाना चाळणा । जेथे अखंड नाना धारणा ।।
जेथें अखंड राजकारणा । मनासी आणिती ।।
जाणती परी आडळेना । काय करितों तें कळेना ।।
नाना देशींचे लोक नाना । येऊन जाती ।।

ज्या ठिकाणी अनेक प्रकारच्या चर्चा, विचारविनिमय राजकारण यांचा सतत ऊहापोह चालू असतो, त्या स्थळी जो महंत असतो तो राजकारणी असतो. सृष्टीत जे काही उत्तमोत्तम आहे. त्याबद्दल सतत चर्चा, विचार, निरूपण नित्य चाललेले असते. निरुपणाशिवाय एकही क्षण तिथे रिकामा जात नाही. नाना तऱ्हेच्या शंका, आशंका, उत्तरे, प्रत्युत्तरे, खरे काय नि खोटे काय याच्या चर्चा शास्त्राधारे तिथे चाललेल्या असतात. भक्तिमार्ग स्पष्टपणे कळेल, उपासना मार्गाचे आकलन होईल, मनात ज्ञानविचार स्थिर होईल. वैराग्याशिवाय प्रेम निर्माण होईल. उदासवृत्तीची गोडी लागेल असे निरूपण तिथे चालते. पुष्कळ उपाधी असल्या तरी त्या अंगाला चिकटू देत नाही. अनेक उत्तमोत्तम काव्यांची तिथे पाठांतरे चालतात. कोणी प्रश्न किंवा शंका विचारल्यास अशा महापुरुषांची, महंताची कीर्ती एकदा लोकमानसाला लागली की, कुणाचे काही चालत नाही. अशा माणसाकडे लोकसमुदाय ओढला जातो. त्याच्याभोवती सतत माणसे असतात. पण त्याची मन:स्थिती कोणी जाणत नाही. जो निष्ठेने उपासना करतो, परिभ्रमण करतो समाजात सर्वत्र तो ख्यातकीर्त असतो. समाजातील सर्वजण त्याला ओळखतात. सर्वांशी त्याचा परिचय असतो पण तो एका ठिकाणी कोणाला सापडत नाही. तो काय करतो हे कुणास ठाऊक नसते. देशातील तर लोक त्याला भेटायला येतातच. पण परदेशातीलही येतात.

।। जय जय रघुवीर समर्थ ।।

|| श्रीराम ||

तितुक्यांची अंतरें धरावी । विवेकें विचारें भरावीं ।।
कडो विकडीचीं विवरावी । अंत:करणें ।।
जितुकें काही आपणास ठावें । तितुके हळूहळू सिकवावें ।।
शहाणे करून सोडावे । सकळ जन ।।

जनसामान्यांना तो माहीत असला तरी त्याचा नेमका ठावठिकावा सर्वांना माहीत नसतो. जेवढे लोक भेटतील त्यांना आपल्याकडे वळवावे. विवेक आणि विचार यांनी ती भारून टाकावीत. त्यांची मने मोकळी करावीत. त्याला भेटायला इतकी माणसे येतात, इतकी माणसे येतात की त्यांची गणतीच करता येत नाही. पण त्याचे एक वैशिष्ट्य असते. आपल्या भोवती जमलेल्या माणसांना जो श्रवणभक्ती शिकवतो, मनन चिंतन करायला सांगतो, त्यांच्या अडचणींचे, शंकांचे निवारण करतो, त्यांना गद्यरचनांप्रमाणे पद्यरचनाही ऐकवतो. दुसऱ्यांची मने सांभाळणे हाच त्याचा मुख्य उद्योग असतो. तो सतत विवेकबुद्धीने वागतो. जो इतरांना विवेक शिकवतो, सांगतो तो स्वत: अविवेकाने कसा वागेल ? अशा सावध माणसापासून अविवेक दूर रहातो. जे जे त्याला माहीत असते, किंवा जे जे आपल्याला माहीत असते. ते ते हळूहळू लोकांना शिकवावे आणि अधिकाधिक लोकांना शहाणपणा शिकवावा. जो नि:स्पृह नि निरपेक्ष असेल त्याला परोपरीने शिकवावे, त्यांच्या शंकाकुशंका असतील त्या निवारण कराव्यात. त्याला अगदी नि:शंक करून टाकावे. आपल्याकडून जे जे आणि जसे जसे होईल तसे तसे आपण स्वत: करावे, जे आपल्या हातून होणार नाही ते इतरांकडून करवून घ्यावे, आपण भक्तिमार्ग, भजनमार्ग धरावा आणि इतरांना त्या मार्गावर आणून ठेवावे.

|| जय जय रघुवीर समर्थ ||

।। श्रीराम ।।

जुन्या लोकांचा कंटाळा आला । तरी नूतन प्रांत पाहिजे धरिला ।।
जितुके होईल तितुक्याला । आळस करूं नये ।।
संसार मुळीचा नासका । विवेकें करावा नेटका ।।
नेटका करितां फिका । होत जातो ।।

काही वेळेस एकाच ठिकाणी राहून तेथील जनसामान्य नकोसे वाटतात. तेच तेच चेहरा पहाणे कंटाळवाणे होते. अशा वेळी ते स्थळ, ती जागा सोडावी. तेथून मुक्काम हलवून नव्या ठिकाणी जावे. तिथे आपला भगवंत भक्तीचा संप्रदाय वाढवावा. आळस करू नये. आपल्या शरीराला ईश्वरभक्तीत सतत बुडवून ठेवावे, ते जमले नाही तर महंती कसली ? नव्या स्थळी गेल्यावर जास्तीत जास्त घाई करून नवीन लोकांना शहाणे करण्याचे कार्य सुरू करावे. महंताने कधी उपाधीत सापडू नये. पण एखादी उपाधी लावून घेतली तर तिचा कंटाळा किंवा आळस करू नये. आळसाचे अनेक दुष्परिणाम आहेत. हाती घेतलेले काम आळसाने पूर्ण केले नाही तर तर ते नासते, मग आळशी माणूस दिङ्मूढ होतो. हृदयशून्य माणूस कसले काम करणार ? ज्याच्या अंगी शक्ती आहे, सामर्थ्य आहे, जो बलदंड आहे. त्याला चातुर्यकला शिकवावी. हा धकाधकीचा व्यवहार अशक्त माणसाला थोडाच पेलवणार आहे ? जो व्याप आपण वाढवलेला आहे. तो सांभाळणे जोपर्यंत शक्य आहे तोपर्यंत ठेवावा. पेलेनासा झाला की, ते स्थळ सोडून उठून निघून जावे. मग आनंदाने, सुखाने कुठेही परिभ्रमण करावे. उपाधीतून सुटावे म्हणजे नि:स्पृहपण दृढ होते. कीर्तीच्या मागे लागलेल्याला सुख नाही. सुखाचा पाठपुरावा केल्यास कीर्ती नाही. संसार हा नाशवंत, नासका आहे. विवेकबुद्धीने तो यथासांग करावा, धीर सोडू नये.

।। जय जय रघुवीर समर्थ ।।

।। श्रीराम ।।

प्राणी व्यापक, मन व्यापक । पृथ्वी आप तेज व्यापक ।।
वायो आकाश त्रिगुण व्यापक । अंतरात्मा मूळमाया ।।
आत्मा आणि निरंजन । हें दोहींकडे नामाभिधान ।।
अर्थान्वय समजोन । बोलणें करावें ।।

श्रोत्यांच्या मनात पाठोपाठ शंका येतात. प्रश्न उद्‌भवतात. मनुष्य प्राणी हा व्यापक, त्याचे मन व्यापक, पंचमहाभूते व्यापक, त्रिगुण व्यापक, इतकेच नव्हे तर मूळ मायाही व्यापक, निर्गुण ब्रह्म व्यापक असा व्यापकपणाचा पसारा सर्वत्र पसरलेला आहे. यांच्या व्यापकपणात काही फरक आहे का ? आत्म्याला निरंजन अशी संज्ञा आहे. पण आत्मा सगुण आहे की निर्गुण ? श्रोत्याला संशयाने घेरले. विवेकबुद्धीने जागृत करून याचे उत्तर शोधायला गेले तर प्रत्येकजण आपल्या शरीरशक्तीच्या मानानेच व्याप करीत असतो. पृथ्वीच्या, धरित्रीच्या व्यापकतेस मर्यादा आहे. निरंजन हा शब्द ब्रह्म या अर्थानेही वापरला जातो. आकाश आणि निरंजन दोघेही पूर्णव्यापी व घनदाट आहेत. आत्मा म्हणजे जीवात्मा. पण तो व्यापक असूच शकत नाही. जीवात्मा एकावेळी एकाच ठिकाणी असतो. म्हणजे जेव्हा तो अंतराळी असतो तेव्हा पाताळी नसतो आणि जेव्हा पातळी असतो तेव्हा अंतराळी नसतो. पुढे असेल तर मागच्या बाजुला नसतो. मागच्या बाजूला असेल तर पुढच्या बाजूला नसतो. क्षणभर असे समजा की चार दिशांना चार निशाणे रोवली तर एक माणूस या चारही निशाणांना एकाच वेळी स्पर्श करू शकणार नाही, म्हणजे माणूस सर्वव्यापी नसून एकारलेला, एकदेशी असतो. मनुष्याच्या जाणिवेत ब्रह्म प्रतिबिंब रूपाने असते. त्यालाच आपण जीवात्मा अशी संज्ञा देतो. निर्गुण परब्रह्म मात्र सर्वव्यापी आहे.

।। जय जय रघुवीर समर्थ ।।

।। श्रीराम ।।

ब्रह्मींचा अंश आकाश । आणी आत्म्याचा अंश मानस ।।
दोहींचा अनुभव प्रत्ययास । येथें घ्यावा ।।
ज्ञानें येवढे ब्रह्मांड केलें । ज्ञानें येवढें वाढविलें ।।
नाना विकारांचें वळलें । तें हे ज्ञान ।।

आकाश ब्रह्माचा अंश, तर मन हा आत्म्याचा अंश. दोन्हीचा अनुभव घ्यावा. आकाश आणि मन समान असू शकणार नाहीत हे विचारांती समजतेच. परब्रह्म हे अचल आणि पर्वतही अचल. पण पर्वत हा नाशवंत असल्याने दोघांना समान लेखता येत नाही. ज्ञान, अज्ञान आणि विपरीत ज्ञान या तिन्हीत ज्ञान हा शब्द समान आहे. पण म्हणून तिन्हीचा अर्थ एक नाही. ज्ञान म्हणजे जाणून घेणे, अज्ञान म्हणजे न समजणे आणि विपरीत ज्ञान म्हणजे भलतेच काही समजणे. ज्ञान आणि अज्ञान यांना विभक्त केले तर पंचमहाभूतांचा पसारा तेवढा उरतो. द्रष्टा अंतरात्मा याला आपण साक्षी म्हणावे. कारण तो सर्व पिंडात समान आहे. याचा एकाच पिंडापुरता जर विचार केला तर त्याला जीवात्मा असे संबोधन प्राप्त होते. हा जीवात्मा ज्या वेळी देहबुद्धीचा त्याग करतो. तेव्हा तो शिवात्मा होतो. पण ज्या क्षणी हा शिवात्मा आपले साक्षीपण हरवतो, व्यापकपण घालवतो. आत्मबुद्धीपासून विचलित होऊन देहबुद्धीत पदार्पण करतो. तेव्हा तो जीवात्मा बनून पुन्हा जन्म-मरणाच्या चक्रात सापडतो. मी ब्रह्म आहे असे म्हणणे, समजणे किंवा जाणवणे म्हणजे ज्ञान. पण देहभावना असेल, देहबुद्धी असेल, मी देह आहे अशीच कल्पना असेल, तर त्याला अज्ञान असेच म्हणावे लागेल. ज्ञानानेच ब्रह्मांडाची निर्मिती केली आहे आणि ज्ञानानेच त्याला वर्धिष्णु स्वरूप दिले आहे.

।। जय जय रघुवीर समर्थ ।।

।। श्रीराम ।।

दृश्य आलें आणि गेलें । परी तें परब्रह्म संचलें ।।
जैसें गगन कोंदाटलें । चहूंकडे ।।
ऐसें परब्रह्म येकजिनसी । कांहींच तुळेना तयासी ।।
महानुभाव पुण्यरासी । तेथें पवाडती ।।

जसे आकाश चहूकडे पसरलेले असते त्याप्रमाणे निश्चल, निर्गुण सर्व व्यापून असते. जसे आभाळ चारही बाजूंनी कोंदाटलेले आहे. त्याप्रमाणे दृश्य जगत् आले आणि सरले तरी ब्रह्म सांचेलेच असते. जिकडे पहावे तिकडे अपार, अपरिचित आहे. त्याचा शेवट मिळत नाही, ते एकजिनसी म्हणजे सर्व काल आणि सगळीकडे एकसारखे व स्वतंत्र आहे. आपण कल्पनेने ब्रह्मांडाच्या पलीकडे जावे म्हणजे मूळमाया अस्तंगत झालेली कळेल. विवेकबुद्धीने दृश्यापलिकडे गेले तर सर्वत्र परब्रह्मच आहे असे लक्षात येईल. परब्रह्मापेक्षा थोर जगात दुसरे काही नाही. परब्रह्म सर्वश्रेष्ठ आहे आणि श्रवणासारखे देवापर्यंत पोहोचण्यासाठी अन्य साधन नाही. मुंगीचा मार्ग जर आपण अवलंबला तर हळूहळू परब्रह्म गाठता येते. पण पक्ष्याप्रमाणे एकदम झेप घेतली तर ब्रह्मरूपी फळापाशी थेट पोहोचता येते. साधकाने नित्य चिंतनात आणि मननात स्वत:ला गुंतवून ठेवावे. परब्रह्म हे एकमेव सत्य आहे. निंदा, स्तुती याचा परब्रह्मावर काही परिणाम होत नाही. ब्रह्मापर्यंत केवळ महानुभवाच पोचू शकतात. मूळमायेपासून अखेरच्या स्थूल देहापर्यंत जे विचार करतात, पिंड ब्रह्मांडाचा पुन: पुन्हा विचार करतात त्यांच्या हृदयात स्वानुभवाचा प्रकाश पसरतो. एकंदर सारी सृष्टी कल्पनेपासून झाली आहे. तिचे जे तीन प्रकार आहेत त्या प्रकारांनी ती भासते, त्या पृथ्वीवर अनेक गोष्टींची बीजे असतात. चराचर सृष्टी निर्माण होते व नाहीशी होते, परब्रह्म अक्षय टिकून रहाते.

।। जय जय रघुवीर समर्थ ।।

।। श्रीराम ।।

मूळींहून सेवटवरी । विस्तार बोलिला नानापरी ।।
पुन्हा विवरत विरत माघारी । वृत्ति न्यावी ।।
जो विवरोन समजला । तेथें संदेह नाही उरला ।।
समजल्याविण जो गल्बला । तो निरर्थक ।।

मूळमायेपासून अखेरपर्यंतचा विस्तार अनेक प्रकारे सांगितला तो विचार करीत वृत्ती नम्रपणे मूळ मायेपर्यंत न्यावी. चार वाणी, चार खाणी यात चौऱ्यांशी लक्ष जीव जन्मास येतात. हे सर्व धरित्रीवर, पृथ्वीवर जन्म घेतात, पृथ्वीवर जगतात आणि मरतात. पृथ्वी, धरित्री मात्र आहे तशीच रहाते. अगदी वरचा शेंड्याकडचा भाग आहे पंचमहाभूतांचा आणि तिसरा अनेकानेक नावे असलेला मूळमायेपासून सत्त्व, रज, तम या त्रिगुणापर्यंतचा सूक्ष्म भाग. जे जे स्थूल आहे ते ते सोडून द्यावे. जाणीव आणि नेणीव ही गुणरूपेच आहेत. नेणीव तो तमोगुण जाणीव तो सत्त्वगुण, दोन्ही एकत्र तो रजोगुण या गुणांच्या पलीकडे जो कर्दम किंवा चिखल आहे त्याला गुणक्षोभिणी किंवा मूळमाया म्हणतात. प्रकृती, पुरुष आणि शिवशक्ती यांना मूळमाया म्हणावे. रज, तम, सत्त्व हे त्रिगुण जिथे अदृश्य रूपाने वास करतात त्याला महातत्त्व म्हणतात. प्रकृती पुरुष, अर्धनारी नटेश्वर, शिवशक्ती हे सर्व कर्दमरूप आहे. मूळमाया हे अनेक पदार्थांची मिळून बनलेली आहे. तिची जी सूक्ष्म सूत्रे आहेत त्याचा पुन:पुन्हा, वारंवार विचार करीत रहावे. नुसते वरवर पाहून काही समजेल असे नाही. चार खाणी, चार वाणी, पंचमहाभूते मूळ मायेची चौदा नावे यामध्ये ज्याला जे काही शोधायचे असेल ते त्याने शोधावे. अव्यक्तांची एकूण चौदा नावे, त्यात पंचमहाभूतांचा अंतर्भाव केला की एकोणीस, त्यात चार खाणींची भर घातली की तेवीस तत्त्वे होतात. याचा वारंवार विचार जो करील त्याचे सर्व संशय फिटतील. न समजता केलेला गलबला निरर्थक असतो.

।। जय जय रघुवीर समर्थ ।।

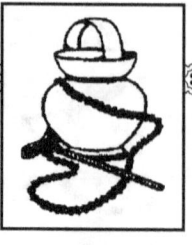

।। श्रीराम ।।

सकळ सृष्टीचें बीज । मूळ मायेंत असे सहज ।।
अवघें समजतां सज्ज । परमार्थ होतो ।।
प्रपंच अथवा परमार्थ । प्रचितीविण अवघें व्यर्थ ।।
प्रत्ययेज्ञानी तो समर्थ । सकळांमध्यें ।।

अवघ्या सर्व सृष्टीचे बीज मूळमायेत आहे ते योग्य नीट रीतीने समजले, आकलन झाले तर परमार्थ साधतो. ज्याला हे नीट समजले आहे, लक्षात आले आहे तो माणूस भ्रमित होत नाही, नको ती बडबड करीत नाही, त्याच्या मनात संशय उपजत नाही आणि त्यामुळे परमार्थात तो काही सावळा गोंधळ करीत नाही. परब्रह्म हे शब्दातीत आहे. तरीसुद्धा जे सांगितले जाते ते वाच्यार्थाने, वाच्यांशाने सांगितले जाते. अर्थात् हे केवळ विवेकबुद्धीनेच जाणता येते. माया हा पूर्वपक्ष, ब्रह्म सिद्धान्ताने तिचा वलय होतो. मायेचा विचार केल्याने भेदाची वाट होत जाते पण ब्रह्माकडे दृष्टी एकारल्यास भेद नाहीसा होतो. निर्गुणामध्ये विश्रांती घेणाऱ्या नि:संगालाच साधु ही संज्ञा प्राप्त होते, त्यालाच महायोगी म्हणतात. एकदा माया ही खोटी आहे हे समजले की तिची भयभीतीची भीड कशाला बाळगावी ? परब्रह्म हेच सत्य आहे हे मनात दृढ धरावे. या जगात हजारो, लाखो, कोट्यावधी माणसे आहेत, माणसांचे कळपच्या कळप आहेत. पण खऱ्या साधुला खरा साधुच ओळखू शकतो. यासाठी प्रपंचाच्या प्रसंगी त्याग करावा व जो खरा साधुपुरुष असेल त्याला शोधून काढावा. हिंडून फिरून, भटकून, भ्रमंती करून शोधावा. पुष्कळ शोध घ्यावा तेव्हा तो सापडतो. स्वहितासाठी अनुभवाची आवश्यकता आहे. प्रपंच असो की परमार्थ, प्रचीतीशिवाय व्यर्थ आहेत. जो अनुभव संपन्न आहे त्यालाच समर्थ असे म्हणावे.

।। जय जय रघुवीर समर्थ ।।

॥ श्रीराम ॥

सकळ जनांसी प्रार्थना । उगेंच उदास कारवेना ॥
निरुपण आणावें मना । प्रत्ययाचें ॥
नाही उंच नीच विचारिलें । नाहीं बरें वाईट पाहिले ॥
कार्ये चालों ऐसें जाले । भगवंतासी ॥

माझी सर्व लोकांना प्रार्थना आहे की उगीच उदास होऊ नका. मनाचे औदासिन्य झटकून टाका. अनुभवाचे महात्म्य लक्षात घ्या. अनुभवाचे निरूपण मनात आणा. आपण एका बाजूस आणि अनुभव दुसऱ्या बाजूस अशी स्थिती झाली, अनुभव एकीकडे आणि आपण भलतीकडे अशी स्थिती झाली तर सार काय आणि असार काय हे समजणार नाही. एकंदर सृष्टीकडे आपण दृष्टी टाकली तर सगळा गडबड गोंधळ आहे असे दिसते. पण सत्ता मग ती राजाची असो वा ईश्वराची ती निराळीच दिसते. या अवनीतलावर जेवढी आणि जितकी शरीरे आहेत ती सर्व भगवंताची घरे आहेत. प्रत्येक देह हा देवाचे देऊळ आहे. माणसाला जी अनेक दु:खे प्राप्त होतात, मिळतात ती शरीरामुळेच मिळतात. शरीर नसेल तर सुख कुठले ? त्याचा महिमा आपण जाणून घेतला पाहिजे. अर्थात् कळेलच असे नाही. परमेश्वराने प्रत्येकाला आई दिली आहे. आई, वात्सल्य सिंधु आहे म्हणजे ईश्वराचे स्त्री देहधारी रूप आहे आणि प्रत्यक्ष जगदीश जगाचे रक्षण करतो आहे. ईश्वराची सत्ता या पृथ्वीवर सर्वत्र विभागली, वाटली गेली आहे. परमेश्वराच्या एका अंशाने, भगवंताच्या कळेने हे जग चालले आहे. देहरूपी नगरांचा परमेश्वर, सर्व शरीरात वास्तव्य करून जगाचा कारभार चालवतो आहे. उंचनीच, बरेवाईट हे देहाच्या बाबतीत त्याने पाहिले नाही, सृष्टीचे कार्य चालले आहे ना हे पाहिले.

॥ जय जय रघुवीर समर्थ ॥

|| श्रीराम ||

जगदंतरीं अनुसंधान । बरें पाहणें हेंचि ध्यान ॥
ध्यान आणी तें ज्ञान । येकरूप ॥
संगती असावी भल्यांची । धाटा कथा निरुपणाची ॥
कांहीं येक मनाची । विश्रांती आहे ॥

या सृष्टीची परमेश्वराने निर्मिती केली हे खरे. ही सृष्टी कोणी एकटा चालवीत नाही तर अनेकानेक देह धारण करून अंतरात्मा म्हणजे परमेश्वरच ही सृष्टी चालवतो आहे. देवाने या सृष्टीला कसे शून्यातून निर्माण केले, अज्ञानातून निर्माण केले का सृष्टी निर्मितीचा त्याचा नित्य अभ्यासच आहे, त्याच्या अंगणवळणी पडलेली गोष्ट आहे. काय नि कसे कसे केले हे देवच जाणे ! यासाठी या जगात परमेश्वराचे नित्य अनुसंधान ठेवणे, त्याचे स्मरण ठेवणे, त्याची आठवण ठेवणे, तोच जगच्चालक आहे हे न विसरणे, शहाणपणाचे असते. देवाचे ध्यान आणि देवविषयक ज्ञान ही दोन्ही समानच आहेत. मनुष्यप्राण्याने मातेच्या उदरातून या भूतलावर जन्म घेतला. कालांतराने, थोडा मोठा झाल्यावर तो विचार करू लागला, त्याची विचार शक्ती जागृत झाली, परमेश्वराचे त्याला ज्ञान होणे महत्त्वाचे. श्री भगवान् रामचंद्राची ज्ञानरूप ध्वजा सर्वत्र फडकत आहे, त्यात काही गुप्त नाही, अदृश्य नाही. तो विश्वंभर परमेश्वर सर्वत्र विद्यमान आहे. त्याचा लाभ सोम्यागोम्यास होत नाही, ज्याचे महद्भाग्य असेल त्यालाच देवदर्शन होते. त्याला मी शोधून काढीन त्यास प्रसन्न करून घेईन अशी प्रबळ इच्छा मनात धरली तर ते होते. द्रष्टा म्हणजे पाहणारा, साक्षी म्हणजे जाणणारा, त्या आनंदास आपण अनंतरूपानी ओळखावे, सज्जनांची संगती धरावी, हरिकथा निरूपण अवलंबावे म्हणजे मग मनाला थोडी विश्रांती मिळते.

|| जय जय रघुवीर समर्थ ||

।। श्रीराम ।।

त्याहीमध्यें प्रत्ययज्ञान । जाळुनि टाकीला अनुमान ।।
प्रचीतीविण समाधान । पाविजेल कैंचें ।।
सकळ कर्ता परमेश्वरु । आपला माइक विचारु ।।
जैसें कळेल तैसें करू । जगदांतरें ।।

अनुभवाची थोरवी, अनुभवाचे मोठेपण, अनुभवाचे ज्ञान काही आगळेच असते. अनुभवामुळे एकदा ज्ञान प्राप्ती झाली की, सगळे संशय जळून जातात, खाक होतात, भस्म होतात. खरे समाधान हवे असेल तर अनुभवाची जोड हवीच. मूळ संकल्प जो आहे तो हरि संकल्प आहे. तोच मूळ माया. सर्वभूती परमेश्वर पहावा हा तो हरि संकल्प. ब्रह्मांडाचा चौथा महाकारणरूप मूळमाया हेच देह आहे. तो ज्ञान स्वरूप आहे. उपासनेसाठी तोच परमेश्वर आहे. साधकाने संकल्पापासून नुसते दूर राहून चालणार नाही, संकल्प बुद्धी सोडली पाहिजे. त्याग करायला शिकले पाहिजे. तरच त्याला परब्रह्माचा साक्षात्कार होईल. भक्ती, उपासना यांनाच ज्ञान असेही म्हणतात, ज्ञानामुळे ब्रह्मप्राप्ती होते. योगी या मार्गाने जाऊन तृप्त होतात. समाधान मिळवतात. अगदी खोल विचार केला तर असे आढळून येते की उपास्य दैवत आपणच आहोत म्हणजे ईश्वर आणि भक्त यातील भेदभाव संपतो. जीव शिवरूप होतो. पूर्वी असेच घडत होते, वर्तमान कालात तसेच घडत आहे. जंगलावर जंगलचे राजे, जळावर बलिष्ट जलचर आणि भूमी राजाची सत्ता असते, पण या सर्वांवर जगदीश्वराची सत्ता असते. हरिर्दाता, हरिभोक्ता अशी स्थिती आहे. सर्व कर्ता परमेश्वर आहे. आपण लटिके आहोत. तो जगन्नियंता जसे सुचवील जसे सांगेल तसे करू ही भावना मनात घट्ट धरावी. त्यातच कल्याण आहे.

।। जय जय रघुवीर समर्थ ।।

।। श्रीराम ।।

मूळ संकल्प तो हरिसंकल्प । मूळ मायेमधील साक्षेप ।।
जगदांतरीं तेंचि रुप । देखिजेंतें ।।
देवायेवढें चपळ नाहीं । ब्रह्मायेवढें निश्चळ नाहीं ।।
पाइरी ने पाइरी चढोन पाहीं । मूळ परियंत ।।

मूळ संकल्प म्हणजे हरिसंकल्प. आपण इथे मूळ पुरुषाचा संकल्प तोच हरिसंकल्प समजावा. मूळ माया जे जे काही करते ते या संकल्पानुसार करते. जगातील इतकेच नव्हे तर अवघ्या विश्वातील घटना या मूळ संकल्पानुसार घडत असतात. ब्रह्मांडाचा चौथा ज्यास महाकारण देह असेही संबोधिले जाते तो ज्ञानरूप आहे. ईश्वराची उपासना, परमेश्वराची भक्ती, देवदेवतांचे अर्चन पूजन म्हणजे शेवटी या ज्ञानस्वरूपाचीच पूजा असते. साधकाने संकल्पाचा जर त्याग केला तर मूळ मायेचा विलय होतो आणि त्याला गगनासारखे विशाल, अफाट पण पोकळ असलेले ब्रह्म सर्वत्र अनुभवयाला मिळते. आता हे जे ब्रह्म आहे ते घन म्हणावे, पातळ म्हणजे किंवा कोमल म्हणावे, नेमके काय म्हणावे हे लक्षात येत नाही. उपासनेला आपण ज्ञानाची पूर्वावस्था म्हटले तर ते चुकीचे ठरणार नाही, कारण उपासनेची अखेर ज्ञानप्राप्तीतच होते. योगीजनांना निरंजन ब्रह्माची प्राप्ती होते. सर्वाचा कर्ता जगदीश्वर आहे. त्याची अप्रतिहत सत्ता सर्वावर चालते. प्रत्येकाकडून जे जे घडते ते ते ईश्वराच्या ज्ञानेनुसार घडते. एकदा हे मनावर बिंबले की आपला अहंभाव नाहीसा होईल. देव म्हणजे अंतरात्मा. त्याच्याइतके चपळ कोणी नाही, ब्रह्माइतके निश्चळ कोणी नाही पण हे कळण्यासाठी पायरी पायरीने मूळ मायेपर्यंत जाऊन अनुभव घ्यावा लागेल.

।। जय जय रघुवीर समर्थ ।।

।। श्रीराम ।।

परब्रह्माचा विचार । नाना कल्पनेहून पर ।।
निर्मळ निश्चळ निर्विकार । अखंड आहे ।।
मन माया अंतरात्मा । चौदा जिनसांची सीमा ।।
विद्यमान ज्ञानात्मा । इतुके ठाई ।।

परब्रह्म अचल आहे. या अचल परब्रह्मापासून माणसाच्या शरीरापर्यंत मनुष्य देहापर्यंत अवलोकन केले तर एक परब्रह्म सर्वश्रेष्ठ आहे. मनुष्याच्या कल्पनांपेक्षा ते निराळे आहे. परब्रह्माचा जर विचार केला तर ते सर्व कल्पनांपेक्षा वेगळे निर्मळ, निश्चल, निर्विकार आणि अखंड आहे. परब्रह्माची तुलना कशाशीच होऊ शकत नाही. ते अतुलनीय आहे. क्षणभर असे सांगतो की परब्रह्म हा एक जिन्नस आहे आणि मूळमाया हा दुसरा जिन्नस. जिला आपण मूळमाया असे म्हणतो तो अनेक रूपिणी आहे. पण तिची रूपे सूक्ष्मतिसूक्ष्म आहे. हरिसंकल्प हा मूळचा तोच सर्वांचा आत्माराम आहे. त्याला अनेक नावे दिली आहेत. ही नामाभिधाने त्याची ओळख पटावी नेमका परिचय व्हावा म्हणून दिली आहेत. एक नाव आहे चैतन्य. त्या ठिकाणी समान गुण असतात म्हणून त्याला आणखी एक नाव गुणसाम्य हेही मिळाले. आता आणखी काही नावे ऐका – अर्धनारीनटेश्वर, षड्गुणेश्वर, प्रकृति पुरुष, शिवशक्ती ही देखील त्याचीच नावे. शुद्ध सत्त्वरूप, अर्ध माया, गुणशोभिणी, पुढे सत्त्व रज तम हे त्रिगुण प्रकट झाले. मन, माया, अंतरात्मा ही सर्व धरून एकूण चौदा नावे झाली, या सर्व ठिकाणी ज्ञानात्मा असतो. याच्यापुढे पंचमहाभूते, चार खाणी ज्या सांगितल्या तो चौथा विभाग समजावा. या चारही खाणीत असंख्य प्राणी असून त्या सर्वांच्या ठिकाणी जाणीव आहे.

।। जय जय रघुवीर समर्थ ।।

।। श्रीराम ।।

चारी खाणी अनंत प्राणी । जाणीवेची जाली दाटणी ।।
चारी जिनस येथुनी । संपूर्ण जाले ।।
नाना शब्द, नाना स्पर्श । नाना रुप, नाना रस ।।
नाना गंध ते विशेष । नरदेह जाणे ।।

जारज, अंडज, उद्‌भिज, स्वेदज या चारहि खाणींमध्ये असंख्य जीव जंतू प्राणी आहेत आणि त्यांना जाणिवेची देणगी आहे. परब्रह्म हा मूळ जिन्नस, मूळमाया हा दुसरा जिन्नस, पंचमहाभूते हा तिसरा जिन्नस आणि चारी खाणी हा चौथा जिन्नस. असे हे विश्वरचनेतील चार जिन्नस लक्षात घ्यावे. जेव्हा मूठभर धान्य पेरले जाते तेव्हा हजारो कणसांचे पीक येते. बीज म्हणून पेरलेले मूठभर धान्य खंडीभर धान्य देते. चार खाणी आणि चार वाणीमध्ये तोच प्रकार होतो. सर्वांची प्रचंड प्रमाणात वाढ होत जाते. सृष्टी, या सत्तेचा उपभोग मानव देह धारण करत घेते. एखाद्या हिंस्त्र प्राण्याला जेव्हा भूक लागते तेव्हा तो सावज शोधतो. सावज सापडले की तो त्याला ठार करतो आणि त्याच्या अस्थिमांसावर ताव मारतो. पण प्राणी मारून त्याच्या मांसाचे निरनिराळे चवदार पदार्थ करण्याची कला केवळ मनुष्य प्राण्याजवळ असते. निरनिराळे शब्द आणि त्याचे अर्थ, वेगवेगळे स्पर्श. काही स्पर्श दाहक असतात तर काही मोहक असतात तर काही भावहीन असतात हे माणसालाच कळते. अनेक प्रकारचे रस, नाना प्रकारच्या चवी, तऱ्हेतऱ्हेचे वास हे नरदेहालाच समजू शकतात. रत्नांच्या अलंकारांच्या कितीतरी रीती असतात. कोणते वस्त्र उंची, कोणते साधे हे केवळ माणसालाच कळते. रत्नाच्या बाबतीतही तोच पारख करू शकतो.

।। जय जय रघुवीर समर्थ ।।

।। श्रीराम ।।

येहलोक आणि परलोक । नाना प्रकारीचा विवेक ।।
विवेक आणि अविवेक । मनुष्य जाणे ।।
नर तोचि नारायण । जरी प्रत्यये करी श्रवण ।।
मननशील अंत:करण । सर्वकाळ ।।

जगात वेगवेगळी वाहने असतात, कितीतरी शस्त्रे असतात आणि साहित्य, संगीत, नृत्य, चित्रकलादी अनेक कला असतात. त्या सर्व कलांचे ज्ञान किंवा नाना विद्यांचे ज्ञान केवळ माणसालाच होऊ शकते. या अवघ्या जगतावर परमेश्वराची सत्ता आहे. त्या ईश्वरामुळेच विविध विद्यांचे आणि कलांचे प्रकटीकरण होत असते. नरदेहाची प्राप्ती झाल्यामुळेच जगातील निरनिराळी दृश्ये पहाता येतात. सृष्टीचे विविध रंग न्याहाळता येतात. इहलोक आणि परलोक या संबंधीचा विचार केवळ मनुष्यच करू शकतो. त्याच्याजवळ विचारशक्ती असते आणि विवेक बुद्धी असते. अन्न, उदक, तांबूल, चंदन, फुले, वस्त्रे, अलंकार आणि शय्या या अष्टभोगांचे ज्ञान माणसालाच असते. शृंगार, वीर, करुण, रौद्र, बीभत्स, अद्भुत, भयानक, हास्य आणि शांत या नवरसांचा भोग किंवा त्याचे ज्ञान नरदेहालाच असू शकते. मानवाने अनेकांना आपल्या अंकित करून ठेवले आहे. त्या मानवाचे पालनपोषण मात्र परमेश्वर करतो. नरदेह हा परम दुर्लभ आहे. तो सहजासहजी मिळणारा नाही. इतर देह म्हणजे कचरा, फोलपट आहेत. नरदेह म्हणजे घबाड आहे, नरदेह हा अमूल्य ठेवा आहे. परंतु विवेक बुद्धीने तो सार्थकी लावला पाहिजे. श्रवण, मनन, चिंतन याचा अवलंब केल्यास नराचा नारायण होईल. जो स्वत: पोहू शकतो त्याने इतरांचे सहाय्य घेण्याचे कारण नाही, त्याने स्वत:च सर्वांचा शोध घ्यावा.

।। जय जय रघुवीर समर्थ ।।

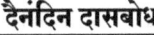

।। श्रीराम ।।

पाहो जातां भूमंडळ । ठाई ठाई आहे जळ ।।
कितेक ते निर्मळ माळ । जळेंविण पृथ्वी ।।
अनंत प्राणी होत जाती । त्यांचें अधिष्ठान जगती ।।
जगती वेगळी स्थिती । त्यास कैंची ।।

जर आपण पृथ्वीचा विचार केला तर आपल्याला असे आढळून येते की या पृथ्वीवर अनेक स्थळी पाणी आहे. ठायी ठायी आहे. नद, नदी, तलाव, तळी, सरोवरे, ओढे, डोह, विहीरी इत्यादी रूपात आहे. पण कित्येक माळराने अशी आहेत की तिथे थेंबभरही पाणी नाही. तसेच काही भाग सृष्टिसौंदर्याने बहरलेला आहे तर काही ठिकाणी त्याचा अभाव दिसतो. चार खाणी, चार वाणी आणि चौऱ्यांशी लक्ष जीवयोनी मिळून किती, हे शास्त्रात सांगितलेले आहे. चार लक्ष मानव, वीस लक्ष पशू, अकरा लक्ष कृमि कीटक, दहा लक्ष पक्षीगण, नऊ लक्ष जलचर, आणि तीस लक्ष इतर असा सर्वसाधारण हिशेब आहे. जो जो प्राणी आहे त्या प्रत्येक प्राण्याच्या ठिकाणी जाणीव आहे. देहरचनेचे, शरीरांच्या प्रकारांचे अनंत प्रकार आहेत. त्याला मर्यादाच नाही. असंख्य प्राणी जन्मतात, खातात, पितात, उत्पत्ती करतात आणि मरून जातात. त्या सर्वांचा आधार पृथ्वीच असते. सर्व प्राणीमात्रांचा आधार हा धरित्रीच आहे. पृथ्वीशिवाय त्यांना अस्तित्व कोठून असणार? यानंतर आपण जर पुढे विचार करीत गेलो तर पंचमहाभूते लक्षात येतात. त्यापैकी पृथ्वी, आप म्हणजे पाणी व तेज ही प्रकट असतात म्हणजे आपल्या दृष्टोत्पत्तीस येतात, मात्र वायू आणि आकाश ही अप्रकट किंवा गुप्त महाभूते होत. ज्या ठिकाणी चापल्य किंवा चपळता आहे तिथे अंतरात्मा आहे, हे अधिष्ठानरूपी जाणिवेचे लक्षण सावधपणे ऐका.

।। जय जय रघुवीर समर्थ ।।

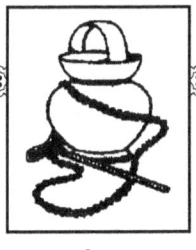

।। श्रीराम ।।

सुखदु:ख जाणता जीव । तैसाचि जाणावा सदाशिव ।।
अंतकरणपंचक अपूर्व । अंश आत्मयाचा ।।
द्रष्टा साक्षी ज्ञानघन । सत्ता चैतन्य पुरातन ।।
श्रवण मनन विवरण । गुण आत्मयाचे ।।

जीव हा सुख आणि दु:ख दोन्ही जाणतो. त्याप्रमाणे शिवही जाणतो. अंत:करण, मन, बुद्धि, चित्त आणि अहंकार हे मिळून अंत:करणपंचक होते. अंत:करण पंचक म्हणजे आत्म्याचा अपूर्व अंश आहे. स्थूळ देहात आकाशाचे गुण आहेत तर सत्त्व, रज, तम हे त्रिगुण आत्म्याचे आहेत. माणसाचे चलन-वलन, नाना प्रकारचे धैर्य, नवविध आत्मे, चतुर्विध मुक्ती, अलिप्तता आणि सहजस्थिती हे आत्म्याचे गुण समजावेत. जर आत्म्याच्या गुणांचा विचार केला तर तो द्रष्टा असतो, साक्षी असतो, ज्ञानघन असतो, चैतन्यमय असतो. शिवाय सत्ता, पुराणपण, श्रवण, मनन आणि विवरण हेहि आत्म्याचेच गुण. आत्म्याचे अनेक गुण आणखीही आहेत ते असे - दृश्य, द्रष्टा, दर्शन, ध्येय, ज्ञेय , ज्ञाता, ज्ञान, वेदशास्त्र पुराणांचा अर्थ, अप्रकट परमार्थ, सर्वज्ञपणाचे सामर्थ्य, बद्ध, मुमुक्षु, साधक, सिद्ध, शुद्ध विचार करणारा, बोध आणि प्रबोधन, जागृती, स्वप्न, सुषुप्ती, तुर्या, प्रकृती, पुरुष, मूळमाया, पिंड, ब्रह्मांड, अष्टमाया, परमात्मा आणि परमेश्वरी, जगदात्मा आणि जगदीश्वरी महेश आणि माहेश्वरी, आदिशक्ती, शिवशक्ति, सर्वशक्तिरुपिणी, माया, नानाविध जिन्नस, उत्पत्ती, स्थिती, पूर्वपक्ष, सिद्धांतपक्ष, संगीत, मुखसंगीत, वाद्यसंगीत, ज्ञान, अज्ञान, विपरीत ज्ञान, अनेक सुरवर, ऋषिवर, भूते, आकशगामी जीव, चंद्र, सूर्य, तारामंडळे देव, दानव, सर्व मानव जीव, असे आत्माचे कितीतरी गुण सांगता येतील.

।। जय जय रघुवीर समर्थ ।।

।। श्रीराम ।।

कांहीं सांडावें लागत नाहीं । कांहीं मांडावें लागत नाहीं ।।
येक विचार शोधून पाहीं । म्हणिजे कळे ।।
नाना तीर्थांचीं सामर्थ्यें । नाना क्षेत्रांचीं सामर्थ्यें ।।
नाना भूमंडळी सामर्थ्यें । गुण आत्म्याचे ।।

समाधान ही एक आनंदमय अवस्था आहे. काही वेळेस जे समाधान होते ते शब्दात मांडता येत नाही. त्याला शब्दरूप देता येत नाही ते अनिर्वाच्य असते. काहीजणांना वाटते अशा समाधानाला शब्दरूप देऊ नये, पण ते शब्दात सांगितले पाहिजे, मांडले पाहिजे, ऐकवले पाहिजे. त्याला शब्दरूप दिले म्हणून त्याचे महत्त्व कमी होत नाही. काही सोडावे लागत नाही, काही मांडावे लागत नाही. एका विचाराने शोधून पाहिले म्हणजे सर्व काही समजते, कळते, लक्षात येते. मुख्य म्हणजे काशी विश्वेश्वर, सेतुबंध, रामेश्वर, मल्लिकार्जुन, बारा सुप्रसिद्ध ज्योतिर्लिंगे, या शिवाय जगाला ज्यांचा अनुभव आलेला आहे ते सर्व आत्म्याचे गुण आहेत. अनेक सिद्ध लोक असतात त्यांच्याजवळ नाना प्रकारची सामर्थ्ये असतात, काहीजणांजवळ अभूतपूर्व असे मंत्रसामर्थ्य असते. मंत्रसामर्थ्याने ते आजार बरा करू शकतात. दुष्ट शक्तींना पराभूत करतात, तर काहीजणांजवळ विष उतरवण्याचे सामर्थ्य किंवा शक्ती असते. एखाद्यास साप, विंचू किंवा कोणताही विषारी प्राणी डसला तर हे लोक मंत्रसामर्थ्याने ते विष उतरवून दु:खी जिवाला वेदनामुक्त करतात. अनेक तीर्थांमध्ये आणि कित्येक क्षेत्रांमध्ये काही विशिष्ट शक्ती असतात. याशिवाय अनेकांची अनेक सामर्थ्ये हा आत्म्याचाच गुण मानावा.

।। जय जय रघुवीर समर्थ ।।

।। श्रीराम ।।

जितुकें कांहीं उत्तम गुण । तितुकें आत्मयाचें लक्षण ।।
बरें वाईट तितुकें जाण । आत्म्याचकरिता ।।
निश्चळ चंचळ आणि जड । पिंडी करावा निवाड ।।
प्रत्ययावेगळें जाड । बोलणे नाही ।।

एवंच, जगात जेवढी म्हणून सामर्थ्यें आहेत, शक्ती आहे ते सर्व आत्म्याचेच गुण आहेत. जितके आणि जेवढे म्हणून उत्तम गुण आहेत ते देखील आत्म्याचेच आहेत. कुणाचे बरे होते, कुणाचे वाईट होते, कुणाचे कल्याण होते तर कुणाचे अकल्याण होते ही सर्व आत्म्याचीच करणी. जे साधुसंत, सज्जन, सत्पुरुष असतात त्याचा आत्मा शुद्ध, सद्गुणी असतो. तर जी सामान्य माणसे असतात त्यांचा आत्मा विकारयुक्त किंवा अवलक्षणी असतो. माणूस जे बरे किंवा वाईट करतो ती आत्म्याचीच करणी असते. अनेक प्रकारचे अभिमान धरणे, प्रतिसृष्टीची ईर्षा करणे, शाप किंवा उःशाप देणे हे सर्व काही आत्माच करीत असतो. आपण पिंडाचा शोध घ्यावा, जी तत्त्वे पिंडात सामावलेली आहेत ती माहीत करून घ्यावीत. या तत्त्वांचा शोध घेतला म्हणजे पिंडाचे ज्ञान होते. पिंड म्हणजे काय हे नीट समजून येते. जड देह हा पंचमहाभूतांनी युक्त असा आहे तर आत्मा चंचल आहे. कारण चंचलता हा आत्म्याचा गुण आहे. पण कुठेही पहा, कसेही पहा ब्रह्म मात्र निश्चल आहे. निश्चल असे ब्रह्म, चंचल असणारा आत्मा आणि जड देह याबद्दलचा जो काही निश्चय करावयाचा असेल तो देहामध्येच करावा. आपल्या बोलण्यास वजन प्राप्त व्हावे असे वाटत असेल तर अनुभव हवा.

।। जय जय रघुवीर समर्थ ।।

।। श्रीराम ।।

पिंडामधून आत्मा जातो । तेव्हां निवाडा कळों येतो ।।
देहे जड हा पडतो । देखतदेखतां ।।
कृत्रिम अवघें सांडावें । कांहीं येक शुद्ध घ्यावें ।।
जाणजाणों निवडावे । सारासार ।।

ज्यावेळी देहाचे जीवन संपते, आयुष्य संपुष्टात येते त्यावेळी देहातून आत्मा निघून जातो. जड देह पहाता पहाता प्रेत होतो. चंचळ अंतरात्माही निघून जातो. ब्रह्म निश्चल असून ते सर्वांठायी आहे. ते पहायला लागत नाही. जसे पिंड तसेच ब्रह्मांड पण जड, चंचळ हरपले म्हणजे उरते ते घनदाट परब्रह्म. पंचमहाभूते आंबलेल्या कणकीसारखी कालवून त्यामध्ये आत्मा म्हणजे जाणीव घातली तेव्हा त्याचा पुतळा झाला, सृष्टी अशाप्रकारे चालली आहे. अखंडता आणि व्यापकता हे ब्रह्माचे विशेष आहेत. आकाशाचे कधी खंड विखंड होत नाहीत. इकडे प्रलय झाला, सृष्टिसंहार झाला तरी आकाश आहे तसेच रहाणार. ज्याचा संहार होतो ते सर्व नाशिवंत. नीट समजेपर्यंत हे कोडे वाटते पण एकदा समजले की कोडे उलगडते. जाणत्यांना ते समजते. ते एकांतात याचा विचार करतात. अनुभवी संतांच्या मेळाव्यात सावधपणे एकांती अशा चर्चा केल्या पाहिजेत. नीटनेटकेपणाने विचार केल्याशिवाय काही एक समजत नाही. क्रमाक्रमाने जशी जशी समजशक्ती वाढते तशी तशी संदेहमुक्ती होते. मनातले संशय फिटतात. विवेकाने विचार केला तर मायाजाळ नसतेच. आभाळात ढग येतात आणि जातात त्याप्रमाणे आत्म्यासाठी निर्माण झालेले दृश्य नाहीसे होते. उगाच व्यर्थ अनुमानाचे बोलणे नसावे. स्वैर विचार हा तर अविचार, याला काहीजण एकंकार म्हणतात. एकंकार म्हणजे गोंधळ. जे जे खोटे असेल त्याचा याग करावा, जे नेटके व शुद्ध असेल ते घ्यावे, विचार करून सार तेवढे स्वीकारावे.

।। जय जय रघुवीर समर्थ ।।

।। श्रीराम ।।

विधिप्रपंचतरु वाढला । वाढता वाढता विस्तीर्ण जाला ।।
फळें येतां विश्रांती पावला । बहुत प्राणी ।।
कर्मइंद्रिये लाग वेगी । जीव भोगी विषयांलागीं ।।
ऐसा हा उपाये जगीं । ईश्वरें केला ।।

ब्रह्मदेवाने हा संसार मांडला. त्याचा हा प्रपंच वृक्ष वाढू लागला. वाढता वाढता विस्तीर्ण झाला, खूप पसरला, त्यामुळे अनेक प्राणीमात्रांना, विश्रांतीचे सुख मिळाले. असंख्य रसाळ, रसपूर्ण फळे या विस्तीर्ण वृक्षाला लागली. इंद्रियजन्य सुखाच्या फळांनी हा वृक्ष अगदी लगडून गेला. त्या फळात अमृतमय गोडी निर्माण झाली. ही गोष्टी चाखण्यासाठी, तिचा अनुभव घेण्यासाठी परमेश्वराने शरीरे उत्पन्न केली. कितीही उत्तम गोष्टी अस्तित्वात असतील आणि त्याचा उपभोग घेण्यासाठी शरीरे नसतील तर त्याचा काय उपयोग? म्हणून ब्रह्मदेवाने एक उपाय शोधून काढला. नाना तऱ्हेची, वेगवेगळ्या रंगाची, प्रकारांची, वर्णाची, शरीरे निर्माण केली. मग या सर्व शरीरात त्याने ज्ञानेंद्रिये निर्माण केली. पाच ज्ञानेंद्रियांची देणगी ब्रह्मदेवाने मानवाला दिली, कर्णेंद्रिय म्हणजे ऐकण्यास कान दिले, कानावर येणाऱ्या प्रत्येक शब्दातला भेद कळण्याचीही संवेदना दिली. डोळ्यांना दृष्टी दिली, जिभेला चव कळणे, रस चाखणे, या कला दिल्या तर त्वचेंद्रिय उष्ण काय, शीतल काय, प्रेमळ स्पर्श कोणता आणि कठोर कोणता हे जाणू लागले. प्राण, अपान, उदान, समान आणि व्यान हे पंचप्राण आणि चित्त, अहंकार, बुद्धी, मन आणि अंत:करण हे अंत:करणपंचक यांना एकत्र मिसळून टाकले. साहजिकच ज्ञानेंद्रिये व कर्मेंद्रिये यांच्या योगाने जीव हा नाना विषयांचा उपभोग घेऊ लागला.

।। जय जय रघुवीर समर्थ ।।

।। श्रीराम ।।

अस्थिमांसांचें शरीर । त्यामध्यें गुणप्रकार ।।
शरीरसारिखें यंत्र । आणीक नाही ।।
आत्मत्वीं लागतें सकळ काही । निरंजनीं हें कांहींच नाहीं ।।
येकांतकाळीं समजोन पाहीं । म्हणिजे बरें ।।

विषय जरी अनेक आणि उत्तमोत्तम निर्माण केले तरी शरीरे जर नसतील तर त्याचा उपभोग कोण घेणार? म्हणून नाना तऱ्हेची शरीरे निर्माण करण्याचा व्याप ब्रह्मदेवाने केला. हे हाडामांसाचे शरीर. त्यास, सत्त्व, रज, तम या गुणांची प्रेरणा दिली, खरोखरीच देवाची लीला अद्‌भुत आहे. शरीरासारखे अन्य यंत्र या पृथ्वीतलावर नाही. हे यंत्र अतुलनीय आहे. या यंत्राला तोड नाही, जोड नाही. देवाने अशी असंख्य, अनेकानेक शरीरे निर्माण केली. त्यांना विषयभोग शिकवले, त्यामुळे ती वाढली, नवी बीजे उत्पन्न झाली. त्या बीजातून आणखी शरीरे निर्माण झाली. अशी लहान थोर शरीरे अशाप्रकारे वाढवली. ही शरीरे निर्माण करताना जगदीश्वराने त्रिगुणांचा उपयोग मोठ्या विवेकाने केला व ही हाडामांसांची अगणित शरीरे निर्माण केली. हा हाडामांसांचा पुतळा, अस्थिमज्जा, इंद्रियांचा देह – तो ज्ञानेंद्रिये देऊन सकलकला प्रवीण केला. तो गातो, लिहितो, चित्रे काढतो, नाचतो, शिल्पकृती करतो, वाद्यवादन करतो, वाचतो, गोड बोलतो पण तरीही शरीरा-शरीरांत भेद केले आहेत. आणि हा भेद निष्कारण केलेला नाही, सकारण केला आहे. या भेदाचाही उपयोग आहे हे सूक्ष्म दृष्टीने विचार केला तरच कळेल. सृष्टी निर्मितीसाठी हा भेद आवश्यक होता. हे सर्व आत्म्यासाठी करावे लागते. परब्रह्मासाठी यातले काही लागत नाही, एकांती विचार पुरतो.

।। जय जय रघुवीर समर्थ ।।

।। श्रीराम ।।

देहे सामर्थ्यानुसार । सकळ करी जगदीश्वर ।।
थोर सामर्थ्ये अवतार । बोलिजेती ।।
ऐसे अनंत भेद आत्मयाचे । सकळ जाणती ऐसे कैंचे ।।
विवरतां विवरतां मनाचे । फडके होती ।।

लहान थोर, शरीरांसाठी, त्या देहांच्या सामर्थ्यासाठी, शक्तीसाठी जगदीश्वर हे सारे करतो. शरीरामध्ये अपूर्व आणि प्रचंड सामर्थ्य किंवा शक्ती एकवटली की त्याला अवतार अशी संज्ञा प्राप्त होते. परमेश्वराने, त्या जगदीश्वराने, जगन्नियंत्याने शेष, मत्स्य, कूर्म, वराह या अवतारात पृथ्वीचा भार उचलता येईल असे प्रचंड देह निर्माण केले व सृष्टीचा भार उचलला. सृष्टीची व्यवस्था यामुळेच चालली आहे. ईश्वराच्या कर्तृत्वाचे करावे तेवढे कौतुक थोडेच आहे. त्याने एवढे थोरले सूर्यबिंब निर्माण केले. संकेतानुसार ते आकाशभर रात्रंदिवस प्रवास करते आणि ढगांमध्ये अपार पाणी भरून ठेवले आहे. काही वेळेस पर्वतासारखे प्रचंड ढग निर्माण होतात आणि ते तेजोमय सूर्यबिंबाला पूर्णपणे झाकून अंधार करतात. सर्वत्र वादळी वारे वाहू लागतात आणि हा वेगवान वारा मेघांच्या समुदायाला तडाखे लगावून सूर्यबिंबाला मुक्त करावे. विजा चमकू लागतात, कडाडू लागतात, कोसळतात, प्राणीमात्र भयभीत होतो. एका भूताने दुसऱ्या भूताला ग्रासून टाकले त्यामुळे सर्व भूतांमध्ये समानता रहाते. आत्म्याचे असंख्य भेद आहेत त्याचे विवरण करता करता मनाच्या चिंध्या चिंध्या होतात. नीट विचार करून सृष्टीचे आवाहन आणि विसर्जन करणे हे आमच्या भजनाचे रूप केवळ सज्जन जाणतात.

।। जय जय रघुवीर समर्थ ।।

।। श्रीराम ।।

मृत्तिकापूजन करावें । आणि सवेंचि विसर्जावे ।।
हें मानेना स्वभावें । अंत:करणासी ।।
सगट लोकांचे अंतरींचा भाव । मज प्रत्यक्ष भेटवावा देव ।।
परंतु विवेकाचा उपाव । वेगळाचि आहे ।।

पार्थिव किंवा मृत्तिकेच्या मूर्ती निरनिराळ्या देवदेवतांच्या कराव्यात आणि त्यांचे विसर्जन करावे हे मनाला पटत नाही. एवढी पूजाअर्चा करायची, आरती करायची, उदबत्ती ओवाळायची आणि त्या आवडत्या दैवताचे विसर्जन करायचे हे अंत:करणाला रुचत नाही. जिवाला का बरे हे प्रशस्त वाटावे याच्या मनाशी विचार करून पहावा. आपणच देव घडवावा व टाकावा असे नाही म्हणून याचा विचार करावा. देव म्हणजे अंतरात्मा हा अनेक प्रकारची शरीरे धारण करतो आणि त्या त्या शरीराचा त्याग करतो. असा हा देव आहे तरी कसा हे विवेकाने विचारावे ओळखावे. देवाचा शोध घ्यावा, त्याचे दर्शन व्हावे असे ज्यांना वाटते त्यांच्यासाठी अनेक साधने आणि निरूपणे सांगितली आहेत, पण ती आपल्या मनाशी नीट समजून घेतली पाहिजेत. ब्रह्मज्ञानाचे साधन समजल्याशिवाय हाती देता येत नाही. ब्रह्मज्ञान म्हणजे काही एखादा पदार्थ किंवा वस्तू नाही, म्हणावे 'ये आणि हे ब्रह्मज्ञान घेऊन जा.' प्रत्येक साधकाला देवाची प्रत्यक्ष भेट हवी असते. देवाचे दर्शन व्हावे अशी इच्छा मनात वावरत असते, आपल्याला गुरुने किंवा कुणा सत्पुरुषाने देवाची भेट करून द्यावी असे वाटत असते मात्र प्रत्यक्षात विवेकबुद्धीने ईश्वरप्राप्ती करून घेण्याचा मार्ग वेगळाच आहे. जे अशाश्वत आहे त्याला देव म्हणणे उचित नाही पण लोकांना ते पटत नाही हे समजून पटवून घेणे आवश्यक आहे.

।। जय जय रघुवीर समर्थ ।।

।। श्रीराम ।।

अज्ञानासी ज्ञान न माने । ज्ञात्यास अनुमान न माने ।।
म्हणोनि सिद्धांचेचीयें खुणें । पावलें पाहिजे ।।
अध्यात्मश्रवण करीत जावें । म्हणिजे सकळ कांहीं फावे ।।
नाना प्रकारींचें गोवे । तुटोनि जाती ।।

कित्येक मोठी माणसे इहलोकीची यात्रा संपवतात. त्यांच्या स्मरणार्थ त्यांचे पुतळे, मूर्ती, तसबिरी इत्यादी करतात. तसाच हा उपासनेचा प्रकार आहे असे म्हणावे लागेल. व्यापार करणे, पैसा अडका मिळवणे सर्वांना जमत नाही पण आकांक्षा मात्र मोठ्या असतात. मोठा व्यापार जमत नाही म्हणून शाई तयार करून विकण्याचा धंदा केला पण या धंद्यात राजाचे ऐश्वर्य मिळवण्याइतकी बरकत थोडीच होणार? जो अज्ञानी असतो त्याला ज्ञानाच्या गोष्टी नकोशा असतात आणि ज्ञानी माणसाला अनुमान आणि अंदाज यांचे वावडे असते. म्हणून सिद्ध पुरुषांनी ज्या खुणा सांगितल्या आहेत त्या वाटेने गेले पाहिजे. विवेकबुद्धीने मायेचा त्याग करून निर्गुण परब्रह्म गाठले पाहिजे तरच ईश्वरप्राप्तीचे समाधान मिळेल. भोळा भाव हा अज्ञानाचे रूप आहे, अशा भोळ्या भावाने, अज्ञानाने देवाधिदेव कसा पावणार? मायानदीचा प्रचंड प्रवाह पार करून देवप्राप्ती व्हावी म्हणून अनेक उपायांचा, मार्गांचा अवलंब करावा लागतो, पण निश्चित प्रत्यक्ष आलेला उपाय म्हणजेच अध्यात्मश्रवणाचा मार्ग. असे न करता लौकिकात जे उपाय केले जातात त्यात देव एकीकडे आणि आपण एकीकडे अशी चुकामूक होऊन जाते. असत्य मार्गाचा कधीही अवलंब करू नये. जगाकडे पाहणारे अधोमुख आहे ते ऊर्ध्वमुख म्हणजे ब्रह्माकडे पाहणारे करावे.

।। जय जय रघुवीर समर्थ ।।

।। श्रीराम ।।

सकळ कांहीं कालवलें । त्या सकळाचें सकळ जालें ।।
शरीरीं विभागलें । सकळ कांहीं ।।
पिंड पडतां अवघेंचि जातें । परंतु परब्रह्म राहातें ।।
शाश्वत समजोन मग तें । दृढ धरावें ।।

अध्यात्मश्रवणाचे अनेक फायदे आहेत. मनात असलेले अनेक संशय, शंका, घोटाळे अध्यात्मश्रवणाने नाहीसे होतात. सुताची गुंतागुंत झाली की ते जसे आपण सोडवून जातो त्याप्रमाणे मन विषयापासून मुक्त करावे आणि परब्रह्माकडे वळवावे. जड आणि चंचल याचा काला झाला, त्याची सृष्टी झाली आणि तो शरीरात विभागला आहे. यासाठी काय जे पहायचे असेल ते देहातच पहावे. संकल्परूपी मूळ माया हे अंत:करणाचे स्वरूप आहे. जे चैतन्यरूप जडाला चेतविते तेही शरीरातच आहे. जे साधु सूक्ष्म जाणतात त्या साधुंना वंदन करावे. शरीरात दोन भाग असतात डावा भाग आणि उजवा भाग. जणू हे प्रकृती पुरुषाचे दोन भाग आहेत - तेच अर्धनारी नटेश्वरी, तीच शिवशक्ती. या कर्दमालाच षड्गुणेश्वर असेही म्हणतात. याला आणखीही नावे आहेत. महात्‌तत्त्वही म्हणतात. सत्त्व, रज, तम हे त्रिगुण तेथे वास करतात. शरीर चालते, क्रियावान् असते ते या त्रिगुणांमुळे. मूळमायेत जो काला आहे त्याचेच हे शरीर आहे असे समजावे. मन, माया आणि जीव ही देखील शरीरात वास्तव्य करून आहेत. चैतन्य, गुणसाम्य, षड्गुणेश्वर, अर्धनारी नटेश्वर, प्रकृती पुरुष, शिवशक्ती, शुद्ध सत्त्व, गुण, माया, सत्त्व, रज, तम, माया आणि अंतरात्मा या चौदा नामांचे अस्तित्व पिंडात असते पण पिंडाचा नाश झाला की सगळेच जाते ते केवळ उरते शाश्वत परब्रह्म.

।। जय जय रघुवीर समर्थ ।।

।। श्रीराम ।।

धरूं जातां धरितां न ये । टाकूं जातां टाकितां न ये ।।
जेथें तेथें आहेच आहे । परब्रह्म तें ।।
परब्रह्म तें येकलें । येकदांचि सकळांसी व्यापिलें ।।
सकळांस स्पर्शोन राहिले । सकळां ठाई ।।

परब्रह्माविषयी शब्दात काही सांगणे अवघड आहे. तरीही सांगतो ते धरावे म्हटले तर धरता येत नाही, टाकण्याचा प्रयत्न केला, विचार केला तर ते टाकता येत नाही. जिकडे पहावे तिकडे, जिथे तिथे ते आहेच. आपण जर परब्रह्माकडे पाठ फिरवली तर ते आपल्याला सन्मुख होते. एखादा प्राणी किंवा माणूस आकाशापासून दूर पळून जाऊ शकत नाही, आकाशाबाहेर त्याला जाताच येत नाही. भर मध्यान्ही सूर्य जसा सर्वांच्या मस्तकी असतो तसे परब्रह्म आहे. परब्रह्मास कशाची उपमा देता येत नाही. देशात निरनिराळी तीर्थस्थाने असतात तिथे जावयाचे म्हणजे कष्ट करावे लागतात पण परब्रह्म बसल्या जागीच असते. प्राणी बसून राहिला किंवा पळून गेला तरी परब्रह्म त्याची संगत सोडत नाही. पक्षी आकाशात उडतो तेव्हा त्याच्या सभोवती केवळ आकाशात असते तसे ब्रह्म प्राणीमात्रांना व्यापून आहे. ब्रह्म पोकळ आणि घनदाट, ब्रह्म शेवटाचाहि शेवट, प्रत्येकाला ब्रह्म हे सुलभ आहे. वैकुंठ, कैलास, स्वर्ग, इंद्रलोक, चौदा भुवने, पाताळ सर्वत्र ब्रह्म आहे. काशीपासून रामेश्वरापर्यंत आणि त्याच्याही पलीकडे आहे. त्याच्या विस्ताराला पारावर नाही. ते एकटे सर्वांना सर्वांगी व्यापून राहिल आहे. परब्रह्म कधी पावसाने भिजत नाही. चिखलाने भरत नाही किंवा महापुराच्या पाण्यात वाहून जात नाही. एकाच वेळी ते समोर मागे, डावीकडे, उजवीकडे, वर आणि खाली सगळीकडे व्यापून राहिले आहे.

।। जय जय रघुवीर समर्थ ।।

।। श्रीराम ।।

संतसाधुमहानुभावां । देवदानवमानवां ।।
ब्रह्म सकळांसी विसांवा । विश्रांतीठाव ।।
भक्तांचेनि साभिमाने । कृपा केली दाशरथीनें ।।
समर्थकृपेचीं वचनें । तो हा दासबोध ।।

आकाशाचा जणू डोह भरलेला आहे पण तो कधीही उचंबळत नाही. जिकडे तिकडे तो कल्पनातीत पसरला आहे. कल्पना करता येणार नाही. असा त्याचा अफाट विस्तार आहे. आकाश उदास अलिप्त आणि निराभास आहे. परब्रह्मही असेच आहे. मोठमोठे साधुसंत महानुभाव यांच्या विसाव्याचे स्थान परब्रह्मच आहे. त्याचा शेवट किंवा ते कुठे संपते म्हणून पहायला जावे तर ते सर्वत्र भरून राहिलेले आहे. ते स्थूल नाही, ते सूक्ष्म नाही ते अमर्याद आहे, ते कुणा एकासमान नाही. ते पहावयाचे म्हणजे ज्ञानदृष्टी हवी. ब्रह्म हे व्यापक खरे पण ते कधीही दृष्टीस येत नाही. ब्रह्म म्हणजे कल्पनातीत निरंजन ब्रह्म. ते विवेकबुद्धीने जाणावे. सतत श्रवण व मनन करावे. केलेल्या साधनेचे फळ पदरात पडले, संसार सुफलित झाला आणि निर्गुण निश्चळ परब्रह्म अंत:करणात बिंबले. भ्रमरूप स्वप्नात पाहिले होते ते जागा येताच संपले, साहजिकच शब्दातीत स्थिती प्राप्ती झाली. श्री प्रभु रामचंद्राने भक्तावर कृपा केली, त्याच्या कृपेने ही वचने स्फुरली, त्या वचनांचा संग्रह म्हणजेच हा वीस दशक आणि दोनशे समासांचा किंवा तीनशे पासष्ट पृष्ठांचा दैनंदिन दासबोध. या ग्रंथाचे जो मन:पूर्वक मनन किंवा चिंतन करील त्याला परमार्थाची नेमकी जाणीव होईल परमार्थ म्हणजे काय हे समजेल.

।। श्रीरामचंद्रार्पणमस्तु ।।